वॉल्शनं सादर केलेल्या या संवादातून माझ्या आत दडलेल्या माझ्याच मला शोध लागावा, ती आव्हानं मी घ्यावी आणि वेळोवेळी मला दिव्यत्वाची प्रचिती यावी, हे माझ्यासाठी कल्पनातीत सुखद आश्चर्य आहे! नील डोनाल्ड वॉल्श यांनी आपल्याला दिलेली ही अनमोल भेट आहे!

– रॅबी मायकेल लर्नर, 'सॅनफ्रान्सिको क्रॉनिकल'मधून

आपल्या स्नेहीजनांना पुस्तके भेट द्या

'Conversations with God Part - III' या इंग्रजी पुस्तकाचा अनुवाद

संवाद परमेश्वराशी

भाग ३

अलिंगन वैश्विक प्रेमाशी...

नील डोनाल्ड वॉल्श

अनुवाद

डॉ. वृषाली पटवर्धन

मेहता पब्लिशिंग हाऊस

Please contact us at **Mehta Publishing House,** Pune 411030.
Email : production@mehtapublishinghouse.com
Website : www.mehtapublishinghouse.com

- *या पुस्तकातील लेखकाची मते, घटना, वर्णने ही त्या लेखकाची असून त्याच्याशी प्रकाशक सहमत असतीलच असे नाही.*

CONVERSATIONS WITH GOD PART - III
by NEALE DONALD WALSCH

Translated into Marathi Language by Dr. Vrushali Patwardhan

संवाद परमेश्वराशी - भाग ३ / आध्यात्मिक

अनुवाद : डॉ. वृषाली पटवर्धन
author@mehtapublishinghouse.com

मराठी अनुवादाचे व प्रकाशनाचे हक्क मेहता पब्लिशिंग हाऊस, पुणे.

प्रकाशक : सुनील अनिल मेहता, मेहता पब्लिशिंग हाऊस,
१९४१, सदाशिव पेठ, माडीवाले कॉलनी, पुणे - ४११०३०.

अक्षरजुळणी : इफेक्ट्स, २१/६ब, आयडिअल कॉलनी, कोथरूड, पुणे - ३८

मुद्रक : ट्रिनिटी ॲकॅडमी फॉर कॉर्पोरेट ट्रेनिंग लिमिटेड, सर्व्हे नं. २६/५, नऱ्हे इंडस्ट्रिअल एरिया, झील कॉलेज रोड, नऱ्हे, पुणे - ४१.

मुखपृष्ठ : मेहता पब्लिशिंग हाऊस

प्रथमावृत्ती : ऑक्टोबर, २०१९

किंमत : ₹ ४२०

P Book ISBN 9789353173364
E Book ISBN 9789353173371
E Books available on : play.google.com/store/books
www.amazon.in

ही विस्तारित आवृत्ती मी अर्पण करतो...
नॅन्सी वॉल्शला
जिनं गेली दहा वर्ष सहचारिणी म्हणून,
मैत्रीण म्हणून मला साथ दिली आहे -
माझ्या आयुष्यात आणि माझ्या हृदयात
'खूप चांगली जवळची मैत्रीण म्हणून'
तिचं स्थान कायमच राहील!

विस्तारित महोत्सवी आवृत्तीची ओळख

तुम्ही हे शब्द वाचाल, तोपर्यंत मानवतेनं या नव्या शतकाचा पहिल्या दहा टक्क्यांचा सर्वांत मोठा पल्ला पार केला असेल.

पूर्ण समाधान साधण्यासाठी तुम्ही मी आधी लिहिलेलं पुन्हा डोळ्याखालून घालावं असं मला वाटतं. मी म्हटलं होतं–

तुम्ही हे शब्द वाचेपर्यंत आपण या नव्या शतकाचा सर्वांत मोठा– दहा टक्क्यांचा पल्ला पारही केला असेल- आणि तो नव्या दशसहस्रकाचा पहिला एक टक्का अंश असेल.

हे महत्त्वाचं आहे का?

हो. आहे, असं मला वाटतं. कारण, जेव्हा आपण नव्या दशसहस्रकाच्या पहिल्या अडीच टक्क्यांपर्यंत जाऊ, तेव्हा आपण गुंतागुंतीच्या समाजव्यवस्थेच्या खूप जवळ असू आणि पाच टक्क्यापर्यंत पोहोचू तेव्हा आपण त्याच्या पलीकडच्या बाजूला- पैलतीराला पोहोचलेले असू.

याचा अर्थ असा, की आगामी पंधरा ते तीस वर्षं आपण जे काही करू त्याचा येणाऱ्या हजार वर्षांतल्या आपल्या वंशजांच्या अनुभवावर परिणाम होणार आहे.

ही अतिशयोक्ती नाही.

दोन हजार वर्षांपूर्वी मनुष्य जसा राहत होता, त्याचा पगडा अजूनही आपल्या प्रजातींवर आहे. त्याच्याही आधीच्या आणि नंतरच्या पिढ्यांमध्ये जन्म घेणाऱ्यांवर त्याचा परिणाम आणि प्रभाव दिसेल. तेव्हा सहस्रकातील सर्व पिढ्यांतील माणसं आणि प्रसंगावर त्याचा प्रभाव असतो, हे आपण जाणतो.

शिवाय हे फक्त एखाद दोन व्यक्तींबाबत नव्हे, तर एकूणच सर्व मानवतेवर याचा फोकस असणार आहे. परिणामतः खूप मोठी सांस्कृतिक उलथापालथ होणार आहे, हीसुद्धा वस्तुस्थिती आहे.

आपण सगळेच जण या नाटकातली पात्रं आहोत. आपण आपला खारीचा वाटा उचलत आहोत. आपण परिवर्तनाचे 'दूत' होऊ शकतो. पूर्वी ही गोष्ट एखाद-दुसऱ्यावर सोपवली जायची. पण आता आपण सगळेच याचा भाग आहोत.

मानवता जागृतीच्या या प्रक्रियेत आपण सगळे सहभागी होतोय. खरंच आपण निर्मिती करत आहोत.

आजच्या तंत्रज्ञानानं ही निर्मिती केली आहे, ज्याला मी ubiquitous instantaneousity म्हणतो– 'निरंतन सर्वसंचारी'.

शरीरानं आपण प्रत्येक ठिकाणी उपस्थित असू शकत नाही. पण या ऐहिक जगात आपला प्रभाव प्रत्येक ठिकाणी असू शकतो.

आपण काय विचार करतो, काय बोलतो आणि रोजच्या आयुष्यात आपण काय करतो– या संपूर्ण जगावर त्वरित परिणाम होत असतो.

एखाद्या देशाच्या मध्यभागात राहणारी व्यक्ती त्याच्या ब्लॉगवर काहीतरी पोस्ट करते आणि त्याच्या विरोधातले पडसाद दुसऱ्याच देशाच्या मध्यभागी उमटतात. युरोपातला एखादा व्यंगचित्रकार दंगली उसळवू शकतो आणि त्याचा परिणाम त्याच्यापासून हजारो मैल दूरवर असणाऱ्या एखाद्या भागातल्या इमारतींना आगी लावण्यात होऊ शकतो. एखादा चुकीचा शब्द, एखादी चुकीची कृती साऱ्या जगात उलथापालथ घडवून आणू शकते.

तसंच एखादी 'नायका'ला शोभेलशी कृती, एखादं संस्मरणीय भाषण, एखादा सकारात्मक, प्रेमाचा, आश्वासक आपलेपणाचा, वेदनांवर फुंकर घालणारा विचार (विशेषतः हजारो माणसांपर्यंत पोहोचणारा) सहजपणे तणाव दूर करू शकतो, माणसाची नर्व्हस सिस्टिम सुरळीत करू शकतो आणि त्याच्या जखमा भरून यायला मदत करू शकतो. या अर्थानं मी 'सर्वत्र-निरंतर सर्वसंचारी' असं म्हणतोय.

आयुष्य कसं आहे आणि कसं जगावं याबद्दल आजच्या या वेगवान धाडसी जगात वेगवेगळ्या कल्पना आहेत. त्यांपैकी काही तुमच्या हातातल्या या पुस्तकात आहेत. 'संवाद परमेश्वराशी' या मालिकेच्या इतर नऊ संहितांमधल्या कल्पनांची झलक इथे मिळेल. एक माणूस म्हणून त्यातल्या काही साध्या पण भन्नाट कल्पना समजून घ्यायला, स्वीकारायला हव्यात... उदा. आपण सर्व जण एक आहोत, आपल्यात कुठलाच भेदभाव नाही, आपल्यात कसलंच विभाजन नाही आणि आपल्याला रोज येणारे अनुभव म्हणजे भास आहेत, हे ज्याला आपण दैवी म्हणू असं सत्य!

(म्हणजे– आपण काहीतरी कमावतोय, निर्माण करतोय, आपल्या मनात काहीतरी खदखदतंय– या कशालाच अंतिम सत्याशी देणंघेणं नाही– या गोष्टींचा आणि अंतिम सत्याचा एकमेकांशी काहीही संबंध नाही.)

देवसभा

आपण सतत मानवांमध्ये सुस्वर निर्माण करतो आणि देवसभेत त्यांचंच गायन-वादन होतं. या अलौकिक कार्यात आपण संगीतकार आहोत, संगीत संयोजक आहोत आणि श्रोतासुद्धा. त्यामुळे त्यातून निष्पन्न काय होतंय हे पाहणं, कळणं महत्त्वाचं आहे. तुमच्या हातातल्या या पुस्तकानं त्यासाठी मला मदत केलीय. मूळ Conversation with God मालिकेतलं हे शेवटचं पुस्तक आहे. मी म्हटलंय तसं त्यात नवे विचार, नव्या कल्पना गवसतील आणि श्रोतृवृंदासाठी तो सुरेल संगीताचा नजराणा ठरेल.

या एकविसाव्या शतकात आपल्याला कसं आयुष्य हवं? आपलं पुढील वास्तव म्हणून आपण कशाची निवड करणार? खरंच आपण आपले सर्वोत्तम विचार निर्माण करू शकू? त्यांना अनुभवू शकू? का हे सगळं कल्पनेतच राहील? काहीतरी चमत्कारिक कल्पना, स्वप्नं पाहणाऱ्यांची निर्मिती एवढंच तिचं स्वरूप राहील? आयुष्य, प्रेम आणि खरंच आपण कोण आहोत, याबद्दलच्या आपल्या 'श्वास रोखून' ठेवायला लावणाऱ्या महान कल्पना, दृष्टिकोन आपण खरंच स्वीकारणार आणि अमलात आणणार आहोत का? का फक्त 'रंजक' म्हणून त्यांच्याकडे बघणार आहोत? या सगळ्या प्रश्नांची उत्तरं आपल्यापैकी प्रत्येकाल दिवस-सप्ताह-महिने आणि वर्षाच्या तुकड्यात जगणाऱ्या आयुष्यातून द्यायची आहेत.

संवाद परमेश्वराशी– पुस्तक ३ मध्ये या प्रश्नांवर सखोल विचार केला गेला आहे. सगळ्या गोष्टी कशा आहेत आणि कशा असायला हव्या आहेत– याबाबतच्या सगळ्या मर्यादांच्या कल्पना सोडून द्याव्यात, यासाठी इथे मनाच्या दृष्टीनं विचार केला गेला आहे. एखाद्या प्रिय व्यक्तीच्या बाहुपाशात जसं इथल्या जगात जगायचं बळ मिळतं, जगण्यात अर्थ वाटतो, तसंच या पुस्तकातले विचार प्रेरणेच्या बाहुपाशाची ऊब देतात. आपल्याला शांती आणि खोलवर समाधान मिळतं, ज्या शिदोरीवर आपण आयुष्याची वाटचाल करू शकतो.

हा मोठा असामान्य दस्तावेज आहे. तो लिहायला तीन वर्षं लागली. Conversation with God मालिकेतील पुस्तकांपैकी सगळ्यात जास्त काळ या

पुस्तकाला लागलाय. CWG या उलट या मालिकेतलं सर्वात शेवटचं पुस्तक – 'Home with God in a Life That Never Ends' लिहायला केवळ साडेआठ आठवडे लागले. आणि या मालिकेनंतरचं पहिलं पुस्तक – Happier Than God हे केवळ चौदा दिवसांत लिहून पूर्ण झालं.

इतरांनी पाहत असताना प्रथमच परमेश्वराशी संवाद लिहिला गेला, त्यामुळे हे तिसरं पुस्तक लिहायला वेळ लागला. पहिल्या आणि दुसऱ्या पुस्तकाच्या वेळी माझ्या वैयक्तिक अनुभवातून उत्स्फूर्तपणे त्यातला मजकूर 'येत' गेला. तो माझ्यासाठी होता.

माझ्या अंधारातल्या स्वप्नांना एक दिवस असा दिवसाचा प्रकाश दिसेल, असं मला कधीच वाटलं नव्हतं. अगदी 'या पहिल्या संवादाचं एक दिवस पुस्तक होईल' असं सांगितलं गेलं, तरीही मला तसं वाटलं नव्हतं. (प्रत्यक्षात मी हातानं लिहिलेली माझी टिपणं कीबोर्डवर टाईप केली आणि 'देवा, तुझं म्हणणं खरं करून दाखव' असं म्हणून एका प्रकाशकाकडे पाठवून दिली.)

जेव्हा न्यूयॉर्क टाईम्सनं ही दोन 'बेस्ट सेलर' प्रकाशित झाल्याचं म्हटलं, तेव्हा खरंच काहीतरी विशेष घडत असल्याचं मला जाणवलं. याच्या पुढे आणखी लिहिलं जाणार असल्याचंही मला माहीत होतं. (कारण, या संवादात मला हे सांगितलं होतं, पण आता माझा त्यावर विश्वास बसलाय.) प्रथमच माझ्या लक्षात आलं की मी लिहिलेला शब्द-न्-शब्द लाखो लोक वाचणार असतील– (निरनिराळ्या ३७ भाषांत आता भाषांतरित!) तेव्हा मी पेन हातात घेऊन कागदावर टेकवलं त्या वेळी मला धूसर अंतःप्रेरणा होती, असं म्हणू या.

प्रत्येक वाक्य आणि परिच्छेदागणीक मी काळजीत पडायचो. चिंतेत असायचो. माझं मन माझा ताबा घेऊन काय लिहायचं हे सांगायच्या आधीपर्यंत माझं मन मस्त मोकळं-मुक्त-निरपेक्ष वृत्तीनं विहरत असायचं.

सुदैवानं हे आधी अनुभवलेलं मननिर्देशित लिखाण आणि आताचं आत्मा-निर्देशित लिखाण यांत प्रचंड तफावत असल्याचं मला जाणवलं– त्यासाठी देवाचे आभार. कारण, जेव्हा जेव्हा मन वरचढ ठरतंय असं मला जाणवायचं, तेव्हा प्रत्येक वेळी मी सरळ पेन खाली ठेवायचो (निराशेनं डोळे भरून यायचे) आणि पुढचा शब्द उतरवायचोच नाही– त्याला सरळ नकार द्यायचो.

मग मी त्या दैवी शक्तीशी पुन्हा जोडलं जाऊन वेगळीच जाणीव होण्यासाठी वाट बघत बसायचो. अर्थात हे फार काळ व्हायचं नाही. काही वेळा आठवडेही जायचे. एकदा तर ही फारकत काही महिन्यांची होती. आणि शेवटी ते पूर्ण झालं– काही दिवस तर एखाद्या वेळी एकच वाक्य व्हायचं– अशा तऱ्हेनं तुमच्या हातातलं हे पुस्तक पूर्ण झालं. आणि आज त्याची दहावी आवृत्ती येतेय, याचा मला फार आनंद आहे. एकाच आवृत्तीनंतर– एकदाच प्रकाशित होऊन ही संहिता, हे सगळं

लेखन लुप्त व्हावं असं मला कधीच वाटलं नव्हतं– आणि नक्कीच देवालासुद्धा!

म्हणूनच हॅम्प्टन शेड्स पब्लिशिंग कंपनीचा मी खूप आभारी आहे. एका दशकानंतर त्यांनी हे पुन्हा प्रकाशित केलं, त्याबद्दल त्यांचे आभार.

आपणा सर्वांसाठी नवी कथा?

या पुस्तकासारखंच आपण आपल्या मानव परिवाराचं पुनरुज्जीवन करू– आपलीसुद्धा 'नवी आवृत्ती' काढू.

आपण कोण आहोत, याबद्दल खूप चांगला दृष्टिकोन घेऊन आपण पुढे जाऊ या. हा खरंच मानवतेच्या जागृतीचा काळ आहे. जाणिवेचा क्षण अगदी हाताशी आलाय. याच जन्मी आपल्याला ही प्रक्रिया पूर्ण करायची नाहीये. आत्ताच शिखराला पोहचून किंवा काम पूर्ण करून किंवा हा प्रवास संपवून टाकायला हवा असं नाही, उलट खरं तर उन्नतीचा हा प्रवास अविरत चालू राहणार आहे. तो संपणारा नाही. आपल्या या प्रवासात आता पुढच्या टप्प्याच्या दिशेनं जायला लागायचंय, वेगळ्या मार्गावर पाऊल टाकायचंय, नव्या दिशेकडे आगेकूच करायचीय.

हो. पण म्हणजे येत्या काही दिवसांत किंवा महिन्यांमध्ये आपण या सगळ्यात पारंगत व्हायला हवं असं नाही, उलट ही आयुष्याची मागणी आहे, हा प्रवास असाच सुरू राहण्यासाठी आपल्याला आमंत्रण आहे– अशीच प्रगती करत राहा, विकास साधत राहा, अस्तित्व जपत राहा.

तुमच्या हातातल्या पुस्तकात हेच तर आहे. हे पुस्तक त्यासाठीच तर आहे. आपण कोण आहोत आणि काय होऊ शकतो याबद्दल ते बोलतं. ते जुन्या आणि नव्या मार्गांबद्दल आहे, तसंच ते नव्या-जुन्या समजुती, कालबाह्य संकल्पना आणि सदैव उपयोगी संकल्पना याबद्दल आहे.

तुम्ही काही क्षण या पुस्तकाकडे लक्ष देऊ शकला नसाल (किंवा पुस्तक वाचलेच नसेल) तर सुंदर नवनिर्मितीसाठी सिद्ध व्हा. आतापर्यंत शक्य-अशक्य असलेल्या गोष्टींकडे आपण नजर टाकू या. 'कोणे एके काळी' आणि 'मग ते कायमचे सुखाने नांदू लागले'– यासाठी प्रयत्न करू या. आपण याच्या दुभाजक रस्त्यावर येतो आणि शेवटी 'कालच्या' आणि 'उद्याच्या' गोष्टीमधे स्वत:ची निवड, आवड, काल आणि उद्या– भूत आणि भविष्य अशा दुभाजकावर आपण उभे राहतो.

आपण कुठल्या मार्गाने जाणार? – हाच प्रश्न आहे– नाही का? हाच प्रश्न आहे.

– एन. डी. वॉल्श
६ एप्रिल २००८,
ॲशलण्ड ओरेगॉन

आगामी विचार

(प्रकरण १ ते ७)

एक अत्यंत माहितीपूर्ण आणि सखोल अंतर्दृष्टीनं परिपूर्ण असं हे CWG मालिकेतलं (नऊपैकी सर्वांत मोठं पुस्तक) तिसरं पुस्तक आपल्यासमोर पहिल्यापासूनच आव्हानं उभी करतं. यातल्या पहिल्या केवळ सातच प्रकरणांचं सिंहावलोकन मी इथे सादर करतोय, त्याच्यावरूनच तुम्हाला लगेच त्याची कल्पना येईल.

पुस्तकातल्या सगळ्याच प्रकरणांबद्दल मी असं करणार नाही, उलट आगामी दोन विचारांचा मी या पुस्तकात नव्यानं समावेश केलाय, त्यात मी पहिल्या प्रकाशनापासून मला हे संदेश जगताना आणि प्रत्यक्षात उतरवताना जे अनुभव आले, त्यावर मी सखोल चर्चा केलीय.

पण तुम्ही आता हा संस्मरणीय 'दस्तावेज' उघडणार आहात, म्हणून तुम्हाला त्याची थोडी कल्पना द्यायचीय.

या संहितेची सुरुवात आजवर इतर कुठल्याही पुस्तकात नसलेल्या माहितीच्या पुनरवलोकनानं होतेय (CWG - पुस्तक १ चा केंद्रबिंदू) : The be Do have Paradigm.

आजपर्यंत अनेकांना यातले काही माहीत नाही. जर असतं तर त्यांची आयुष्यं कायमची बदलली असती आणि पर्यायानं सगळ्या जगात जाणवण्याइतके बदल घडले असते. हे दुसरं पुस्तक पुन्हा तुम्हाला पहिलं पुस्तक वाचण्याची इच्छा निर्माण करेल. 'आपल्याला काहीतरी गवसलंय' अशी खात्री वाटण्याइतपत सगळ्या गोष्टी सविस्तर वाचायला मिळतील. 'आयुष्याचं परिचालन करणाऱ्या पद्धती'बद्दल इथे असलेल्या वर्णनाबाबत आपण बोलतोय आणि या गोष्टी कानाडोळा करण्याजोग्या नाहीत.

लगेचच या तिसऱ्या पुस्तकात आपण CWG च्या वैश्विकतेच्या ज्या महत्त्वाच्या सिद्धान्ताबद्दल चर्चा करणार आहोत, ते म्हणजे– ***तुम्ही तुमच्यासाठी जे निवडता, तेच तुम्ही दुसऱ्यांना देता.***

या आठ शब्दांचा माझ्या आयुष्यावर जेवढा सकारात्मक प्रभाव पडला आहे, तितका इतर कशाचाच नाही. येशूनं हेच वेगळ्या पद्धतीनं सांगितलं होतं– (इतरांशी तसंच वागा, इतरांच्या बाबत तेच करा, जसं तुम्ही स्वतःशी वागाल, स्वतःबाबत कराल.) पण संदेश तोच होता– आणि तोच संदेश जगातल्या प्रत्येक मोठ्या धर्मात आणि आध्यात्मिक परंपरेत दिलेला आढळेल, यात काही नवल नाही. याच धर्तीवर तिसऱ्या पुस्तकातही (पहिल्या पुस्तकातही याची तोंडओळख झाली होती) बहुधा सर्वच पुस्तकांतला आव्हानात्मक संदेश मिळतो. *'आपल्या सत्याचे निर्माते आपणच असतो.'*

देव आपल्याला म्हणतो–

> *एखादी गोष्ट तुमच्याबाबत घडते, तेव्हा ती योग्यच असणार, असं तुम्ही समजून चालू शकता. कारण, देवाच्या जगात काहीच चुकू शकत नाही. तुमच्या आयुष्याचा आराखडा– त्यातली माणसं, ठिकाणं आणि त्यातल्या घटना – सगळं काही त्या अचूक निर्मात्यानं स्वतःच निर्माण केलेलं असतं– म्हणजे तुम्ही आणि मी– जसे आहोत तसे.*

या प्रकरणांच्या आत्तापर्यंतच्या पुनरवलोकनावरून तुम्हाला कदाचित असं वाटेल की पहिल्या पुस्तकातलीच माहिती पुन्हा मी तिसऱ्या पुस्तकात दिलीय. सत्य एकच असतं– त्याच्यापुढे जाऊन वेगळं काय सांगणार? त्यामुळे आधीच्या पुस्तकातल्या चांगल्या संदेशांची पुनरावृत्ती इथे असेल– आणि तीसुद्धा चांगल्या कारणासाठी.

तिसरं पुस्तक येत होतं, तसं मला एक स्पष्ट दिसत होतं (आणि आजही, दहा वर्षांनी परत वाचलं, तरी हेच कळेल...) की CWG च्या पहिल्या पुस्तकातले काही महत्त्वाचे संदेश असे आहेत की ते माझी सत्यं म्हणून स्वीकारणं फार अवघड होतं. त्यामुळे या तिसऱ्या पुस्तकात नव्या विस्तारित आध्यात्मिक गोष्टी सांगण्यापूर्वी देवानं मला पुन्हा त्या जुन्या चर्चा ऐकवल्या. (ही संहिता हे करतेय – मी खात्री देतो.)

इतक्या वर्षांनी परमेश्वराच्या संवादातून मिळालेली 'गुरुकिल्ली' वाटावे असे संदेश मी घेऊन आलोय. पण ते सोपं नाही आणि मी त्याबाबत तुमची गंमतही करणार नाही. आपण इथे नुसत्या इकडच्या तिकडच्या समकालीन नव्या विचारांबद्दल बोलणार नाही आहोत, तर आध्यात्मिक पुनरुज्जीवनाची, पुनर्निर्माणाची चर्चा करणार आहोत, आध्यात्मिक शोधापेक्षा आध्यात्मिक उन्नतीबद्दल, उत्क्रांतीबद्दल बोलणार आहोत.

दुसऱ्या शब्दांत सांगायचं (आणि मी नेहमीच तसं म्हणतो) तर CWG हे भेकडांसाठी नाहीये.

CWG पुस्तकांतून नुसती दैवी सत्यं मांडायची हा हेतूच नाही. उलट यात सांगितलेल्या शहाणपणाच्या गोष्टींचा रोजच्या जीवनात प्रत्यक्षात उपयोग करायला

हवा, त्यासाठी हा संवाद-प्रपंच आहे. आपणच आपल्या सत्यांचे निर्माते असतो, हे सत्य रोजच्या जीवनात कसं अमलात आणायचं आणि 'हे माझ्याच नशिबी का' असं म्हणत स्वतःलाच दोष न देता आल्या प्रसंगाला खंबीरपणानं, सर्वशक्तीनिशी तोंड देत आपल्या 'रडकथेचा कसा शेवट करायचा' हे शिकायचं. (CWG Cosmology च्या Happier than God - देवाहून आनंदी या सर्वांत नव्या पुस्तकात याबाबत विशेष मार्ग सांगितलेत.)

आपल्याबाबत घडणाऱ्या गोष्टी दुसऱ्या कुणामुळेच घडत नसतात हे एकदा उमगलं की 'हे माझ्याच बाबतीत का घडतंय? हे माझ्याच नशिबी का?' असल्या प्रश्नांचं अस्तित्वच उरणार नाही. कठपुतळीच्या नाचवणाऱ्या दोऱ्यातून अखेर सुटका होईल. इतर कुणाच्याच विचाराचा, वागण्याचा अगर घटनेचा तुमच्या वैयक्तिक अनुभवावर परिणाम होणार नाही.

यामुळे आपली स्वतःशीच पुनर्भेट होणार आहे. आणि हाच तर सगळ्या CWG पुस्तकांचा उद्देश आहे. मानवतेच्या वैयक्तिक आणि सामूहिक अनुभवांची देवाणघेवाण करण्यासाठी यातून आपल्या हाती काही गवसेल.

पाच नैसर्गिक भावनांचं स्पष्टीकरणच त्यासाठी पुरेसं आहे. आणि यासह आत्तापर्यंत सगळ्या गोष्टी मी पहिल्या प्रकरणात मांडलेल्या आहेत. गंमत म्हणजे या प्रारंभीच्या प्रकरणात हेसुद्धा आहे –

- मुलांच्या संगोपनासाठी नव्याकोऱ्या कल्पक क्लृप्त्या.
- लैंगिक संबंधांबाबत आपण मुलांशी कसा संवाद साधतोय, त्यांच्याशी कसं बोलतोय यासाठी सावधानतेची घंटा!
- समाजातील ज्येष्ठांच्या भूमिकेबद्दल, त्यांच्या स्थानाबद्दल पुनर्मूल्यांकन.
- विस्कळित होत चाललेली कुटुंबव्यवस्था, समाज आणि सारं विश्व.

नंतर आपण दुसऱ्या प्रकरणाकडे वळतो.

मी आधी म्हटलं तसं 'CWG - पुस्तक तिसरे' हे स्वयंपूर्ण माहितीचा खजिना आहे आणि त्यात मालिकेतल्या सखोल अंतर्दृष्टी देणाऱ्या गोष्टी आहेत. दुसऱ्या प्रकरणावर नजर टाकलीत की या संवादात प्राचीन मातृसत्ताक पद्धती विरुद्ध आजची पितृसत्ताक पद्धती, सैतानाच्या मुळाची दंतकथा, कर्म आणि त्याची मानवी जीवनातली, घटनांमधली भूमिका यावर भाष्य आहे.

तिसऱ्या प्रकरणात माझे आवडते CWG संदेश आहेत. 'The parable of the Rock' अर्थात सोप्या आध्यात्मिक कथा त्यांच्या अद्वितीय अर्थासह दिल्या आहेत. आपण देवाचं नेहमी ऐकलेलं गुणवर्णन म्हणजे तोच या विश्वाचा चालक

आहे, जगन्नियंता आहे, विश्वाची चक्रं फिरवणारा आहे; असं म्हटलंय. आपल्या पापांबद्दल देव क्षमा करतो का? आपल्यासारखी परिपूर्ण नसलेली माणसं देवाच्या प्रेमाला आणि त्याच्या स्वर्गात स्थान मिळवायला पात्र आहोत का? हे प्रश्न या त्रिधारा पुस्तकात आहेत. आता या पुस्तकाच्या चौथ्या प्रकरणात दिलेल्या प्रश्नोत्तरातून वैश्विक आध्यात्मिक चळवळ उभी राहणार आहे.

अशीच वैचारिक उलथापालथ पाचव्या प्रकरणात आलेल्या जीवन-मृत्यूच्या संदर्भातून घडते. आणि त्यानंतर सहाव्या प्रकरणात इथे घडणारी प्रत्येक गोष्ट कशी घडली, आता कशी घडत आहे आणि यापुढे कायम घडत राहणार आहे आणि आत्ता या क्षणी घडतेय तसंच मनात ती कशी उतरतेय, त्यातून तथाकथित मनःशक्ती, मनोबल कसं मिळतंय याबद्दल चर्चा आहे.

तुमच्या लक्षात येतंय का? पण थांबा या पुस्तकाचं शेवटचं नववं प्रकरण पुनर्जन्माच्या एकूणच कल्पनेबद्दल सखोल चर्चा करतं. तुम्हाला असं एकेका प्रकरणाबद्दल मी मुद्दाम सांगितलं– कारण मी आधी म्हटलं तसं– मला तुम्हाला त्याबद्दल नीट कल्पना द्यायचीय. आता तिसरं पुस्तक गच्च भरलंय. त्यात अजिबात जागा नाही. आणि ते धाडसीही आहे.

तेव्हा चला – पान उलटा आणि उत्क्रांतीची सुरुवात होऊ द्या...

१

आज ईस्टर. रविवार. सन १९९४. हातात लेखणी घेऊन मी इथं सांगितल्याप्रमाणे देवाची वाट बघत बसलोय. 'आज दर्शन देईन' असं त्यानं वचन दिलंय. गेले दोन ईस्टर वर्षभर चालू होता, तसाच संवाद आजपासून सुरू होणार आहे– तिसरा आणि शेवटचा!

हे सगळं – हा अलौकिक संवाद १९९२ मध्ये सुरू झाला. तो आता १९९५ च्या ईस्टरला संपेल. तीन वर्षं. तीन पुस्तकं. पहिल्या पुस्तकात वैयक्तिक गोष्टी होत्या– म्हणजे प्रेमसंबंध, एखाद्याला योग्य काम सापडणं, पैशाचा मस्तवाल खेळ, प्रेम, सेक्स आणि देव– आणि या सगळ्याचा आपल्या रोजच्या आयुष्याशी असलेला संबंध. दुसऱ्या पुस्तकात भौगोलिक राजकारण, सरकारांची-शासन संस्थांची व्यवस्था, त्यांचे प्रकार, युद्ध नसणारं शांतिपूर्ण जग निर्माण करणं, एकसंघटित आंतरराष्ट्रीय समाजाची कल्पना अशा गोष्टींची चर्चा होती. आता तीन पुस्तकांच्या मालिकेतल्या या शेवटच्या पुस्तकात एकूणच समस्त मानवजातीला भेडसावणाऱ्या प्रश्नांबद्दल मला सांगितलं जाणार आहे. अन्य राज्य, प्रांत, इतर दिशा– डायमेन्शन्स आणि एकूणच सगळ्या गोष्टी कशा जुळून येतात, याबद्दलच्या संकल्पना असतील–

ही पुढची पावलं असतील–

वैयक्तिक सत्य

जागतिक सत्य

सार्वत्रिक सत्य

आधीच्या दोन पुस्तकांसारखंच हे काय चाललंय याची मला काहीच कल्पना नव्हती. तशी ही प्रक्रिया सोपी आहे. मी कागदावर पेन टेकवतो आणि प्रश्न विचारतो– मग मनात काय विचार येतायत ते बघतो. समजा तेव्हा काहीच आलं नाही, कुठलेच शब्द माझ्यापर्यंत पोहोचले नाहीत, तर मी ते सगळं दुसऱ्या दिवसापर्यंत तसंच ठेवून देतो. अशा तऱ्हेनं पहिलं पुस्तक लिहायला मला एक वर्ष लागलं, दुसऱ्या पुस्तकासाठी पुढचं एक वर्ष. हे पुस्तक सर्वांत महत्त्वाचं ठरेल असं मला वाटतं.

हे लिखाण सुरू झाल्यापासून पहिल्यांदाच मी त्याबद्दल इतका सावध झालोय. स्पष्टपणे विचार करतोय. हे पहिले चार-पाच परिच्छेद लिहून दोन महिने झालेत. ईस्टर उलटून दोन महिने झालेत आणि अजून काहीही आलेलं नाही– काहीही नाही– मात्र आत्मभान – 'स्व'ची जाणीव सोडून.

तीन पुस्तकांच्या मालिकेतल्या पहिल्या पुस्तकाच्या संहितेचा टाईपसेट तपासून बघण्यात आणि त्याचा पुन्हा विचार करण्यात मी आठवडे घालवले. आणि नुकतीच या आठवड्यात मला पहिल्या पुस्तकाची सुधारित प्रत मिळाली. ती आता मला इतर ४३ चुका दुरुस्त करून टाईपसेटिंगसाठी परत पाठवायची आहेत. दरम्यान दुसरं पुस्तक अजून हस्तलिखित स्वरूपात आहे– गेल्याच आठवड्यात मी ते लिहून पूर्ण केलं– ठरलेल्या वेळेच्या २ महिने नंतर (ते ९४ च्या ईस्टरला पूर्ण करणं अपेक्षित होतं.) ईस्टर संडेला हे पुस्तक सुरू झालं, तेव्हा दुसरं पुस्तक खरं तर पूर्ण व्हायचं होतं. आता ते पूर्ण झालंय– प्रकाशित व्हायच्या प्रतीक्षेत आहे.

अगदी पहिल्यांदा १९९२ मधे जेव्हा या सगळ्या प्रक्रियेची सुरुवात झाली, तेव्हा मी खूप नाही पण थोडा तरी तिला अटकाव करायचा प्रयत्न केला. कारण, मला हे सगळं कुठेतरी अडकवून ठेवणारं, बांधून ठेवणारं वाटत होतं आणि मी कधीच असं काही करणारा नव्हतो. पण पुढे सुधारणा न झालेल्या आवृत्त्या काही लोकांच्या हातात पडल्या आणि त्यावरच्या त्यांच्या प्रतिक्रिया ऐकून मात्र माझी खात्री पटली की या तिन्ही पुस्तकांना मोठा वाचक वर्ग मिळणार आहे, तात्त्विक दृष्ट्या त्यांचं विश्लेषण होणार आहे आणि बरीच वर्षं त्यांच्यावर चर्चा घडत राहणार आहेत.

त्यामुळे माझ्यावरचं दडपण वाढलं– या लेखणीशी मैत्री 'जबाबदारीची' व्हायला लागली. माझ्यासाठी हे फार अवघड होऊन बसलं. या लिखाणामुळे मी माझ्यावरच अश्लाघ्य टीका ओढवून घेणार आहे, याची मला कल्पना आहेच. शिवाय हे सगळं प्रत्यक्ष देवाकडून 'आलंय'हे जाहीररीत्या सांगणंसुद्धा काहींच्या दृष्टीनं धाडसाचं आणि माझा मत्सर वाटणारंही ठरणार आहे.

मी आयुष्यात आजवर केलेल्या अगणित चुका आणि माझं दुर्वर्तन पाहता, मी देवाचा 'प्रवक्ता' व्हायला लायक नाही, हेच दिसून येईल.

माझ्या आधीच्या बायका आणि माझी मुलं यांच्यासह मला ओळखणाऱ्या– माझा भूतकाळ जाणणाऱ्या प्रत्येकाला पुढे येऊन हे लिखाण नाकारण्याचा पूर्ण अधिकार आहे. एक माणूस म्हणून, नवरा म्हणून, वडील म्हणून मी किती नालायक ठरलो हे त्यांना माहीत आहे. मी खरंच ही नाती निभावण्यात अपयशी ठरलो. मैत्री, घट्ट नातं, उद्योग व्यवसाय आणि जबाबदाऱ्या पाळणं, ही दुसरी बाजूसुद्धा मी धडपणे सांभाळू शकलो नाही.

थोडक्यात 'देवाचा किंवा सत्याचा दूत' म्हणवून घ्यायची माझी मुळीच लायकी

नाही, याची मला पूर्ण जाणीव आहे. हे काम सोपवावं अशा माणसांच्या यादीत माझं नाव अगदी शेवटी असायला हवं. माझं आयुष्य हे सगळ्या लंगड्या बाजूंचं प्रदर्शन आणि प्रमाण असताना मी हा अन्याय करणं बरं नव्हे.

तेव्हा देवा, या कारणांस्तव तुझा लेखनिक होण्याच्या जबाबदारीतून तू मला मोकळं करावंस आणि हा मान मिळण्याजोग्या लायक माणसाला तू त्यासाठी शोधावंस. एखाद्या योग्य माणसाला तू हा मान द्यावास, हे बरं.

आपण सुरू केलेलं हे काम मला तुझ्याचकडून पूर्ण करून घ्यायचंय. यात माझ्या किंवा इतरांच्या बाबत 'कर्तव्य', 'जबाबदारी ' असं काही नाही. पण तुझ्या मनात फारच अपराधीपणाची भावना आहे, असं मला दिसतंय.

मी माझ्या माणसांचा अपेक्षाभंग केलाय– अगदी माझ्या मुलांचासुद्धा.

तुझ्या आयुष्यात जे काही घडलं– ते सगळं तुझ्यासाठी अगदी ठरल्यासारखं झालं. आणि ज्या जीवांचा तुझ्याशी संबंध होता, त्यांचीही प्रगती तुझ्या गरजेनुसार आणि तुला हवी तशीच झाली.

वा– आपल्यावरची जबाबदारी झटकण्यासाठी आणि नको असलेले प्रसंग, परिणाम टाळण्यासाठी नव्या जमान्यातला प्रत्येक जण अगदी असाच बहाणा शोधत असतो. मी स्वार्थी– जरा जास्तच स्वार्थी झाल्यासारखा वाटतोय. मी नेहमी फक्त माझ्याच आनंदाचा विचार करायचो– त्यासाठी काहीही करायचो– भले त्याचा इतरांवर काही का परिणाम होईना!

स्वतःला हवं ते– आवडेल ते करण्यात काहीच चूक नाही.

पण त्यामुळे कितीतरी जण दुखावले गेले, कित्येकांचा अपमान झाला.

तुम्हाला कशात जास्त आनंद वाटतो हाच एक प्रश्न आहे. आपल्या वागण्यानं माणसं थोडीशी दुखावली जाऊ नयेत, किंवा कुणाचं नुकसान होऊ नये, असं आता तुला वाटतंय आणि तसं वागण्यात आता तुला आनंद वाटतोय, असं तुझ्या बोलण्यावरून दिसतंय.

हे फार सौम्यपणे होतंय.

हो. जाणूनबुजून करतोय. तू स्वतःशी सभ्यपणे वागायला शिकायला हवंस आणि स्वतःचं परीक्षण करणं– स्वतःबद्दल 'निकाल'देणं थांबवायला हवंस.

अवघड आहे– विशेषतः जेव्हा इतर माणसं ते करायला उत्सुक असताना तर जास्त कठीण आहे. तुला मी जरा जास्तच कोड्यात टाकतोय का– तीन पुस्तकांची

ही मालिका पूर्ण करणं आणि प्रकाशित करणं– हे खरं तर अवघड आहे. या कामासाठी मी लायक नाही. तुझा दूत बनून मी काही सांगण्यानं तुला कमीपणा येऊ नये.

तू हे सत्य नाकारू शकत नाहीस. त्याचा अनमान करू शकत नाहीस. ते सिद्ध किंवा अ-सिद्धही करता येणार नाही. ते फक्त 'आहे'. तुझ्याबद्दल लोक काय विचार करतात याचा माझ्या अद्‌भुत संदेशातील सौंदर्यावर काहीही परिणाम होऊ शकणार नाही– होणार नाही.

तू एक उत्कृष्ट दूत आहेस, हे नक्की. कारण, 'आपण फारसं योग्य पद्धतीनं आयुष्य जगलो नाही,' असं तुला वाटतं.

माणसं जशी तुझ्याबद्दल मतं तयार करतात, तशी ती तुझ्याशी जोडली जातात. आणि खरंच तू खूप प्रामाणिक आहेस असं लक्षात आल्यावर ते तुला तुझ्या स्वार्थांध भूतकाळाबद्दल क्षमा करतील. तरीही मी तुला असं सांगतो : जो वर तू तुझ्याबद्दल इतर काय म्हणतायत याचा विचार करत बसशील, तोवर तू त्यांच्या हातचं बाहुलं असशील.

जेव्हा तुला बाहेरच्या मान्यतेची, पसंतीची गरज उरणार नाही, तेव्हा तू तुझा खरा मालक होशील.

तुझ्या संदेशापेक्षा हा रोख माझ्याकडे होता. तुझ्या संदेशाला कलंक लागू नये एवढीच माझी इच्छा होती.

तुला जर माझ्या संदेशाबद्दलच असं वाटत असेल, तर ते तू मनातून काढून टाक. संदेश लोकांसमोर मांड. तो कलंकित वगैरे होण्याची काळजी सोड. माझा संदेश स्वयंसिद्ध आहे. तोच बोलेल.

मी काय शिकवलंय ते नीट लक्षात ठेव आणि मग तो संदेश मांड. तो कलंकित, दूषित होण्याची चिंता करू नकोस. तो किती चांगल्या पद्धतीनं पाठवला गेलाय, हेसुद्धा तो किती चांगल्या प्रकारे घेतला गेलाय या इतकंच महत्त्वाचं आहे.

हेसुद्धा लक्षात ठेव : तुम्हाला जे शिकायचं असतं ते तुम्ही शिकवता.

नेमकं व्यक्त होण्यासाठी नेमकं ग्रहण करायला हवं असं नव्हे.

प्रभुत्वाबद्दल बोलण्यासाठी प्रभुत्वच मिळवायला हवं, असे नव्हे.

उन्नत अवस्थेबद्दल बोलण्यासाठी उन्नत अवस्थेला पोहोचलेलंच असायला हवं, असं नव्हे.

तुम्ही फक्त सच्चे असायला हवं. प्रामाणिक असायचा प्रयत्न करा. तुमची प्रतिमा डागाळू द्यायची नसेल, तर तशी स्वतःशी कल्पना करा, तुम्ही तसं वागताय

असं पहा. तुमच्या कल्पना प्रत्यक्ष वर्तनात उतरवा. शक्य ते सगळं करा. मग काय व्हायचं ते होऊ दे– सोडून द्या.

करण्यापेक्षा बोलणं सोपं आहे. काही वेळा तर मला फारच अपराध्यासारखं वाटतं.

अपराधीपणाची भावना आणि भीती हेच फक्त माणसाचे मोठे शत्रू आहेत.

अपराधीपणाची भावना महत्त्वाची आहे. ती आपण कुठे चुकलो हे सांगते.

'चूक' अशी कुठली गोष्ट नसते. ती फक्त तुम्हाला लागू नसते, तुमच्या उपयोगाची नसते. तुम्ही कोण आहात आणि तुम्हाला कोण व्हायचंय या सत्याबद्दल ती काहीच सांगत नाही.

तुम्ही जे नाही, त्यातच ही अपराधीपणाची भावना अडकून ठेवते.

पण आपण वाट चुकलो होतो, एवढी तर जाणीव ती नक्कीच करून देते ना.

हे सगळं तू जाणीव-जागृतीबद्दल बोलतो आहेस; अपराधीपणाच्या भावनेबद्दल नाही.

तुला सांगतो : अपराधीपणाची भावना म्हणजे जमिनीवर उगवणारं बांडगूळ– झाडासाठी जीवघेणं ठरणारं विष.

असल्या भावनेनं तुमची प्रगती तर होणार नाहीच, पण तुमची शकलं शकलं होऊन मरून जाल.

जागृती-जाणीव म्हणजे तुमचा 'शोध'. जाणीव व जागृती म्हणजे अपराधी भावनाही. प्रेमात कधी भीती नसते. मी पुन्हा सांगतो भीती आणि अपराधी भाव हेच तुमचे शत्रू आहेत. प्रेम आणि जाणीव हे तुमचे खरे मित्र आहेत. त्यांची एकमेकांत गल्लत करू नका. कारण, एक तुमचा जीव घेतो आणि एक तुम्हाला जीवदान देतो.

म्हणजे मला कशाहीबद्दल अपराधी वाटून घ्यायची गरज नाही?

छे– मुळीच नाही. त्यात चांगलं काय आहे? हा भाव तुम्हाला स्वतःवर प्रेम करू देत नाही आणि दुसऱ्यावर प्रेम करण्याची एकही संधी देत नाही.

आणि मी कशालाही घाबरायला पण नको?

भीती आणि सावधगिरी, दक्षता या दोन वेगळ्या गोष्टी आहेत. काळजी घ्या– सावध राहा– पण घाबरू नका. कारण, भीती तुम्हाला गलितगात्र करून टाकते; तर दक्ष राहण्यानं तुम्ही चपळ होता.

चपळ रहा, गलितगात्र होऊ नका.

'देवाची भीती बाळगायला हवी, देवाला घाबरायला हवं,' असंच मला नेहमी शिकवलं- सांगितलं होतं.

मला माहीत आहे. आणि तेव्हापासूनच तुझं माझ्याशी नातं जुळू दिलेलं नाही. जेव्हा तुझी माझ्याबद्दलची भीती नाहीशी होईल, तेव्हाच तुझं-माझं अर्थपूर्ण नातं निर्माण होईल. तुला 'निर्भय' होण्याची सुंदर भेट माझ्याकडून मिळेल, तेव्हा तुला माझं अस्तित्व कळेल.

निर्भय माणसांवर देवाची कृपा असते. कारण, त्यांना देव म्हणजे काय ते कळतं.

तुझ्या देवाबद्दलच्या आजवरच्या कल्पना झटकून टाकण्याइतपत तू निर्भय व्हायला हवंस.

आणि मग तुला त्याबद्दल ओशाळवाणं वाटायचं कारण नाही. देवाबद्दलचे तुझे विचार, अनुभव आणि इतरांनी त्याबद्दल तुला सांगितलेल्या गोष्टी यात तफावत असली तरी तुला ओशाळवाणं, अपराधी वाटायला नको.

भीती आणि अपराधीपणाची भावना हेच माणसाचे शत्रू आहेत.

पण हे म्हणजे सैतानाशी पंगा घेण्यासारखं आहे, असंही म्हणणारे काही जण आहेत. कारण, असं सगळं सैतानच सांगतो- तो त्याचाच अधिकार आहे, असं ते म्हणतात.

'सैतान' अस्तित्वातच नाही.

एखादा सैतान असं म्हणणार नाही.

देव म्हणेल ती प्रत्येक गोष्ट सैतानही म्हणेल- हो ना?

देवापेक्षा जास्त हुशारीनं.

म्हणजे सैतान देवापेक्षा हुशार आहे?

हुशार असं नाही- 'धूर्त' असं आपण म्हणू.

म्हणजे देवाच्या म्हणण्याकडे सैतान डोळेझाक करतो?

एक छोटा वळसा घेतो- एखाद्याला वाट चुकायला- चुकीच्या वाटेनं जायला 'मार्ग' दाखवतो.

मला वाटतं आपल्याला सैतानाबद्दल थोडं बोलायला हवं.

हे बघ– आपण पहिल्या पुस्तकात त्याबद्दल बरंच बोललोय.

तसं पाहिलं तर फार नाही– तरीही. पहिलं किंवा दुसरं पुस्तक न वाचलेली काही मंडळी असतील. त्यांच्यासाठी या पुस्तकामध्ये मांडल्या गेलेल्या काही सत्यांचा गोषवारा आपण सांगायला हवा, असं मला वाटतं. त्यामुळे या तिसऱ्या पुस्तकात येणाऱ्या वैश्विक सत्यांच्या मांडणीसाठी एक बैठक तयार होईल. आणि आता आपण पुन्हा 'सैताना'कडे वळू. अशा संकल्पना, व्यक्तींचा कसा आणि का 'शोध' लागला, हे तू जाणून घ्यावंस, असं मला वाटतं.

ठीक आहे. तू जिंकलास. तुझी सरशी झाली. मी या संवादात आहेच– तेव्हा चल– पुढे सुरू ठेव. पण या 'तिसऱ्या' संवादात माझा प्रवेश होताना काही गोष्टी लोकांना माहीत असाव्यात : इथे लिहिलेल्या पहिल्या काही शब्दांनंतर जवळजवळ सहा महिने उलटून गेले आहेत. आज २५ नोव्हेंबर १९९४– 'थँक्स गिव्हिंग'नंतरचा दुसरा दिवस आहे. आजवर इथे पोहोचेपर्यंत २५ आठवडे लागले आहेत. माझ्या या परिच्छेदातल्या शब्दांपर्यंत यायला २५ आठवडे गेले. या २५ आठवड्यांत खूप काही घडून गेलं, पण हे पुस्तक इंचभरही पुढे गेलं नाही. एवढा वेळ का लागतोय?

बघितलंस– तू स्वतःला कसं कोंडून घेतोस ते ! तू स्वतःचाच कसा घात करतोस ते पाहिलंस? तुझ्या आयुष्यात काहीतरी चांगलं घडू पाहत असताना तूच तुझ्या वाटा कशा अडवून धरतोयस! तू आयुष्यात हेच करत आलास.

ए– एक मिनिट! या 'प्रोजेक्ट'साठी मी तुझ्या मागे लागलो नव्हतो हं. मी काही हे लांबवलेलं नाही. माझ्या मनाला भिडल्याशिवाय, मी ठरवल्याशिवाय मी काहीही करू शकत नाही– अवाक्षरही लिहू शकत नाही. मला खरं तर हा शब्द वापरायला मुळीच आवडत नाही– पण तरीही तो वापरतोय– की हे पिवळं पॅड हातात घ्यायची मला 'प्रेरणा' मिळाली– आणि प्रेरणा वगैरे देणं हे तुझं खातं आहे– माझं नाही.

अच्छा– म्हणजे मीच हे सगळं लांबवत गेलो– तू नाहीस असं म्हणतोस?

होय– काहीसं तसंच.

माझ्या मित्रा, ते तुझं बोलणं इतरांसारखंच आहे. तुमच्यामध्ये उत्तम गुण, चांगल्या गोष्टी खूप असतात. पण तुम्ही हातावर हात ठेवून काहीही न करता बसून राहता आणि तुम्हाला अपेक्षित ते मिळालं नाही, अशी हाकाटी पिटून दुसऱ्यावर ठपका ठेवून मोकळे होता. तसंच काहीसं इथेही झालंय, असं वाटतंय का?

अं...

मी सांगतो : मी तुमच्याबरोबर नाही किंवा माझी तयारी नाही, असा एकही क्षण नसतो.

तुला मी हे आधी सांगितलं नाहीये का?

होय... पण...

मी कायम तुझ्याबरोबर आहे– अगदी शेवटच्या क्षणापर्यंत. अर्थात माझी इच्छा मी तुझ्यावर लादणार नाही– कधीच नाही.

मी तुझ्यासाठी सर्वोत्तम काय आहे त्याचीच निवड केली– त्याहीपेक्षा त्यासाठीच्या तुझ्या इच्छेची मी निवड केली आणि प्रेमाचं हेच खरं मोजमाप आहे.

तुझी इच्छा तीच माझी तुझ्याबाबतची इच्छा असणं हेच माझं तुझ्यावरचं खरं प्रेम. तुझ्याबाबतची माझी इच्छा तुझ्याच मार्फत मी पूर्ण करून घेत असेन, तर याचा अर्थ मी माझ्यावरच प्रेम करतोय.

तेव्हा हेच तू तुझ्याबाजूने लागू करून आणि खरंच तुझं इतरांवर आणि इतरांचं तुझ्यावर प्रेम आहे का हे ताडून बघू शकतोस. कारण, खरं प्रेम वेळप्रसंगी आपल्या पदरी अपयश घेतं, पण त्याच्या प्रिय व्यक्तींसाठी जास्तीत जास्त करायचा प्रयत्न करतं.

तू पहिल्या पुस्तकात प्रेमाबद्दल जे बोलला होतास, त्याला हे सगळं छेद देणारं आहे रे! कारण, इतर लोक काय आहेत, काय करतायत, त्यांच्यापाशी काय आहे याचा विचार न करता आपण स्वतः काय आहोत, काय करतोय आणि आपल्यापाशी काय आहे याचा विचार करायला हवा, असं तू म्हणाला होतास.

आता माझ्या एका प्रश्नाचं उत्तर दे–

एखाद्या वेळेस, आई-वडील मुलाला म्हणतात, 'चल, रस्ता ओलांडून दाखव.' याचा अर्थ त्यांना खरंच मुलाला त्या भयंकर वाहनांच्या गर्दीत ढकलून द्यायचं असतं का? त्यांचं काय म्हणणं असतं? त्यांना काय म्हणायचं असतं? त्यांचं काय त्यांच्या मुलावर प्रेम नसतं? तरीही त्यांना त्यांची इच्छा– त्यांचं म्हणणं मुलावर लादावं लागतं. पण मुलाला रस्त्यावर जाण्याची इच्छा असते, म्हणून तो तसं करतो.

तू या विरोधाभासांना काय उत्तर देशील?

हा विरोधाभास नाही. तुला त्यात सुसंवाद दिसत नसला तरी हा विरोधाभास नाही. प्रेमाचं हे दिव्य तत्त्वज्ञान तुला समजणार नाही. जोवर माझी माझ्यासाठीची सर्वोच्च निवड तुझ्या सर्वोच्च निवडीशी जुळणार नाही, तोवर तुला हे प्रेम कळणार नाही. पण म्हणूनच तू आणि मी एक आहोत.

हे बघ, दैवी तत्त्वज्ञान हे द्वैताचं आहे. कारण, द्वैतात एकाच वेळी एकाच ठिकाणी वरकरणी विरोधाभासी वाटणारी दोन सत्यं असतात.

अशा वेळी ही दोन वरकरणी विरोधाभासी सत्यं म्हणजे– तू आणि मी वेगवेगळे आहोत, आणि तू आणि मी एक आहोत. असाच विरोधाभास इतर प्रत्येकाशी तुझ्या असलेल्या नात्यात– नातेसंबंधात दिसतो.

मी पहिल्या पुस्तकात जे म्हटलं आहे, त्याचाच मी पुनरुच्चार करतो : माणसं आपल्या (माणसा-माणसातील) नातेसंबंधात एक मोठी चूक करतात– ती म्हणजे दुसऱ्या व्यक्तीला कसं हवंय, त्याची काय इच्छा आहे, तिचं अस्तित्व, तिचं वागणं-बोलणं-असणं, तिच्यापाशी काय आहे अशा गोष्टींचा विचार करता या गोष्टींना फार महत्त्व देतात. तुम्ही फक्त स्वतःच्या अस्तित्वाचा विचार करायला हवा. तुमच्या 'स्व'चं अस्तित्व, त्याची कृती किंवा त्याच्यापाशी काय आहे, हे बघायला हवं. तुमच्या 'स्व'ला काय हवंय, त्याची गरज काय आहे, त्याची निवड काय आहे, 'स्व'ची सर्वोच्च निवड काय आहे, हे पाहायला हवं.

त्या पुस्तकात मी आधी जे म्हटलं होतं, त्यावर मी आजही ठाम आहे– जेव्हा 'स्व'ची जाणीव होते, तेव्हा त्याची निवड हीच सर्वोत्तम असते– आणि त्या 'स्व'खेरीज दुसरं काहीही नाही हे तेव्हा लक्षात येतं.

तेव्हा स्वतःसाठी उत्तमाची निवड न करणं ही खरी चूक नाही, तर आपल्यासाठी उत्तम काय आहे, हेच न कळणं ही खरी चूक आहे. त्यामुळे तुम्ही खरंच कोण आहात यापेक्षा तुम्हाला काय व्हायचंय याच्याच मागे धावता. स्वतःला जाणण्याच्या मार्गातला हा अडथळाच आहे.

माझ्या लक्षात येत नाहीये...

ठीक आहे. मी तुला एक उदाहरण देतो. जर तुला 'इंडियाना पोलिस ५००' जिंकायची असेल, तर तुला ताशी १५० मैल वेगानं गाडी चालवायला पाहिजे. पण तेच तुला साधं किरणामालाच्या दुकानात सुरक्षितपणे जायचं असेल, तर कदाचित एवढा वेग योग्य ठरणार नाही.

तू बोलतोयस ते सगळं कशाशी तरी संबंधित आहे.

खरं आहे. सगळं आयुष्य तसंच आहे. तुम्ही कोण आहात आणि तुम्हाला कोण व्हायचंय यावर तुमच्यासाठी 'सर्वोत्तम' काय असेल हे ठरतं. तुम्ही जोवर हुशारीनं स्वतःची ओळख करून घेत नाही, तोवर स्वतःसाठी सर्वोत्तमाची निवड करण्याची हुशारी तुम्ही दाखवू शकणार नाही.

आता 'परमेश्वर' या नात्यानं मला काय हवंय हे मला माहीत आहे. म्हणूनच

माझ्यासाठी 'सर्वोत्तम' काय याची मला कल्पना आहे.

ते काय आहे? मला सांग ना– देवासाठी सर्वोत्तम काय आहे? हे जरा रंजक, इंटरेस्टिंग वाटतंय...

तुम्ही स्वतःसाठी जे 'सर्वोत्तम' ठरवाल, ते तुम्हाला देणं हे माझ्यासाठी सर्वोत्तम आहे. कारण, मलाच व्यक्त करण्याचा माझा सतत प्रयत्न असतो. आणि हे मी तुझ्यामार्फत करतोय. हे लक्षात येतंय का तुझ्या?

हो– तुला खरं वाटो न वाटो– पण होय. कळतंय मला.

उत्तम. आता मी तुला जे सांगणार आहे, त्याच्यावर तुझा विश्वास बसणं काहीसं अवघड वाटेल. तुमच्यासाठी जे सर्वोत्तम ते तुम्हाला द्यायचा माझा नेहमीच प्रयत्न असतो... अर्थात दर वेळी हे तुमच्या लक्षात येईलच असं नाही, हेही मला मान्य आहे.

मला वाटतं आता मी कोण आहे हे रहस्य हळूहळू उलगडायला लागेल.

मी देव आहे.

मी देवता आहे.

माझं अस्तित्व सर्वोच्च आहे. मी सगळ्यांमध्ये आहे. मी आदि आहे आणि अंतही आहे. अल्फाही आणि ओमेगाही. मीच गणित आहे आणि त्याचे उत्तर, त्याची उकलही. प्रश्नही आणि उत्तरही. चढ आणि उतारही. डावा आणि उजवाही. इथे आणि आत्ता, आज काल आणि उद्याही.

मी प्रकाश, तेज आहे आणि अंधार, तमही– तम– जो प्रकाश निर्माण करतो आणि त्याचं अस्तित्व शक्य करतो. मी अंतहीन चांगुलपणा आहे आणि खलपणाही– ज्याच्यामुळे चांगुलपणा 'चांगला' म्हणून सिद्ध होतो... असा मी सगळ्यात आहे आणि सगळे माझ्यात आहेत. सगळ्यांचं अस्तित्व माझ्यात आहे.

आणि माझी हीच गोष्ट तुझ्या लक्षात येत नाही. तुला मी 'असंच असायला हवं आहे–' तसं नाही फक्त उच्च, नीच नाही. फक्त चांगलं, वाईट नाही. पण माझं 'अर्धांग' नाकारताना तू तुझ्याही निम्म्या अंशाला नाकारत असतोस. आणि हे सगळं करताना तू खरंच जो आहेस, तो तू कधीच होऊ शकत नाहीस.

प्रत्येक सुंदर, भव्य गोष्ट मी आहे आणि मी स्वतःला अनुभवातून शोधायचा प्रयत्न करतोय. आणि मी हे तुझ्यामार्फत आणि अस्तित्वात असलेल्या प्रत्येक चराचरातून अनुभवतोय. आणि मी जे पर्याय निवडतोय, त्या प्रत्येकातून माझा मलाच अनुभव येतो आहे. कारण, प्रत्येक निवड, पर्याय स्वनिर्मितीच आहे. सत्य आहे. तो माझीच काहीतरी विशेष गोष्ट असल्याखेरीज मी कुणाची निवड करत नाही. काही बाबतींत तो माझ्याहूनही सरस ठरायला हवा. तरच मी त्याला निवडतो.

हेच तुझ्याही बाबतीत आहे.

स्वतःला निर्माण करणारा मीच 'देव' आहे, निर्माता आहे.

आणि तुलाही हे लागू आहे.

तुझ्या अंतरात्म्याला हेच हवं असतं. तुझ्या आत्म्याला याच गोष्टीची तृष्णा असते.

तुझ्या निवडीपासून (तुला हव्या असलेल्या) मी तुला रोखणं म्हणजे माझं मलाच रोखणं आहे. मला जे हवं, ते मिळण्यापासून स्वतःला वंचित करणं आहे. कारण, मी जसा आहे तसा माझा अनुभव घेणं, हीच माझी इच्छा आहे. पहिल्या पुस्तकात मी हेच काळजीपूर्वक आणि मनःपूर्वक तळमळीनं म्हटलं होतं की मी जे नाही, त्यातूनच मी हे साधू शकतो.

म्हणूनच मी जे नाही, ते मी निर्माण केलं– कदाचित मी जे आहे त्याचा मी जसा अनुभव घेतला असता त्याच क्रमानं मी ते निर्माण केलं. अर्थात् मी निर्माण केलेलं चराचर मीच आहे– म्हणून मी जे नाही, ते मी आहे तो याच अर्थानं.

काहीही जे नसतात, ते ते कसे असू शकतात.

सोपं आहे. तुम्ही तसं सारखंच करत असता. तुमचं वागणं एकदा तपासून बघा. समजून घ्यायचा प्रयत्न करा. 'मी नाही' अशी एकही गोष्ट तुम्हाला सापडणार नाही. त्यामुळे– मी जो आहे, तो मी आहे आणि मी आहे जो मी नाहीये.

हे म्हणजे दिव्य द्वैत झालं.

हे दैवी रहस्य आतापर्यंत फक्त काहीच तरल मनांना समजू शकलंय. आणखी काही जणांपर्यंत ते पोहोचावं म्हणून मी इथे तुझ्यासमोर ते उलगडून दाखवतोय.

हा पहिल्या पुस्तकाचा संदेश आहे. आणि हे मूळ सत्य तुला समजायला हवं– तुला ते आतून कळायला हवं. जर तुला हे समजलं, कळलं तर या तिसऱ्या पुस्तकात येणारी आणखी तरल सत्यं उलगडतील.

अर्थात, आत्ता मला इथे एक सत्य सांगायला हवं– कारण, त्यात तुझ्या प्रश्नाच्या दुसऱ्या भागाचं उत्तरं आहे.

माझ्या प्रश्नाच्या त्या भागाकडे आपण वळावं, असं मला वाटत होतंच. समज, एखाद्या मुलाची एखादी गोष्ट करण्याची इच्छा नसेल, पण ती त्याच्या दृष्टीने अगदी सर्वोत्तम आहे, असं त्याच्या पालकांना वाटत असेल आणि ती ते मुलाच्या मनाविरुद्ध करत किंवा सांगत असतील, तर ते प्रेमळ पालक कसे म्हणावेत? का मुलाला वर्दळीच्या ठिकाणी खेळायला परवानगी देऊन त्यांनी त्यांचं प्रेम दाखवावं?

छान प्रश्न आहे हा. 'पालकत्व' सुरू झाल्यापासून– 'आई-बाप' झाल्यापासून

प्रत्येक पालकाच्या मनात कधी ना कधी हा प्रश्न येतच असतो. पालक म्हणून तुमचं जे उत्तर असेल, तेच माझं 'देव' म्हणून उत्तर असेल.

पण ते उत्तर काय आहे?

सबूरी– बाळा– सबूरी. सगळ्या चांगल्या गोष्टी त्यांच्या पदरी पडतात, जे शांतपणे सबूरीनं घेतात, वागतात. तू हे याआधी कधी ऐकलं नाहीयेस?

हो. माझे वडील हेच सांगायचे आणि ते मला मुळीच आवडायचं नाही.

मी समजू शकतो. पण तुझ्यात संयम, सबूरी आहे? विशेषतः जे व्हावं असं तुला वाटतं, ते जर तू निवडलेल्या पर्यायांतून होत नसेल, तर तू स्वतःवर ताबा ठेवू शकतोस? उदाहरणार्थ, तुझ्या प्रश्नाच्या उत्तरार्धाचं उत्तर–

म्हणजे बघ, तुला उत्तर हवंय असं तू म्हणतोस; पण तू त्याची निवड करत नाहीयेस. तू त्याची निवड करत नाहीयेस कारण, ते मिळण्याचा तुला अनुभव नाही. तुला जे आधी मिळालेलं नाही. खरं तर तुझ्यापाशी त्याचं उत्तर आहे, ते कायमच तुझ्याबरोबर आहे. तूच त्याची निवड करत नाहीयेस. 'आपल्याला हे उत्तर माहीत नाही,' असंच तू घट्ट धरून बसलायस आणि म्हणून तुला ते माहीत नाहीये.

होय– पहिल्या पुस्तकातही आपण याबद्दल बोललो होतो. आत्ता या क्षणी निवडीच्या सगळ्या नाड्या माझ्या हातात आहेत– अगदी 'देव' समजून घेण्याची निवडसुद्धा– पण जोवर 'मी ती करू शकतो' हे मला कळत नाही, तोवर मी त्याचा अनुभव घेऊ शकत नाही.

वा! तू अगदी नेमक्या शब्दांत मांडलंस!

पण मला याचा अनुभव येईपर्यंत 'हे मला माहीत आहे' हे मला कसं कळणार? ज्याचा मला अद्याप अनुभव नाही, ते मला कसं कळणार? 'सर्व समजणं– सर्वज्ञान हा अनुभव आहे,' असं म्हणणारा किती थोर होतो नाही?

नाही. त्याची चूक होती.

समज, जाणणं हे अनुभवाच्या मागोमाग येत नाही. ते त्याच्या आधीच येतं. अशा वेळी अर्धं जग त्याच्या मागच्या गोष्टी घेऊन येतं.

म्हणजे? माझ्या प्रश्नाच्या दुसऱ्या भागाचं उत्तर माझ्यापाशी आहे, पण ते मला फक्त ठाऊक नाहीये, असं तुला म्हणायचंय का?

अगदी बरोबर.

मला माहितीय, हे मला माहीत नसेल, तर माहीत नसेल.

हाच तर विरोधाभास.

मला कळत नाहीये... अपवाद असेन मी...

खरंच.

मला माहितीय, हे मला माहितीय या स्थितीला मी कसा पोहोचणार? मला माहितीय, हे मला माहीत नाही अशी स्थिती असताना मी त्या स्थितीला कसा पोहोचणार?

तुला माहीत आहे, असं दाखवणं म्हणजे तू तसं केल्यासारखं आहे.

तू पहिल्या पुस्तकातही त्याबद्दल काही म्हटलं होतंस.

होय. आधीच्या शिकवणुकीची पुन्हा एकदा सुरुवातीलाच उजळणी होतेय, हे फार चांगलं आहे. तू सहजच प्रश्न विचारलास आणि त्याच्या उत्तराच्या निमित्तान मला ते थोडक्यात पुन्हा सांगता येतंय. आधीच्या पुस्तकात आपण त्याबद्दल सविस्तर चर्चा केलीय– आता मोजक्या शब्दांत पुन्हा सांगतो. Be-Do-Have या क्रियापदांच्या उदाहरणांवर आणि अनेक जण त्याचा कसा उलटा उपयोग करतात यावर आपण पहिल्या पुस्तकात बोललो होतो.

बहुतेकांना असं वाटतं की त्यांच्याजवळ काहीतरी 'आहे'– (Have) (जास्त वेळ, पैसा, प्रेम– काहीही), मग ते शेवटी ती गोष्ट करतात (Do) (म्हणजे– पुस्तक लिहिणं, एखादा छंद जोपासणं, सहलीला जाणं, सुट्टीवर जाणं, घर खरेदी करणं, एखाद्या नात्याची जबाबदारी घेणं.) त्यामुळे ते काहीतरी 'होतात'. (Be) (आनंदी, शांत, समाधानी किंवा प्रेमात पडणे...)

वास्तविक पाहता, ते Be-Do-Have चा क्रमच पार उलटवून टाकतात. या विश्वात खरं तर ते असेच आहेत– (तुम्हाला त्याच्या नेमकं उलट वाटतं) आपल्यापाशी काहीतरी असण्यानं (Havingness) अस्तित्व (Beingness) निर्माण होत नाही. याउलट असतं.

सर्वप्रथम तुम्ही ते असा (Be) 'आनंदी' असा– (जाणून घेण्यासाठी, किंवा शहाणे किंवा संयमी किंवा असेच काहीही–) नंतर तुम्ही हे 'असण्या'साठी 'करायला' सुरुवात करा (Do) आणि मग तुमच्या लक्षात येईल की तुम्हाला नेहमी 'हव्याशा' वाटणाऱ्या गोष्टी आता तुम्ही करायला लागला आहात.

ही निर्मितीची प्रक्रिया अशी आहे– तुम्हाला काय हवंय हे यात तुम्ही पाहा– ते मिळालं असतं तर तुम्ही कोण झाला असतात असं तुम्हाला वाटतं. हा प्रश्न स्वतःला विचारा आणि त्यानंतर सरळ त्या 'असण्या'कडे कूच करा. असं झालं की

प्रत्यक्षात Be-Do-Have चा क्रम तुम्ही बदलता तो योग्य करा– त्याच्या विरुद्ध दिशेनं नव्हे, तर त्याच दिशेनं पावलं टाका– विश्वाच्या निर्मितीशक्तीच्या बरोबर राहा.

हे तत्त्व साधण्याचा छोटा उपाय सांगतो–

आयुष्यात तुम्ही काहीच करायचं नाहीये. हा सगळा 'असण्याचा'– अस्तित्वाचा मुद्दा आहे. मला तुला तीन संदेश द्यायचेत. त्यांपैकी हा एक आहे. आपल्या संवादाच्या शेवटी मी पुन्हा त्याला स्पर्श करेन– पुन्हा त्याबद्दल बोलेन– त्यावरच हे पुस्तक संपेल. या पुस्तकाचा शेवट त्यानंच होईल.

आत्तापुरतं हे समजून घेण्यासाठी एक उदाहरण घेऊ. असं पहा– एक माणूस आहे, त्याला फक्त माहितेय की जर त्याच्यापाशी आणखी थोडा वेळ, आणखी थोडा पैसा असता, किंवा त्याला आणखी थोडं प्रेम मिळालं असतं, तर तो खरंच सुखी झाला असता.

'आपण आत्ता खूप सुखी नाही' आणि आत्ता त्याच्यापाशी नसलेला वेळ, पैसा किंवा प्रेम– जे त्याला हवं आहे– या दोन्हीचा त्याला अन्वय लावता येत नाहीये.

बरोबर. याउलट, जो माणूस आनंदी 'आहे', त्याच्या जवळ महत्त्वाची असणारी प्रत्येक गोष्ट करायला वेळ आहे, त्याच्या गरजेएवढा पुरेसा पैसा त्याच्यापाशी आहे आणि आयुष्यभर पुरेल इतकं प्रेमही आहे.

आनंदी 'असायला' सुरुवात केल्यानं आनंदी 'असण्यासाठी' लागणारी प्रत्येक गोष्ट आपल्यापाशी आहे, हे त्याच्या लक्षात येतं.

अगदी बरोबर. काळाच्या पुढे जाऊन तुम्ही (तुमच्या 'अनुभवा'तून) तुमची निवड तुम्ही अनुभवू शकता. असावं की नसावं– हाच प्रश्न आहे.

थोडक्यात – आनंद ही मनाची स्थिती आहे. आणि इतर सगळ्या मनोवस्थांप्रमाणेच तीसुद्धा शारीरिक- स्थूल स्वरूपात प्रकट होत असते.

फ्रिजवर लावण्याच्या मॅग्नेटवर साजेसं वाक्य सांगतो– 'सर्व मनोवस्था स्वतःला व्यक्त करतात.'

पण सुरुवातीलाच तुम्ही 'आनंदी' कसे असणार? किंवा जे तुम्हाला व्हायचंय, ते आधीच कसे असणार? म्हणजे उदाहरणार्थ– खूप यशस्वी, खूप भरभराट झालेले किंवा खूप प्रेम मिळणारे? 'असावं' अशा यादीत असणाऱ्या हव्याशा वाटणाऱ्या गोष्टी तुमच्याजवळ नसतील, तर हे कसं शक्य आहे?

तसं असल्याचं दाखवा– नाटक करा– म्हणजे ते तुमच्याकडे येईल. तुम्ही जे 'असल्याचं' दाखवता, तसेच तुम्ही होता.

म्हणजे दुसऱ्या शब्दांत– तुम्ही तसे होईपर्यंत फसवत राहा– ढोंग करत राहा.

काहीसं तसंच– होय. पण तुम्ही खरं खरं फसवणार नाही– तुमच्या कृती प्रामाणिक असायला हव्यात. तुमची प्रत्येक कृती प्रामाणिकपणे करा; अन्यथा तिचा लाभ तुम्हाला मिळणार नाही.

म्हणजे मी तुमच्यावर प्रसन्न होणार नाही किंवा तुमच्या पदरात काही टाकणार नाही म्हणून नव्हे– तुम्हाला वाटतं तसं देव कृपाही करत नाही आणि अवकृपाही करत नाही– शिक्षाही देत नाही. उलट सम्यक न्यायासाठी, निरपेक्ष निवाड्यासाठी शरीर, मन आणि आत्मा हे शब्द, विचार आणि कृतीमध्ये एकरूप होऊन उतरायला हवेत.

तुम्ही तुमच्या मनाला फसवू शकत नाही, उल्लू बनवू शकत नाही. तुम्ही लबाड-अप्रामाणिक असाल, तर ते तुमच्या मनाला पक्कं ठाऊक असतं. अशा वेळी त्या निर्मितिप्रक्रियेत मन क्वचितच तुम्हाला साथ देतं.

अर्थात मनाला वजा करून तुम्ही निर्मिती करू शकता– पण ते फारच अवघड आहे. ज्यावर तुमच्या मनाचा विश्वास नाही, जे मनाला पटत नाहीये, ते तुम्ही तुमच्या शरीराकडून करून घेऊ शकता– ती गोष्ट करायला तुम्ही शरीराला सांगू शकता आणि बराच काळ जर शरीरानं ती गोष्ट केली– शरीर तसं करत राहिलं तर मनही त्या गोष्टीबद्दलचे त्याचे आधीचे विचार सोडून देईल आणि नवीन विचार निर्माण करेल. त्या गोष्टीबद्दल एकदा का नवीन विचार तुमच्यापाशी असले की मग तुम्ही ते 'कायम'चे म्हणून त्यांना निर्माण करू शकता– मग तुम्हाला त्यांचा 'अभिनय' करायची गरज नाही.

हे करणं जरा अवघड आहे. आणि अशा प्रसंगात तुमच्या कृती निश्चितच जास्त प्रामाणिक असायला हव्यात. तुम्ही लोकांशी कसेही वागा; पण तुम्ही जगाला मनाप्रमाणे बदलू शकत नाही.

ही अगदी तारेवरची कसरत आहे. शरीर जी कृती करतं, त्याच्यावर मनाचा मुळीच विश्वास नसतो. तरीही शरीर ती कृती करत असताना मनाला ती 'मनापासून' होत असल्याच्या आविर्भाव घ्यावा लागतो.

शरीर जे करतंय, त्यावर मनाचा विश्वास नसेल, तर ते असा प्रामाणिकपणाचा आव कसा काय आणू शकतं? त्यात प्रामाणिकपणा कसा मिसळू शकतं?

वैयक्तिक स्वार्थाला त्यापासून बाजूला ठेवून.

ते कसं?

तुम्हाला जे हवंस वाटतंय, ते तुमच्या शारीरिक कृतीतून मिळेलच अशी मनाला खात्री वाटत नसते. पण त्या चांगल्या गोष्टी देव तुमच्यामार्फत इतरांपर्यंत पोहोचवेल असं त्याला नक्की वाटत असतं.

म्हणूनच तुम्ही स्वतःसाठी म्हणून जे निवडाल, ते इतरांना द्या.

तू हे जरा परत सांगतोस का?

हो– नक्कीच.

तुम्ही स्वतःसाठी म्हणून जे निवडाल, ते इतरांना द्या. तुम्ही जर स्वतः आनंदी व्हायचं ठरवलंत, तर इतरांना आनंद द्या.

तुम्हाला जर स्वतःचा उत्कर्ष व्हावा असं वाटत असेल, तर इतरांच्या उत्कर्षाचं कारण व्हा.

आयुष्यात आपल्याला खूप प्रेम मिळायला हवं, अशी तुमची इच्छा असेल, तर इतरांची आयुष्य प्रेमानं भरून टाका. त्यांच्या आयुष्यात खूप प्रेम असेल, असं काहीतरी करा.

अगदी मनापासून हे करा– यातून तुमचा वैयक्तिक फायदा व्हावा, तुम्हाला स्वतःला काहीतरी मिळावं म्हणून नव्हे, तर इतरांना त्या गोष्टी मिळायला हव्यात, असं तुम्हाला खरंच वाटतंय म्हणून– आणि ज्या काही गोष्टी तुम्ही इतरांना द्याल, त्या सगळ्या तुमच्याकडे परत येतील– त्या सगळ्या तुम्हाला परत मिळतील.

असं का बरं? हे कसं घडतं?

ज्या क्षणी तुम्ही एखादी गोष्ट दुसऱ्याला देता, त्या क्षणी 'दुसऱ्याला देण्यासाठी हे माझ्याकडे आहे,' हा अनुभव तुम्ही घेता. 'देण्या'साठी 'असण्याचा' अनुभव घेऊ शकता. तुमच्यापाशी जे नाही, ते तुम्ही इतरांना देऊ शकत नाही, त्यामुळे तुमचं मन एका नव्या निष्कर्षाप्रत, तुमच्याबद्दलच्या एका नव्या विचारापाशी येऊन ठेपतं– विशेषतः – तुम्हाला हे हवंच, अन्यथा तुम्ही ते इतरांना देऊ शकणार नाही, हा तो विचार.

मग हा तुमचा नवा विचार तुमचा अनुभव होतो. तुम्ही ते 'असायला' सुरुवात करता. आणि एकदा तुम्ही एखादी गोष्ट 'असायला' लागलात, की या विश्वात निर्मितीची तुमची गाडी जोरात धावायला लागते– तुमचा दिव्य आत्मा– तुमचा महा 'स्व'.

जेव्हा जेव्हा तुम्ही 'असता', तेव्हा तेव्हा तुम्ही निर्मिती करत असता.

हे वर्तुळ पूर्ण झालं की तुम्ही त्यातून आयुष्यात अधिकाधिक गोष्टी निर्माण करू शकता. तुमच्या शारीरिक अनुभवातून ते प्रत्यक्षात दिसायला लागेल.

आयुष्याचं हे सर्वांत मोठं रहस्य आहे. हेच तुला सांगण्यासाठी पहिलं आणि दुसरं पुस्तक लिहिलं होतं. त्यात हे सगळं आणखी सविस्तर मांडलं आहे.

तुम्ही स्वतःसाठी जे निवडता, तुम्हाला स्वतःसाठी जे हवं असतं, ते दुसऱ्याला देताना अत्यंत प्रामाणिकपणे, मनापासून ते देणं इतकं का महत्त्वाचं आहे, ते मला उलगडून सांग.

तुम्ही समजा एखादी गोष्ट बळंच– मनात नसताना जबरदस्तीनं, वाईट हेतूनं दुसऱ्याला दिलीत, तर ती उलटून तुमच्याकडेच परत येत असते, हे तुमच्या मनाला ठाऊक असतं. फक्त हे तुमच्यापाशी नाही, असा इशारा तुम्हाला दिला जातो. आणि हे विश्व म्हणजे फक्त नक्कल करणारं– कॉपी करणारं मशिन असल्यानं, ते तुमचे विचार प्रत्यक्ष रूपात प्रकट करतं– तुम्ही हा अनुभव घ्याल. 'ते नसल्याचा' निरंतर अनुभव घ्याल– भले तुम्ही काहीही करा.

विशेष म्हणजे तुम्ही ज्याला ते घ्यायचा प्रयत्न करताय, त्याचा हा अनुभव असेल. तुम्ही हे सगळं अगदी निःस्वार्थीपणे करताय, तुमच्याजवळ काही नसतानाही काही देण्याची तुमची इच्छा आहे, हे त्यालाही कळेल.

कुणासमोर मुद्दाम दाखवण्याची तुमची इच्छा बाजूला साराल.

एखाद्याला एखादी गोष्ट हवी आहे, त्याला त्याची गरज आहे आणि ती त्याच्यापाशी असायला हवी आहे, असं तुम्हाला अगदी स्वच्छ मनानं, मनापासून वाटतं आणि तुम्ही त्याला ती गोष्ट देता, तेव्हा ती तुमच्यापाशी आहे, याची तुम्हाला जाणीव होते आणि ही जाणीव म्हणजे दिव्य शोध आहे.

खरं आहे. याचा नक्कीच असा उपयोग होईल. मला आठवतं– तेव्हा माझ्या आयुष्यात फारसं काही चांगलं घडत नव्हतं, ते काही फारसे चांगले दिवस नव्हते, त्या वेळी मी डोकं धरून बसायचो आणि 'माझ्यांजवळ पैसा नाही, दोन वेळचं जेवायची मारामार आहे– काय करू? असा विचार करत राहायचो. आता पुढचे चार घास कधी मिळतील किंवा घरभाडं मी कसं भागवणार आहे, हे माझं मलाच ठाऊक नव्हतं. त्याच दिवशी संध्याकाळी बसस्टँडवर मला एक तरुण जोडपं भेटलं. मी खायला काही घ्यावं म्हणून बसमधून उतरलो होतो आणि तिथे ही मुलं एका बाकावर अंगातले कोट ब्लँकेटसारखे पांघरून बसली होती.

त्यांना बघितलं आणि मला उचंबळून आलं. त्यांना पाहून मला माझे लहानपणीचे दिवस आठवले. आम्हीही नुसते असेच हुंदडत असायचो. मी त्यांच्यापाशी गेलो. त्यांना माझ्या घरी यायला आणि फायरप्लेसपाशी बसून चॉकलेट खायला आणि

एखादा दिवस राहायला यायला आवडेल का असं विचारलं. ते डोळे विस्फारून माझ्याकडे बघत राहिले– अगदी ख्रिसमसच्या सकाळी लहान मुलं कशी बघतात ना– तसेच.

आम्ही घरी आलो. मी त्यांच्यासाठी जेवण बनवलं. आम्ही सगळेच त्या रात्री जसे मस्त जेवलो; तसं बरेच दिवसात जेवलो नव्हतो. म्हणजे तसं म्हणाल तर घरात अन्न शिजलेलं असायचं, फ्रिजही गच्च भरलेला असायचा. मी फक्त अन्न शिजवायची खोटी– आणि खरंच त्या दिवशी फ्रिजमधल्या सगळ्या गोष्टी मी वापरल्या– आणि त्यांना अप्रतिम चव आली! हे सगळं कुठून आलं?

दुसऱ्या दिवशी सकाळी मी मुलांसाठी नाश्ता बनवला– त्यांना खाऊ घातला आणि त्यांना परत पाठवून दिलं. बस स्टेशनपर्यंत त्यांना सोडलं. २० डॉलर त्यांच्याजवळ दिले– म्हटलं, तुम्हाला उपयोगी पडतील– आणि त्यांना जवळ घेतलं. त्यांना तिथे सोडून मी पुन्हा माझ्या खुराड्यात परतलो.' या एका अनुभवानं आयुष्याबद्दलचा माझा दृष्टिकोन, माझे समज पूर्णपणे बदलले. हा अनुभव माझ्यासाठी अगदी अविस्मरणीय आहे. मी यातलं काहीही विसरू शकत नाही.

पुढे आणखी चांगल्या गोष्टी घडत गेल्या. आणि आज सकाळी मी आरशासमोर उभा राहिलो. एक खूप महत्त्वाची गोष्ट माझ्या लक्षात आली– मी अजून इथेच आहे.

फारच सुंदर गोष्ट आहे. आणि तुझं अगदी बरोबर आहे. त्याचा असाच परिणाम होतो. म्हणून जेव्हा तुम्हाला एखादी गोष्ट हवी असते, तेव्हा ती दुसऱ्याला द्या. मग तुम्हाला फार काळ ती 'असायला' हवी असे वाटणार नाही. ती 'असल्याचा' अनुभव तुम्हाला लगेच येईल. त्यानंतर प्रश्न आहे तो फक्त प्रमाणाचा– कमी जास्त असण्याचा. मानसशास्त्रदृष्ट्या हवेत काहीतरी निर्माण करण्यापेक्षा हे बरं वाटेल.

हे काहीतरी गूढ ऐकल्यासारखं वाटतंय. तू माझ्या प्रश्नाच्या उत्तरार्धाशी याचा संदर्भ जोडू शकतोस? त्यांच्यात काही संबंध आहे का?

तुझ्याजवळ या प्रश्नाचं उत्तर आहेच, हेच तर मी तुला सांगतोय. आत्ता तू या विचारात आहेस की तुझ्यापाशी हे उत्तर नाही. हे उत्तर तुला ठाऊक असतं तर तो शहाणपणा ठरला असता, असंही तुला वाटतंय. म्हणून त्या शहाणपणासाठी तू माझ्याकडे आलायस. 'शहाणा हो' असं मी तुला म्हटलं, तर ते तुझ्यापाशी येईल... तुझ्याजवळ 'शहाणपण' असेल.

'शहाणपण' मिळण्याचा सगळ्यात जलद मार्ग कोणता? तर इतरांच्या शहाणपणाचे कारण व्हा. तुला या प्रश्नाचं उत्तर मिळवायचंय? तू तशी निवड केलीयस? मग

इतरांना उत्तर दे. तेव्हा– आता मी तुला एक प्रश्न विचारतो. आता 'मला माहीत नाही,' असं मी दाखवतो. आणि तू मला उत्तर दे.

वाहत्या रस्त्यातून आपल्या मुलीला बाजूला खेचणारे पालक मुलीवर खरंच प्रेम करणारे पालक कसे असू शकतील? कारण, प्रेम म्हणजे इतरांना स्वतःसाठी जे हवं असतं ते तुम्हालाही तुमच्यासाठी हवं असतं.

मला माहीत नाही.

तुला माहीत नाही, हे मला माहीत आहे. पण समज तुला हे माहितीय असा तू विचार केला असतास, तर तू काय उत्तर दिलं असतंस?

तर मी म्हटलं असतं– त्या पालकांनी मुलीसाठी तेच केलं असतं जे मुलीला हवं होतं– जिवंत राहणं. त्या मुलीला मरायचं नव्हतं, पण वर्दळीच्या रस्त्यात इकडेतिकडे फिरण्यानं काय होतं ते तिला बघायचं होतं. त्यामुळे त्या पालकांचं धावत जाऊन मुलीला धरणं, यामागे त्या मुलीला त्या फिरून बघण्याच्या अनुभवापासून वंचित ठेवण्याचा हेतू नव्हता– फक्त त्यांना तिची आंतरिक इच्छा– तिची खरी निवड पूर्ण करायची होती, असं मी म्हटलं असतं.

फारच छान उत्तर ठरलं असतं हे!

हे जर खरं असेल, तर तू 'देव' म्हणून– आम्हाला आमचं आम्हालाच दुखावण्यापासून थांबवणं– एवढंच करत असशील– दुसरं काहीच नाही. कारण, आपलं नुकसान होऊ नये, आपल्याला त्रास होऊ नये, हीच आमची अंतर्यामीची इच्छा असणार. तरीही आम्ही सतत स्वतःला त्रास करून घेतो, दुखवून घेत असतो. आणि तू आमच्या आसपास बसून आमच्याकडे बघत असतोस.

तुमच्याबरोबर खोलवर असणाऱ्या इच्छेच्या संपर्कात मी नेहमीच असतो आणि मी ती नेहमी पूर्णही करतो. अगदी मरण ओढवेल अशी– मरण्यासाठीच केलेली तुमची कृती असेल– ती तुमची आंतरिक इच्छा असेल, तर तुम्हाला मरण्याचासुद्धा अनुभव मिळतो.

मी तुमच्या आत्यंतिक आंतरिक इच्छांमध्ये कधीच ढवळाढवळ करत नाही.

म्हणजे आम्ही जेव्हा स्वतःला हानी करून घेतो, नुकसान करून घेतो, तेव्हा तसं करायची आमची इच्छा असते, असं तुला म्हणायचं आहे का? आमची अगदी मनापासूनची इच्छा?

तुम्ही स्वतःला मुद्दाम हानी करून घेऊ शकत नाही. तुम्ही त्यासाठी अपात्र आहात. 'हानी', 'नुकसान' ही सापेक्ष प्रतिक्रिया आहे– पर्यायी संकल्पना नाही. तुम्ही

उगाच 'करून तर बघू' असं म्हणून स्वतःला हानी करून घेऊ शकत नाही, कुठल्याही संकल्पनेला [illegible] म्हणून तसं करू शकत नाही– तर तो संपूर्णपणे तुमचा स्वतःचा निर्णय असतो. तुझ्या प्रश्नाच्या उत्तरादाखल सत्यच सांगायचं तर– होय, जेव्हा तुम्ही स्वतःचं नुकसान करून घेतलेलं असतं, तेव्हा ते केवळ तुम्हाला तसं करायची इच्छा असते म्हणून. ती केवळ तुमची इच्छा असते. पण फार वेगळ्या, गूढ वरच्या पातळीवरून हे सांगतोय– तुझा प्रश्न सामान्य पातळीवरचा आहे, त्याला ते लागू नाही.

तुम्हाला वाटतं की ही तुमची निवड असते; पण मी म्हणेन, नाही– दर वेळी तुम्ही तुमची इच्छा म्हणून स्वतःची हानी करून घेत नसता.

एखाद्या मुलीला रस्त्यात गाडीची धडक बसते, तेव्हा ती काही तिची इच्छा नसते– तिला धडक बसवून घ्यायची असते म्हणून नव्हे. (इच्छेची निवड काळजीपूर्वक करावी.)

आपल्याला अनुरूप नसलेल्या बाईशी लग्न करणं, अशी तुमची इच्छा नसते. अनेक बाबतीत जिच्याशी आपलं जमणार नाही, अशा बाईशी लग्न करून वैवाहिक आयुष्यात अपयश पदरात घेण्याची तुमची 'इच्छा' नसते. आगीतून उठून फुफाट्यात जायचा पर्याय आपणहून, स्वेच्छेनं कोणीच स्वीकारणार नाही.

तुमच्या संकल्पना जाणूनबुजून निर्माण केलेल्या नसतात– पण तुमच्या आयुष्यात येणारी प्रत्येक व्यक्ती, ठिकाण, प्रत्येक गोष्ट तुम्हीच निर्माण केलेली, स्वयंनिर्मित असते. तुम्हाला स्वतःसाठी अगदी योग्य आणि हव्या तशाच परिस्थिती, संधी दिल्या असतील, तर तुमची पुढची इच्छा उन्नतीचा, प्रगती होण्याचा अनुभव घ्यायची असणार–

मी तुम्हाला सांगतो– तुम्हाला तुम्ही खरे कोण आहात, तुमचे स्वरूप काय आहे, हे जाणून घेण्याच्या दृष्टीने काहीतरी मागचे भरून काढण्याचा, निर्मितीचा अनुभव घेतल्याशिवाय तुमच्या आयुष्यात काही घडू शकत नाही.

आणि, खरंच मी कोण आहे?

तू जो असायचं निवडशील तो. दिव्यत्वाचे जे रूप तू निवडशील– ते तू आहेस. ते कुठल्याही क्षणी बदलू शकेल. खरंतर ते क्षणाक्षणाला होत असतं. तुम्हाला जर अनेकविध अनुभव घेणं थांबवून आयुष्यात स्थिरता हवी असेल, तर तसं करू शकता. 'आपण खरंच कोण आहोत आणि आपल्याला कोण व्हायचंय' या बाबत मनात सारखे बदल करू नका. मनाची चलबिचल थांबवून टाका.

हे बोलायला सोपं आहे.

तुम्ही हे निर्णय वेगवेगळ्या पातळ्यांवर घेत असता. एखादी मुलगी वर्दळीच्या ठिकाणी रस्त्यात खेळायला जायचं ठरवते, तेव्हा तिनं मरणाची निवड केलेली नसते. इतर अनेक पर्याय ती निवडू शकते– पण त्यात मरणाचा पर्याय नसणार. तिच्या आईला ते ठाऊक असतं.

इथे मुलीनं मरण्याची निवड केली हा मुद्दाच नाहीये, मुद्दा आहे तो, त्या मुलीनं मरणात रूपांतरित होऊ शकेल अशा पर्यायांपैकी एकाची निवड करणं, हा. पण त्या मुलीला ही वस्तुस्थिती माहीत नाही. ती त्याबाबत अनभिज्ञ आहे. अधिक चांगला पर्याय निवडण्यासाठीची माहिती तिच्यापाशी नाही–

तेव्हा बघ– तू अगदी योग्य तऱ्हेनं त्याचं विश्लेषण केलंस.

आता, देव म्हणून मी तुमच्या निवडीत ढवळाढवळ करणार नाही– पण तुमच्या निवडीचे पर्याय काय आहेत, हे मला नेहमी माहीत असतं.

म्हणून तुमच्याबाबत घडणारी गोष्ट योग्यच आहे असं तुम्ही मानू शकता. कारण, देवाच्या जगात चुकीला जागाच नाही. तुमच्या जीवनाची रूपरेषा– त्यातली माणसं, ठिकाणं आणि प्रसंग– सगळं बिनचूक निर्माण करण्यानं– तुम्ही स्वतःच निर्माण केलंत. आणि मी... तुमच्यात– तुमच्यासारखा– तुमच्यातून.

आता या सहनिर्मितीच्या प्रक्रियेत जाणतेपणी किंवा अजाणतेपणी आपण एकत्र काम करू शकू. तुमचं आयुष्य तुम्ही जागे होऊन घालवू शकता किंवा अजाणतेपणी– तुम्ही डोळे उघडे ठेवून जागृत राहून आयुष्याच्या वाटेवर चालू शकता किंवा अजाणतेपणी– अजागृतावस्थेत वाटचाल करू शकता. तुम्ही निवड करायचीय.

थांब– अनेक पातळ्यांवर निर्णय घेण्याच्या त्या मुद्द्याकडे चल. तेव्हा तू म्हणाला होतास की जर मला आयुष्यात स्थैर्य हवं असेल, तर मी माझ्या मनाची आंदोलनं, मनाचं इकडे-तिकडे धावणं थांबवायला हवं. मी कोण आहे आणि मला कोण व्हायचंय, याबाबत मनाची चलबिचल थांबवायला हवी. हे सोपं नसावं, असं मी म्हटलं, त्यावर तू आमच्याबाबतचं तुझं हे निरीक्षण नोंदवलंस की– आम्ही वेगवेगळ्या पातळ्यांवर पर्यायांची निवड करत असतो. हे तू जरा सविस्तर सांगशील का? तुझ्या म्हणण्याचा अर्थ काय? त्याचा प्रत्यक्ष उपयोग काय?

आत्म्याची इच्छा असेल, तीच तुमची इच्छा असेल, तर सगळ्या गोष्टी साध्या-सोप्या होऊन जातील. तुमच्या खऱ्या शुद्ध आत्म्याचा आवाज तुम्ही ऐकलात तर तुम्हाला सगळे निर्णय घेणं सोपं होईल आणि त्यातून निखळ आनंदच मिळेल. कारण... आत्म्याची निवड नेहमीच सर्वोच्च असते. त्याला उपपर्यायांचा विचार करण्याची गरज भासत नाही. त्याला विश्लेषणाची किंवा परिक्षणाची आवश्यकता नसते. त्याचा फक्त पाठपुरावा करायला हवा, त्याच्याप्रमाणे वागायला हवं.

खरंतर तुम्ही नुसता आत्मा नाही. तुम्ही शरीर, मन आणि आत्मा यांचं मिळून त्रिपेडी अस्तित्व आहात. हा तुमचा सन्मान आहे आणि चमत्कारही. कारण, तुम्ही एकाच वेळी या तीन पातळ्यांवर निवड आणि निर्णयाची क्रिया करत असता आणि हे नेहमी योगायोगानं घडत असतं असं नव्हे.

तुमच्या बाबतीत शरीराला हवं असतं एक, मन शोधत असतं दुसरंच आणि आत्म्याची इच्छा तिसरीच असते– ही स्थिती तशी नेहमीची आहे. फारशी काही वेगळी नाही. लहान मुला-मुलींच्या बाबतीत हे विशेष करून दिसतं की– त्यांना आपल्या शरीराला कशात मजा वाटतेय आणि मनाला काय वाटतंय– शिवाय आत्म्याला ते रुचतंय की नाही, हे नक्की ठरवता येत नाही. म्हणून तर मुलं रस्त्यावर सैरावैरा धावतात. आता 'देव' या नात्यानं मला तुमच्या सगळ्या निवडींबद्दल माहीत आहे– भले तुम्ही त्या अजाणतेपणी केल्या असोत. मी त्याच्यात हस्तक्षेप तर करणार नाहीच, उलट त्याच्या उलटच करेन. तुमच्या निवडी मान्य होतायत, हे पाहणं हेच तर माझं काम आहे. (खरं तर त्या तुमच्या तुम्हीच तुमच्यापुरत्या मान्य करता. मी फक्त त्या दृष्टीनं परिस्थितीची आखणी करतो. यालाच निर्मितीची प्रक्रिया म्हणतात. पहिल्या पुस्तकात याबद्दल सविस्तर सांगितलं आहे.)

जेव्हा तुमच्या निवडींमध्ये संघर्ष निर्माण होतो– म्हणजे शरीर, मन आणि आत्मा एकसमान वर्तन करत नसतात, तेव्हा निर्मितीची प्रक्रिया सर्वच पातळ्यांवर होते आणि त्यातून संमिश्र परिणाम दिसून येतो. याउलट जर या तीनही गोष्टींत एकतानता, एकसूर असेल आणि त्यांच्या निवडी एकसारख्या असतील, तर खूप चमत्कारपूर्ण, आश्चर्यजनक गोष्टी घडू शकतील. तुमची तरुण पिढी म्हणजे ना– 'सगळं' एकत्र हे सर्वंकष अस्तित्वाचं वर्णन ठरू शकतं.

निर्णय घेतानाही या पातळ्यांमध्येही आणखी उपपातळ्या असतात. मनाच्या पातळीबाबत तर हे फारच लागू आहे.

तर्क, आंतरिक सूचना आणि भावना या अंतरंगातल्या किमान तीनपैकी एका तरी पातळीवर राहून तुमचं मन निर्णय घेऊ शकतं किंवा निवड करू शकतं– नव्हे ते करतं; आणि काही वेळा तर तीनही पातळ्यांवर काम करत आंतरिक संघर्षावर मात करण्याचीही त्याची क्षमता असते.

यांपैकी भावनिक पातळीच्या आणखी पाच पातळ्या, स्तर असतात– हे सगळे स्तर नैसर्गिक भावना आहेत– दुःख, राग, ईर्ष्या, भीती आणि प्रेम. या पाचातही आणखी दोन शेवटच्या पातळ्या आहेत– प्रेम आणि भीती.

पाच नैसर्गिक भावनांमध्ये प्रेम आणि भीती यांचा समावेश आहेच, पण त्या सगळ्या भावनांचं मूळ आहेत. आधार आहेत. बाकीच्या तीन भावना या दोहोंचंच प्रकटीकरण आहेत.

एकूण काय– सगळे विचार प्रेम किंवा भीती या दोन्हीतूनच निर्माण होतात. हे दोन ध्रुव आहेत. हेच पहिलं द्वैत. सरतेशेवटी प्रत्येक गोष्ट या दोन्हीपैकी एकाशी येऊन थांबते. सर्व विचार, कल्पना, संकल्पना, समजुती, धारणा, निर्णय, निवडी आणि कृती या दोन्हीपैकी एकावरच आधारित असतात.

आणि– अखेर– फक्त 'एकच' अस्तित्वात असतं–

प्रेम. खरं म्हणजे फक्त प्रेमच असतं. भले प्रेम अगदी भीतीच्या रूपात व्यक्त झालं आणि त्यानं अतिशय प्रभावीपणे भूमिका बजावली– तरी त्यातून प्रेमच व्यक्त होत असतं.

काय? भीतीतून प्रेम व्यक्त होतं?

होय– सर्वांत जास्त रूपात तेच होतं, जेव्हा कुठलीही गोष्ट परमोच्च स्वरूपात असते तेव्हा ती प्रेमाच्या रूपात व्यक्त होते.

पालक त्यांच्या मुलीला वर्दळीच्या रस्त्यात धावू देत नाहीत ते भीतीपोटी असते की प्रेमापोटी?

मला वाटतं दोन्ही पोटी– मुलीच्या आयुष्याची भीती आणि आपल्या मुलीचं आयुष्य वाचवण्यासाठी धोका पत्करण्याचं प्रेम–

अगदी बरोबर. आणि म्हणूनच इथे भीतीचीच परमसीमेची परिणती प्रेमात झालेली दिसते– प्रेम भीतीच्या रूपात व्यक्त झालेलं.

तसंच, दुःख, राग आणि ईर्ष्या या निसर्गदत्त भावनाच आहेत. त्यासुद्धा भीतीचीच रूपं आहेत– आणि एका दृष्टीनं काहीशी प्रेमाचीच.

एकातून दुसरी गोष्ट निर्माण होते. लक्षात येतंय? जेव्हा त्या पाच निसर्गदत्त भावना विस्कळीत होतात, सैरभैर होतात, तेव्हा समस्या उभी राहते, प्रश्न निर्माण होतो. त्या विचित्रपणे समोर येतात आणि त्या प्रेमाचंच प्रकटीकरण आहेत असं वाटत नाही– म्हणजे अंतिम प्रेमाचं प्रतीक असणाऱ्या देवासारखंच काहीसं म्हण ना!

डॉ. एलिझाबेथ रॉस यांच्याकडून मी त्या पाच नैसर्गिक भावनांबद्दल ऐकलंय. तिचं आणि माझं फार सुंदर नातं होतं. तिनं मला त्याबद्दल शिकवलंय.

वा– आणि तुला शिकवण्याची तिला प्रेरणा देणारा मीच होतो बरं. मीच तिला तशी प्रेरणा दिली.

म्हणूनच माझ्या सगळ्या निवडी बहुतांश वेळा 'मी कुठून आलोय' यावर अवलंबून असतात आणि मी 'जिथून' आलोय ते बहुधा त्यापासून बरंच खोलवर आत असावं.

होय– तसंच आहे.

प्लीज मला सांग; मला ते परत ऐकायला आवडेल– कारण, त्या पाच नैसर्गिक भावनांबद्दल एलिझाबेथनं जे शिकवलं होतं, ते मी विसरलोय.

दुःख ही एक नैसर्गिक भावना आहे. दुःख म्हणजे तुमची इच्छा नसताना तुम्हाला एखाद्या गोष्टीला निरोप द्यावा लागणं. तुमचं एखाद्या गोष्टीमुळे होणारं नुकसान. त्यामुळे तुम्हाला होणारं दुःख. खेद व्यक्त होणं. हे दुःख एखाद्या आवडत्या व्यक्तीच्या वियोगाचं असू शकतं, किंवा डोळ्याची लेन्स हरवण्याचंसुद्धा!

जेव्हा तुम्हाला दुःख व्यक्त करण्याची संधी मिळते, तेव्हा तुम्हाला मोकळं वाटतं. तुम्ही त्या दुःखातून मोकळे होता. लहानपणी ज्या मुलांना दुःखी होऊ दिलं जातं, त्यांना एकदम छान वाटतं आणि मोठेपणी दुःखाबद्दल ते चांगला विचार करू लागतात– आणि त्यामुळे आपल्या दुःखातून ते झट्कन बाहेर पडू शकतात.

'ए, अजिबात रडायचं नाही; डोळ्यातून टिपूस काढायचा नाही–' असं ज्या मुलांना सांगितलं जातं, त्यांना मोठेपणी रडणं फार अवघड जातं. कारण, त्यांचं आयुष्य मुळूमुळू रडण्यासाठी मुळीच नाही, असं त्यांना सांगितलेलं असतं. त्यामुळे ती मुलं आपलं दुःख दाबून ठेवतात.

असं सतत दाबलेलं दुःख पुढे 'नैराश्य' होतं. नैराश्य ही अगदी अनैसर्गिक भावना आहे.

नैराश्यातून माणसं हत्या, खूनही करतात. युद्ध होतात, राष्ट्रांचा पाडाव होतो, देश रसातळाला जातात.

संताप, राग ही नैसर्गिक भावना आहे. 'नको, धन्यवाद' असं म्हणायचं ते एक साधन आहे. त्यानं कुणाला शिवीगाळ केली जात नाही आणि दुसऱ्याचं काही नुकसानही होत नाही.

लहानपणी ज्या मुलांना त्यांचा राग व्यक्त करू दिला जातो, ते मोठेपणीही तो चांगल्या पद्धतीनं दाखवू शकतात आणि रागावर पटकन मात करून त्यातून बाहेर पडू शकतात.

ज्या मुलांना त्यांना 'राग येणं' योग्य नाही, असं शिकवलं जातं, राग व्यक्त करणं बरोबर नाही, असं सांगितलं जातं; किंबहुना त्यांनी रागावणंच चूक आहे, असं म्हटलं जातं, त्यांना मोठेपणी आपला राग योग्य प्रकारे हाताळणं फार अवघड जातं.

राग जर सतत दाबला गेला तर तो द्वेष होतो आणि द्वेष ही फारच अनैसर्गिक भावना आहे.

द्वेषापोटी माणसाच्या हातून हत्याही होऊ शकते. द्वेषातून युद्ध पेटली आणि देशांची अवनती झाली आहे.

असूया, ईर्ष्या ही नैसर्गिक भावना आहे. आपल्या मोठ्या बहिणीचा हात दाराच्या कडीपर्यंत पोहोचतो, हे पाहून आपलाही हात असा पोहोचावा, असं तिच्या छोट्या, पाच वर्षांच्या लहान भावाला वाटणं, किंवा तिच्यासारखं बाईक चालवावीशी वाटणं ही असूयाच आहे, ही नैसर्गिक भावना आहे. असूयेमध्ये तुम्हाला एखादी गोष्ट पुन्हा पुन्हा हवीशी वाटते, त्यासाठी तुम्ही खूप प्रयत्न करता– यश मिळेपर्यंत झगडत राहता. असूया वाटणं हे अतिशय स्वाभाविक आणि मानसिक आरोग्यासाठी चांगलं आहे. मुलांना त्यांना वाटणारी असूया व्यक्त करू दिली, तर मोठेपणी त्यांची त्याबद्दलची दृष्टी निरोगी राहते आणि त्यामुळे ते त्यातून लवकर बाहेरही पडू शकतात.

ज्या मुलांना 'ईर्ष्या करावीशी वाटणं बरं नव्हे' असं सांगितलं जातं– ईर्ष्या वाटणं अगदी चुकीचं आहे, असं म्हटलं जातं, मनातली असूया, ईर्ष्या दुसऱ्याला दाखवू नये, असं शिकवलं जातं– त्या मुलांना मोठेपणी मनातल्या असूयेचं काय करावं हेच कळत नाही. त्यांना तिची योग्य हाताळणी करता येत नाही.

असूया जर कायम दाबून ठेवली गेली, तर त्यातून विद्वेष निर्माण होतो. विद्वेष ही अनैसर्गिक भावना आहे.

या भावनेमुळे माणसांनी रक्ताच्या नद्या वाहवल्या आहेत. युद्धं पेटली आहेत, देश धुळीला मिळाले आहेत.

भीती ही एक नैसर्गिक भावना आहे. सगळ्या बाळांमध्ये दोनच भीती दिसतात– पडण्याची भीती आणि कर्कश्श आवाजाची भीती. बाकीच्या भीतींना प्रतिसाद द्यायला त्यांचे पालक आणि आजूबाजूची परिस्थिती त्यांना शिकवते. सभोवतालच्या परिस्थितीच्या भीतीला कसा प्रतिसाद द्यायचा हे त्यांचे पालक त्यांना शिकवतात. नैसर्गिक भीतीमुळे माणसात थोडी सावधगिरी येते. त्यासाठीच तर निसर्गानं ही भावना निर्माण केलीय. या सावधगिरीमुळे शरीर जिवंत राहतं. शरीराला हलतं-फिरतं ठेवण्याचं ते साधन आहे. प्रेमाचं ते बाह्यरूप आहे– प्रेम– स्वतःवरचं प्रेम!

'भीती बरी नव्हे– ती वाटतेय असं इतरांना कळू देणं– खरं तर ती वाटणंच चुकीचं आहे,' असं ज्या मुलांवर बिंबवलं जातं, त्यांना मोठेपणी भीतीला कसं तोंड द्यावं, हेच कळत नाही.

सतत भीती वाटत राहूनही ती दाबून ठेवण्यानं काहीतरी पॅनिक- भावातिरेकी कृती घडते. त्यानं लढाया घडवल्या आहेत– देश कोसळले आहेत.

प्रेम ही नैसर्गिक भावना आहे. एखादं लहान मूल जेव्हा ती व्यक्त करतं आणि त्याला तसं प्रेमही मिळतं– सहज, नेहमीसारखं आणि स्वाभाविकपणे, कुठल्याही अटी-तटींशिवाय, निरपेक्ष प्रेम– मग त्याला अजून कशाचीच गरज भासत नाही. कारण निरपेक्ष प्रेमाची ही देवाणघेवाण त्याच्यासाठी पुरेशी असते. ज्या प्रेमात काही

अपेक्षा असते, ते तोलून-मापून माफक 'प्रमाणा'त केलं जातं, नियम आणि रीतिभातींशिवाय बंधनात– चौकटीत बांधून केलं जातं, मुद्दाम केलं जातं– जतवलं जातं– ते प्रेम अनैसर्गिक असतं.

ज्या मुलांना त्यांचं स्वाभाविक प्रेम 'योग्य नाही', असं म्हटलं जातं– प्रेम व्यक्त करणं चुकीचं आहे– किंबहुना प्रेम वाटणंच चुकीचं आहे असं शिकवलं जातं, त्यांना मोठेपणी प्रेम हाताळणं फार अवघड जातं.

सतत दाबून ठेवलेलं प्रेम अधिकाराच्या भावनेला जन्म देतं, ही भावना अत्यंत अनैसर्गिक आहे. या एकाधिकाराच्या, ताब्यात ठेवण्याच्या भावनेपाशी युद्धं झाली– देशांचा पाडाव झाला.

तेव्हा स्वाभाविक, नैसर्गिक भावना जेव्हा खूप काळ दाबून ठेवल्या जातात, तेव्हा त्यातून अनैसर्गिक प्रतिक्रिया आणि अस्वाभाविक प्रतिसाद निर्माण होतात. आणि बहुतेक माणसांच्या बाबतीत हेच दिसून येतं. या भावना तुमच्या मित्र आहेत, तुम्हाला मिळालेली भेट आहेत, दिव्य साधनं आहेत– त्यांचा उपयोग करून तुम्ही तुमच्या अनुभवांना सुबक आकार देऊ शकता. तुम्हाला जन्मतःच ही साधनं मिळालेली आहेत. आयुष्यात निर्णय घेताना, काही गोष्टी ठरवताना तुम्हाला मदत होण्यासाठीच ती साधनं आहेत.

बहुतेक माणसांमध्ये या भावनांचं दमन का झालेलं असतं?

कारण, त्यांना तसं शिकवलेलं असतं. तसंच करायला त्यांना सांगितलं गेलेलं असतं.

कोणाकडून?

त्यांना जन्म देणाऱ्या आई-वडिलांकडून.

का? त्यांनी असं का करावं?

कारण, त्यांच्या आई-वडिलांनी त्यांना आणि त्यांच्याही आई-वडिलांनी त्यांना हेच सांगितलेलं, शिकवलेलं असतं.

खरं आहे. पण का? हे काय चाललंय?

अयोग्य, लायक नसलेली माणसं पालक होतायत, म्हणून हे असं चाललंय.

म्हणजे! अयोग्य माणसं कोण?

आई आणि वडील.

मुलांना जन्म घालणारे आई-वडील अयोग्य माणसं आहेत?

जेव्हा पालक तरुण असतात– तेव्हा होय. अनेकांच्या बाबतीत हे खरं आहे. खरं तर त्यांच्यापैकी खूप जण पालक होणं ही 'नोकरी' असल्यासारखं– काम असल्यासारखं वागतात, ही मोठी गंमत आहे.

बरेच पालक आयुष्याच्या तुटपुंज्या अनुभवाच्या टप्प्यावर– लहान वयातच पालकत्वाच्या नोकरीवर रुजू होतात. स्वतःच्या पालकांच्या पंखाखालून ते नुकतेच बाहेर आलेले असतात. त्यांनाच अजून त्यांच्या प्रश्नांची उत्तरं सापडलेली नसतात. तेच अजून आधार शोधत चाचपडत असतात.

त्यांना स्वतःचीच ओळख झालेली नसते आणि अशा अपरिपक्व अवस्थेत ते त्यांच्याहून नाजूक मनोदशेतल्या काहींना मार्गदर्शन करू पाहत असतात– त्यांचं पालनपोषण करू पाहत असतात. आपण कोण आहोत हे त्यांचं त्यांनाच अजून कळलेलं नसतं– आणि तोवर ते दुसऱ्यांना त्यांची ओळख पटवून द्यायला निघतात. त्यांच्या पालकांनी त्यांच्याबाबत वाईट मत करून घेतलं होतं, त्यातून अजून तेच बाहेर आलेले नाहीत.

आपण कोण आहोत हे त्यांना कळलेलं नाही, आणि तेच तुम्हाला तुम्ही कोण आहात, हे सांगू पाहतायत. त्यांनाच आयुष्याची योग्य दिशा, मार्ग सापडला नाहीये, आणि ते तुम्हाला डावीकडे-उजवीकडे जायला सांगू पाहतायत. त्यामुळे त्यांच्या आयुष्यात तर सावळा गोंधळ आहेच, आणि ते मुलांच्याही आयुष्याचा विचका करून टाकतायत.

ते नशीबवान असतील, तर त्यांच्या मुलांचं फारसं नुकसान होणार नाही. मुलं त्यातून बाहेर येतील; पण त्यांच्यासाठी त्यांच्यावर काही शेकल्याशिवाय नाही.

तुमच्यातल्या बऱ्याच जणांना शहाणपण, संयम, समज येणं आणि आदर्श-प्रेमळ पालक कसे असावं हे कळणं, या सगळ्या गोष्टी मिळतात– समजायला लागतात. गवसतात– पण कधी? जेव्हा पालकत्वाची तुमची वर्षं सरून जातात तेव्हा–

हे असं का? मला काही कळत नाही. बऱ्याच जणांच्या बाबतीत तुझे आडाखे बरोबर ठरतात– पण हे असं का?

कारण, या तरुण जोडप्यांची मुलांना जन्म द्यायची इच्छा नव्हती. जेव्हा तुमचं मुलांना जन्म द्यायचं वय उलटून जातं, तेव्हाच खरं तर त्यांना जन्माला घालायला पाहिजे.

मला अजूनही नीट कळत नाहीये.

माणसं जीवशास्त्रीयदृष्ट्या जेव्हा मुलं जन्माला घालण्यालायक होतात ना,

तेव्हा खरं तर तीच मुलं असतात! तुला ऐकून नवल वाटेल आता– हे वय आहे ४० ते ५०.

काय? माणसं वयाच्या ४०-५० वर्षांपर्यंत स्वतःच मूल असतात?

होय. एका दृष्टीनं विचार केला तर होय. मला माहितीय तुला हे खरं वाटणं अवघड आहे. पण तुझ्या आजूबाजूला बघ. म्हणजे तुझ्याच वंशातल्या काही जणांच्या वागण्यातून तुला माझ्या म्हणण्यातली सत्यता पटेल. तुमच्या समाजात वयाच्या २१ व्या वर्षी तुम्हाला सर्व दृष्टीनं 'सज्ञान' आणि जगात वावरायला योग्य समजलं जातं– हीच खरी अडचण आहे. भरीस भर म्हणजे तुमच्यातल्या बऱ्याच जणांच्या आई-वडिलांनी त्यांच्या वयाच्या जवळपास २१ व्या वर्षी तुम्हाला जन्म दिलाय. म्हणजे तुमच्या जन्माच्या वेळी तुमचे आईवडील साधारण २१ वर्षांपेक्षा जास्त मोठे नव्हते– आणि इथेच या प्रश्नाचं मूळ दिसतं.

हे म्हणजे पोरसवद्यांनी पोरं जन्माला घालायची असं झालं... खरं तर वयाची पन्नाशी गाठल्याखेरीज मुलांचं पालकत्व व्हायला नको.

मुलं जन्माला घालणं, त्यांना वाढवणं हे तसं पाहिलं तर प्रगती झालेल्या सुदृढ तरुणांनी करायचं काम आहे, असं मानलं जायचं. वयानं थोड्या मोठ्या, मनानं विकसित आणि सुदृढ असलेल्यांनी हे काम करावं, असं म्हटलं जायचं. ज्यांचं वय थोडं वाढलंय, जे मनानं विकसित आहेत, खंबीर आहेत त्यांनी मुलांना वाढवावं असं मानलं जायचं.

तुमच्या समाजात पालकांनीच मुलांना वाढवायला हवं, यावर भर दिला जातो. परिणामी पालकत्वाची प्रक्रिया तर अवघड झाली आहेच, शिवाय लैंगिक कृतींमधल्या उत्साहाला-ऊर्जेलाही धक्का बसला आहे– ती ऊर्जा विस्कळीत झाली आहे.

अं... थोडं स्पष्ट करून सांगशील?

हो. माझ्यासारखंच निरीक्षण अनेकांचं असेल. विशेषतः सज्जनांचं– मुलं असणारे अनेक जण कदाचित त्यांना वाढवायला लायक नसतात. हे लक्षात आल्यावर माणसानं याच्यावर बरोब्बर उलटा उपाय शोधला.

तरुणांना छान लैंगिक संबंधाचा आनंद लुटू देण्याऐवजी, आणि त्यातून जर मुलं जन्माला आली, तर तुम्ही त्या मुलांचं पालनपोषण करून त्यांना वाढवण्याची जबाबदारी पूर्ण होईपर्यंत लैंगिक सुख घ्यायचं नाही– असं तुम्ही सांगता. तोवर शरीरसुख घेणं चुकीचं आहे अशी तुमची धारणा आहे. त्यामुळे एखाद्याच्या आयुष्यातले आनंदाचे क्षणच हिरावून घेतले जातात. माणूस अत्यानंदालाच पारखा होतो. अर्थात असल्या गोष्टींकडे तरुण मुलं फारसं लक्ष देत नाहीत– हे एका अर्थी चांगलंच आहे. कारण, तसं करणं हे पूर्णतः अनैसर्गिक आहे.

माणसाला शरीरसुखाची इच्छा होते आणि त्याला तशी आतून प्रेरणा मिळते–

आपण ते सुख घ्यायला तयार आहोत, असं वाटतं– हा मनुष्यस्वभाव आहे.

अर्थात आपल्या स्वतःला आतून काय वाटतंय यापेक्षा तुम्हा पालकांना त्यांच्याबद्दल काय वाटतंय– तुम्हाला काय हवंय, याचा ते जास्त विचार करतात. आयुष्याबद्दल विचार करताना ते तुमच्याच तोंडाकडे बघतात.

जेव्हा मुला-मुलींना एकमेकांचं आकर्षण वाटायला लागतं, आपल्यात काय 'वेगळं' आहे, हे बघावंसं वाटतं, त्या वेळी त्यांना तुमच्याकडून तशी परवानगी हवी असते. त्या वेळी त्यांचं हे वाटणं बरोबर आहे की चूक, ते मान्य करावं की नाही, त्यांना त्यापासून परावृत्त करावं का... असा विचार तुम्ही करता.

यामध्ये आपला धर्म, आपला समाज काय सांगतो, हे बघायला हवं असं तुम्ही त्यांना सांगता... सगळं सांगता– निसर्गक्रम सोडून सगळं सांगता.

तुम्हा मानव वंशात वयाच्या ९ ते १४ व्या वर्षादरम्यान लैंगिक भावना फुलायला लागते. १५ व्या वर्षानंतर ती प्रत्यक्ष जाणवायला लागते आणि प्रत्येकाला तिचा अनुभव यायला लागतो. आणि मग मुलांचा नैसर्गिक लैंगिक ऊर्जेचा आनंद आणि पालकांची बंधनं, त्यांचे अडसर यांच्यात स्पर्धा– रस्सीखेच सुरू होते.

पण निसर्गाप्रमाणे उगाच काहीबाही करू नका, असं पालक आपल्या मुलांना सांगत राहतात. मुलांकडून अशा अनैसर्गिक मागण्या पूर्ण करून घेण्यासाठी मोठी माणसं अशीच कौटुंबिक, सांस्कृतिक, धार्मिक, सामाजिक आणि आर्थिक दबाव, बंधनं आणि मर्यादांची कारणं देऊन समर्थन करत राहतात. मुलंही आपल्या लैंगिक भावनेला अनैसर्गिक मानत मोठी होत जातात. जी भावना नैसर्गिक आहे, तिच्याबद्दल लाज का बाळगावी? तिला नेहमी अटकाव का व्हावा? ती नेहमी नाकारली का जावी?

हे बघ, मला वाटतं, तू जरा अतिशयोक्ती करतोयस. तुला नाही वाटत?

खरंच, तू सांग– चार-पाच वर्षांच्या मुलाला त्याच्या शरीराच्या अवयवांची खऱ्या नावांसकट पालकांनी ओळख करून दिली नाही, तर त्याच्यावर काय परिणाम होईल? तुम्हाला काय सांगणं सोयीचं वाटतं, सांगायला बरं वाटतं ते तुम्ही सांगणार– त्यांना काय वाटावं असं तुम्हाला वाटतं?

अं...

खरंय– अं... तेच–

तसं म्हणजे– 'आम्ही तसले शब्द उच्चारत नाही,' असं माझी आजी म्हणायची. नुसतं– 'ऊं ऊं' आणि 'तुझं बूड' असं ऐकायला बरं वाटतं–

याचं कारण एकच– ते म्हणजे या अवयवांच्या खऱ्या नावांबद्दल तुमच्यामध्ये एक प्रकारची नकारात्मक भावना ठासून भरलीय– त्यामुळे साध्या संभाषणात तुम्ही

ते शब्द सहजपणे वापरू शकत नाही.

आपल्या आई-बाबांना असं का वाटतं, हे त्या लहान वयातल्या पोरांना कळत नाही– पण त्यांच्या मनावर एक गोष्ट मात्र कोरली जाते– अगदी ठसते– ती म्हणजे– आपल्या शरीराचे 'हे' अवयव योग्य नाहीत– आणि त्यांच्याशी संबंधित कुठलीही गोष्ट करणं हे 'चुकीचं' नसलं तरी लाजिरवाणं, लज्जास्पद आहे.

पुढे मुलं थोडी मोठी झाल्यावर आपल्या वयाच्या मुलांमध्ये वावरायला लागली की मग ते खरं नाही हे त्यांना कळून चुकतं. आणि मग एकदम त्यांना गर्भारपण आणि लैंगिक संबंधाबद्दल– त्यांच्यातल्या परस्पर नात्यांबद्दल सांगितलं जातं आणि मग त्यातून निर्माण होणाऱ्या मुलांना कसं वाढवायचं हे सांगितलं जातं. त्यामुळे लैंगिक प्रकटीकरण 'चूक' आहे, वाईट आहे, असा त्यांचा ग्रह होतो आणि हे वर्तुळ पूर्ण होतं.

तुमच्या समाजात त्यामुळे गोंधळाचं वातावरण निर्माण होतं. नेमकं काय बरोबर आहे, हेच कळेनासं होतं– आणि त्यातून निसर्गाची फसवणूक होत राहते.

तुम्ही लैंगिक कृत्याबद्दल लज्जा निर्माण केली आहे, ते दाबून ठेवायला शिकवलं आहे– त्यामुळे त्यातूनच लैंगिक दमन, विकृती आणि हिंसाचाराचा उगम झालाय.

तुम्ही समाज म्हणून लज्जास्पद कृत्यांचं दमन करायला हवं, विकृती नष्ट करायला हव्यात आणि तुम्हाला मनापासून खरंच ज्या कृतीची शरम वाटत नाही, त्या गोष्टीची शरम वाटून न घेता त्यावर मात करायला हवी.

नंतर फ्रॉई आला– त्यानं असा सिद्धान्त मांडला की– माणसातल्या रागाचा लैंगिकतेशी काहीतरी संबंध असावा. खूप काळ दाबून ठेवलेला राग, नैसर्गिक शारीरिक संवेदना, इच्छा आणि रुची लैंगिक कृतीतून व्यक्त होते.

तुमच्यातल्या एका मानसशास्त्रज्ञानं अनेक गोष्टींची उकल केली. माणूस रागावतो– कारण, जरी इतरांना एखाद्या गोष्टीची लाज वाटली, अपराधी वाटलं तरी जर ती त्याला *योग्य वाटली तर त्यानं त्याची लाज बाळगण्याचं कारण नाही.*

सर्वांत पहिली गोष्ट म्हणजे माणूस स्वतःवरच चिडतो. इतरांना जे 'वाईट' आहे, असं वाटतंय ते आपल्याला का 'चांगलं' वाटावं– या विचारानं त्याला स्वतःचाच राग येतो.

पुढचा टप्पा म्हणजे– जेव्हा आपल्याला या बाबतीत 'अंधारात' ठेवलं गेलं असं त्याला वाटतं, जेव्हा लैंगिक सुखप्राप्ती हा अतिशय आनंददायी, मानाचा आणि माणसाच्या आयुष्यातला अत्यंत सुंदर अनुभव आहे हे त्याच्या लक्षात येतं, तेव्हा त्याला इतरांचा राग येतो. त्याला दाबून ठेवणाऱ्या पालकांचा, लाज वाटायला

लावणाऱ्या धर्माचा, घाबरवणाऱ्या विरुद्धलिंगी लोकांचा, सतत बंधनं घालणाऱ्या समाजाचा त्याला राग येतो.

आणि सरतेशेवटी या सगळ्या गोष्टी त्यांच्यात रुजवू, बिंबवू देण्याबद्दल स्वतःवरच तो चिडतो.

अशा दाबल्या गेलेल्या रागामुळेच तुम्ही आत्ता जगत असलेल्या समाजाच्या नैतिक मूल्यांची घसरण आणि दिशाभूल होतेय. तुमच्या ज्या समाजात सन्मानचिन्ह देऊन, पुतळे उभारून, टपाल तिकिटं काढून सन्मान दिला जातो. चित्रपट, दूरदर्शन कार्यक्रमातून जगातल्या घृणास्पद हिंसाचाराचं समर्थन केलं जातं; पण जगातल्या प्रेमाच्या सर्वांत सुंदर गोष्टी ते लपवून ठेवतात; किंबहुना त्यांचं फार बाजारू स्वरूप दाखवतात.

आणि हे सगळं– सगळं सगळं फक्त एका विचारापायी सांगतोय– ज्यांना मुलं आहेत, त्यांनी त्यांना वाढवताना त्यांच्या आत्मिक विकासाची जबाबदारी पार पाडावी म्हणून.

जर मुलं असलेले पालक त्यांना वाढवण्यास जबाबदार नसतील, तर मग कोण आहे?

सगळा समाज. विशेषतः सगळी वडीलधारी मंडळी. मोठी माणसं.

काय? मोठी माणसं?

बऱ्याचशा प्रगत वंशांमध्ये आणि समाजांमध्ये मोठी माणसं त्यांच्या मुलांचं पालन-पोषण करतात, त्यांना चांगली शिकवण देतात, वाढवतात आणि त्यांच्या स्वतःच्या ज्ञानाचा, शिकवणुकीचा आणि परंपरांचा वारसा मुलांना देतात. अशा प्रगत समाजांबद्दल– संस्कृतीबद्दल मी पुढे बोलेन तेव्हा परत याविषयी सांगेन.

एखाद्या समाजात लहान वयात मुलं जन्माला घालणं चुकीचं मानलं जातं– कारण, त्या जमातीतल्या बुजुर्गांनीही तसंच केलेलं असतं– त्यामुळे अतिरिक्त जबाबदारीची जाणीव, ओझं त्यांना नसतं– त्यांच्यात लैंगिक भावनांचं दमन आणि त्यामुळे बलात्काराबद्दल ऐकू येत नाही, सामाजिक-लैंगिक दमनही नसतं.

आमच्या ग्रहावर असे समाज आहेत?

होय– अर्थात आता ते आढळत नाहीत. ते रानटी, मागास असं समजून तुम्ही त्यांना नष्ट केलं आहे. ज्यांना तुम्ही प्रगत समाज म्हणता, त्यात मुलांना (विशेषतः नवरा-बायको) आपल्या मालकीची वस्तू, आपली मालमत्ता समजली जाते आणि त्यामुळे 'आपल्या मालकीच्या' या गोष्टीचं त्यांनी संगोपन करायला हवं, वाढवायला हवं, अशी धारणा झालीय.

'आपली बायको किंवा आपला नवरा आणि मुलं ही आपली 'खासगी मालमत्ता' आहे', हा खोलवर रुजलेला विचार तुमच्या अनेक सामाजिक समस्यांचं मूळ आहे.

या 'मालकीहक्काच्या' विषयाबद्दल आपण नंतर विश्लेषण करू– उन्नत जीवांच्या आयुष्याचा विचार करताना आपण त्यावर चर्चा करूच, पण आत्तापुरता एक मिनिटभर यावर विचार कर. जेव्हा एखादा शारीरिकदृष्ट्या पालक व्हायला लायक होतो, तेव्हा तो खरंच भावनिकदृष्ट्याही त्यासाठी तयार असतो का?

सत्य हे आहे की बऱ्याच जणांची वयाच्या तिशी-चाळीशीपर्यंत तशी तयारी झालेली नसते. आणि त्यांच्याकडून तशी अपेक्षाही नसते. आपल्या मुलांना शहाणपणाच्या चार गोष्टी सांगाव्यात, एवढा त्यांनाच आयुष्याचा अनुभव नसतो.

मी याबद्दल आधी ऐकलंय. मार्क ट्वेननं हा विषय मांडला आहे. त्यानं एका ठिकाणी म्हटलंय– 'मी जेव्हा १९ वर्षांचा होतो, तेव्हा माझ्या वडिलांना काहीच कळत नव्हतं. पण मी ३५ वर्षांचा झालो, तेव्हा 'हा म्हातारा बरंच शिकला की'– असं वाटून मीच चकित झालो.'

त्याला नेमकी नस सापडली. तुमची तरुणपणची वर्षं सत्य शिकवण्याजोगी नसतात, तर ती सत्याचा संग्रह करण्यासाठी असतात. तुमच्याजवळ जी पुंजी नाही, ती तुम्ही तुमच्या मुलांना कशी देणार? जे सत्य तुमच्यापाशीच नाही, ते तुमच्या मुलांना कसं देणार?

नक्कीच देऊ शकणार नाही. त्यामुळे इतरांना सांगितलेलं तुम्हाला माहीत असलेलंच सत्य काहीतरी घोळून-गुंडाळून तुम्ही त्यांना सांगणार– तुमच्या वडिलांनी, तुमच्या आईनं, तुमच्या संस्कृतीनं, तुमच्या धर्मानं सांगितलेलं त्यांचं त्यांचं सत्य! काहीही– सगळंही– पण तुमचं स्वतःचं सत्य सोडून तुम्ही अजून त्याचा शोध घेताय–

आणि तुमचा हा शोध तुमचं निम्मं आयुष्य गेलं– तुम्ही पन्नाशी गाठलीत तरी चालूच राहणार आहे– सत्याचा शोध आणि त्याचे प्रयोग, शोधणं, फसणं– पुन्हा फसणं– पुन्हा उभं राहणं– सत्याची पुन्हा रचना करणं– तुमचं सत्य, तुमच्या स्वतःबद्दलच्या कल्पना यांचा तोवर शोध संपणारच नाही.

नंतर कदाचित स्वतःचं सत्य गाठीशी बांधून तुम्ही थोडे स्थिरावाल. 'कुठलंच सत्य स्थिर नसतं' या महान सत्यापाशी येऊन बहुधा तुम्ही शांत व्हाल– या सत्याबाबत तुमचं एकमत होईल– आयुष्य जसं सतत बदलत असतं, वाढत असतं, विकसित होत असतं– तसंच सत्याचं असतं, हे तुम्हाला पटेल. आणि जेव्हा तुम्हाला विकासाची गती– विकास थांबल्यासारखा वाटेल, तेव्हा तो थांबलेला नसतो, उलट तीच त्याची नुकतीच सुरुवात असते.

हो– मी त्याच वयाला आलोय. माझी पन्नाशी उलटलीय आणि तू म्हणतोस त्याप्रमाणे तिथवर मी पोचलोय.

वा– आता तू जास्त विचारी माणूस झालायस. पोक्त. आता तू मुलांना जन्म देऊन वाढवू शकतोस– किंबहुना खरंतर अजून दहा वर्षांनी. पोक्त माणसांनीच मुलांना जन्म द्यावा– त्यांना वाढवावं– त्यासाठीच तर ती असतात.

पोक्त, मोठ्या माणसांनाच सत्य, वास्तव आणि आयुष्याची जाण असते. काय महत्त्वाचं आहे, काय नाही– एकात्मता, सलोखा, प्रामाणिकपणा, एकनिष्ठता, मैत्री आणि प्रेम यांचा खरा अर्थ काय, हे त्यांनाच ठाऊक असतं.

तू जे म्हणतोय त्यात मला तथ्य दिसतंय. तसं ते मानणं जरा अवघड आहे, पण आमच्यापैकी बहुतेक जण 'बालक' ते 'विद्यार्थी' हा पल्ला थेट गाठतात– जेव्हा आम्हाला स्वतःला मुलं होतात आणि आम्ही त्यांना शिकवायला लागतो, तेव्हा हे जाणवतं– तेव्हा मला वाटतं– माझ्या आई-वडिलांनी मला जे शिकवलं, ते मी त्यांना शिकवणार.

म्हणजे अशा तऱ्हेनं पुढच्या सात पिढ्यांपर्यंत हे वडिलांचं पाप पोहोचणार– झिरपणार.

आम्ही हे कसं बदलणार? हे चक्र कसं थांबवणार?

मुलांना वाढवण्याचं काम वडीलधाऱ्या मंडळींवर सोपवा. म्हणजे पालकांना हवं तेव्हा मुलांना पाहता येईल, वाटलं तर त्यांच्याबरोबर राहता येईल; पण त्यांच्या संपूर्ण संगोपनाची जबाबदारी आणि काळजी त्यांच्यावर राहणार नाही. मुलांच्या शारीरिक, सामाजिक आणि आध्यात्मिक गरजा साऱ्या समाजाकडून भागवल्या जातात, त्यात वडिलधाऱ्या मंडळींच्या शिकवणुकीचा, त्यांनी दिलेल्या शिक्षणाचा आणि मूल्यांचा मोठा वाटा असतो.

जगातल्या अन्य काही संस्कृतींबद्दल आपल्या या संवादात आपण पुढे बोलू, त्या वेळी आयुष्यासाठीच्या नव्या आदर्शांबद्दल सांगेन. पण सध्याच्या तुमच्या जीवनपद्धतीमध्ये कदाचित हे आदर्श उपयोगी ठरणारही नाहीत.

तुला काय म्हणायचंय?

म्हणजे तुमच्या पालकत्वाच्या अपुऱ्या आदर्शांबाबतच नव्हे, तर एकूणच तुमच्या संपूर्ण जीवनशैलीबद्दल मला हे म्हणायचंय.

पुन्हा– म्हणजे तुला काय म्हणायचंय?

तुम्ही एकमेकांपासून दूर गेला आहात. मोठमोठ्या शहरांमध्ये राहण्यासाठी तुम्ही विभक्त कुटुंबपद्धतीचा आधार घेतलाय. या महानगरांमध्ये खूप जास्त माणसं आहेत– पण खूप कमी 'जमाव'जमाती. जमातींमधली माणसं वैयक्तिक

जबाबदाऱ्यांबरोबरच एकूण समाजाचंही भान ठेवतात– सामाजिक जबाबदाऱ्याही मानतात. पण इथे तुम्हाला वडीलधारी मंडळी नाहीत. कुठल्याही प्रसंगात, कुठल्याही वेळेला हाकेच्या अंतरावर कुणीच नसतं.

तुम्ही वडीलधाऱ्यांपासून दूर जाण्याऐवजी तुम्ही त्यांनाच दूर ढकललं आहे– हे सर्वांत वाईट. त्यांना एकदम कोंडून टाकलं आहेत. त्यांचे अधिकार काढून घेतलेत. त्यांच्या हातात काहीच ठेवलेलं नाही– शिवाय तुम्ही त्यांचा रागरागही करता. होय, तुमच्या समाजातले काही जण तर त्यांना समाजावरचं ओझं मानतात– बांडगुळासारखे चिकटून राहिलेत असं त्यांना वाटतं– त्या वडीलधाऱ्यांच्या खर्चासाठी त्यांना स्वतःच्या खिशाला कात्री लावावी लागते– म्हणून जास्त पैशांची त्यांची मागणी असते.

खरं आहे. ही वृद्ध मंडळी 'खायला काळ भुईला भार' होऊन बसली आहेत, असं म्हणून काही समाजशास्त्रज्ञ दोन पिढ्यांत संघर्ष होण्याचं भाकीत करतात. आजही कितीतरी दीर्घायुष्यी ज्येष्ठ नागरिक आहेत. काही 'नव्या बालपणा'कडे वाटचाल करतायत– एकूणच आज माणसांचं आयुर्मान वाढत चाललंय.

तुमचे ज्येष्ठ काहीच हातभार लावत नाहीयेत, असं म्हणता खरं– पण तुम्हीच त्यांना काही करू देत नाही, ही वस्तुस्थिती आहे. आता ज्या वयात एखाद्या कंपनीला इतकंच नव्हे तर एकूणच तुम्हालाही आयुष्यात पुढे जाण्यासाठी आपल्या अनुभवाचा फायदा करून देऊ शकतात, नेमक्या त्याच वेळेला तुम्ही त्यांना 'निवृत्त' करून टाकता.

नुसतं पालकत्वातून नव्हे, तर राजकारण, अर्थकारण आणि धर्मकारणातूनही तुम्ही त्यांना बेदखल करून टाकता. तिथे त्यांच्या अनुभवाचा पाया पक्का असतो, अशा या क्षेत्रातही तुम्ही युवा नेतृत्वाची पूजा आणि वृद्ध नेतृत्वाची हकालपट्टी करता– तुमचा समाज आता अशाच वृत्तीचा झालाय.

तुमचा समाज 'बहुवचनी' असण्याऐवजी एकवचनी होत चाललाय. संघटित होण्याऐवजी तुमचा समाज वैयक्तिक होत चाललाय.

समाज असा वैयक्तिक-व्यक्तिकेंद्रित आणि युवाकेंद्रित होत चालल्यानं तुम्ही त्याचा श्रीमंत, समृद्ध वारसा गमावताहात. तुमचं आयुष्य भावनिक, मानसिकदृष्ट्या कंगाल आणि रिकामं झालंय.

मी तुला पुन्हा विचारतो– हे चक्र थांबण्याचा काही मार्ग आहे का?

पहिली गोष्ट म्हणजे हे वास्तव स्वीकारा. तुमच्यातले बरेच जण हे नाकारत जगतायत. हे असं नाहीच आहे, असं तुम्ही भासवताय. तुम्ही स्वतःशीच खोटं

बोलताय, स्वतःला फसवताय, तुम्हाला सत्य ऐकायची आणि ते बोलूनही दाखवायची इच्छा नाहीये.

आपण नंतर जेव्हा उन्नत समाजातल्या माणसांबद्दल बोलू, तेव्हा या संदर्भात पुन्हा सांगेन. कारण, तुमचं हे नाकारणं, निरीक्षणाचं अपयश आणि वस्तुस्थिती समजून घेता न येणं, ही क्षुल्लक गोष्ट नाहीये. आणि खरंच जर तुम्हाला बदल घडवण्याची इच्छा असेल, तर तुम्ही चार गोष्टी माझ्याकडून ऐकून घ्याल, असं मला वाटतं. तुम्ही तशी तयारी ठेवाल, अशी मला आशा आहे.

साधं-सरळ सत्य सांगायची वेळ आता आली आहे. तुझी तयारी आहे? आहेस तू तयार?

होय. त्यासाठीच तर मी तुझ्याकडे आलोय. त्यातूनच हे संभाषण सुरू झालंय.

सत्य नेहमीच बोचरं असतं. ज्यांना त्याच्याकडे दुर्लक्ष करायचं नसतं, ते स्वीकारायचं असतं, फक्त त्यांच्यासाठीच ते सुखकारक असतं. अशा वेळी ते फक्त सुखकारकच नव्हे, तर प्रेरकही ठरतं.

माझ्या बाबतीत म्हणशील तर तीन भागांतला हा संवाद माझ्यासाठी प्रेरकच आहे. तू बोलत राहा.

हे खूप आशादायक चित्र आहे. काही बदल घडायला सुरुवात झालीय असं मला दिसतंय. आता तुम्ही लोकं एकसंध समाज आणि विस्तारित कुटुंब 'वसुधैव कुटुंबकम्' च्या कल्पनेवर भर द्यायला लागला आहात– गेल्या काही वर्षांपेक्षा हे वेगळं आहे. शिवाय महत्त्वाचं म्हणजे तुम्ही तुमच्या वडीलधाऱ्यांना मान द्यायला लागले आहात, त्यांच्या जीवनानुभवांतून तुम्हाला मूल्यांची किंमत कळायला लागलीय. खूपच आशादायक दिशेनं ही वाटचाल होतेय. तेव्हा परिवर्तन घडतंय. तुमची संस्कृती बदलतेय. प्रगतीच्या वाटेनं चाललीय.

हे पुस्तक वाचणं ही त्यातली पहिली पायरी आहे. आपण हा संवाद संपवण्यासाठी अनेक महत्त्वाच्या मुद्द्यांवर बोलू. त्यातली पुनरावृत्ती अनमानधपक्यानं झालेली नसेल. तो मुद्दा अधोरेखित करून त्यावर भर देण्यासाठी हे आहे.

तुझ्या उद्याच्या उभारणीबद्दल– भविष्याच्या कल्पनांबद्दल तू मला विचारलंस– त्यासाठी आपण तुझ्या भूतकाळाकडे आधी एक नजर टाकू आणि मग सुरुवात करू–

२

भूतकाळाचा भविष्यकाळाशी काय संबंध?

जेव्हा तुम्हाला भूतकाळ माहीत असतो, तेव्हा तुम्हाला भविष्यकाळातल्या शक्यताही कळतात. तुझं आयुष्य आणखी चांगलं कसं जावं हे विचारण्यासाठी तू माझ्याकडे आला आहेस. त्यासाठी तू आज इथवर कसा पोहोचलास हे जाणून घेणं उपयुक्त ठरेल.

शक्ती आणि बळ याबाबत आणि या दोहोंतल्या फरकाबाबत मी बोलेन. तुम्ही शोधून काढलेलं 'सैतान' हे व्यक्तिमत्त्व, त्याचा तुम्ही का आणि कसा शोध लावलात, तसंच 'देव' हा 'तो' आहे, 'ती'नाही असं तुम्ही कसं ठरवलंत, तेही सांगेन.

दंतकथांमध्ये कल्पिलेल्या 'मी'पेक्षा खरंच मी कोण आहे, त्यावर बोलेन. माझ्या अस्तित्वाबद्दल मी असं वर्णन करेन की तुम्ही तुमच्या दंतकथेतल्या कल्पनांच्या जागी आनंदानं विश्वोत्पत्तीचा सिद्धान्त मान्य कराल– विश्वाच्या उत्पत्तीचा खरा सिद्धान्त. आयुष्य, ते कसं चालतं आणि जसं ते चालतं तसं का चालतं, हे सांगेन. या सगळ्या गोष्टींबद्दल हे प्रकरण आहे.

एकदा हे तुम्ही जाणून घेतलंत, म्हणजे तुमच्या आयुष्यात 'स्पर्धा' निर्माण करणाऱ्या कोणत्या गोष्टींचा त्याग करायचा, काय सोडून द्यायचं हे तुम्हाला कळेल. त्यासाठी आपल्या संवादातला तिसरा भाग– हे तिसरं पुस्तक नवीन जगाची उभारणी आणि नव्या सत्याची निर्मिती करणारं आहे.

माझ्या बाळांनो, तुम्हीच तुमच्या हातानं तयार केलेल्या बंदिगृहात स्वतः दीर्घ काळ राहत आहात. तुम्ही मुक्त होण्याची वेळ आता आली आहे.

तुम्ही तुमच्या पाच नैसर्गिक भावनांना कोंडून ठेवलं आहे, त्यांना दाबून ठेवलं आहे आणि त्यांचं अत्यंत अनैसर्गिक भावनांमध्ये रूपांतर केलं आहे. त्यामुळे त्यातून दुःख, मृत्यू आणि तुमच्या जगाचा विनाश ओढवला आहे.

तुमच्या भावनांना सैल सोडू नये; त्यांना दाबून ठेवावं, हाच गेली काही शतकं

तुमच्या ग्रहावरचा वर्तनाचा आदर्श होता. भावनांना सैल न सोडणं, त्यांना दाबून ठेवणं यालाच तुमच्या ग्रहावर काही शतकं आदर्श मानलं गेलं. तुम्हाला दुःखं होतंय; त्यातून बाहेर या, तुम्हाला राग येतोय; दाबून ठेवा, तुम्हाला एखाद्याचा द्वेष वाटतोय; तर त्याबद्दल ओशाळे व्हा, तुम्हाला भीती वाटतेय; त्यावर मात करा, तुम्हाला एखाद्याबद्दल प्रेम वाटतंय; संयम ठेवा, मनावर ताबा ठेवा, ते तसंच थोपवून धरा आणि त्यापासून दूर जा– भावनांना व्यक्त करणं थांबवण्यासाठी तुम्हाला जे शक्य ते सर्व करा– तत्क्षणी तिथूनच बाहेर पडा.

हीच वेळ आहे स्वतःला मुक्त करण्याची. खरं तर तुम्ही तुमच्या दिव्य आत्म्याला– स्वतःला असं कोंडून घातलंयत– आणि आता त्याला मोकळं करण्याची, त्याला मुक्त करण्याची वेळ आलीय.

त्यासाठी सुरुवात करायला मी फारच उत्सुक आहे. आम्ही सुरुवात कशी करू; कुठून करू?

याचा थोडक्यात अभ्यास करायचा म्हटलं, तर जिथून 'समाज' सुरू झाला, तिथून सुरू करू. त्या काळात जाऊन विचार करू. माणसाला 'अधिकार' कळायला लागला आणि 'भावना प्रदर्शित करणं– किंबहुना काही वेळा भावना असणं– बाळगणंसुद्धा चूक आहे' असं त्यानं ठरवून टाकलं.

'समाजाची ओळख'– म्हणजे तुला काय म्हणायचंय? आपण इथे कशाबद्दल बोलतोय?

तुमच्या इतिहासाच्या सुरुवातीच्या काळात तुमच्याकडे मातृसत्ताक पद्धत होती. पुढे त्यात बदल होऊन त्या जागी पितृसत्ताक पद्धत आली. या बदलात तुम्ही भावना व्यक्त करण्यापासून दूर गेलात. 'भावना व्यक्त करणं म्हणजे दुर्बलपणाचं लक्षण' असं तुम्ही ठरवून टाकलंत. याच काळात पुरुषांनी 'सैताना'चा शोध लावला आणि पुल्लिंगी देवाचाही!

पुरुषांनी सैतानाचा शोध लावला?

हो. सैतानाचा शोध नक्कीच पुरुषांनी लावला. अखेर सगळ्या समाजानं ते मान्य केलं– सगळे त्याच्यामागे गेले, पण भावना व्यक्त न करणं आणि सैतानाचा शोध हा एक प्रकारे मातृसत्ताक पद्धतीविरुद्धचा उठाव होता. स्त्रियांनी आपल्या भावनांच्या बळावर सगळ्या गोष्टींवर सत्ता गाजवण्याचा तो काळ होता. त्या काळी सरकार दरबारातली सगळी पदं, धर्मातली सत्तास्थानं, व्यापार, अर्थकारण, विज्ञान, शिक्षण, समन्वय अशा सर्वच क्षेत्रांत स्त्रियांचीच सत्ता, त्यांचाच अधिकार होता.

पुरुषांकडे कुठले अधिकार होते?

कुठलेच नव्हते. पुरुष त्यांचं फक्त अस्तित्व टिकवून होते. मुलं जन्माला घालण्यासाठी आणि जड सामान वाहून नेण्यासाठीच फक्त त्यांच्या शरीराचा उपयोग करून घेतला जाई. कामकरी मुंग्या किंवा मधमाश्यांसारखीच त्यांची अवस्था होती. अवजड शरीर कष्टांची कामं करणं, मुलं जन्माला घालणं आणि त्यांचं रक्षण करणं, त्यांना सुरक्षित ठेवणं एवढंच त्यांचं 'कार्यक्षेत्र' होतं.

समाजामध्ये स्वतःचं स्थान निर्माण करून स्वतःच्या कर्तृत्वाला वाव मिळवायला पुरुषांना शेकडो वर्षं लागली, असं दिसून येतं. काही शतकं उलटून गेली तेव्हा कुठे पुरुषांना आपल्या कौटुंबिक बाबींमध्ये सहभागी व्हायला, सामाजिक निर्णयप्रक्रियेत आपलं मत नोंदवायचा अधिकार मिळायला मुभा मिळाली. त्यांची या गोष्टी समजून घेण्याची बौद्धिक पात्रताच नाही, अशी स्त्रियांची धारणा होती.

देवा, केवळ लिंगभेदावरून एखाद्या समाजात संपूर्ण एका वर्गाला मतदानासारख्या सामान्य हक्कापासून वंचित ठेवलं जातं, ही कल्पनाही करणं अवघड आहे.

तुझी विनोदबुद्धी आवडली मला! खरंच. आता पुढे बोलू?

अगदीच–

नेतेपदाच्या जागा मिळण्यासाठी मत देण्याकरितासुद्धा त्यांना काही शतकं वाट पाहावी लागली. त्यांच्या संस्कृतीत सत्ता आणि अधिकाराची पदंसुद्धा त्यांना नाकारली गेली.

जेव्हा पुरुषांनी समाजात 'मुलं जन्माला घालणं आणि शारीरिक ताकदीमुळे हमाली करणं' यातून पदोन्नती मिळवून अधिकाराच्या जागा मिळवल्या; पण त्यांनी स्त्रियांना तशी वागणूक कधीच दिली नाही, उलट त्यांना आदर, अधिकार आणि सगळ्या माणसांसारखा सन्मानही दिला– तोही लिंगभेद न करता!

वा! हा तर मोठाच विनोद आहे!

अरेच्चा– माफ कर– मी भलत्याच ग्रहाबद्दल बोललो का?

आपण पुन्हा आपल्या विषयाकडे वळू. पण 'सैताना'च्या शोधाबद्दल बोलण्याआधी आपण थोडं शक्ती– सत्तेबद्दल बोलू. कारण त्यातूनच सैतानाचा शोध लागला.

आजच्या समाजात पुरुषच सत्तेच्या केंद्रस्थानी आहे, असं तुला म्हणायचंय? मी तुझ्यापुढे एक पाऊल जाऊन, हे असं का झालं, ते तुला सांगतो.

मातृसत्ताक समाज व्यवस्थेच्या काळात पुरुष एखाद्या राणी मधमाशीची सेवा

करणाऱ्या कामकरी मधमाशीसारखे होते, असं तू म्हणालास. पुरुष अवघड शारीरिक श्रमांची कामं करीत असत आणि मुलांना जन्माला घालून त्यांचं रक्षण करण्याकडे त्यांचं लक्ष असे, असंही तू म्हणालास. आणि त्यावर, 'मग– आता कुठे काय बदललं आहे? हे तर ते आत्ता करतायतच,' असं मला म्हणायचंय. आणि असा काहीच मोठा बदल झालेला नाही, असंच बहुतेक सगळे पुरुष म्हणतील हे मी तुला पैजेवर सांगतो. याला अपवाद म्हणजे या 'फुकटच्या हमाली'चा पुरता मोबदला लुबाडून घेणारे जास्त शक्तिशाली पुरुष. त्यांच्यापाशी नक्कीच जास्त शक्ती आहे.

खरंच– खूप शक्ती.

ठीक आहे. खूप शक्ती म्हणू. पण मला यात विरोधाभास दिसतोय– स्त्री-पुरुष दोघांनाही 'आपण फुकटची हमाली' करतोय असंच वाटतं आणि समोरची व्यक्ती याचा आनंद घेत असते. ज्या स्त्रिया पुरुषी सत्तेला काही प्रमाणात आव्हान देऊ शकतात, त्यांना हे पुरुष माघारी पाठवतात. कारण, त्या संस्कृतीसाठी जे करतील– निदान ती शक्ती असेल त्यापासून पुरुष वंचित राहतील–

स्त्रिया पुरुषांना सत्तेपासून दूर ठेवतात– 'तसं केलं नाही तर आपण संस्कृतीसाठी काही करू शकणार नाही आणि अजून तशाच अबला राहू' असं त्या म्हणतात.

तू अगदी नेमकं विश्लेषण केलंस बघ. 'आयुष्य हा बळाचा नाही, शक्तीचा विषय आहे,' हे जोवर स्त्री किंवा पुरुष– दोघांपैकी एकाला तरी कळत नाही, तोवर ते 'स्व-निर्मित' दुःखाच्या चक्रात तसेच फिरत राहतात– त्याच त्याच चुका करत राहतात. आणि आपल्यात जोवर परस्पर दुरावा आहे तोवर ते तसंच होणार, म्हणून दोघांनी एकत्र यायला हवं. एकतेतच आंतरिक शक्ती आहे. एकमेकांना दुबळं आणि शक्तिहीन करून राहण्यापेक्षा एकत्र येऊन परिस्थितीला सामोरं जायला हवं.

मी तुला सांगतो : तुमच्यात दुवा साधा. दुराव्याचा आभास संपवून टाका म्हणजे तुम्हाला पुन्हा एकदा आंतरिक शक्तीची जाणीव होईल. तीच खरी शक्ती. तेच खरं बळ. काहीही करण्याची शक्ती. कुणीही होण्याची शक्ती. काहीही मिळवण्याची शक्ती. एकतेतून जी शक्ती निर्माण होते, ती या आंतरिक शक्तीतूनच घेतली जाते.

हेच तुम्ही आणि तुमचा देव यांच्यातलं खरं नातं असतं. तुम्ही आणि तुमच्या आसपासची, तुमच्या सान्निध्यातली माणसं यांच्यातही असंच नातं असायला हवं– तेच उल्लेखनीय ठरतं.

स्वतःला वेगळं समजणं सोडून द्या– तुमची आंतरिक शक्ती तुमची खरी ताकद आहे– वैश्विक समाज म्हणूनही आणि त्या अखंड समाजाचा एक भाग या नात्यानं व्यक्ती म्हणूनही– तुमच्या इच्छेनुसार तुम्ही त्याचा उपयोग करू शकता.

तरीही लक्षात ठेवा–

ताकद आंतरिक शक्तीतून येते. आंतरिक शक्ती कुठल्याही असंस्कृत, असंस्कारी शक्तीतून येत नाही. याबाबत बहुतेक जगाच्या कल्पना मागास आहेत.

आंतरिक शक्तीशिवाय ताकद हा निव्वळ भास आहे. एकात्मतेशिवाय आंतरिक शक्ती, हे असत्य आहे. असत्य कधीच माणसासाठी उपयुक्त ठरू शकत नाही; पण ते तुमच्या वंशिक बुद्धीत कुठेतरी खोलवर रुजलं आहे. कारण, वैयक्तिक आणि विभाजन यातून आंतरिक शक्ती मिळते, असं तुम्हाला वाटतं आणि ते तसं मुळीच नाहीये. देवापासून आणि एकमेकांपासून लांब जाणं, वेगळं होणं, हे तुमच्या चुकीच्या कर्मांना आणि दुःखाला कारणीभूत ठरतं. तरीही 'पुरुषत्व' म्हणजे ताकद, असं मानून तुम्ही हे विभाजन करता आणि तुमच्या राजकारणानं, अर्थशास्त्रानं, इतकंच नव्हे तर तुमच्या धर्मांनीही या असत्याला खतपाणी घातलंय.

सगळ्या युद्धांचं मूळ या असत्यातच आहे आणि सगळ्या वर्गयुद्ध-वर्गसंघर्षांची परिणती युद्धात झाली आहे. सगळे वर्ण आणि लिंग यांच्यातला संघर्ष आणि सत्तेचा संघर्ष– हा अराजकतेच्या दिशेनं नेतो. वैयक्तिक असोत की सामूहिक– सगळे संघर्ष अखेरीस जातीयवादाकडे जातात.

हे असत्य तुम्हाला तुमच्या विनाशाकडे घेऊन जातंय हे उघड्या डोळ्यांनी दिसत असूनही तुम्ही अजूनही त्यालाच चिकटून बसताय.

आता माझं म्हणणं असं आहे : सत्य जाणा आणि ते सत्यच तुम्हाला मुक्त करेल.

फारकत, विभाजन नावाची गोष्टच नाहीये. एकमेकांपासून नाही, देवापासून नाही आणि अस्तित्वात असलेल्या कुठल्याच गोष्टीपासून नाही.

मी या सत्याचा या पुस्तकात वारंवार उच्चार करेन. मी हेच पुन्हा पुन्हा नोंदवेन.

आपण कशापासून आणि कुणापासून फारकत घेतली नव्हती, दूर गेलो नव्हतो असं समजून वागायला लागा म्हणजे तुमचं उद्याचं जग, तुमचं भविष्य विस्कळीत न होता समन्वित होईल.

हेच सर्वोत्तम सार्वकालिक रहस्य आहे. शतकानुशतकं माणूस जे शोधत होता, तेच हे उत्तर आहे. ज्यासाठी तो प्रयत्न करत होता, तो हाच उपाय आहे. हेच त्यांच्या प्रार्थनेचं व्यक्त रूप आहे, प्रकटीकरण आहे.

तुम्ही कधीच कशापासून विलग झाला नव्हतात, असंच वागा आणि जगाला एकत्र आणा.

हीच तुमच्याबरोबर असणारी ताकद आहे.

धन्यवाद. माझ्या लक्षात आलं. चल– परत एकदा उजळणी करू. प्राचीन

काळी स्त्रियांनी पुरुषांवर सत्ता गाजवली आणि आता त्याच्या उलट स्थिती आहे. आणखी एक- स्त्रियांकडून किंवा जमातप्रमुखांकडून ही सत्ता मिळवण्यासाठी पुरुषांनी सैतानाचा शोध लावला- बरोबर?

होय. त्यासाठी त्यांनी भीतीचा वापर केला. कारण, भीती हेच त्यांच्याजवळचं एकमेव साधन होतं.

अजूनही फारसं काही बदललेलं नाही. आजसुद्धा पुरुष हेच करतात. काही वेळा एखाद्या कारणाचं समर्थन देण्याआधी पुरुष भीताचा वापर करतात. विशेषतः जेव्हा पुरुष जास्त मोठे आणि ताकदीचे असतात (किंवा मोठ्या किंवा बलशाली देशाचे) काही वेळा खरं तर हे पुरुषांच्यात जन्मजातच असावं असं वाटतं. अणू-रेणूतून असावं असं. बळी तो कान पिळी. शक्ती म्हणजे सत्ता, जोर, बळ.

खरं आहे. मातृसत्ताकातून पितृसत्ताकात गेल्यापासून हेच दिसतंय.

हे असं कसं घडलं?

तो एक छोटा इतिहास आहे.

मग- सांग ना-

जेव्हा पुरुषांना मातृसत्ताक पद्धतीवर ताबा मिळवायचा होता, तेव्हा 'पुरुषांना आयुष्यात जास्त सत्ता, अधिकार द्या' असं त्यांनी स्त्रियांना पटवून देण्यापेक्षा त्यांना ते इतर पुरुषांनाच पटवून द्यावं लागलं.

आयुष्य तर सुखाचं चाललं होतं आणि स्वतःला किंमत मिळवण्यासाठी काहीतरी शारीरिक श्रमांचं काम करायचं आणि नंतर शरीरसुख घ्यायचं, असं पुरुषांचं चाललं होतं. त्यामुळे शक्ती नसलेल्या पुरुषांसाठी हे सोपं नव्हतं- दुर्बल पुरुषांना सत्ता मिळवण्यासाठी राजी करणं सोपं नव्हतं- जोवर त्यांना भीतीचा शोध लागला नव्हता, तोवर हे कठीण होतं.

'भीती' या गोष्टीचा स्त्रियांनी कधी विचार केलेला नव्हता. पुरुषांमधल्या असंतोषातून शंकेची बीजं पेरली गेली, आणि त्यातून 'भीती' निर्माण झाली. एकुणातच पुरुष फारसे प्रिय नव्हते. स्त्रियांना आवडत नव्हते. त्यामुळे स्त्रिया त्यांच्याकडे जास्त लक्ष देत नसत.

मी अगदी पैजेवर सांगतो- शारीरिक सुखाबाबतच्या निराशेपायी त्यांच्या या सगळ्या तक्रारी असणार.

अगदी बरोबर. असंतुष्ट पुरुषांनी त्यांच्याजवळचं एकमेव शस्त्र, साधन वापरलं. त्यांनी शंकेच्या बीजातून भीतीचं पीक काढायला सुरुवात केली. 'स्त्रिया चुकल्या तर

काय होईल,' असं त्यांनी विचारलं. जग चालवण्याचा त्यांचा मार्ग सर्वोत्तम नसेल तर काय? जरी असला, तरी प्रत्यक्षात अखिल मानवजातीचा त्यानं नक्कीच सर्वनाश होणार असेल तर?

या गोष्टीची अनेक पुरुष कल्पना करू शकत नव्हते. अखेर स्त्रियांचा देवतांशी थेट संबंध नव्हता का? त्या शरीरानं देवतांच्या प्रतिकृती नव्हत्या का? आणि देवता चांगल्याच असणार ना?

ही सगळी शिकवणी इतकी प्रभावी, परिणामकारक होती की पुरुषांना सैतानाचा शोध लावण्याशिवाय गत्यंतर नव्हतं. मातृसत्ताक पद्धत मानणारे स्त्रियांना पूजनीय मानत, त्यांच्या सद्‌गुणांवर, चांगुलपणावर त्यांचा पूर्ण विश्वास होता. त्याला धक्का द्यायचा, तडा द्यायचा तर सैतानाचा शोध लावणं गरजेचं होतं.

'सैतान आहे' यावर कोणीही विश्वास ठेवावा, हे त्यांनी कसं काय साधलं?

त्यांच्या संपूर्ण समाजात 'रॉटल ॲपल– सडक्या सफरचंदा'ची गोष्ट सगळ्यांना ठाऊक होती– अगदी स्त्रियांनीसुद्धा याचा प्रत्यय घेतला होता– काही मुलं विनाकारणच अचानक 'वाईट' वागायला लागतात, हे त्यांना ठाऊक होतं– विशेषतः मुलांवर या बाबतीत नियंत्रण, ताबा ठेवता येत नाही, हे प्रत्येकालाच माहीत होतं.

त्यानुसार दंतकथाही तयार केली गेली.

त्यानुसार एक दिवशी महामातेनं– देवांच्या देवतेनं एका बाळाला जन्म दिला. तो पुढे वाईट मार्गी लागला. आईनं कितीही प्रयत्न केले तरी त्याला जे करायचं तेच त्यानं केलं. शेवटी त्यानं आईच्या सम्राज्ञीपदाच्या मुकुटासाठीच संघर्ष सुरू केला.

प्रेमळ, क्षमाशील आईच्या दृष्टीनं ही फारच क्लेषकारक घटना होती. त्या मुलाला कायमचं हद्दपार करून टाकलं होतं, तरीही तो आपली दुष्ट हुशारी दाखवायचा आणि कधी कधी तर वेश पालटून स्वतःच्या आईचा भास निर्माण करायचा– आईचं सोंग घ्यायचा.

त्यातूनच पुरुषांनी हा प्रश्न उपस्थित केला– 'आम्ही जिची पूजा करतो ती देवता, खरंच तीच देवता आहे, हे आम्ही कसं समजावं? ही देवता म्हणजे तिचा तो मोठा झालेला वाममार्गी मुलगाही असेल आणि आम्हाला उल्लू बनवत असेल?'

असल्या युक्तिवादातून पुरुषांनी इतर पुरुषांना चिंतेत टाकलं– मग आपल्या चिंतेचा स्त्रिया मुळीच गांभीर्यानं विचार करीत नाहीत असं म्हणून पुरुषांना स्त्रियांविरुद्ध चिथावणी दिली.

अशा तऱ्हेनं ज्याला तुम्ही 'सैतान' म्हणता– तो निर्माण झाला. वाईट-वाममार्गी मुलाबद्दल दंतकथा तयार करणं अवघड नव्हतं आणि सैतानासारख्या जीवाचं अस्तित्व असण्याची शक्यता आहे, हे स्त्रियांना पटवणंही अवघड नव्हतं.

शिवाय हे 'वाईट अपत्य' मुलगाच असणं हे मान्य करणं कुणालाच कठीण नव्हतं. कारण, पुरुष जात खालच्या दर्जाचीच नव्हती का?

पण या दंतकथेतून एक प्रश्न उद्‌भवला– जर वाईट मूल हे 'मुलगा'च असेल, पुरुष असेल, तर त्याच्यावर मात कोण करणार? नक्कीच ती स्त्री असू शकत नव्हती. कारण, पुरुषांनी चतुराईनं म्हणूनच ठेवलं होतं– 'जेव्हा गोष्टी शहाणपणाच्या आणि अंतर्दृष्टीच्या, पारदर्शी आणि संयमाच्या, योजनाबद्धतेच्या आणि विचाराच्या असतात, तेव्हा नक्कीच स्त्रियाच श्रेष्ठ ठरतात– यात शंकाच नाही. पण जेव्हा रांगडेपणाची, शारीरिक ताकदीची गरज असते, तेव्हा पुरुषांचीच गरज भासते ना?'

पूर्वी देवतांच्या दंतकथांमध्ये पुरुषांची भूमिका फक्त स्त्रियांना संगत-सोबत करण्याची होती. ते त्यांचे नोकर म्हणून काम करायचे आणि त्यांच्या उदात्त देवतांची वासनापूर्ती करायचे.

पण आता पुरुषाकडून आणखी काही अपेक्षा होत्या– त्यानं देवतेचं रक्षण करावं आणि शत्रूचा पराभव करावा, असंही अपेक्षित होतं. अर्थात हा बदल एका रात्रीत झालेला नव्हता– त्यासाठी अनेक वर्षं जावी लागली. हळूहळू– खूपच हळूहळू समाज पुरुष जातीकडे आध्यात्मिक दंतकथामधला 'रक्षणकर्ता' म्हणून बघायला लागला. कारण त्यांच्या देवतेचं रक्षण करायला अशा 'रक्षणकर्त्या' पुरुषाची स्पष्टपणे नितांत गरज होती.

आता जरी देवतेच्या शेजारी पुरुष उभा असलेला दिसत असला, तरी 'फक्त रक्षणकर्ता' ते 'समान जोडीदार' ही झेप फार मोठी नव्हती. पुरुष देव झाला होता आणि काही काळ देव आणि देवतांनी मिळून दंतकथांवर अधिराज्य गाजवलं.

नंतर पुन्हा हळूहळू देवांना महत्त्वाच्या भूमिका दिल्या गेल्या. संरक्षण आणि ताकदीची गरज चतुराई आणि प्रेमाच्या गरजेला पूरक ठरली. अशा दंतकथांमध्ये एका वेगळ्याच प्रकारच्या प्रेमाची ओळख झाली– रानटी ताकद असलेलं संरक्षक प्रेम. ज्याचं रक्षण करायचं– त्याची या प्रेमात अभिलाषा होती– हे प्रेम स्त्रियांची फक्त वासनापूर्ती करणारं नव्हतं, तर त्यांच्यासाठी लढणारं आणि वेळप्रसंगी मरण पत्करणारं होतं.

देवांच्या अवर्णनीय सौंदर्यापोटी आपसात भांडणाऱ्या अत्यंत शक्तिशाली देवांच्या गोष्टींनी दंतकथा भरून गेल्या. आणि त्यातूनच जागृत देव जन्माला आला.

हे फारच अद्‌भुत, चमत्कारिक आहे.

थांब. आता आपण अगदी शेवटाकडेच येतोय– थोडं थांब–

या देवतांची ईर्ष्या फक्त देवतांपुरतीच मर्यादित राहिली नाही– लवकरच ती सगळ्याच गोष्टींबद्दल निर्माण होऊ लागली. 'माझ्यावरच जास्त प्रेम करा– इतर

कुठल्या देवावर प्रेम करू नका– किंबहुना दुसऱ्या कशावरच प्रेम करू नका' अशी त्यांची मागणी झाली.

पुरुष जात सर्वांत जास्त शक्तिमान होती– आणि 'देव' हे पुरुषांमधले सर्वांत जास्त शक्तिशाली होते. त्यामुळे या नव्या दंतकथेमध्ये आक्षेप घ्यायला, प्रतिवाद करायला जागाच नाही.

आक्षेप घेणाऱ्यांच्या गोष्टी आल्या आणि विरूनही गेल्या. क्रोधाचा देव जन्माला आला होता. कालांतरानं एकूणच देवत्वाची– परमेश्वराची संकल्पनाच उलथून टाकली गेली. परमेश्वर हा प्रेमाऐवजी सगळ्या भीतींचा स्रोत बनला.

बहुधा प्रेमाचं प्रतीक म्हणून सर्वसाधारणपणे स्त्रीकडे बघितलं जाई– स्त्री म्हणजे अपार सहनशीलता, असीम वात्सल्य, अफाट, निरपेक्ष अपत्यप्रेम आणि हो– तिच्या इतक्या तेजस्वी नसूनही 'उपयोगी' असणाऱ्या तिच्या पुरुषाबद्दलचं तिचं प्रेम– या सगळ्याची जागा आता द्वेष, मत्सर, रांगडं प्रेम, असहिष्णू 'देव' यांनी घेतली. 'देव'– जो क्षमाशील नाही, दयाळूही नाही!

आधीच्या प्रसन्न देवतेच्या असीम प्रेमाची आणि निसर्गनियमांना सहज मान्य करण्याच्या समर्पण वृत्तीची जागा आता कडक शिस्तीच्या, करारी मुद्रेच्या, निसर्गनियमांवर मात करण्याची महत्त्वाकांक्षा बाळगणाऱ्या आणि सीमित प्रेम करणाऱ्या देवानं घेतली.

आज तुम्ही ज्याची पूजा करताय, तो हा देव आहे आणि म्हणूनच तुमची आत्ताची ही स्थिती आहे.

गमतीशीर– आश्चर्यकारक आणि मजेशीर आहे हे! पण हे सगळं तू मला का सांगतोयस? हे सगळं मला सांगण्यामागचा तुझा हेतू काय?

तुम्हीच हे सगळं उचलून धरलं आहे, म्हणून तू हे समजून घेणं महत्त्वाचं आहे. 'सत्ता म्हणजे सत्य' किंवा 'बळी तो कानपिळी' या कल्पना म्हणजे तुम्हा पुरुषांनीच निर्माण केलेल्या धर्मशास्त्रीय दंतकथांची उत्पत्ती आहे.

द्वेष, ईर्ष्या आणि संताप असणारा देव ही काल्पनिक गोष्ट होती. पण तुम्ही ती इतक्या दीर्घ काळ कल्पनेत ठेवलीत, की ती खरी झाली. तुमच्यातले काही जण आज अजूनही ते सत्य मानतात. खरंतर अंतिम सत्याशी किंवा खरंच इथे काय घडतंय याच्याशी त्याचा काडीमात्र संबंध नाही.

इथे काय घडतंय?

इथे घडतंय असं की तुमच्या आत्म्याला त्याच्या कल्पनेनुसार सर्वोच्च अनुभव घ्यायची इच्छा आहे. त्याला स्वतःला स्वानुभवातून जाणून घ्यायचंय– याचसाठी तर

तो इथे आलाय (म्हणजे स्वतःचं सत्य).

मग त्यानं ऐहिक उपभोगांचा शोध लावला– म्हणजे फक्त शरीरसुखच नव्हे, तर सर्व प्रकारची सुखं– आणि जसजसा तो या सुखांमध्ये अडकत गेला, तसतसा तो आत्म्याचा उद्देश विसरला.

खरं तर ती शारीरिक सुखापेक्षासुद्धा खूप आनंद देणारीच गोष्ट आहे... पण आत्म्याला त्याचा विसर पडला.

बरं, असू दे. 'आता आपण इतिहासापासून फार दूर चाललोय' या संवादात तू आधी ज्या विषयाला स्पर्श केला होतास, त्या विषयापेक्षा आपण दुसरीकडेच चाललोय. तेव्हा विषयांतर न करता मूळ विषयाकडे आपण वळू या का?

खरं तर आपण इतिहासापासून लांब गेलेलो नाहीये. आपण सगळं एकत्र आणायचा प्रयत्न करतोय. आणि हे खूप सोपं आहे बरं का! तुमच्या आत्म्याचा उद्देश शरीर धारण करण्याचं त्याचं कारण म्हणजे तुम्ही खरंच कोण आहात ते असणं आणि ते अनुभवणं!

ही आंतरिक इच्छा म्हणजेच जीवनाचा, अस्तित्वाचा शोध. ही अभिव्यक्तीची निवड म्हणजेच देव-परमेश्वर. इतिहासातला देव हा खरा देव नाही. हाच तर मुद्दा आहे. तुमच्याच आत्म्यातून मी व्यक्त होत असतो आणि मला स्वतःला अनुभवू शकतो.

हे तुझ्या अनुभवाला चौकटीत बांधण्यासारखं नाही का?

तसं केल्याशिवाय ते होणार नाही. ते तुमच्यावर अवलंबून आहे. तुम्ही जी पातळी निवडाल, तसं तुम्हाला माझं व्यक्त रूप दिसेल आणि माझी अनुभूती येईल. उत्तम अभिव्यक्तीची निवड करणारेही काही जण आहेत. येशूहून अधिक उंची गाठणारा या जगात दुसरा कोणी नाही– तसे त्याच्यासमान असणारे अन्य काही आहेत, पण त्याहून जास्त कोणी नाही.

म्हणजे येशू हा सर्वोच्च आदर्श नाही? तो देवाने निर्माण केलेला मानव नाही?

येशू हाच सर्वोच्च उदाहरण आहे. पण ती उंची गाठणारा तोच एकमेव आहे, असं नाही. येशू देवानं निर्माण केलेला माणूस आहे, पण देवानं निर्माण केलेला तोच एकमेव माणूस नाही.

प्रत्येक माणूस 'देवाचा पुत्र' आहे. तुम्ही मीच आहात आणि तुमच्या आत्ताच्या रूपात मला व्यक्त करत आहात. त्यामुळे मला तुम्ही चौकटीत अडकवताय, सीमित करताय अशी खंत बाळगू नका. कारण मी कधीच सीमित नव्हतो आणि असणारही

नाही. मी निवड केलेले तुम्हीच एकटे आहात असं तुम्हाला वाटतंय? माझा अंश मी फक्त तुम्हा मनुष्यप्राण्यांमध्येच रुजवलाय, अशी तुमची कल्पना आहे?

मी सांगतो– मी इथल्या प्रत्येक फुलात, प्रत्येक इंद्रधनुष्यात, आकाशात दिसणाऱ्या प्रत्येक ताऱ्यात, इथल्या प्रत्येक गोष्टीत, चराचरात आणि प्रत्येक ताऱ्याभोवती फिरणाऱ्या प्रत्येक ग्रहात मी आहे. मी वाऱ्याचं घोंघावणं आहे, तुमच्या सूर्याची ऊब आहे, अवर्णनीय–अतुलनीय-एकमेव वैयक्तिकता, वेगळेपण आहे आणि हिमकणातील असामान्य अचूकता आहे.

मी गरुडझेपेतला डौल आहे. शेतातल्या सशाची-हरिणीची निरागसता आहे. वनराजातलं धैर्य-शौर्य मी आहे. जुन्या जाणत्यांमधला शहाणपणा मी आहे.

तुमच्या एका ग्रहावरच्या अभिव्यक्तीच्या प्रकारांच्या चौकटीत बसण्यासारखा मी सीमित नाही. मी कोण आहे हे तुला ठाऊक नाही; पण तू फक्त तसा विचार करू शकतोस. मात्र मी तुमच्यापुरता मर्यादित आहे असा विचार करू नकोस– किंवा माझा दिव्यांश– अत्यंत पवित्र आत्मा फक्त तुला– आणि तुम्हालाच दिलाय असंही वाटून घेऊ नकोस. हा फार उद्धट, मर्यादांचं उल्लंघन करणारा आणि चुकीची माहिती देणारा विचार ठरेल.

चराचरात माझं अस्तित्व आहे. हे सगळं म्हणजे माझंच व्यक्त रूप आहे. संपूर्णतः हा माझा स्वभाव आहे. मी नाही अशी एकही गोष्ट नाही आणि एकही गोष्ट अशी नाही, जी मी असू शकणार नाही.

तुमची निर्मिती, माझा प्रिय-कृपावंत प्राणिमात्रांची निर्मिती हा माझा हेतू आहे– जेणेकरून मी माझाच अनुभव घेण्याचा अनुभव घेऊ शकतो.

'निर्माता' हा माझा एक विशेष पैलू आहे. मी काही तुमच्या पुराणकथांमधला देव नाही की देवीही नाही. मी आहे निर्माता– जो निर्माण करतो, निर्मिती करतो. तरीही मी माझ्या अनुभूतीतून स्वतःला जाणून घेण्यासाठी कशाची तरी निवड करत असतो.

म्हणजे बघ– हिमकणातून मला माझी अचूकता कळते, गुलाबाच्या फुलातून मला माझं अप्रतिम सौंदर्य दिसतं आणि माझी निर्मितीची क्षमता मला कळते ती तुमच्यातून!

अत्यंत जाणीवपूर्वक निर्मितीची जी क्षमता मी तुम्हाला दिलीय– ही माझीच क्षमता आहे. माझाच गुण आहे.

तुमच्यातूनच मला माझा प्रत्येक पैलू कळतो. हिमकणातला अचूकपणा, गुलाबाचं अप्रतिम सौंदर्य, सिंहातलं साहस, गरुडातली भव्यता, डौल– सगळं काही तुमच्यातही आहे. या सगळ्या गोष्टी मी तुमच्यासाठी ठेवल्या आहेत. याशिवाय आणखी महत्त्वाची गोष्ट मी तुम्हाला दिलीय– ती म्हणजे या सगळ्या गोष्टी असल्याची 'जाणीव'.

अशामुळे तुम्हाला 'स्व'ची जाणीव आहे, आणि म्हणूनच तुम्हाला एक सर्वांत मोठी, सर्वांत महत्त्वाची देणगी मिळालीय– तुम्हाला तुम्ही 'तुम्ही' असल्याची असलेली जाणीव– ती म्हणजेच मी.

मी 'मी' आहे, मी 'मी' असल्याची मला जाणीव आहे. 'जो मी आहे– तो मी आहे' हे मी म्हंटलं ते याच अर्थानं.

जी जाणीव, अनुभूती हाच माझा तुमच्यातला अंश आहे.

आणि तुम्ही जो अनुभव घेताय (आणि तुमच्याद्वारा मी जो अनुभव घेतोय) तो 'मी' आहे– माझी निर्मिती.

स्व-निर्मितीची माझी ही प्रक्रिया सतत-निरंतन सुरू आहे.

म्हणजे देव चिरंतन, स्थिर नाही असं म्हणायचं का? पुढच्या क्षणी तू कोण होणार आहेस– असणार आहेस हे तुझं तुलाच माहीत नसतं– तुझी तुलाच कल्पना नसते, असा याचा अर्थ घ्यायचा का?

मला कसं माहीत असणार? तू अजून पक्कं ठरवलेलं नाहीस!

मला जरा नीट सांग– हे सगळं मी ठरवतो?

होय. मी 'मी' असण्यासाठी तुम्ही माझी निवड केलीय. तुम्ही 'मी' आहात– मी काय आहे आणि काय होणार आहे याची निवड करणारे तुम्ही 'मी' आहात.

सामूहिकरीत्या तुम्ही सगळे ते निर्माण करत आहात. तुम्ही हे वैयक्तिक पातळीवर करत आहात– कारण, तुमच्यातला प्रत्येक जण आपण कोण आहोत, हे ठरवतो, आणि तसा अनुभव घेतो. तसंच हे तुम्ही सामूहिकरीत्याही करता– परस्पर सहकार्यानं अस्तित्व निर्माण करता.

मी तुमच्यातला खूप जास्त अंशानं संकलित अनुभव आहे.

आणि पुढच्या क्षणी तू कोण असणार आहेस, हे खरंच तुला माहीत नाही, असं तुझं म्हणणं आहे?

एका क्षणापूर्वीच मी आनंदी झालोय. अर्थात् मला ठाऊक आहे. तुमचे सगळे निर्णय मला आधीच कळतात. त्यामुळे मी कोण आहे, मी अनंत काळापासून कोण आहे आणि नेहमीच कोण असणार आहे, हेही मला माहीत आहे.

मी कशाची निवड करणार आहे, कोण व्हायचं ठरवणार आहे, काय करायचं ठरवणार आहे, पुढच्या क्षणी मला काय मिळणार आहे, हे तुला कसं कळतं? खरं तर साऱ्या मानवजातीबद्दलच मला म्हणायचंय– की ते कशाची निवड करणार आहेत, हे तुला कसं समजतं?

सोपं आहे. निवड तर तुम्ही आधीच केलेली असते. तुम्हाला जे व्हायचं असतं, करायचं असतं किंवा मिळवायचं असतं– ते तुम्ही करून टाकलेलं आहे. ते आत्ताच तुम्ही करताय!

लक्षात येतंय? *'वेळ'-'काळ' अशी गोष्टच नाहीये.*

आपण याबद्दल आधी चर्चा केलीय.

त्याचीच इथं उजळणी करणं योग्य आहे.

खरं आहे. 'काळ' कसा काम करतो ते परत सांग.

तुम्ही भूतकाळ, वर्तमानकाळ आणि भविष्यकाळ अशी संकल्पना मांडता. तुमच्या आत्ताच्या अनुभवाची मांडणी करताना त्यांचा 'संदर्भ' म्हणून उपयोग करून तुम्ही सत्याचा शोध घेतला. नाहीतर तुमच्या (आमच्या) अनुभवांची एकमेकात सरमिसळ झाली असती.

खरं तर ती आत्ताच होते आहे– 'एकाच'वेळी सगळंच घडतंय– पण तुम्हाला हे कळत नाहीये. तुम्ही स्वतःला संपूर्ण सत्यापासून लांब– तुमच्या स्वतःच्याच समजुतींच्या भक्कम कोषात अडकवून ठेवलं आहेत.

मी दुसऱ्या पुस्तकात याबद्दल सविस्तर सांगितलं आहे. तुम्ही ते पुन्हा वाचलंत तर बरं होईल. म्हणजे या संदर्भात मी काय म्हटलंय ते तुमच्या नेमकं लक्षात येईल.

सर्व काही एकाच वेळी एकाच क्षणी घडतंय, हेच मला तुम्हाला सांगायचंय. अगदी प्रत्येक गोष्ट. म्हणूनच 'मला काय व्हायचंय', 'मी कोण आहे' आणि 'मी कोण होतो' हे मला नेहमीच ठाऊक असतं. हेच 'नेहमी' असतं.

आणि म्हणूनच– पहा– तुम्ही मला कधीच कुठल्याही प्रकारे चकित करू शकत नाही. तुम्ही कोण आहात, हे तुम्हाला तुमच्या स्वतःच्या अनुभवातून कळावं, म्हणून तर 'तुमच्या' गोष्टीचा– या जगाच्या पसाऱ्याचा खेळ मांडला. त्याची मुद्दामच अशी रचना केली जेणेकरून तुम्हाला आपण कोण आहोत, याचा विसर पडावा– म्हणजे तुम्हाला कदाचित आपण कोण आहोत, याची या क्षणी परत आठवण होईल आणि तुम्ही तसं कराल.

पण मी कोण आहे, याचा मी आधीच अनुभव घेत असेन, तर मी ते 'निर्माण' कसं करणार? करू शकणार नाही. मी जर आत्ता सहा फूट उंच असेनच, तर मी सहा फूट उंची निर्माण कशी करणार? त्यासाठी मी सहा फुटांपेक्षा थोडा बुटका असायला हवं– किंवा निदान मी तसा आहे, असा विचार तरी करायला हवा.

अगदी बरोबर. तुझ्या नेमकं लक्षात येतंय. आणि आपण 'निर्माता' असावं अशी

त्या आत्म्याची (देवाची) सर्वांत मोठी इच्छा असल्यानं आणि प्रत्येक गोष्ट आधीच निर्माण केलेली असल्यानं आपल्या निर्मितीबद्दल सगळंच विसरून जाण्याखेरीज आपल्याकडे दुसरा मार्गच नसतो.

आपल्याला हा मार्ग सापडलाय याचं मला नवल वाटतंय. आपण सर्व जण एक आहोत आणि देवही आपल्यातलाच एक आहे याचा आपण विसर पाडू बघतोय– म्हणजे 'गुलाबी हत्ती' असल्याचा विसर पाडण्यासारखं आहे. आम्ही एवढे गुंग, देहभान हरपलेले, संमोहित कसे होऊ शकतो?

तुम्ही भौतिक जगातल्या सगळ्या गोष्टींच्या रहस्यांची उकल केली आहे. तुम्हाला इतकं गुंगवून टाकणारं हे भौतिक जगच आहे– आणि ते खरंच आहे– कारण, शेवटी ते असामान्य धाडसच आहे!

स्वतःला विसरण्यासाठी 'आनंद' या घटकाची आपण मदत घेतली. सगळ्या आनंदाची सर्वांत महत्त्वाची बाब म्हणजे त्यातला 'आनंद'. तुमच्या आत्ताच्या– या घटकेच्या आनंदातून तुम्ही खरंच कोण आहात त्याची पुनर्निर्मिती करता. त्यातून पुढची दिव्यत्वाची उच्च पातळी गाठता. हाच देवाचा सर्वांत मोठा आनंद आहे.

तुम्हाला तुम्ही खरंच कोण आहात याचा विसर पाडणारा आनंद हा खालच्या पातळीवरचा म्हणावा लागेल. पण म्हणून खालच्या पातळीला नावं ठेवून, दोष देऊन, नाकारून चालणार नाही. कारण, त्या पातळीखेरीज वरची पातळी म्हणजे काय, हे कळणार नाही.

अच्छा! म्हणजे इंद्रियजन्य सुख 'आम्ही कोण आहोत', याचा विसर पडण्याचं मुख्य कारण आहे तर! आणि नंतर त्यांच्याचमुळे स्मरणही होतं!

कसं बरोब्बर बोललास! 'तुम्ही कोण आहात' याची आठवण शारीरिक सुखातून तेव्हा होते– जेव्हा तुम्ही त्याच्यापासून वरच्या पातळीवर जाता– हीच जीवनाची मूलभूत ऊर्जा आहे.

तुम्ही काही वेळा तिला 'लैंगिक ऊर्जा' म्हणता आणि ती जेव्हा तुमच्या अंतरंगातल्या अस्तित्वापर्यंत जाऊन पोहोचते तेव्हा त्या क्षेत्राला तुम्ही 'तृतीय क्षेत्र' – आज्ञाचक्र म्हणता. हे क्षेत्र तुमच्या कपाळाच्या मध्यभागी आणि दोन्ही डोळ्यांच्या किंचित वर असतं. तिथे ही ऊर्जा एकवटली की ती तुम्हाला सगळ्या शरीरभर जाणवते– ती संभोगाच्या उत्कट क्षणासारखीच असते.

हे कसं होतं? तू हे कसं करतोस?

तू तसा फक्त 'विचार' कर. मला हेच म्हणायचंय. तू खरंच आतल्या

मार्गाचा– ज्याला 'चक्रं' म्हणतात, त्याचा तू अक्षरशः फक्त विचार कर. एकदा ही जीवनऊर्जा वाढली– वाढत गेली की संभोगाच्या सुखाची जशी चटक लागते तशी या ऊर्जेचीही ओढ लागते.

ऊर्जेचा हा अनुभव अतिशय दिव्य असतो. एकदा आला की लगेच सर्वांत हवाहवासा वाटायला लागतो. त्याची इच्छा कमी झाली, तरी पूर्णपणे कधीच संपत नाही. ती नैसर्गिक ओढ कमी व्हावी, असा तू प्रयत्नही करू नयेस. कारण, साध्या अनुभवाखेरीज उच्च दर्जाचा अनुभव समजू शकत नाही; त्याच्याशिवाय त्याचं अस्तित्वच नसतं. या आधीही मी हे बऱ्याचदा म्हटलं आहे. एकदा तुम्ही उच्च अनुभव घेतलात, की परत खालच्या पातळीवरही उतरायला हवंत. म्हणजे पुन्हा वरच्या पायरीवर जायचा आनंद घेता येईल.

हीच आयुष्याची पवित्र लय आहे. तुमच्या शरीराच्या आत सभोवताली असणाऱ्या ऊर्जेचं चालन करूनच नव्हे, तर परमेश्वराच्याही आत असणाऱ्या ऊर्जेचं चालन करून तुम्ही हे करू शकता. खालच्या पातळीवर जाणीव निर्माण होते, मग तुमची जाणीव-जागृतीची पातळी वाढत जाते, उत्क्रांत होत जाते. तुम्ही खरंच परमेश्वराच्या आतली ऊर्जा वाढवत जाता. तुम्ही ती ऊर्जा आहात. आणि जेव्हा तुम्ही त्या ऊर्जेची सर्वोच्च पातळी गाठता, तिचा संपूर्ण अनुभव घेता, तेव्हा पुढचा काय अनुभव घ्यायचा, याची निवड करता. सापेक्षतेच्या संदर्भात त्या अनुभवाची निवड करता.

तुम्हाला स्वतःला स्वतःची 'स्व'ची जाणीव होण्याचा अनुभव पुन्हा घ्यावासा वाटेल. हा खरोखरच अतिशय विलक्षण अनुभव आहे– आणि त्यातून कदाचित तुम्ही हे विश्वचक्र पुन्हा गतिमान करू शकता.

हे वैश्विक चक्र– ही गती कर्माच्या चक्रासारखीच– कर्माच्या गतीसारखीच आहे का?

नाही. कर्माची अशी कुठलीही गती किंवा कर्माचं असं चक्र नसतं. तुम्ही जशी कल्पना करता, तसं तर नक्कीच नसतं. तुम्ही त्या चक्रात– नव्हे ट्रेडमीलवर आरूढ आहात, आणि आधीच्या कृत्यांची परतफेड करण्यासाठी सगळं काही करताय आणि नव्यानं काही कर्मं उभी राहू नयेत यासाठी प्रयत्नशील आहात, अशीच सर्वसाधारपणे तुमची कल्पना असते. यालाच तुमच्यातले काही जण कर्माची गती म्हणतात. पाश्चात्त्य विचारधारेतून ही फारशी वेगळी विचारधारा नाही. कारण, दोन्हीमध्ये तुम्हाला अक्षम्य पापी समजलं जातं. वरच्या आध्यात्मिक पातळीवर जाण्यासाठी तुम्हाला अजून शुद्ध कसं होता येईल, यासाठी *प्रयत्न करायला हवेत, असं त्यात म्हटलं जातं.*

मी इथे ज्या अनुभवाचं वर्णन केलंय, त्याला दुसरीकडे मी वैश्विक चक्र म्हणतोय. कारण पाप, देवाणघेवाण, परतफेड, शिक्षा किंवा शुद्धीकरण असं काही

नसतं, वैश्विक चक्र फक्त अंतिम सत्य किंवा विश्वाच्या उत्पत्तीचं शास्त्र सांगतं.

हे जीवनचक्र आहे किंवा काही वेळा मी त्याला प्रक्रिया म्हणतो. निसर्गातल्या अनादि-अनंत गोष्टींचं ते चित्र आहे. ती अदिश मार्गावरून आत्म्याची आनंद यात्रा असते. त्यात ते प्रत्येकाशी जोडलेलं असतं.

परमेश्वराच्या ऊर्जेला हलवण्याची शक्ती या पवित्र संपूर्ण जीवनलयीत असते.

वा! या गोष्टीचं इतकं सरळ सोपं स्पष्टीकरण मी पहिल्यांदाच ऐकतोय. याआधी मला हे इतकं स्पष्टपणे समजलं होतं, असं मला वाटत नाही.

ही स्पष्टता तुझ्या अनुभवातूनच तुला मिळालीय. यासाठीच तर हा संवाद आहे. आणि तुझ्याबाजूनं हा उद्देश सफल होतोय, याचा मला आनंद आहे.

वैश्विक चक्राच्या सत्यामध्ये खालची किंवा वरची पातळी असं काही नाही. कशी असू शकेल? कारण, ते म्हणजे चक्र आहे, पायऱ्या असणारा सोपान नाही.

वा! उत्तम! ही सर्वोत्तम कल्पना आहे आणि सर्वोत्कृष्ट समजसुद्धा. म्हणूनच ज्याला तुम्ही खालची पातळी म्हणता, ती एकदम टाकाऊ समजू नका. ती पातळी अगदी सुरुवातीची, पायाभूत, माणसात पशुत्वाचा अंश दिसणारी असली, तरी त्या पातळीवर असणाऱ्यांना शुभेच्छा द्या. वरच्या पातळीतल्या माणसांना 'स्व-गृही' जाण्यासाठी जो मार्ग सापडला, त्या मार्गावर जाण्यासाठी या खालच्या पातळीवर असलेल्यांना सन्मानानं प्रोत्साहन द्या.

यामुळे लैंगिक संबंध– सेक्स या विषयाबाबत माणसांच्या मनात असणारी अपराधीपणाची भावना कमी व्हायला मदत होईल.

म्हणूनच तर सेक्सचा खिलाडू वृत्तीनं आनंद घ्या आणि सगळं आयुष्य आनंदानं भरून टाका, असं मी सांगत असतो.

तुम्हाला जे पवित्र धार्मिक वाटतं, ते अपवित्र– धर्माचा अपमान करणाऱ्या गोष्टींमध्ये मिसळून टाका. कारण, जोवर तुमची प्रार्थनेची जागा प्रेमासाठी सर्वोत्तम स्थळ होत नाही आणि तुमचं शयनगृह प्रार्थनेसाठी सर्वोत्तम ठिकाण होत नाही, तोवर तुम्हाला काहीच चांगलं दिसणार नाही.

शरीरसंबंध हा देवापासून वेगळा आहे, असं तुम्हाला वाटतं? पण मी सांगतो– रोजच रात्री मी तुमच्या शयनगृहात असतो.

तेव्हा पुढे सांग! तुला जे अपवित्र वाटतंय ते आणि ज्याला तुम्ही पवित्र, गूढ समजता ते– दोन्ही गोष्टी एकमेकात गुंफून बघ; म्हणजे त्यात काही फरक नाही, हे तुझ्या लक्षात येईल. या सगळ्या गोष्टी एकच आहेत, असं तुला जाणवेल.

त्यामध्ये नंतर जेव्हा तू उन्नत होण्याच्या मार्गावर पुढे जात असशील, तेव्हा तू सेक्सला हीन ठरवून दुर्लक्षित करणार नाहीस, उलट त्याचा वरच्या पातळीवरून तू आनंद घेऊ शकशील. कारण, सगळं आयुष्य या तीन अक्षरांत सामावलेलं आहे– संयुक्त ऊर्जा आदान-प्रदान!

जर सेक्सबाबत हे तू समजून घेतलंस, की तुला आयुष्यातली प्रत्येक गोष्ट समजेल– ज्याला तुम्ही आयुष्याचा शेवट म्हणता तो 'मृत्यू'सुद्धा! मृत्यूच्या क्षणी 'आपलं आयुष्य असंच वाया गेलं' असं तुम्हाला वाटणार नाही. उलट तुम्ही आयुष्यभर छान आनंदात राहाल.

आपल्या जगाहून देवाची दुनिया वेगळी नाही– म्हणजे 'देव' नाही असं काहीच नाही, असं तुमच्या लक्षात येईल, तेव्हा तुम्ही 'सैतान' नावाच्या माणसाचा शोध सोडून द्याल.

'सैतान' असेलच तर तो तुम्हाला माझ्यापासून वेगळं करणाऱ्या प्रत्येक विचारात असेल. तुम्हाला माझ्यापासून तोडणाऱ्या प्रत्येक विचारात सैतानाचं अस्तित्व असेल. तुम्ही माझ्यापासून वेगळे होऊ शकत नाही, दूर जाऊ शकत नाही. कारण, सगळीकडे 'मीच' भरून राहिलो आहे, सर्वत्र माझंच अस्तित्व आहे. लोकांना घाबरवून आपल्याला हवं ते त्यांच्याकडून करवून घेण्यासाठी माणसांनी 'सैतानाचा' शोध लावला. जर त्यांनी तसं केलं नाही, तर देवापासून ते दूर जातील, असा धाक घातला जातो. नरकात महाभयंकर आगीत लोटलं जातं, असं म्हणून त्यांना सर्वांत मोठी भीती दाखवली जाते. पण आता तुम्ही ही भीती झुगारून द्यायला हवी. कारण, तुम्हाला माझ्यापासून कोणीही दूर करू शकणार नाही. तुम्ही आणि मी एकच आहोत. आत्ता मी जो आहे, तसाच मी असणार आहे. असं असताना मी स्वतःला का नाकारावं? आणि मी तसं कसं करेन? मी स्वतःला स्वतःपासून दूर कसा करेन?

मला प्रगत व्हायचंय, अधोगती करून घ्यायची नाहीये. मला मोठं व्हायचंय, नष्ट व्हायचं नाहीये. मला अनुभव घ्यायचे आहेत, अनुभव न घेता राहायचं नाहीये. अस्तित्व टिकवणं, हे माझं ध्येय आहे. मला अस्तित्वहीन व्हायचं नाहीये, माझं अस्तित्व नष्ट करायचं नाहीये– पुसून टाकायचं नाहीये.

मला तुमच्यापासून किंवा इतर कुठल्याच गोष्टीपासून स्वतःला वेगळं करायचं नाहीये– तसं शक्यही नाहीये. 'नरक म्हणजे हे समजून न घेणं– इतकं साधं सरळ आहे... हे पूर्णपणे समजून आणि जाणून घेणं म्हणजेच 'पापविमोचन.' आता तुझं विमोचन झालंय. मृत्यूनंतर काय होणार याची आता यापुढे तू काळजी करण्याची काहीच गरज नाही बरं!

३

आपण जरा मिनिटभर 'मृत्यू' या प्रकाराबद्दल बोलू या का? या तिसऱ्या पुस्तकात वरच्या पातळीवरच्या– वैश्विक सत्याबद्दल आपण विचार करू, असं तू म्हणाला होतास. आपल्या आत्तापर्यंतच्या चर्चेत मृत्यूबाबत आपण काहीच बोललो नाही– म्हणजे मृत्यू, मृत्यूनंतर काय होतं याचं बोलणंच झालं नाहीये. तेव्हा आपण आत्ता आधी ते करू या–

ठीक आहे. तू म्हणशील तसं. तुला काय जाणून घ्यायचंय?

जेव्हा तुम्ही मरता, तेव्हा नेमकं काय होतं? काय घडतं?

काय व्हावं असं तुला वाटतं?

म्हणजे जे काय होतं, ते आम्ही निवडलेलं असतं असं म्हणायचंय तुला?

मग? तुम्ही मेलात म्हणजे तुमची निर्मितिक्षमता संपते, निर्मिती थांबते की काय?

मला माहीत नाही. म्हणूनच तुला विचारतोय ना!

बरं बरं! (तुला माहितेय, पण आत्ता तू ते विसरला आहेस– हे फारच छान आहे. सगळं काही ठरल्यानुसार, आखल्यानुसार चाललंय.)

तुम्ही मरता, म्हणजे तेव्हा तुम्ही निर्माण करायचं थांबवत नाही, हे तुझ्यासाठी पुरेसं आश्वासक नाही का?

आहे ना!

वा! तुम्ही मेल्यानंतरही निर्मिती थांबवत नाही, कारण तुम्ही कधीच मरत नाही. मरू शकत नाही. कारण, तुम्ही म्हणजे आयुष्य आहात. आणि जीवन, आयुष्य मृत्यू कधीच असू शकत नाही. त्यामुळे तुम्ही मरू शकत नाही.

तेव्हा तुमच्या मृत्यूच्या क्षणी काय होतं... तुम्ही पुढे जगायला लागता.

त्यामुळे मेलेल्या अनेकांना आपण मेलो आहोत, असं वाटतच नाही. त्यांचा त्यावर विश्वासच बसत नाही. कारण, 'मेल्याचा' असा त्यांना अनुभव नसतो. उलटपक्षी त्यांना आपण खरं तर जिवंतच आहोत (कारण ते असतातच) असं वाटतं. म्हणून तिथं गोंधळ आहे. आपलं पांढऱ्या वस्त्रात गुंडाळलेलं, निपचित पडलेलं कलेवर– निष्प्राण शरीर आत्मा बघत असेल– शरीर तिथेच पडून आहे– पण आत्मा मात्र अचानक सगळीकडे संचार करतो आहे. हा अनुभव आहे– बऱ्याचदा अक्षरशः त्या खोलीत– नंतर अंतराळात सगळीकडे तो आत्मा फिरत असल्याचा अनुभव येतो. आणि जेव्हा त्याला एखादी विशिष्ट इच्छित दिशा मिळते, तेव्हा त्याला हे कळायला लागतं.

'अरेच्चा! माझ्या शरीराची हालचाल का होत नाहीये? माझं शरीर हालचाल का करत नाहीये?' असं जर त्या आत्म्याला (आत्तापुरतं आपण त्याला 'स्व' असं नाव देऊ) वाटलं, तर त्याला आपण तिथेच आहोत, त्या शरीराभोवती घोटाळतोय आणि शरीराचा निपचितपणा कुतूहलानं बघतोय असं लक्षात येईल.

तेवढ्यात कोणी त्या खोलीत आलं, तर आत्मा लगेच पुढ्यात जाऊन किंवा त्याच्या शेजारी उभं राहून 'हा कोण बाबा?' असा विचार करतो.

म्हणजे अशा तऱ्हेनं 'आपण कुठेही जाऊ शकतो– तेही मनोवेगानं– विचारांच्या वेगानं' याचा लवकरच त्याला साक्षात्कार होतो.

अभूतपूर्व स्वातंत्र्य आणि हलकेपणाच्या भावनेनं आत्मा भरून पावतो आणि प्रत्येक विचारासरशी याचा अनुभव घ्यायला, त्याची सवय व्हायला त्याला थोडा वेळ लागतो.

मेलेल्या माणसाला मुलंबाळं असतील आणि त्याच्या मनात त्यांचाच विचार असेल, तर ती जिथेकुठे असतील तिथे तो आत्मा तत्क्षणी जाऊन पोहोचतो. अशा तऱ्हेनं आत्मा एकाच वेळी दोन ठिकाणी पोहोचू शकतो, दोनच नव्हे तर तीन ठिकाणी किंवा पाच ठिकाणीही पोहोचू शकतो.

आत्मा या सगळ्या ठिकाणी एका वेळी असू शकतो, पाहू शकतो आणि कृतीही करू शकतो– हे करताना त्याला काहीही अडचण येत नाही किंवा त्याचा गोंधळही होत नाही. तो पुन्हा स्वतःशीच जोडला जाऊ शकतो, पुन्हा त्याच ठिकाणी परत लक्ष देऊन येऊ शकतो.

आपल्या पुढच्या जन्मात या जन्मातलं काय लक्षात ठेवणं चांगलं, हे त्याला चांगलं आठवतं. सगळं काही विचारातूनच निर्माण होतं आणि प्रकटीकरण म्हणजे त्याच्या हेतूचा परिणाम असतो, हेही आत्म्याला कळतं.

म्हणजे मला जे हवंय त्याच्यावर मी फोकस केलं की ते खरं होतं.

अगदी बरोबर. यात तुम्हाला परिणाम दिसण्याच्या वेगात फक्त फरक पडतो. भौतिक जीवनात विचार आणि अनुभव यांच्यात अंतर असू शकतं; पण आत्म्याच्या बाबत तसं नसतं. तिथे तत्क्षणी परिणाम दिसतात.

नव्यानंच आपलं शरीर सोडलेले आत्मे म्हणूनच त्यांच्या विचारांकडे काळजीपूर्वक बघायला शिकतात. विचारांवर लक्ष ठेवतात. कारण, ते जो विचार करतात, त्याचा त्यांना लगेचच अनुभव मिळतो.

इथे 'शिकतात' हा शब्द मी अगदी स्थूलमानानं वापरलाय– म्हणजे प्रत्यक्ष शब्दार्थापेक्षा 'शब्दालंकार' म्हणून! खरं तर 'लहान ठेवतात' म्हणणं जास्त योग्य ठरेल.

जर भौतिक आत्मे अधिभौतिक आत्म्यांइतके पट्कन आणि पूर्ण क्षमतेनं स्वतःच्या विचारांवर ताबा ठेवायला शिकले, तर त्यांचं सगळं आयुष्य बदलून जाईल.

वैयक्तिक सत्य साकारण्यात विचारांवर नियंत्रण किंवा काही जण त्याला प्रार्थना म्हणतील– ते सगळं काही आहे.

प्रार्थना?

होय. विचारांवर नियंत्रण, विचारांवर नियमन हे प्रार्थनेचं सर्वोच्च रूप आहे. त्यामुळे फक्त चांगल्या आणि न्याय्यच गोष्टींवर विचार करा. नकारात्मक आणि वाईट विचारात गुंतू नका. अगदी कमकुवत, नाजूक क्षणांमध्ये, अत्यंत प्रतिकूल परिस्थितीतही फक्त अचूकतेचा विचार करा, फक्त कृतज्ञता व्यक्त करा आणि यापुढे कुठल्या अचूक, योग्य गोष्टींची तुम्ही निवड करणार आहात, त्यांचाच फक्त विचार करा.

ह्या प्रक्रियेतनं तुम्हाला शांती मिळेल. या जाणीव जागृतीतून तुम्हाला आनंद मिळेल.

हे दिव्य आहे. ही माहिती नेहमीपेक्षा खूपच वेगळी आहे. देवा, माझ्यामार्फत हे सांगितल्याबद्दल धन्यवाद!

तुझ्यामार्फत मला हे सांगू दिल्याबद्दल तुझेही आभार! काही वेळा तू 'क्लीनर'– विरंजकासारखा असतोस. काही क्षण तू जास्त मोकळा असतोस– एखाद्या छिद्र असलेल्या गाळण्यासारखा. जास्त 'मोकळा. सर्वार्थानं मोकळाढाकळा.

छान सांगतो आहेस.

मी माझ्याकडून जास्तीत जास्त प्रयत्न करतो.

परत एकदा सांगतो– शरीरातून मुक्त होणारे आत्मे त्यांच्या विचारांवर काळजीपूर्वक

नियंत्रण ठेवतात, निरीक्षण करतात, कारण ते जो विचार करतात, ज्याचा विचार करतात तो साकार होतं, अनुभवाला येतं.

आत्ता शरीरात राहणाऱ्या आत्म्यांबाबतही हेच आहे, हे मी पुन्हा सांगतो– अर्थात, अनुभवांचा परिणाम इतका तत्क्षणी दिसत नाही, हेही खरं. विचार आणि ते प्रत्यक्षात उतरणं, त्यांची निर्मिती यात काळाचं अंतर पडतं– तो काळ दिवसांचा, आठवड्यांचा, महिन्यांचा किंवा कदाचित वर्षांचाही असू शकतो. या काळात या गोष्टी तुमच्या'बाबत' घडत असल्याचा भास होईल, पण 'तुमच्या'मुळे नाही. हा भास असतो, तो तुम्ही त्याचं 'कारण' असल्याचा तुम्हाला विसर पडतो. हे विस्मरण रक्तातच असतं, असं मी बऱ्याचदा म्हटलंय. हे या प्रक्रियेचा भाग आहे. कारण, तुम्ही कोण आहात हे विसरत नाही, तोवर तुम्ही 'तुम्ही कोण आहात', ते निर्माण करू शकत नाही.

जेव्हा तुम्ही शरीर सोडता, तेव्हा तुमचे विचार आणि तुमची निर्मिती यांच्यात तत्क्षणी बांधला जाणारा सेतू पाहून तुम्हाला आश्चर्याचा धक्काच बसतो. अगदी पहिल्यांदा तो धक्का असतो, मग तो 'आनंददायी' होतो– सुखद धक्का होतो. तुम्हीच तुमच्या अनुभवाच्या निर्मितीचं कारण आहात; परिणाम नाही, हे तुमच्या स्मरणात यायला लागतं, ते सुखद आश्चर्य ठरायला लागतं.

आम्ही मरण्याआधी विचार आणि ते प्रत्यक्षात उतरणं, यात एवढा अवधी का बरं जातो? आणि आम्ही मेल्यानंतर तो अजिबातच लागत नाही, असं का?

कारण, तुम्ही काळाच्या भासमान मर्यादेत काम करता. शरीर सोडल्यानंतर विचार आणि ते साकारणं यात मुळीही अवधी जात नाही, कारण तुम्हीसुद्धा तेव्हा काळाच्या परिमाणाच्या चौकटीच्या बाहेर पडता– तुम्हीसुद्धा काळाची चौकट सोडलेली असते.

दुसऱ्या शब्दांत सांगायचं तर तू नेहमी म्हणतोस त्याप्रमाणे– 'काळ'नावाची चीज अस्तित्वातच नसते.

ते म्हणतोयस तशी नाही. 'काळ' ही संकल्पना खरोखरच सापेक्ष असते. ती आपल्या दृष्टिकोनावर अवलंबून असते.

आम्ही शरीरात असताना ती अस्तित्वात का असते?

त्याला तुम्हीच कारणीभूत असता. तुमच्या वर्तमानातल्या दृष्टिकोनाप्रमाणे काळ बदलतो. त्या दृष्टिकोनाचा तुम्ही एखाद्या साधनासारखा उपयोग करून आपले अनुभव आणखी परिपूर्ण करण्याचा आणि त्यांचं परीक्षण करण्याचा प्रयत्न करता.

त्यातही एक सलग अनुभव घेण्यापेक्षा तुम्ही त्यांचे एक-एक भाग करता.

आयुष्य म्हणजे सलग अस्तित्व आहे, अखंड असणं आहे. या विश्वात आत्ता या क्षणी घडणारी ती घटना आहे. ती सतत घडते आहे. प्रत्येक ठिकाणी.

'काळ' नसतो, असतो तो 'क्षण'. 'आत्ता'. कुठलंही 'स्थळ', 'जागा' अशी नसते, असतं ते फक्त 'इथे'.

'इथे आणि आत्ता' हेच अस्तित्व आहे.

तरीही या सत्याचा निर्माता म्हणून तुम्ही स्वतःच्या दैवी आत्म्याचा अनुभव घ्यायचा पर्याय निवडता. यासाठी दोनच मार्ग आहेत– अनुभवाची दोन क्षेत्रं– त्यातच तुम्ही हे करू शकता– काळ आणि अंतर, अवकाश, पोकळी.

तेव्हा तुम्ही आनंदानं अक्षरशः ठासून भरलेले आहात, हा एक सुंदर विचार होता.

त्यात आनंदाच्या स्फोटकानं तुमच्या अवयवांमध्ये पोकळी निर्माण केली आणि काळानं ती तुमच्या एका अवयवाकडून दुसऱ्या अवयवाकडे नेली.

या प्रकारात तुमच्या अवयवांच्या अक्षरशः चिंधड्या उडल्या. तुम्ही याला अत्यानंदाचा अनुभव म्हणू शकता.

आजवर तुम्ही हेच आनंदाचे कण वेचताय.

हेच माझं आयुष्य आहे! हे सगळे तुकडे एकत्र जोडून त्यातून काही अर्थपूर्ण निर्माण होतंय का, याचा मी प्रयत्न करतोय.

त्यांना विभागून विभागून बघण्यासाठी तुम्ही 'काळ' या साधनाचा उपयोग केलात. तुम्हीच तुमचे अनुभव निर्माण करत त्यांना अनुभवून बघायला लागलात.

समजा, तुम्ही एखाद्या सूक्ष्मदर्शक यंत्रातल्या भिंगाखाली घन वस्तू बघताय, ती घन वाटत असली, तरीही अनेकानेक परिणामांच्या सूक्ष्म कणांची रास असते. एकाच वेळी घडणाऱ्या वेगवेगळ्या गोष्टी एकत्रितरीत्या मोठा परिणाम करतात, त्यामुळे तुम्हीही काळाचा उपयोग एखाद्या सूक्ष्मदर्शक यंत्रासारखा करता.

खडकाचीच गोष्ट घ्या–

कोणे एके काळी एक होता खडक. अगणित अणू-परमाणू-सूक्ष्मातिसूक्ष्मकणांनी भरलेला. हे सगळे कण सतत एकमेकांच्या पुढे शर्यत लागल्यासारखे पळत असत. एका विशिष्ट प्रकारे इकडून तिकडे जात असत. इकडून तिकडे जायला त्यांना काही

काळ लागत असे. पण तेही क्रिया इतक्या वेगानं करत की तो खडक अगदी स्थिर-अचलच वाटत असे. तो फक्त 'होता'. सूर्यप्रकाश पीत, पावसाचं पाणी शोषून घेत– फक्त उभा होता. अगदी स्थिर. न हलणारा.

'अरेच्चा, माझ्या आतमध्ये हे काय हलतंय?' खडकानं विचारलं.

'तो तूच आहेस–' दूरून आवाज आला.

'मी?' खडकानं विचारलं, 'शक्यच नाही. मी तर मुळीच हलत नाहीये– हालचाल करत नाहीये. कुणीही पाहावं–' तो म्हणाला.

'होय, दुरून पाहिलं तर वाटेल–' त्या आवाजानं होकार भरला. तुला इथून स्वतः स्थिर, अ-चल घन पदार्थ आहोत असंच वाटेल. पण जेव्हा मी जवळ येईन– खरंच नक्की काय घडतंय हे मी अगदी जवळून पाहीन तेव्हा ज्याला 'तू' असं एकत्रितरीत्या म्हटलं गेलंय म्हणजे ज्यांच्या संयोगानं 'तू' बनला आहेस, ती प्रत्येक गोष्ट 'चल' आहे– हलणारी आहे, हे मला दिसेल. ती काळ आणि अंतराळातून-अवकाशातून कल्पनातीत वेगानं– तेसुद्धा विशिष्ट पद्धतीनं फिरतेय– आणि ती ज्याला तुम्ही 'खडक' म्हणता– अशा गोष्टी निर्माण करते. तेव्हा– तुम्ही म्हणजे जादू आहात– तुम्ही एकाच वेळी फिरताही आणि स्थिरही असता.

'पण मग यातला 'भास' कोणता?' खडकानं विचारलं, 'तो एकात्मपणा, ती अचलता की ते कणांचं वेगवेगळं होणं आणि त्याच्या विविध अंगांनी हालचाल होणं? कशाला भास म्हणायचं?' त्यानं विचारलं.

त्याच्या प्रश्नाला 'त्या' आवाजानं उत्तर दिलं– 'यातला 'भास' कोणता? देवाचा एकात्मपणा, स्थिरता? की त्याच्या विविध भागांचा वेगवेगळेपणा आणि त्यांची हालचाल?' त्या आवाजानं विचारलं.

आणि मी तुला सांगतो– या खडकावर मी माझं चर्च उभं करेन. कारण, हा खडक प्राचीन आहे. युगं उलटली तरी उभा आहे. कोणताच पत्थर बदलत नाही, हे वैश्विक सत्य आहे. या छोट्याशा कथेत मी तुला हे सत्य उलगडून सांगितलंय. हीच कॉस्मॉलॉजी आहे. हेच विश्वाच्या उत्पत्तीचं शास्त्र आहे. आयुष्य हे विश्वास बसणार नाही अशा वेगवान क्षणांची शृंखला आहे– साखळी आहे. पण त्यांच्या या वेगाचा अचलतेवर आणि प्रत्येक वस्तूच्या 'असण्यावर'– अस्तित्वावार काहीही परिणाम होत नाही– अगदी त्या खडकाच्या कणांसारखे– जे त्यांच्या हालचालीनं खडकाला स्थिरता देतात– अगदी चक्षुर्वैसत्यम्!

या अंतरावरून काहीच वेगळेपण उरत नाही. तो तसा असूही शकत नाही. कारण, सगळ्यांचं 'असणं' आहेच– दुसरं काहीही नाही. मी अचल चालक आहे.

तुम्ही तुमच्या 'झापडं' लावल्यासारख्या मर्यादित दृष्टिकोनातून बघत असता. सगळ्या 'असलेल्या' गोष्टी तुम्ही तशा बघता– मग तुम्ही स्वतःला त्या सर्वांपासून

वेगळे आणि स्वतंत्र पाहता– एकच अचल अस्तित्व नव्हे, तर अनेकानेक सतत हलणाऱ्या– चल अस्तित्वांप्रमाणे तुम्ही स्वतःला पाहता.

तुमची दोन्ही निरीक्षणं बिनचूक आहेत. दोन्ही वास्तव 'सत्य' आहेत.

आणि मी जेव्हा मरतो, तेव्हा मी खराखुरा मरतच नाही, फक्त सूक्ष्माच्या जागृतीत बदल घडतो– या नव्या जाणवेत 'काळ' किंवा अवकाश, आत्ता आणि नंतर, आधी आणि मग असं काहीच नसतं.

अगदी नेमकं तुझ्या लक्षात येतंय.

माझ्या लक्षात येतंय, ते मला पुन्हा तुझ्यापुढे मांडता येतंय का बघू दे! मला ते नीट वर्णन करून सांगता येतंय का ते पाहू या!

ठीक आहे. बोलत राहा.

सूक्ष्म दृष्टीनं बघितलं तर कसलंही विभाजन नाही आणि प्रत्येक 'कणदार' गोष्ट जणूकाही एकच– एकसंध असल्यासारखी दिसते.

तुम्ही तुमच्या पायाखालच्या खडकाकडे बघता, तेव्हा तो तुम्हाला नेहमी एकसंध, पूर्ण आणि योग्य– जसा असायला हवा, तसाच दिसतो. खरं तर पूर्ण जागृतावस्थेत अगदी पापणी लवण्याच्या– निमिषार्धासाठी तुम्ही त्याच्यावर उभे राहिलात तर त्याच्या आत खूप काही घडतंय, अविश्वसनीय वेगानं कण अतुलनीय हालचाली करतायत, हे जाणवेल. हे कण काय करतायत? ते त्या खडकाला 'जसा आहे तसा' ठेवतायत.

तुम्ही खडक पाहता, तेव्हा तुम्हाला ही प्रक्रिया दिसत नाही. तुम्हाला त्याची कल्पनेतूनही जाणीव नसते– तुम्ही या जाणिवेची कल्पनाही करू शकत नाही. तुमच्या लेखी हे सगळं 'आत्ता' घडतंय. पण तो खडक 'घडत' नसतो, तो तसाच असतो– आत्ता इथे आहे, तसाच.

तुम्ही जर त्याच्या अंतरंगातल्या एका सूक्ष्मातिसूक्ष्म कणाच्या जाणिवेत असता, तर तुम्ही स्वतः त्या कणाचं अतिवेगानं फिरणं, प्रथम इथे आणि नंतर तिथे– ही क्रिया अनुभवली असती. आणि त्या खडकाबाहेरचा एखादा आवाज 'हे सगळं एकाच वेळी घडत असतं', असं तुम्हाला म्हणाला असता, तर तुम्ही त्याला खोटारडा, ढोंगी, भोंदू म्हटलं असतं.

तरीही, खडकापासून लांबवर उभं राहून पाहिलं– आणि खडकाचा प्रत्येक भाग, प्रत्येक कण एकमेकांपासून वेगळा- स्वतंत्र आहे, इतकंच नव्हे तर तो प्रचंड वेगानं फिरतोय, अशी कल्पना केली, तर ते खोटं वाटेल. त्या अंतरावरून जे दिसू शकेल, ते कदाचित जवळून दिसणार नाही– हा सगळा खडक एकसंध आहे आणि

कुठल्याच हालचालीमुळे तो हलत नाही, हे कळणार नाही.

तुझ्या अगदी बरोबर लक्षात येतंय. तू जे म्हणतोयस ते खरंच आहे– आयुष्य सापेक्ष आहे, त्याच्याकडे जसं बघाल, तसं ते दिसेल, हे तुझं म्हणणं योग्य आहे. तू जर सतत या सत्याच्या भानात राहिलास, तर 'देवा' बद्दलचं सूक्ष्म सत्य तुला कळेल आणि अखिल विश्वाचं रहस्य उलगडेल– सर्वकाही एकाकार आहे, हे ते रहस्य.

हे विश्व म्हणजे परमेश्वराच्या शरीराचा सूक्ष्म अणू आहे.

तू त्याच्यापासून फार दूर नाहीस.

आम्ही ज्याला 'मरणं' असं म्हणतो, ते म्हणजे पुन्हा या सूक्ष्म सत्याच्या जाणिवेत येणं आहे का?

होय. अर्थात् तुम्ही ज्या सूक्ष्म सत्याच्या जाणिवेत परत येता, तेसुद्धा आणखी सूक्ष्मतम सत्याचा अंश आहे– तो आणखी एका मोठ्या सूक्ष्मतम सत्याचा अंश आहे– तो त्याहून मोठ्या... आणि हे असंच अनंत आणि कायमच– नेहमीच– त्याहूनही अनंत– सदैव– सदासर्वकाळ– विश्वाच्या अंताच्या पुढेही.

आम्हा देवांची 'अस्तित्व' निर्माण करण्याची कृती सतत सुरू असते– आम्ही आत्ता आहोत, तसेच सतत असण्याच्या कृतीत असतो– जोवर आम्ही आतापेक्षा काहीतरी वेगळे असत नाही.

अगदी खडकसुद्धा सदासर्वकाळ खडकच न राहता, उलट कायमच तसाच वाटला असता. तो खडक होण्याआधी काहीतरी होता. हजारो शेकडो वर्षं त्याचे थरावर थर साठून हा खडक तयार झाला– तो याआधी काहीतरी वेगळं होता आणि यापुढेही आणखी काहीतरी वेगळं होईल, असंच पुन्हा पुन्हा चालत राहील.

हेच सत्य तुम्हालाही लागू आहे. आत्ता तुम्ही जे आहात, तेच तुम्ही नेहमी नव्हतात– काही तरी वेगळे होतात आणि आज तुम्ही ज्या दिव्य गोष्टीच्या अस्तित्वात आहात, ते तुम्ही सत्य आहात– पुन्हा काहीतरी वेगळे असाल.

वा! हे किती वेगळं– म्हणजे किती आश्चर्यचकित करणारं आहे. आजवर मी असं काही ऐकलं नव्हतं. मला मनात जतन करता येईल असं जीवनाचं वैश्विक तत्त्वज्ञान तू सांगितलंस– हे खरंच खूप भारावून टाकणारं आहे.

वा! धन्यवाद! मला बरं वाटलं. मी माझ्याकडून जास्तीत जास्त चांगलं करायचा प्रयत्न करत असतो.

खरंच तुझं कार्य फारच चांगलं आहे.

बहुधा तुला हे म्हणायचं नव्हतं– या शब्दात मांडायचं नव्हतं...

ओऽ...

अरे गंमत केली रे! काही गोष्टींचा मुद्दाम उल्लेख करतोय– गंमत रे. मी तसा खरं तर आक्रमक होऊ शकत नाही. अर्थात तुमच्यातले काही जण माझ्या वतीनं आक्रमक होण्याची मुभा स्वतःच घेऊन टाकतात.

हो. मीही ते बघितलंय. असो. परत मुद्द्याकडे वळू या– काहीतरी छान मला समजलंय, असं मला वाटतंय.

काय बरं?

असं पहा– 'आम्ही शरीरात असे पर्यंत 'काळ' असतो, पण शरीरातून आत्मा बाहेर पडला, की तो नसतो– असं कसं?' हा प्रश्न मी विचारला, आणि त्याच्या स्पष्टीकरणातून या सगळ्या गोष्टी उलगडत गेल्या. आणि 'काळ' याबद्दल तू 'सापेक्ष' असं म्हणालास, म्हणजे ना तो 'आहे' ना 'थांबलाय' असं तुला म्हणायचंय. पण आत्म्याचा दृष्टिकोन बदलतो, तेव्हा आम्हाला वेगवेगळ्या पद्धतीनं अंतिम सत्य अनुभवाला येतं.

मला अगदी हेच सांगायचं होतं. आता तुला बरोब्बर कळलंय.

याही पुढे जाऊन तू आणखी एक व्यापक मुद्दा मांडला होतास की– सूक्ष्म रूपात आत्म्याला विचार आणि निर्मिती यांच्यातल्या थेट नात्याची जाणीव असते– एखाद्याच्या कल्पना आणि अनुभव यांच्यातला साक्षात् अनुबंध जाणवतो.

हो– सूक्ष्म पातळीवर. हे म्हणजे खडक पाहणं आणि तेव्हा त्याच्या आतल्या हालचालीही पाहण्यासारखं आहे. अणूची हालचाल आणि त्यातून निर्माण होणारा खडक दिसणं, या दोन्हीत 'काळाचा अंतरालच नाही. त्या हालचाली असूनही खडकाचं अस्तित्व' आहे. नक्कीच. कारण, त्या हालचाली दिसतात. हा 'कारण आणि परिणाम' तत्काळचा आहे. हालचाली दिसतायत आणि खडक 'आहे'– सदासर्वकाळ– तसाच!

ज्याला तुम्ही 'मृत्यू' म्हणता, त्या मृत्यूच्या क्षणी आत्म्याला हेच समजतं. हा फक्त दृष्टिकोनातला बदल आहे. तुम्ही जितकं जास्त बघाल, तितकं तुम्हाला जास्त उमगत– उलगडत जाईल.

मृत्यूनंतर तुमच्या जाणिवेच्या चौकटींचं बंधन गळून पडतं. तुम्ही खडक पाहता आणि त्याच्यात स्वतःला पाहता. आयुष्यातल्या सगळ्यात जास्त गुंतागुंतीच्या गोष्टींकडे आता तुम्ही 'अर्थातच' अशा नजरेनं बघता. सगळं चित्र तुमच्या डोळ्यांसमोर

स्पष्ट होत जातं.

मग नवी रहस्यं तुमच्या पुढ्यात येतील. तुम्ही जसजसे विश्वचक्राबरोबर फिरू लागाल, तसतसं अधिकाधिक विशाल वास्तव आणि विस्तृत- व्यापक सत्यांशी तुमची ओळख होत जाईल.

तुमचा दृष्टिकोन तुमच्या विचारांना जन्म देतो आणि तुमचे विचारच प्रत्येक गोष्टीची निर्मिती करतात– हे सत्य जर तुम्ही लक्षात घेतलंत, तर देह सोडल्यानंतर नव्हे– त्या आधीच म्हणजे देहात असतानाच तुमचं सगळं आयुष्यच बदलून जाईल.

आणि तुमचा दृष्टिकोन बदलणं, हाच तुमच्या विचारांवर नियंत्रण– ताबा ठेवण्याचा उत्तम मार्ग आहे.

अगदी तसंच. प्रत्येक गोष्टीकडे एका वेगळ्या दृष्टिकोनातून बघण्याची कल्पना करा– एक वेगळा विचार पुढे येईल. असं केल्यानं, तुम्ही स्वतःच्या विचारांवर ताबा ठेवायला शिकाल आणि अनुभव-निर्मितीमध्ये नियंत्रित विचारच महत्त्वाचे असतात. यालाच काही जण निरंतन प्रार्थना म्हणतात.

हे तू आधीही म्हटलं आहेस, पण मी प्रार्थनेचा असा विचार आजवर केला नव्हता.

तू असं करून का बघत नाहीस? आपल्या विचारांवर ताबा ठेवून त्यांना योग्य दिशा देणं म्हणजे सर्वोच्च प्रार्थना आहे, अशी कल्पना कर– असं जर गृहीत धरलंस तर तुम्ही फक्त चांगल्याच आणि न्याय्य गोष्टींचाच विचार कराल. नकारात्मक विचार आणि अज्ञानाच्या अंधःकारात तुम्ही चाचपडत असलात, तरी तुम्ही त्यातच गुंतून पडणार नाही. आणि जेव्हा गोष्टी निराशाजनक होतायत असं वाटतं, बहुधा अशाच क्षणी तुम्ही फक्त 'अचूकता' कशी येईल असं बघता.

तू पुन्हा पुन्हा त्याच त्या मुद्द्यावर येतोयस.

मी तुम्हाला संधी देतोय. ती संधी घेतली तर तुम्ही तुमचं आयुष्य बदलू शकता. मी त्यातल्या महत्त्वाच्या गोष्टी पुन्हा पुन्हा सांगतोय– कारण, त्या तुम्ही लक्षात घ्याव्यात– जेव्हा तुम्हाला त्यांची सर्वांत जास्त गरज असते, तेव्हा त्या तुम्हाला आठवाव्यात, म्हणून मी त्यांची पुनरावृत्ती करतोय.

आत्ता घडणारी– घडून गेलेली आणि भविष्यात घडणारी प्रत्येक गोष्ट तुमच्या अंतरंगातले विचार, आवडीनिवडी, कल्पना, तुम्ही कोण आहात आणि तुम्ही कोण व्हायचं पक्कं ठरवलं आहेत, या सगळ्यांचं केवळ शारीरिक प्रकटीकरण असतं. त्यामुळे तुम्हाला आयुष्यातल्या न पटणाऱ्या गोष्टींनाही नाकारू नका, त्यांना तुच्छ

लेखू नका. त्या गोष्टी बदलू पाहण्याऐवजी, त्या शक्य होण्याजोगी परिस्थिती निर्माण करा. 'त्या' तमाचं– अंधकाराचं निरीक्षण करा– प्रतिकूल परिस्थितीकडे शांतपणे पाहा– तिला दोष मात्र देऊ नका. उलट त्या अंधकाराचं रूपांतर प्रकाशात करा– स्वतः प्रकाश व्हा– तो प्रकाश त्याला बदलेल. या 'अंधारात' उभ्या असलेल्यांना तुमच्या प्रकाशमान अस्तित्वानं प्रेरणा मिळेल इतके स्वतः तेजस्वी व्हा आणि तुम्ही खरंच कोण आहात ते सगळ्यांना कळू दे.

प्रकाशाचे दूत व्हा. स्वतःचाच मार्ग अधिकाधिक उजळून टाका. जगाला खऱ्या अर्थानं प्रकाशमान करणारं असं तुमचं तेज असू द्या.

तुमची प्रभा पसरू द्या! तेजोमान भव! तुमच्या आयुष्यातला सर्वांत काळाकुट्ट अंधारा क्षण तुमच्या आयुष्यातली सर्वांत मोठी देणगी ठरो! आणि हा ठेवा तुमच्यापाशी असेल, तर मग तुम्हीसुद्धा इतरांना एक अनिर्वचनीय देणगी देऊ शकता– त्याचं 'स्वत्वं'–! हेच तुमचं जीवितकार्य असावं; हाच तुमचा सर्वांत मोठा आनंद असावा. लोकांना त्यांचं स्वत्वं– स्वतःची ओळख मिळवून देणं, हेच तुमचं उद्दिष्ट असावं– त्यांच्या सर्वांत 'काळ्या' क्षणात– 'काळ्या' काळात!

जग तुमची वाट पाहतंय. त्याच्या दुःखावर फुंकर घाला– त्याच्या वेदनांचं शमन करा. तुम्ही जिथे आहात, तिथेही तुम्हाला हे करता येईल.

माझी कोकरं कुठंतरी हरवली आहेत– आता त्यांना शोधायलाच हवं. त्यासाठी जाणकार धनगर व्हा आणि त्यांना माझ्यापाशी परत घेऊन या!

४

देवा, मला ते आव्हान देऊन माझ्यासमोर काहीतरी उद्दिष्ट ठेवल्याबद्दल धन्यवाद! खरंच, मनापासून आभार! मला कोणत्या मार्गानं जावंसं वाटतं हे तुला कळतं आणि मग तू मला त्या दिशेनं पुढे घेऊन जातोस, त्याबद्दल मी तुझा कृतज्ञ आहे. म्हणूनच तर मी तुझ्याकडे येतो. हा संवाद म्हणूनच तर माझ्यासाठी आवडता आणि वरदान वाटणारा आहे. आपल्या संवादातूनच मी माझ्या आतल्या देवत्वाला शोधतो आणि इतरांमध्ये तुझा अंश बघतो.

तुझ्या उद्‌गारांनी मला परम आनंद होतोय. अरे, म्हणूनच तर मी तुझ्याकडे आलो आहे आणि मला हाक मारणाऱ्या प्रत्येकाकडे मी जाईन. जो मला बोलावेल त्याच्याकडे मी जाईन... आत्ता हे शब्द वाचणाऱ्यांकडेही मी आलोच आहे. कारण, मला फक्त तुझ्या एकट्याशी नव्हे, सगळ्यांशीच संवाद साधायचा आहे. जगभरातल्या कोट्यवधी लोकांशी मला बोलायचं आहे. गरज भासेल तेव्हा माझ्याशी संवाद साधणं हे तुमच्या प्रत्येकाच्या हातात आहे. काही वेळा हे फारच चमत्कारी रीतीनं घडतं. ज्यांच्या बाबतीत हे घडतं ते स्वतःच्या स्वत्वालाच आवाहन करत असतात आणि त्या क्षणी ते त्यांच्या आयुष्यात चपखल बसतं.

तुमच्यासाठी तुम्हीच हे घडवून आणताय, हाच यातला सर्वांत मोठा गमतीचा भाग आहे. तुम्हाला असं 'वाटतं' की दुसऱ्या कोणीतरी हे पुस्तक तुम्हाला दिलंय, या संवादात सहभागी करून दिलंय– पण खरंतर तुमचं तुम्हीच हे केलंय. तेव्हा तुझ्या मनात असलेल्या इतर प्रश्नांची उत्तरं आपण मिळूनच शोधू!

देवा, मृत्यूनंतरच्या जगाबद्दल आपण जरा जास्त बोलू या का? मृत्यूनंतर आत्म्याचं काय होतं हे तू मला सांगत होतास– आणि म्हणूनच मला जेवढं शक्य आहे तेवढं त्याबद्दल जाणून घ्यायचं आहे.

तुझं पूर्ण समाधान होईपर्यंत आपण त्यावर बोलू या. तुम्हाला जे व्हायला हवं असतं, तेच घडतं– म्हणजे जे काही घडतं ती तुमचीच इच्छा असते, असं मी याआधी म्हटलं होतं. मला तसंच म्हणायचं होतं. तुम्हीच स्वतःचं वास्तव निर्माण

करत असता– फक्त शरीरात असतानाच नव्हे, तर शरीर सोडल्यानंतरही.

प्रथमदर्शनी तुम्हाला हे लक्षात येणार नाही, त्यामुळे तुम्ही जाणतेपणी स्वतःचं वास्तव निर्माण करणार नाही. तुमचे संयमित विचार किंवा सर्वंकष जाणीव यांपैकी कुठल्यातरी एका ऊर्जेतून तुमचं अनुभवविश्व निर्माण होईल.

सर्वंकष जाणीव-जागृतीपेक्षा तुमचे संयमित विचार जितके जास्त दृढ असतील, तितके तुमचे अनुभव दृढपणे वास्तव म्हणून समोर येतील. तुमची जाणीव जागृती जितकी स्वीकार करणारी, झिरपणारी आणि अंतर्मनापर्यंत पोहोचणारी असेल, तितकी ती तुम्हाला स्वतःचं सत्य वाटेल– तितकी खरी वाटेल.

तुम्ही तुमच्या आत्ताच्या वर्तमान आयुष्यात ज्याला वास्तव म्हणता, ते असंच असतं– या दोन्हीत काही फरक नाही. आयुष्यात तुमच्यासमोर निवडीसाठी नेहमी तीन पर्याय असतात :

१) अनियंत्रित विचारांना 'क्षण' वर्तमान निर्माण करण्याची तुम्ही मुभा देऊ शकता.

निर्मितिक्षम जाणिवांना वर्तमाननिर्मिती करायला सांगू शकता.

सर्वंकष सामूहिक जाणीव जागृतीतून सद्यनिर्मिती करू शकता.

इथेच तर मेख आहे :

वैयक्तिक जागृतीतून हे करणं तुम्हाला सद्य आयुष्यात अवघड वाटतं आणि त्याहीपेक्षा खरी गोष्ट ही आहे की तुम्हाला स्वतःची समज, स्वतःचे विचार नेहमीच अयोग्य वाटत असतात– निदान तुम्ही तसं मानता. आणि म्हणूनच नेहमीच सभोवतालच्या सामाजिक, सामूहिक मान-मान्यतांपुढे मान तुकवता– भले त्यानं तुमचं भलं साधो अथवा न साधो.

ज्याला तुम्ही मृत्यूनंतरचं आयुष्य म्हणता, त्या आयुष्यात सुरुवातीच्या क्षणात एकीकडे सामूहिक जाणिवा, मान्यताविना शर्त स्वीकारणं तुम्हाला कदाचित अवघड वाटेल. तुम्ही सभोवताली बघू शकताय (तुमच्यासाठी हे अविश्वसनीय असू शकतं) आणि त्यामुळे तुमच्या स्वतःच्या कल्पना उपयोगी असोत वा नसोत, त्या तशाच बाळगायचा मोह तुम्हाला होईल.

मी तुम्हाला सांगेन : जेव्हा तुमच्याभोवती अतिसामान्य-निम्न दर्जाच्या जाणिवा असणारे असतात, तेव्हा तुम्हाला स्वतःच्या समजुतींची मदत होते, आणि जेव्हा तुमच्या भोवती उच्च दर्जाची स्पंदनं आणि जाणिवा असतील, तर त्यांना समर्पित होण्यानं तुमचाच जास्त फायदा होतो.

म्हणूनच उच्च स्पंदन लहरी असणाऱ्यांच्या सहवासात राहावे. अर्थात तुमच्या मित्रपरिवाराबाबत मी जास्त आग्रही राहू शकत नाही.

मृत्यूनंतरच्या जीवनात याची काळजी नसते. कारण, तुम्ही तत्क्षणी आणि

आपसूकच उच्च जाणिवांच्या संपर्कात जाता.

तरीही आपल्याला असं प्रेमाचं कवच लाभलंय हे तुम्हाला कळत नाही– तुमच्या ते लगेच लक्षात येईल असं नाही. त्यामुळे हे सगळं कदाचित 'अनमानधपक्या' घडतंय असं तुम्हाला वाटेल. जे काही त्या क्षणी घडतंय ते दैववशात आहे, असं तुम्ही म्हणाल. पण खरं तर ज्या क्षणी जाणिवेमध्ये तुम्ही मरण पावता, तीच जाणीव तुम्ही अनुभवता.

तुमच्याही नकळत तुम्ही काही अपेक्षा बाळगत असता. आयुष्यभर 'मेल्यानंतर काय होईल' याचा विचार करता आणि जेव्हा तुम्ही मरता, तेव्हा ते विचारच प्रत्यक्षात उतरतात आणि तुमचे तेच विचार खरे ठरतात. तुम्ही अगदी मनापासून, तळमळीनं आयुष्यभर जे विचार करत असता, तेच या वेळी वरचढ ठरतात.

असं असेल तर माणसाला नरकातच जावं लागेल. जर 'नरक' नक्कीच अस्तित्वात आहे, देव 'चेतन आणि अचेतन' हे ठरवतो, भरलेलं कणीस आणि भुसकट, बकऱ्या आणि मेंढ्या यातला फरक देवच ठरवतो, तसंच आम्ही नक्की नरकातच जाणार, आत्तापर्यंत ते सगळं काही देवाच्या विरोधातच बोललो– म्हणजे ते नरकातच पडणार– नरकाच्या कायम पेटत्या अग्नीत ते जळणार, त्यांचा सर्वनाश होणार, यातून ते कसे वाचणार? आपल्या या संवादात तू नेहमी सांगत आला आहेस की 'नरक' नावाची गोष्ट अस्तित्वातच नाही. तरीही 'तुम्हीच तुमचं सत्य निर्माण करता, इतकंच नव्हे तर कुठलंही सत्य निर्माण करण्याची शक्ती तुमच्यात आहे,' असंही तू सांगतोस. तेव्हा नरकातला अग्नी आणि सर्वनाश यावर ज्यांचा विश्वास आहे, त्यांच्या लेखी त्या गोष्टी अस्तित्वात असणार.

अंतिम सत्य– जे आहेच, त्यापुढे कशाचंच अस्तित्व टिकत नाही. 'तुम्ही तुमच्या सत्याची निवड करू शकता,' हे माझं म्हणणं तू अगदी बरोब्बर निदर्शनाला आणलंस– 'नरका'चं तुझ्या दृष्टीनं वर्णनही केलंस– 'तुम्हाला नरकाचा कधी अनुभव घेता येणार नाही,' असं मी आपल्या या संवादात कधीच म्हटलं नाही, तर 'नरक' अस्तित्वात नाही, असं मी म्हटलं. तुम्ही जे अनुभवता, त्यांतलं बरंच अस्तित्वात नसतं, तरीही तुम्ही ते नसलेले अनुभव अनुभवता.

यावर विश्वास नाही बसत. माझ्या मित्रानं– बर्नेट बेननं याच विषयावर एक सिनेमा काढलाय. म्हणजे अगदी हाच विषय आहे. ७ ऑगस्ट १९९८ – या दिवशी मी हे वाक्य लिहिलं, ते मी या दोन वर्षांपूर्वीच्या संवादात घालतोय, असं मी याआधी कधीच केलेलं नाही. प्रकाशकांकडे हस्तलिखित पाठवायच्या वेळी मी पुन्हा एकदा त्याच्यावर नजर टाकत होतो, त्या वेळी एकदम लक्षात आलं : अरे! रॉबिन विल्यम्सनं आत्ता आपण बोलत होतो, त्याच विषयावर सिनेमा बनवलाय

'व्हॉट ड्रीम्स मे कम' आणि आत्ता तू काही बोललास, त्याचंच आश्चर्यकारक चित्रण त्यात आहे.

मला ते माहीत आहे.

तुला माहीत आहे? म्हणजे देवपण सिनेमाला जातो वाटतं?

देव सिनेमा बनवतो.

अच्छा?

हो. तू नाही कधी पाहिलंस?

हो... पण.

का? तुला काय वाटलं देव फक्त पुस्तकंच- ग्रंथच लिहितो?

अरे, म्हणजे रॉबिन विल्यम्सचा सिनेमा अक्षरशः खरा आहे? म्हणजे– हे कसं, असं मला म्हणायचंय.

नाही. हे बघ, कुठलंच पुस्तक, कुठलाही ग्रंथ किंवा कुठलीच मानवी अभिव्यक्ती दिव्यत्वाचं अक्षरशः वर्णन करू शकत नाही.

बायबलसुद्धा नाही? तूसुद्धा शब्दशः खरं नाही?

नाही. आणि मला वाटतं ते तुलाही ठाऊक आहे.

बरं, मग 'या' पुस्तकाचं काय? नक्कीच 'हे' पुस्तक शब्दशः खरं आहे!

नाही. आणि तुला हे सांगताना मला खेद वाटतोय, पण हे सगळं तू तुझ्या वैयक्तिक चाळण्या लावून मग उतरवतो आहेस. अर्थात तुझ्या चाळण्यांवर अगदी पातळ पापुद्राथर आहे, हे मी मान्य करतो. तू एक खूप चांगला फिल्टर झाला आहेस. पण तू त्याहून जास्त काही नाहीस.

मला कल्पना आहे. मला हे तुझ्याकडून इथे पुन्हा ते वदवून घ्यायचं होतं. कारण, काही जण 'या' सारखी पुस्तकं आणि 'व्हॉट ड्रीम्स मे कम' या सारखे सिनेमे अगदी खरे धरून चालतात. आणि त्यांनी असं करू नये, असं मला वाटतं. त्यांना तसं करण्यापासून मला थांबवायचं आहे.

कुठली तरी अर्धवट चाळणी लावून ते लेखक आणि त्या सिनेमांचे निर्माते काहीतरी मोठं सत्य लोकांपुढे मांडतात. मृत्यूनंतर तुम्हाला जे अपेक्षित आहे, जे अनुभव तुम्ही निवडता, तेच तुम्हाला अनुभवता येईल, असा मुद्दा ते धरून ठेवतात.

आपला मुद्दा फारच प्रभावीपणे ते समोर ठेवतात.

बरं– आता आपण आपल्या मूळ मुद्द्याकडे– जो विषय आपण बोलत होतो, त्याच्याकडे वळू या का?

हो तर. अरे, हा सिनेमा बघताना मला काय जाणून घ्यायचं होतं, हे मला आपलं सहजच माहीत करून घ्यायचं होतं म्हणून मी म्हटलं, मी नरकात अनुभव घेतोय, तरीही जर नरक नसेलच, तर मग त्या दोन्हीत फरक काय?

जोवर तुम्ही स्वतः निर्माण केलेल्या वास्तवात राहताय, तोवर तो फरक नसेल. खरं तर तुम्ही असं वास्तव कायमचं निर्माण करू शकत नाही. ज्याला तुम्ही 'निमिषार्थ' असं म्हणता– तेवढा क्षणभरही तुमच्यातल्या काहींना त्याचा अनुभव मिळला नसेल. आणि म्हणूनच तुमच्या स्वतःच्या कल्पनाविश्वातही दुःख किंवा वेदनांचा अनुभव तुम्हाला येणारही नाही.

अनंत काळ आहे, असं मी आयुष्यभर खरं मानत आलो आणि माझ्या काही कृतींमुळे मी त्याचसाठी लायक आहे, हे मी मान्य करत आलोय, तर आता मी ते कसं थांबवणार? त्यासाठी मला कशाची मदत होणार?

तुझं ज्ञान आणि तुझी समज.

तुझ्या आत्ताच्या आयुष्यात जसं तू आधीच्या घटकेतून नवी जाणीव घेऊन पुढच्या घटकेत प्रवेश करतोस, तसंच ज्याला तू मृत्यूनंतरचं जीवन म्हणतोस, त्यातही घडतं. आधीच्या आयुष्यात तुला जे कळलंय, तुला जी समज आली आहे, त्यावरच या आयुष्यातले क्षण जन्म घेत असतात.

तुला काय अनुभव घेण्याची इच्छा आहे– याबाबत तुझी पसंती काय आहे, ती त्वरित तुझ्यापुढे येते, हे मात्र तुला लक्षात येईल. कारण, या मृत्यूनंतरच्या जगात फळ-परिणाम लगेचच दिसतो. आणि त्यामुळे एखाद्या गोष्टीबाबतचे विचार आणि अनुभव निर्माण करत असलेले तुझे विचार यातलं नातं तुला लगेच लक्षात येईल. ते तू चुकवू शकत नाहीस.

तुम्हीच तुमचं सत्य निर्माण करून स्वतःला– स्व-रूपाला समजू शकता.

काही जणांना आनंदाचा अनुभव येतो, तर काही जण भीतिदायक अनुभवांना सामोरे जातात, काहींना गूढ अनुभव येतो, तर काहींचे अनुभव वास्तविक पाहता खरे नसतातच– असं का होतं, हे तुझ्या या बोलण्यामुळे लक्षात येतंय. मृत्यूनंतर काय घडतं याबद्दलही इतक्या वेगवेगळ्या कहाण्या का पुढे येतात, हेही समजलं.

–काही जण मृत्यूच्या अगदी जवळ जाऊन परत येतात– मरणाच्या दारात

जाण्याचा अनुभव घेतात; पण परतताना अनामिक शांती आणि प्रेम घेऊन येतात. त्यांना आता कधीच मृत्यूची भीती वाटत नाही. पण इतरांना आपण काळ्या शक्तींच्या अंधाऱ्या गुहेतून परत आल्याचं आठवून भीतीही वाटते.

हे सगळं आपल्या अनुभवाकडे पाहण्याच्या मनोवृत्तीवर अवलंबून असतं. आत्मा त्यानुसारच प्रतिसाद देत असतो. मनाचा जो जबरदस्त कल असेल, तसंच पुन्हा होतं.

काही आत्मे काही काळ त्या अनुभवात राहतात, अगदी खरं घडत असल्यासारखं करतात, शरीरात असताना अशाश्वत आणि खरे नसतानाही ते अनुभव घेतल्यासारख्या स्थितीत असतात. तर इतर आत्मे चट्कन परिस्थितीशी जुळवून घेतात, हा अनुभव का आला ते बघतात, नवा विचार करायला सुरुवात करतात आणि त्वरित नवीन अनुभवांकडे वळतात.

आयुष्यानंतरच्या गोष्टींमध्ये एक विशिष्ट मार्ग नसतो, असं तुला म्हणायचंय का? आमच्या मनाहून वेगळी काही सत्यं अस्तित्वात नसतात का? मृत्यूनंतर आणि त्याच्या पुढच्या सत्यात आम्ही अशाच दंतकथा आणि आदर्श निर्माण करत त्यावर विश्वास बसेल असे अनुभव निर्माण करत राहतो का? या बंधनातून आम्ही मोकळे कधी होणार? सत्यापर्यंत कधी पोहोचणार?

तुम्ही तशी निवड केलीत की! रॉबिन विल्यम्सच्या सिनेमाचा हाच मुद्दा होता. तोच मी इथे मांडतोय. ज्यांना खरोखरच अंतिम सत्य जाणून घ्यायची इच्छा असते, विश्वाचं रहस्य समजून घ्यायचं असतं, सर्वोच्च सर्वोत्तम सत्याचा ज्यांना अनुभव घ्यावासा वाटतो, ते तसं करतात.

होय, सर्वोच्च सत्य एकच आहे. तेच अंतिम सत्य आहे. ते काहीही असलं तरी तुम्ही जे निवडता तेच तुम्हाला मिळतं. थोडक्यात म्हणजे, तुम्ही दैवी जीव आहात, तुमच्या अनुभवानुसार तुम्ही तुमचं सत्य निर्माण करत जाता.

तरीसुद्धा वैयक्तिक सत्य निर्माण करण्याचं थांबवून त्याऐवजी एकाच वैश्विक सत्याचा अनुभव घ्यायला, ते समजून घ्यायला सुरुवात कराल, तर तुम्हाला लगेचच तशी संधी मिळेल.

जे अशा शोधत असतात, अशी इच्छा असताना आणि असं समजून घेताना मरण पावतात, ते एकरूपतेचा एकदमच अनुभव घेतात. इतरांना मात्र जशी आणि जेव्हा ही इच्छा होते, तेव्हाच त्यांना हे अनुभवता येतं.

जेव्हा आत्मा शरीरात असतो, तेव्हाही असंच काहीसं होतं.

हा सगळा मामला तुमच्या इच्छा, तुमची निवड, तुमची निर्मिती, आणि सरतेशेवटी तुम्ही आधीच निर्माण केलेले तुमचे अनुभव यांचा आहे.

हा निर्माण केलेला निर्माता आहे. अचल चल आहे. हाच अल्फा आणि ओमेगा, भूत आणि भविष्य, प्रत्येक गोष्टीचा आत्ता– नंतर– सदैव आहे, यालाच तुम्ही 'देव' म्हणता.

मी तुला सोडून देणार नाही आणि माझं अस्तित्व तुझ्यावर लादणार नाही. मी आजवर असं कधी केलेलं नाही आणि यापुढे कधी करणारही नाही. तुला जेव्हा वाटेल तेव्हा तू माझ्याकडे परत येऊ शकतोस– आत्ता– जेंव्हा तू शरीरात आहेस किंवा शरीर सोडल्यानंतरही. तू या 'एक' तत्त्वाकडे येऊ शकतोस आणि तुझ्या वैयक्तिक अस्तित्वाचा आनंददायी विलय अनुभवू शकतोस. शिवाय तुला जेव्हा पाहिजे तू स्वतःच्या अस्तित्वाचा आनंदानं पुन्हा अनुभव घेऊ शकतोस.

मी परमाणू किंवा पर्वताचा अनुभव घेऊ शकतो.

वा! छान! आता तुझ्या लक्षात यायला लागलंय. जेव्हा तुम्ही माणसाच्या शरीराचा आकार घेता, तेव्हा त्या सर्वव्यापकाचा एक छोटा अंश अनुभवता... म्हणजे परमाणू– (अर्थात् सर्वांत सूक्ष्म अंश– कण) जेव्हा तुम्ही शरीरातून बाहेर पडता– (ज्याला काही जण सूक्ष्म जग म्हणतात) तेव्हा तुम्ही महाकाय होता. आपल्याला सगळंच माहीत आहे, आपण काहीही– प्रत्येक गोष्ट होऊ शकतो याचा तुम्हाला अचानक साक्षात्कार होतो. तुम्हाला सगळ्या गोष्टींचं सूक्ष्म ज्ञान होतं, ज्या गोष्टी आत्ता तुम्हाला समजत नाहीत, त्या तुम्हाला कळण्याची क्षमता येते.

अद्यापही एक प्रचंड विश्व अस्तित्वात आहे, ही त्यातलीच एक गोष्ट तुमच्या मग लक्षात येईल. तुमच्या अनुभवापेक्षा ते 'सर्व' किती प्रचंड आहे, हे तुम्हाला अचानक उमजेल. त्यामुळे आदर आणि अपेक्षा, आश्चर्य आणि उत्साह– रोमांच, आनंद आणि उल्हासानं तुमचं आयुष्य भरून जाईल. कारण, तुम्हाला अशी एक गोष्ट समजेल अन् उमेजल, जी मला समजली अन् उमजली आहे– ती म्हणजे 'हा खेळ संपत नाही...'

मला कधीतरी खऱ्या ज्ञानाचा ठाव लागेल का?

कालांतरानं तुझ्या 'मृत्यू'नंतर कदाचित तुला आजवरचे अनुत्तरित प्रश्न विचारावेसे वाटतील आणि यापूर्वी कधीही न पडलेले– स्वप्नातही न आलेले प्रश्न तुझ्यासमोर येतील. तुला त्या सर्वात्मकाशी एकरूपत्वाचा अनुभव घ्यावासा वाटेल. तुला काय व्हायचंय, काय करायचंय आणि पुढे काय हवंय, हे ठरवण्याची संधी तुला तुझ्या सर्वांत अलीकडच्या शरीरात प्रवेश करायचाय? तुला माणसाच्याच रूपात पण वेगळ्या प्रकारानं आयुष्य पुन्हा अनुभवायचं आहे का?

ज्या पातळीवरचा आध्यात्मिक जगाचा तू अनुभव घेतो आहेस, तोच कायम

रहावा असं तुला वाटतंय? तुझी समज, तुझे अनुभव असेच येत राहावेत– त्यात तू पुढे पुढे जात राहावंस, अशी तुझी इच्छा आहे? स्वतःचं अस्तित्व, स्वतःची ओळख 'त्या' एकतत्त्वात विसर्जित करण्याचा तुझा मानस आहे का?

तू कशाची निवड करणार? काय निवडणार?

हाच प्रश्न मी तुम्हाला सतत– नेहमीच विचारत राहणार. अखिल विश्वाला हेच जाणून घ्यायचंय. कारण, तुमच्या सर्वांत आवडत्या इच्छा पूर्ण करायच्या, याशिवाय वैश्विक शक्तीला दुसरं काहीच ठाऊक नसतं. खरं तर हे दररोज हरघडीच होत असतं; पण तुम्हाला याची जाणीव नसते, हाच तर तुमच्या-माझ्यात फरक आहे.

मला ती जाणीव आहे.

देवा, मला सांग मी मेल्यानंतर माझे नातेवाईक, माझे प्रियजन मला भेटतील? आणि काही जण म्हणतायत की ते मला नंतरही काय घडतंय ते सांगतील, मदत करतील– खरंच तसं होईल का रे? आधी गेलेल्यांशी माझी परत भेट होईल? परत त्यांच्याशी नातं जुळेल? आम्ही त्या अनंतात एकत्र राहू शकू?

तुम्ही काय निवड करता, यावर ते ठरतं. हे सगळं व्हावं, असं तुला वाटतंय? मग सगळ्या तशाच गोष्टी होतील.

हे बघ– मला कळत नाहीये. मी गोंधळलो आहे. म्हणजे आम्हाला इच्छांचं स्वातंत्र्य आहे– आम्हाला पाहिजे ती इच्छा आम्ही करू शकतो आणि मृत्यूनंतरही आम्ही तसं करू शकतो, असं तुला म्हणायचं आहे का?

अगदी बरोबर. मला हेच म्हणायचंय.

हे खरं असेल, तर माझ्या मनात जे आहे, तेच माझ्या प्रियजनांच्याही मनात असायला हवं; अन्यथा मी मरेन, जेव्हा ते माझ्याजवळ असणार नाहीत. शिवाय नंतर त्यांच्याबरोबर राहावं असं मला वाटत असेल, पण त्यातल्या एक-दोघांना जर सोडून जावंसं वाटत असेल तर मग? त्यांच्यातल्या एक-दोघांना या पुनर्मिलनाच्या कल्पनेत अजून वरच्या-वरच्या पातळीवर जावंसं वाटत असेल, *'त्याच्या'शी एकरूप व्हायला अजून वर जावंसं वाटत असेल, तर मग काय?*

या विश्वात विरोधाभास नाही. इथे विरोधाभास असल्यासारखं वाटतं, पण ते खरं नाही. तू म्हणतोस तशी परिस्थिती निर्माण झालीच (अरे हो– तू खूपच चांगला प्रश्न विचारलास–) तर काय– तुमच्या दोघांच्या इच्छेप्रमाणेच होणार.

दोघांच्या?

दोघांच्या.

कसं? मी विचारू शकतो का?

हो– विचारू शकतोस.

ठीक आहे. कसं...

'देव' म्हणजे तुला काय वाटतं? मी एका जागी आणि एकाच जागी असतो, अशी तुझी कल्पना आहे का?

नाही. तू एकाच वेळी सगळीकडे असतोस, असं मला वाटतं. देव विश्वव्यापक, सर्वव्याप्त आहे, यावर माझा विश्वास आहे.

वा– हे अगदी बरोबर आहे. मी 'नाही' असं एकही ठिकाण नाही. तुला हे कळतंय? समजतंय का?

तसं वाटतंय खरं.

उत्तम. मग मला सांग असा फरक का पडतोय असं तुला वाटतं?

कारण, तू देव आहेस आणि मी एक साधा माणूस..

ठीक आहे. 'साधा मर्त्य माणूस' या शब्दावरच आपण अजून अडकलोय.

बरं... बरं... आपल्या चर्चेसाठी म्हणून असं धरून चालू की मीसुद्धा 'देव' आहे– किंवा निदान देवाच्याच अंशानं– त्याच घटकांनी मीही बनलेलो आहे. म्हणजे मग मीही सदासर्वदा सगळीकडे आहे, असं तू म्हणतोयस?

आपली विवेकबुद्धी कुठल्या सत्याची निवड करते, एवढाच मुद्दा आहे. तुम्ही ज्याला गूढ जगत– आध्यात्मिक जग म्हणता, तिथे तुम्ही जी काही कल्पना कराल, ती प्रत्यक्षात अनुभवू शकाल. काळाच्या एका टप्प्यात एका ठिकाणी एक आत्मा असण्याचा अनुभव घ्यावा, असं तुम्हाला वाटत असेल, तर तुम्ही घेऊ शकता. इतकंच नव्हे, तर एकाच वेळी विस्तारून तुमचा आत्मा अनेक ठिकाणी असावा, अशी इच्छा असेल, तर तसंही तुम्ही करू शकता. तुम्ही तुम्हाला हवं तेव्हा हव्या त्या ठिकाणी आत्म्याच्या विहाराचा अनुभव घेऊ शकता. कारण, सत्य हेच आहे की 'काळ' एकच आहे, स्थान एकच आहे आणि तुम्ही नेहमीच त्यात असता. त्यामुळे त्यातल्या ज्या भागाची, अंशाची तुम्ही निवड कराल, तो तुम्ही तेव्हा अनुभवू शकाल.

समज, मला माझे नातेवाईक माझ्याबरोबरच असावेत असं वाटतंय, पण त्यांच्यातल्या एखाद्याला दुसऱ्या कुठेतरी त्या 'सर्वात्मका'चा अंश असावंसं वाटत

असेल, तर मग?

तुझी आणि तुझ्या नातेवाइकांची एकच इच्छा नाही– असं असू शकत नाही. तू आणि मी आणि तुझे नातेवाईक आणि मी– आपण सगळे जण एक आणि सारखे आहोत.

तुझ्या मनात एखादी इच्छा निर्माण झाली, की तीच कृती माझ्या बाबतीतही घडते. कारण, तू म्हणजे सरळ सरळ 'मी' आहे– फक्त तू इच्छेच्या रूपात तो अनुभव व्यक्त करतोस. म्हणून तुझी इच्छा तीच माझी इच्छा असते.

तुझे नातेवाईक आणि मी– आम्हीही एकच आणि सारखे आहोत. त्यामुळे मी जी इच्छा करतो, तीच त्यांची असते. म्हणूनच पर्यायानं तुझी इच्छा– तीच तुझ्या नातेवाइकांचीही इच्छा असते. या पृथ्वीवर तुम्हाला सगळ्यांना सारखी– एकच गोष्ट हवी असते, हेही खरं आहे. तुम्हाला शांती हवी असते. तुम्हाला भरभराट हवी असते. तुम्हाला आनंद हवा असतो. तुम्हाला समाधान हवं असतं. तुम्हाला तुमच्या कामात समाधान आणि स्व-अभिव्यक्ती हवी असते. तुम्हाला आयुष्यात प्रेम आणि निरोगी शरीर हवं असतं. तुमच्या सगळ्यांच्या या इच्छा एकसारख्याच असतात. सगळ्यांना तेच ते हवं असतं. हा सगळा योगायोग आहे, असं तुला वाटतंय? तसं नाहीये. आयुष्य असंच चालतंय. आत्ता मी तुला ते स्पष्ट करून सांगतोय.

पृथ्वीपेक्षा ज्याला तुम्ही आध्यात्मिक जग म्हणता– तिथलं जग, तिथल्या गोष्टी वेगळ्या आहेत. तुम्हा सर्वांच्या इच्छा एकसारख्याच असतात, फक्त त्या पूर्ण करण्याचे मार्ग वेगवेगळे आहेत. आपली इच्छा कशी पूर्ण व्हावी, आपल्याला हवं ते कसं मिळावं, याबद्दल प्रत्येकाच्या कल्पना वेगवेगळ्या आहेत. त्यामुळे तुम्ही सगळे एकाच गोष्टीच्या शोधात जाता; पण वेगवेगळ्या वाटांनी!

तुमच्या वाटांचं वेगळेपण परिणामातही उतरतं– या वेगवेगळ्या कल्पनांनाच तुमचे प्रेरक विचार म्हणता येईल. याबद्दल आधीही मी तुझ्याशी बोललो आहे.

होय– पहिल्या पुस्तकात.

'अपुरेपणा', आणखी हवं होतं– आहे ते पुरेसं नाही– हा तुम्हा सर्वांचा साधारणपणे एकच असणारा विचार आहे. बहुतेक सगळ्यांच्याच मनात हा विचार असतो. 'कुठेतरी काहीतरी कमी आहे, न्यून आहे,' असं तुम्हाला आत खोलवर सतत वाटत राहतं.

म्हणजे प्रेमात अधुरेपणा आहे, पैशाची कमतरता आहे; खायला पोटभर नाहीये, अंगावर पुरेसे कपडे नाहीत, डोक्यावर धड छप्पर नाही, वेळसुद्धा अपुरा आहे, भोवतीचं वातावरण म्हणावं तितकं आनंदी किंवा निश्चिंत वाटावं असं नाही– अशा एक ना अनेक गोष्टी!

हे सगळं 'पुरेसं आहे' असं वाटण्याइतकं मिळवण्यासाठी तुमचे प्रेरक विचार तुम्हाला ढकलत राहतात. जेव्हा 'हवं तेवढं मिळालंय' असं वाटतं, तेव्हा हे विचार थांबतात.

अपुरेपणाचा भाव संपला की स्वर्गसुख मिळतं– त्या सुखात अपूर्णतेची– काहीतरी कमी असल्याची कल्पना विरून जाते. कारण, तुम्ही आणि तुमची कोणतीही इच्छा वेगळ्या नाहीत, एकच आहेत, याची तुम्हाला जाणीव होते.

'पुरेसं' याही पेक्षा जास्त काही तुमच्या पदरात आहे, हे तुमच्या लक्षात येतं. तुम्ही दिलेल्या वेळेत एकापेक्षा जास्त ठिकाणी असू शकता हे कळतं. म्हणूनच तुमच्या भावा-बहिणींच्या इच्छेहून वेगळीच काही इच्छा करण्याचं कारणच नाही. समजा त्यांच्या शेवटच्या घटकेच्यावेळी तुम्ही त्यांच्याजवळ असावं, असं त्यांना वाटतं– ते तुम्हाला फोन करतात आणि त्यांच्यासाठी धावून न जाण्याचं तुमच्यापाशी काही कारणच नसतं– कारण तुमचीही तीच इच्छा असते.

ही जी नकार न देण्याची स्थिती असते, त्याच स्थितीत कायम माझं अस्तित्व असतं.

'देव कधीच 'नाही' म्हणत नाही'– हे तू आधीही ऐकलं आहेस.

मी नेहमीच तुम्हाला जे हवंय तेच देतो. मी तुमच्याच इच्छा नेहमी पूर्ण करत असतो. अनादि काळापासून मी हे करत आलो आहे.

कोणत्याही वेळेला– कधीही– कोणीही जी इच्छा कराल, ज्याला जेव्हा जे हवंसं वाटेल– तेच तू नेहमी त्याला खरंच देतोस?

हो. हे खरं आहे माझ्या सोन्या. तुमचं आयुष्य म्हणजे तुमच्या इच्छा आणि खरंच तुम्हाला आपल्याला काय मिळायला हवं असं वाटत, याचं प्रतिबिंब असतं. तुम्हाला जे मिळण्याची खात्री नसते, ते मी तुम्हाला देऊ शकत नाही. भले तुमची कितीही इच्छा असो. कारण, तुमच्या विचारांचा मी अनादर करणार नाही. मी करू शकणार नाही. हा नियमच आहे.

तुम्हाला एखादी गोष्ट मिळणार नाही, असं ठाम माहीत असतं, तेव्हा ती मिळावी असं तुम्हाला वाटतही नाही. कारण, त्यातून एकच गोष्ट निष्पन्न होत असते.

पण इथे पृथ्वीवर आम्हाला आमच्या इच्छेप्रमाणे काही मिळत नाही. उदाहरणार्थ– आम्ही एका वेळी दोन ठिकाणी असू शकत नाही. आणि आम्हाला हव्याशा वाटणाऱ्या अशा कितीतरी गोष्टी आहेत, ज्या आम्हाला मिळू शकत नाहीत. कारण, पृथ्वीवर आम्हाला खूप मर्यादा आहेत.

असं तुला वाटतं. पण तुम्हाला हवे ते अनुभव नक्कीच दिले जातात, हे अंतिम

सत्य आहे.

म्हणून– 'आम्ही एका वेळी दोन ठिकाणी असू शकत नाही,' असं तुम्ही म्हटलंत– तर तुम्ही तसे असणार नाही. पण 'विचारांच्या वेगानं आम्ही कुठेही हवं तिथे जाऊ शकतो,' असं म्हणायला लागलात तर तसं होईल आणि एका वेळी एकापेक्षा जास्त ठिकाणी 'सदेह' अवतीर्ण झाल्याचं दाखवू शकू असं म्हणालात– तर तसं करू शकाल.

बघ– तुझ्या अशा बोलण्यानंच हा संवाद थांबवावा की काय असं वाटतं. ही सगळी माहिती थेट देवाकडूनच येते आहे, यावर मला विश्वास ठेवायचा आहे, पण जेव्हा तू हे असं काहीतरी सांगतोस ना, तेव्हा माझ्या मनाचा पार गोंधळ उडून जातो. कारण, माझा त्यावर विश्वासच बसत नाही ना! म्हणजे मला काय म्हणायचंय– की तुझ्या या बोलण्यात तथ्य वाटत नाही. अरे, कुठल्याच माणसाला असा प्रत्यक्ष अनुभव नसतो.

याउलट– सगळ्याच धर्मातल्या संत-महंतांनी आपण या गोष्टी केल्याचं सांगितलंय. त्यासाठी फार वरच्या पातळीवरचा विश्वास असायला हवा का? दृढ विश्वास? हजारो वर्षांत अगदी एखाद्यावरच ठेवावा असा अभूतपूर्व विश्वास? पण म्हणून ते अशक्य ठरतं का? नक्कीच नाही ठरत.

मी हा विश्वास कसा निर्माण करू? विश्वासाची एवढी उच्च पातळी कशी गाठू? एवढा दृढ विश्वास मी कसा मिळवू?

तुला तो मिळवता येणार नाही. विश्वास मिळवता येत नाही, तो असावा लागतो. मला शब्दांचे खेळ करायचे नाहीयेत. खरंच. असा दृढ विश्वास– ज्याला मी परिपूर्ण ज्ञान म्हणेन– ते तुम्हाला असं प्रयत्नांती नाही मिळवता येणार. खरं तर, तुम्ही तसा प्रयत्न केलात तरी तो फसेल. हा विश्वास, हे ज्ञान फक्त 'असतं'. तेच खरं 'असणं' असतं.

परिपूर्ण जागृतीतून हे 'असणं' येतं. ते फक्त अशाच स्थितीतून येतं. तुम्ही मुद्दाम जागृतीचा 'प्रयत्न' केलात तर ते येणार नाही.

हे म्हणजे तुमची उंची ४ फूट ९ इंच असताना तुम्हाला स्वतः ६ फूट उंच असायला हवं असणं आहे. तुम्ही ६ फूट उंच होऊ शकत नाही. तुम्ही फक्त जे 'आहात' तेच– तसेच असू शकता– ४ फूट ९ इंच. तुमची उंची वाढून जेव्हा ६ फूट होईल, तेव्हाच ६ फूट उंचीची माणसं जे करतात, ते तुम्हीही करू शकता. आणि जेव्हा तुम्ही संपूर्ण जागृतावस्थेत असता, तेव्हा त्या अवस्थेत ज्या गोष्टी केल्या जातात, त्या तुम्हीही करू शकता.

म्हणूनच 'हे करू शकू' असं म्हणून विश्वास ठेवायचा 'प्रयत्न' करू नका. त्याऐवजी संपूर्ण जागृतावस्थेत असण्याकडे तुमचा कल असू द्या. मग तुम्हाला फार काळ 'विश्वासा'ची गरज भासणार नाही. परिपूर्ण ज्ञानच त्याचे चमत्कार दाखवेल.

एकदा मी ध्यानसाधना करत असताना संपूर्ण एकत्वाचा, परिपूर्ण जागृतीचा अनुभव घेतला. तो फारच विलक्षण होता. खूपच आनंददायक होता. त्यानंतर दर वेळी ध्यान करताना मला तसाच अनुभव यावा यासाठी मी धडपडत असतो. मी ध्यानाला बसतो आणि तोच परिपूर्ण जागृतीचा क्षण पुन्हा अनुभवता यावा यासाठी प्रयत्न करतो. आणि मला ते कधीच साधत नाही. त्याचं कारण हेच आहे. हो ना? तुझ्या म्हणण्याप्रमाणे जोवर मी काहीतरी मिळवण्यासाठी खटपट करतो, तोवर ते माझ्या हाती लागत नाही. कारण, मी त्याच्या शोधात असतो– याचा अर्थ आत्ता ते माझ्यापाशी नाही. आपल्या सगळ्या संवादातून तू मला हाच शहापणपणाचा धडा देत आला आहेस.

बरोबर. अगदी बरोबर. आता तुझ्या ते बरोबर लक्षात आलंय. आता तुझ्यासमोर चित्र स्पष्ट होत चाललंय. त्यासाठी तर आपण बऱ्याच गोष्टींची उजळणी करतोय, पुन्हा पुन्हा काही गोष्टींबद्दल बोलतोय. तिसऱ्या-चौथ्या कदाचित पाचव्या फेरीत तुझ्या ते लक्षात येईल.

मी तुला हा प्रश्न विचारला ते बरंच झालं. कारण 'एकाच वेळी तुम्ही दोन ठिकाणी असू शकता' किंवा 'तुम्हाला जे काही हवं ते काहीही करू शकता,' ही तुझी विधानं तशी भयानकच आहेत– म्हणजे एम्पायर स्टेट बिल्डिंगवरून 'मी' देव आहे; बघा! माझ्याकडे बघा– मी उडू शकतो'असं ओरडत ओरडत माणसांनी उडी मारायला धजावं– अशी आहेत.

तुम्ही असं काही करण्यापूर्वी पूर्ण जागृतावस्थेत असावं हे बरं. हे असलं करून 'मी देव आहे', असं तुम्हाला स्वतःबद्दल इतरांना दाखवून द्यावं लागणार असेल, तर तुम्ही स्वतःला नीट ओळखू शकलेला नाहीत– समजू शकलेला नाहीत आणि ही 'न ओळखण्याची' अवस्थाच तुम्हाला सत्याची प्रचिती देईल. थोडक्यात– तुम्ही तोंडावर सपशेल आपटाल!

देवाला कुणासमोरच स्वतःला सिद्ध करायचं नसतं, कारण, त्याला तशी गरजच नसते. देव 'असतो' आणि हे असंच असतं. ज्यांना आपण देवाशी एकरूप झालो आहोत हे माहीत असतं किंवा देव आपल्याच आत असल्याचं ज्यांनी अनुभवलेलं असतं, त्यांना ते इतरांना दाखवून द्यायची, सिद्ध करायची गरज वाटत नाही.

आणि तसंच झालं– जेव्हा 'जर तू देवाचा पुत्र असशील, तर क्रॉसवरून खाली उतर,' असं लोक टोचून बोलत होते, तेव्हा येशू नावाच्या माणसानं काहीच केलं नाही.

तरीही तीन दिवसांनंतर– शांतपणे आणि कोणाच्याही नकळत– कुणीही साक्षीदार नसताना– आसपास माणसांचा गराडा नसताना आणि कोणालाही 'दाखवून' द्यायचं नसताना, त्यानं अशी काही दिव्य, आश्चर्यकारक गोष्ट करून दाखवली, जिच्याबद्दल आजही जगात सगळेजण चर्चा करतात.

हा चमत्कार तुमच्यासाठी पापविमोचक ठरला आहे, कारण, या चमत्कारानं फक्त येशूचंच नव्हे, तर तुमचंही सत्य दाखवलं आहे– तुम्ही कोण आहात, हे सत्य दाखवून दिलं आहे. आणि त्यायोगे एका असत्यापासून तुम्हाला वाचवलं गेलंय– तुमच्याबद्दलचं असं असत्य– ज्याला 'सत्य' म्हणून सांगितलं गेलं आणि जे तुम्हीही 'सत्य' म्हणून स्वीकारलंत. तुम्ही तुमच्या स्वतःबद्दलच्या सर्वोच्च-अंतिम विचारापर्यंत यावं यासाठी देव नेहमीच आमंत्रित करत असतो.

तुमच्या ग्रहावरच्या अनेकांनी आत्ता अनेक दिव्य विचार प्रत्यक्षात आणून दाखवले आहेत. अगदी वस्तू अदृश्य करणं आणि नसलेल्या वस्तू काढून दाखवणं, स्वतः अदृश्य आणि प्रकट होणं, शरीरात 'चिरंजीव' होणं– शरीर चिरंजीव ठेवणं किंवा शरीरात पुन्हा प्रवेश करणं आणि जिवंत होणं– या सगळ्या गोष्टी शक्य करून दाखवल्या गेल्या आहेत– केवळ त्यांच्या श्रद्धेच्या बळावर. या गोष्टी ते करू शकले कारण, त्यांची श्रद्धा. कारण त्यांची जाणीव– कारण एकूणच सर्व गोष्टी कशा आहेत आणि त्यांचा अर्थ काय याबद्दलच्या त्यांच्या निःसंदिग्ध स्पष्टता–

आणि पूर्वी शरीरधारी माणसांनी जेव्हा जेव्हा अशा गोष्टी केल्या, तेव्हा तुम्ही त्यांना 'चमत्कार' असं म्हटलंत आणि त्या माणसांना संत-महंत असं संबोधलंत– खरं तर तुम्हीही त्यांच्यापेक्षा कमी नव्हतात. कारण, तुम्ही सगळेच संत-महापुरुष आहात. हाच संदेश त्यांनी तुम्हाला दिला आहे.

पण मी यावर कसा विश्वास ठेवावा? मला खरं तर मनापासून विश्वास ठेवायची इच्छा आहे, पण मी नाही ठेवू शकत. खरंच नाही ठेवू शकत.

नाही. तू विश्वास ठेवू शकणार नाहीस– तुला ते फक्त माहीत होईल.

मला कसं माहीत होईल? कसं कळेल?

तुझ्यासाठी तू जे निवडशील ते दुसऱ्याला दे. तुला स्वतःसाठी जमलं नाही, तर दुसऱ्याला त्या बाबतीत मदत कर. 'हे सगळं तुमच्यापाशी आहेच,' असं त्यांना सांग. त्यासाठी त्यांची स्तुती कर. त्यांना आदर दे.

इथेच 'गुरू'चं महत्त्व आहे. हाच महत्त्वाचा मुद्दा आहे. पूर्वेकडे 'गुरू' या शब्दाभोवती बरंच नकारात्मक ऊर्जेचं वलय आहे. हा शब्द तिरस्करणीय– प्रतिष्ठा नसलेला झाला आहे. 'गुरू' म्हणजे भोंदूबाबा असं समीकरण झालं आहे. एखाद्या गुरूला शरण जाणं म्हणजे तुम्ही शक्तिहीन होणं मानलं जातंय.

पण 'गुरू' मानणं, 'गुरू' म्हणून एखाद्याला मान देणं म्हणजे तुम्ही शक्ती गमावणं नाही. उलट तुमची शक्ती वाढते. कारण, जेव्हा तुम्ही त्या गुरूचा आदर करता, जेव्हा तुम्ही तुमच्या आदरणीय मार्गदर्शकाची स्तुती करता, तेव्हा तुम्ही 'मला तुमचं दर्शन होतंय' असं म्हणता. आणि तुम्ही दुसऱ्यात जे काही पाहता, ते तुम्ही स्वतःमध्येही पाहायला लागू शकता. तुमच्या आतल्या सत्याचा तो बाह्य पुरावा असतो. तुमच्या आतल्या खरेपणाचं ते बाह्यरूप असतं– तुमच्या अस्तित्वाचं 'सत्य'.

तुम्ही जी पुस्तिका लिहिता त्यातूनही हे सत्य तुमच्याचकडून मांडलं जातं.

ही पुस्तकं लिहिताना मला त्यात 'मी'नाही दिसत. मला तू देव– लेखक म्हणून आणि मी ते फक्त लिहून घेणारा– उतरवून घेणारा म्हणून दिसतो.

देव लेखक आहे... आणि तूसुद्धा. मी लिहिणं आणि तू लिहिणं एकसारखंच आहे– त्यात काहीच फरक नाही. तुला त्यात फरक आहे असं वाटत असेल, तर त्यातला एखादा मुद्दा तुझ्याकडून हुकला असता. इतकंच नाही कितीतरी माणसं या शिकवणीला मुकली असती. म्हणूनच मी नवे शिक्षक, आणखी शिक्षक तुझ्याकडे पाठवले– जुन्या शिक्षकांसारखेच संदेश घेऊन पाठवले.

ही शिकवण तुमचं वैयक्तिक सत्य म्हणून स्वीकारायला तुम्ही अलिप्त असणार– मनापासून तयार नसणार, हे मी समजू शकतो. देवाशी एकरूप होणं किंवा अगदी त्याचा अंश असण्याचा दावा करणं– असे शब्द उच्चारणं किंवा असे शब्द लिहिणं– हे जगाच्या दृष्टीनं अनाकलनीय आहे. तुझ्याबद्दल काय बोलायचं असं त्यांना वाटत असेल.

लोकांना काय वाटायचं ते वाटू दे. मला एवढंच माहीत आहे : इथे आणि या सगळ्या पुस्तकात मला जी माहिती दिली गेली आहे, ती मिळवण्याची माझी पात्रता नाही. या सत्याचा 'दूत' संदेशवाहक होण्याला मी लायक आहे, असं मला वाटत नाही. आत्ता मी या तिसऱ्या पुस्तकावर काम करत आहे, ते प्रकाशित होण्यापूर्वीही मला माहीत आहे– आजवर माझ्या हातून झालेल्या असंख्य चुका, मी केलेली स्वार्थी कृत्यं– हे सगळं पाहता, या पुस्तकातून प्रकट होणारं सुंदर सत्य लोकांपर्यंत पोहोचवायला मी मुळीच योग्य नाही, असंही वाटत असेल.

असो. या 'त्रिधारा' पुस्तकांमधून दिला गेलेला दिव्य संदेश हा आहे : देव कोणापासूनच दूर नसतो, इतकंच नव्हे तर तो प्रत्येकाशी बोलतो– आपल्यातल्या सर्वांत कमी योग्य असलेल्याशीही तो बोलतो. त्यामुळे देव जर माझ्याशी बोलत असेल, तर देव प्रत्येक माणसाच्या थेट हृदयात जाऊन संवाद साधेल– सत्याचा शोध घेत असलेल्या प्रत्येक स्त्री-पुरुष आणि बालकाशी देव बोलेल.

याचा अर्थ आपणा सगळ्यांनाच ही संधी मिळण्याची आशा करायला हरकत नाही. आपल्यापैकी कोणीच इतका 'गयागुजरा', 'पार वाया गेलेला– अक्षम्य' नसणार, ज्याच्यापाशी जाऊन देव पाठ फिरवेल.

आत्ता हे जे तू सगळं लिहिलंस, त्यावर तुझा विश्वास आहे?

हो.

मग तसाच असू दे आणि ते तुझ्याही बाबतीत घडू दे. तरीही तुला एक सांगतो– तू लायक आहेस. तसाच इतरही प्रत्येक जण आहे. 'लायक नसणं' हा मानव जातीमधला सर्वांत वाईट आरोप आहे. तुम्ही तुमची लायकी भूतकाळावर ठरवता तर मी भविष्यकाळावर ठरवतो.

भविष्य, भविष्य, नेहमीच भविष्य! त्यातच तुमचं आयुष्य आहे, भूतकाळात तुमचं आयुष्य नाही. भविष्यकाळ. त्यातच तुमचं सत्य आहे, भूतकाळात नाही.

याआधी तुम्ही काय केलं आहेत, त्यापेक्षा यापुढे तुम्ही काय करणार आहात, हे महत्त्वाचं आहे. आधी तुम्ही केलेल्या, तुमच्या हातून घडून गेलेल्या चुकांकडे पाहण्यापेक्षा तुम्ही भविष्यात काय निर्माण करणार आहात याकडे लक्ष देणं महत्त्वाचं.

मी तुमच्या चुका माफ करतो. सगळ्या चुका. मी तुमच्या चुकीच्या इच्छांना क्षमा करतो. सगळ्या इच्छा. तुमच्या चुकीच्या कल्पना, भरकटलेल्या समजुती, दुखणाऱ्या कृती, तुमचे स्वार्थी निर्णय– सगळ्यांना क्षमा करतो.

इतर तुम्हाला भले क्षमा न करोत, मी मात्र करतो. तुमच्या अपराधापासून बाकीचे भले तुम्हाला मुक्त न करोत, मी मात्र करतो. इतर कोणी तुम्हाला विसरू न देवोत, पुढे जायला मना करोत, नवीन कोणी व्हायला, करायला मोडता घालोत, पण मी तसं करत नाही. कारण, आधी तुम्ही जे होतात, ते आत्ता नाही, तुम्ही आत्ता आहात आणि तसेच कायम असणार आहात.

एका मिनिटात 'वाल्याचा वाल्मीकी' होऊ शकतो. एका क्षणात. एका श्वासात.

खरं तर 'पाप' अशी काही गोष्ट नसते. कारण, तुम्ही कोणीच पाप करू शकत नाही. किमान माझ्यालेखी तरी. म्हणूनच मी 'क्षमा करतो' असे शब्द वापरतोय, जेणेकरून मला काय म्हणायचंय, हे तुमच्या लक्षात येईल.

वस्तुस्थिती अशी आहे की मी तुम्हाला क्षमा करत नाही– कधीच करणारही नाही– कुठल्याच गोष्टीसाठी. मला करता येत नाही. 'क्षमा करणं' असं काही नसतं. पण मी तुम्हाला सोडवू शकतो. आणि मी ते करतोही. आत्ताही करतोय. परत. इतर अनेक मार्गदर्शकांच्या रूपानं याआधीही सातत्यानं अनेकदा मी तसं केलंय.

मग ते आमच्या कानावर कसं आलं नाही? आम्हाला कसं कळलं नाही? तुझ्या एवढ्या मोठ्या वचनावर आम्ही विश्वास का ठेवला नाही?

कारण, तुम्ही देवाच्या चांगुलपणावर भरवसा ठेवू शकत नाही. माझ्या चांगुलपणावर सोडा– त्याऐवजी साधा तर्क लक्षात घ्या.

तुम्हाला क्षमा करायची मला गरज नाही. त्याचं कारण म्हणजे तुम्ही ना मला विरोध करू शकता, ना मी नष्ट केला जाऊ शकतो ना मला हानी पोहोचू शकते. अर्थात् तरीही मला विरोध करण्याची, मला काहीतरी दुखापत करण्याची क्षमता स्वतःत आहे, असं तुम्हाला वाटतं. वा! काय भ्रम आहे! केवढा कल्पनाविलास!

तुम्ही माझी हानी करू शकत नाही. कारण मी अविनाशी आहे. आणि ज्याची हानी होऊ शकत नाही त्यानं दुसऱ्याची हानी करू नये– तो तसं करूही शकत नाही.

मी तुमचा निषेध करू शकत नाही, तुम्हाला शिक्षा करू शकत नाही. आणि तुमच्यासाठी 'दंड' शोधायची मला गरजही नाही. माझा कधीच कशानंच विनाश होत नाही. होऊ शकत नाही– त्यामुळे मलाही या गोष्टी करायच्या नाहीत. तुमच्याही बाबतीत हेच खरं आहे. तुम्हाला सगळ्यांना 'आपण हानी करू शकतो,' असं उगाच वाटतं.

'हानी'ची तुम्ही कल्पना करता– कारण, तुम्हाला सूड घ्यायचा असतो. तुम्हाला वेदनेचा अनुभव येतो, मग इतरांनाही सुडाच्या भावनेनं तोच अनुभव द्यावा, अशी तुम्हाला गरज वाटते. अन्यथा इतरांना त्रास देण्याचं, वेदनांचा अनुभव देण्याचं दुसरं कोणतं सयुक्तिक कारण असणार?

एखाद्यानं तुम्हाला जखमेची वेदना दिलीय असं तुम्हाला वाटलं की त्याची परतफेड तसंच करून देणं योग्य नाही, असं तुम्ही ठरवा. 'हे करणं बरोबर नाही', 'माणसानं असं वागणं योग्य नव्हे', असं जे तुम्ही इतरांच्या बाबतीत म्हणता, ते-तसंच तुम्ही वागण्यायोग्य कसं?

हे अन्याय्य आहे. पण आपलं हे वागणं न्याय्य आहे, असं तुम्ही ठरवल्यानं तुम्हाला त्यात काही चुकीचं वाटत नाही. प्रत्येकाला आपण जे करतो, ते बरोबरच वाटत असतं. त्यांना तसंच करायचं असतं, त्यांची तशीच इच्छा असते, असं समर्थन माणसं देतात.

तुमच्या मते त्यांची इच्छा चुकीची असते. पण त्यांच्या मते ती चुकीची नसते.

तुम्ही त्यांचे आदर्श, त्यांची नैतिक तत्त्वं, विचारांचा पाया, त्यांच्या तात्त्विक समजुती, त्यांचे निर्णय, त्यांच्या निवडी आणि त्यांच्या कृती... इत्यादी इत्यादी तुम्हाला कदाचित मान्य होणार नाहीत– पण त्यांच्यासाठी ते मान्यच असेल.

तुम्ही त्यांची मूल्यं चुकीची ठरवता– पण तुमची मूल्यं बरोबर आहेत, असं कोण म्हणतं? फक्त तुम्हीच. तुमची मूल्यं योग्य आहेत, कारण तुम्ही तसं म्हणता म्हणून. तुम्ही तुमचा शब्द पाळलात, तरीही एक वेळ त्याला काही अर्थ आहे, पण 'चूक' आणि 'बरोबर' याबद्दलच्या तुमच्या कल्पना, तुमची मूल्यं सतत बदलत असतात– व्यक्ती म्हणून वैयक्तिक पातळीवरही आणि 'समाज' म्हणून सामाजिक पातळीवरही.

काही दशकांपूर्वी तुमचा समाज ज्या गोष्टींना 'योग्य' मानत होता, त्या गोष्टी आता तुम्ही 'चुकीच्या' ठरवताय. तुम्ही अगदी नुकतं नुकतं– फार पूर्वीसुद्धा नाही– काहीच दिवसांपूर्वी ज्याला तुम्ही 'चुकीचं' म्हणत होतात, त्यालाच आता तुम्ही 'बरोबर' म्हणताय. मग नेमकं कशाला काय म्हणायचं? गुणपत्रिकेशिवाय खेळाडूंना कसं ओळखणार?

आणि तरीही आम्ही न्यायाधीशाच्या खुर्चीत बसून एकमेकांचा न्याय-निवाडा करतो! काय असावं आणि काय नसावं याबद्दलच्या कल्पनांच्या 'फिरत्या' रंगमंचाशी जुळवून घ्यायला एखाद्याला जमलं नाही, तर आम्ही त्याचा निषेध करायचं 'धाडस' करतो. अरेरे! आमचं काहीतरी चुकतंय! 'बरोबर' आणि 'चूक' कशाला म्हणायचं याबद्दल आमची आमच्याच मनाशी एकवाक्यता नाहीये.

हीच तर अडचण आहे. तुमच्या योग्य-अयोग्यतेच्या बदलत्या कल्पना ही अडचण नाहीये. तुम्हाला त्या कल्पनांमध्ये बदल करावाच लागेल. त्याखेरीज तुमची प्रगती होणार नाही. 'बदल' ही उत्क्रांतीची द्योतक आहे. बदलामुळे तर प्रगती होते– विकास होतो.

तुम्ही बदलत आहात किंवा तुमच्या मूल्यांमध्ये बदल होतोय, ही चिंतेची गोष्ट नाहीये. प्रश्न हा आहे की आत्ता तुमची असलेली 'योग्य' मूल्यच योग्य आहेत, यावर तुमच्यापैकी काहींचा भर आहे आणि इतरांनीही त्यांच्यावर निष्ठा ठेवून त्यांना चिकटून राहावं, असाही तुमचा आग्रह आहे. तुमच्यापैकी काहीजण स्वतःच स्वतःच्या बाजूनं न्यायनिवाडा करतायत.

तुमच्या उपयोगाचं असेल तर तुमच्या विश्वासांना धरून राहा. घट्ट पकडून ठेवा. अजिबात हिंदोळू नका. कारण, तुम्ही जे आहात त्याला अनुसरून तुमच्या 'योग्य-अयोग्य'च्या कल्पना असणार! त्यामुळे इतरांनीही त्याच चौकटीत असावं, अशी गरज नाही. आणि तुम्हीही तुमच्या आत्ताच्या रूढी-परंपरा आणि संकल्पनांना

चिकटून राहू नका, जेणेकरून तुमच्या उन्नतीच्या, उत्क्रांतीच्या, विकासाच्या मार्गात अडथळा येईल– तुमची प्रगती तिथेच थांबेल.

खरं तर तुमची कितीही इच्छा असली तरी तुम्ही एकाच ठिकाणी थांबू शकत नाही. कारण, आयुष्य सतत पुढे जात असतं– तुमच्यासह किंवा तुमच्याशिवाय. कुठलीच गोष्ट तशीच– तीच राहत नाही. कुठलीच गोष्ट बदलल्याशिवाय राहत नाही. न बदलणं म्हणजे एकाच ठिकणी अचल राहणं. अचल राहणं म्हणजे मृत्यू, मरण पावणं. अचेतन म्हणजे मरण.

आयुष्य म्हणजे सतत चेतन राहणं. सतत हलत राहणं. अगदी खडकांमध्येसुद्धा सतत हालचाल होत असते. प्रत्येक गोष्ट चल असते. हलत असते. हलत नाही अशी कुठलीच गोष्ट नाही. म्हणूनच कुठलीच गोष्ट तशीच तीच राहत नाही. प्रत्येक क्षणी तिच्यात बदल होत असतो.

बदलाच्या विरोधात उभं राहणं म्हणजे जीवनाच्या नियमांच्या विरोधात उभं राहणं. हा मूर्खपणा आहे. कारण, त्या संघर्षात नेहमी जीवनाचाच विजय होतो.

तेव्हा– बदला! होय– बदला! योग्य आणि अयोग्याच्या तुमच्या कल्पना बदला. 'हे' आणि 'ते'च्या धारणा बदला. तुमची बांधणी, बांधकाम, तुमचे आदर्श, तुमची तत्त्वं, मूल्य, धारणा बदला.

तुमची खोलवर रुजलेली सत्य बदलू द्या. तुमच्या कल्याणासाठी हा बदल होऊ द्या. मी हे खरंच शब्दशः म्हणतोय. तुमच्या हितासाठी ते बदला. कारण 'तुम्ही कोण आहात' याबद्दलच्या नवीन कल्पनेनेच तुमची प्रगती, तुमचा विकास आहे. त्या नवीन कल्पनेनंच तुम्ही पुढे जाणार आहात. तुमच्या कोण, काय, कुठे, कधी, कसं, आणि का याबद्दलच्या नवीन कल्पनांचं रहस्य उलगडेल, सगळं चित्र स्पष्ट होईल– सगळी कहाणी 'संपन्न' होईल. मग तुम्ही नव्या आणि आणखी चांगल्या कहाणीची सुरुवात करू शकाल.

या सगळ्या नव्या संकल्पनांमध्ये उत्सुकता, निर्मिती असेल– तुमच्यातलं देवत्व प्रकट होईल आणि सगळं काही समजेल.

तुमच्या कल्पनेतल्या 'चांगल्या'पेक्षा आणखी चांगलं घडेल. तुमची तत्त्वं, आदर्श, वैश्विक नियम आणखी आश्चर्यकारकरीत्या चांगली असतील. कारण, तुमच्या तत्त्वज्ञानातल्या स्वप्नातल्या जगापेक्षा स्वर्गात आणि पृथ्वीवरही कितीतरी जास्त चांगल्या गोष्टी आहेत.

म्हणूनच 'विशाल' व्हा– 'खुले' व्हा. नव्या सत्याच्या शक्यतांची कवाडं बंद करू नका. तुम्हाला आधीची जुनी सत्य सोयी-सवयीची आहेत, बरी वाटतायत, अंगवळणी पडली आहेत, म्हणून नव्या सत्यांच्या वाटा अडवू नका. तुमच्या 'कम्फर्ट झोन'च्या शेवटापाशीच आयुष्य सुरू होतं.

तेव्हा दुसऱ्याला जोखण्याची– दुसऱ्याबद्दल मतं बनवण्याची घाई करू नका. किंबहुना हे करायचं टाळाच. कारण, एखाद्याचं 'चूक' हे तुमचं कालचं 'बरोबर' असतं, एखाद्याच्या आजच्या चुका तुम्ही आज दुरुस्त केलेल्या तुमच्या स्वतःच्या भूतकाळातल्या कृती असतील– एखाद्याचे निर्णय आणि निवडी तितक्याच दुखावणाऱ्या आणि घातक, स्वार्थी आणि अक्षम्य असतील– जितक्या तुमच्याही कधी काळी असतील.

'एखादी व्यक्ती असं वागू शकते' याची जेव्हा तुम्ही 'कल्पनाच करू शकत नाही', तेव्हा तुम्ही कुठून आला आहात आणि ती व्यक्ती आणि तुम्ही कुठे चालला आहात, हे तुम्ही विसरता.

तुमच्यापैकी ज्यांना ते दुष्ट आहेत, नालायक आहेत, ज्यांचं 'काहीच होऊ शकत नाही,' असं वाटतं, त्यांना मी हे सांगेन : तुमच्यापैकी कोणीही असा 'गयागुजरा' नाही– असणारही नाही. कारण तुम्ही सगळे निर्मितीच्या– *be coming* च्या प्रक्रियेत आहात. तुम्ही सगळे-सगळे उत्क्रांतीच्या, विकासाच्या अनुभवातून जात आहात.

मी तिथे पोहोचलो आहे.

तुमच्याच माध्यमातून.

५

देवा, मी लहान असताना मला एक प्रार्थना शिकवली होती, ती आठवते. 'तू माझ्या घरात प्रवेश करावास अशी माझी लायकी नाही. पण तरीही तू माझं आणि जगाचं कल्याण कर. आमच्यावर कृपा कर.' तू आत्ता हे बोललास आणि माझं मन शांत झालं. माझी लायकी नाही, असं आता यापुढे मला वाटणार नाही. 'मी लायक आहे,' असं वाटण्याचा मार्ग तू मला दाखवला आहेस. संपूर्ण मानवजातीला मी काही भेट म्हणून द्यायचं ठरवलं तर ती भेट म्हणजे हा मार्ग असेल.

या संवादातून तू त्यांना ही भेट दिली आहेस.

हा संवाद संपल्यावरही मला त्यांना ही भेट देत राहायचं आहे.

अरे, हा संवाद कधीच संपणार नाही.

हो. पण ही तीन पुस्तकांची मालिका संपल्यावर तर थांबेल ना.

तुझ्यासाठी तो कायमच सुरू राहील.

हे ऐकून मला बरं वाटलं. संवाद सुरू राहील, या गोष्टीचा मला खूप आनंद आहे. कारण, मला अगदी अंतरात्म्यापासून तशी इच्छा आहे. आम्हा सर्वांपाशीच देण्यासाठी एक भेट असते. माझी 'ही' भेट असावी असं मला वाटतं.

मग जा. आणि दे ती. ज्याला तू ती देशील त्या प्रत्येकाला स्वतःची क्षमता, लायकी कळू दे यासाठी प्रयत्न कर. व्यक्ती म्हणून आपण लायक आहोत, अशी आत्मसन्मानाची भावना त्यांना दे– आपण खरंच कोण आहोत, हे नवल त्यांनाही कळू दे. तू ही भेट दे– सगळ्या जगाला आनंद दे– मनाला शांती-समाधान दे.

तू मला या कामात मदत करावीस, अशी मी नम्र प्रार्थना करतो.

तुला नेहमीच मी मदत करेन. अरे, आपण मित्र आहोत.

देवा, या संवादावर माझं मनापासून प्रेम आहे. मला आपल्यातला हा संवाद खूप आवडतोय. पण तू आधी जे म्हटलं होतंस, त्याबद्दल मला एक प्रश्न

विचारायचा आहे.

खुशाल विचार.

जन्माला येण्यादरम्यानचं आयुष्य याबद्दल जेव्हा आपण बोलतो, तेव्हा 'तुम्ही व्यक्ती म्हणून पुन्हा त्या अनुभवाची पुनर्निर्मिती करू शकता,' असं तू म्हणाला होतास. त्याचा अर्थ काय?

याचा अर्थ तुम्ही तुमच्या इच्छेप्रमाणे केव्हाही सर्वात्मकात एकजीव होऊ शकता– *'नवा' जीव म्हणून किंवा तुम्ही जे आधी होतात, तेच परत होऊ शकता.*

म्हणजे मी आहे तसाच टिकून राहू शकतो, आणि माझ्या वैयक्तिक जाणिवेत– 'मी' असण्याच्या जाणिवेत परत जाऊ शकतो, असं तुला म्हणायचंय?

होय. तुला जे हवेत ते इच्छित अनुभव तू कधीही घेऊ शकतोस.

म्हणजे मी मेल्यानंतर 'मी'च म्हणून पुन्हा या पृथ्वीवर जन्म घेऊ शकतो? मरायच्या आधी जो 'मी' होतो, तीच व्यक्ती म्हणून पृथ्वीवर परत येऊ शकतो?

होय.

हाडामासाच्या देहरूपात?

तू येशूबद्दल ऐकलं आहेस?

होय. पण मी येशू नाही आणि त्याच्यासारखा असण्याचा मी दावाही करू शकत नाही.

'या आणि अशा अनेक गोष्टी तुम्हीसुद्धा करू शकाल' असं तो म्हणाला होता ना?

हो. पण तो त्या चमत्कारांबद्दल बोलत नव्हता. म्हणजे मला तरी तसं वाटत नाही.

तुला असं वाटत नाही, याचं मला दुःख आहे. कारण, मरण पावल्यावरही मृत्युशय्येवरून उठून पुन्हा जन्म घेणारा येशू काही एकटाच नाही.

नाही? इतरही मृत्युशय्येवरून उठले होते?

होय.

बापरे! हा तर धर्मबुडवेपणा झाला. धर्मनिंदा झाली.

येशूशिवाय आणखीही कोणी मृत्युशय्येवरून उठले– ही धर्मनिंदा झाली?

हो. काही जण तर असंच म्हणणार?

याचा अर्थ त्यांनी कधीच बायबल वाचलं नसणार.

काय? बायबल? म्हणजे येशू खेरीज इतर माणसांनीही मेल्यानंतर पुन्हा शरीरात प्रवेश केला, असं बायबलमध्ये म्हटलंय?

तू कधी 'लिझारस'बद्दल ऐकलंयस?

ए– हे बरोबर नाही हं. केवळ येशूच्याच शक्तीमुळे तो मृत्युशय्येवरून उठला होता.

बरोब्बर. आणि येशूची शक्ती फक्त लिझारससाठीच राखीव हाती, असं तुला वाटतंय? तो म्हणजे 'जगाच्या इतिहासातला एकमेवद्वितीय' असं तुझं म्हणणं आहे?

या गोष्टीचा मी कधी असा विचार केलाच नाही.

मी सांगतो. एक : असे मरणासन्न अवस्थेतून उठणारे अनेक जण आहेत. परत देहात येणारे असे कितीतरी आहेत. अरे, आज आत्ता तुमच्या इस्पितळात असं रोज घडत असतं.

चल. काहीतरीच काय बोलतोस. ते तर वैद्यकशास्त्र आहे– धर्मशास्त्र नव्हे.

अच्छा! म्हणजे देवाचा संबंध आजच्या नव्हे फक्त कालच्या चमत्कारांशी असतो होय!

हं... बरं चल– तांत्रिकदृष्ट्या मी तुला सूट देऊन तुझं म्हणणं मान्य करतो– पण येशू जसा स्वतः मरणातून बाहेर आला, तसा कोणीही स्वतःच्या बळावर करू शकलेला नाही. त्यादृष्टीनं कोणीच मेल्यावर परत आलेलं नाही.

खात्री आहे तुझी?

हं... म्हणजे तसं म्हणायला हरकत नाही...

तू महावतार बाबाजींबद्दल कधी ऐकलंयस?

आपण पौर्वात्य गूढगोष्टी आपल्या संवादात आणू नयेत, असं मला वाटतं. अनेकांना तसलं काही आवडत नाही.

ठीक ठीक– तू म्हणतोयस ते खरं आहे– त्या माणसांचंही बरोबर असेल.

थांब. मला नीट सरळपणे काय ते कळू दे. म्हणजे जर तथाकथित मृतांची इच्छा असेल तर ते आत्म्याच्या स्वरूपात किंवा देहरूपात पुन्हा येऊ शकतात, असं म्हणायचंय का तुला?

आता तुला समजायला लागलं बघ...

ठीक आहे. मग आणखी लोकांनी तसं का केलं नाही? रोज त्याबद्दल आपल्या कानावर का येत नाही? अशी गोष्ट तर आंतरराष्ट्रीय बातमी ठरेल!

अगदी खरं आहे– अनेक जण आत्म्याच्या रूपात तसं करतात. त्यांची संख्या फार मोठी नाही, मान्य आहे– पण काही जणतरी पुन्हा देह धारण करतात.

बघ. मला तेच म्हणायचंय की नाही? अरे, हे जर इतकं सोपं आहे, तर आणखी आत्मे तसं का करत नाहीत?

इथे 'सोपं असणं' हा मुद्दा नाही– मुद्दा आहे तो इच्छा असण्याचा.

म्हणजे?

म्हणजे आधीसारखंच शरीराच्या धाटणीत परत येण्याची इच्छा असणारा आत्मा खूप दुर्मिळ असतो.

जर एखाद्या आत्म्यानं परत देहात यायची निवड केली, तर तो नेहमी दुसरं– वेगळं शरीर निवडतो. मग एका वेगळ्याच कार्यक्रमाची– कार्यशृंखलेची, नव्या आठवणीच्या अनुभवांची आणि नवी आव्हाने स्वीकारण्याची सुरुवात होते. या नव्या देहात तो नव्या कार्यांना, नव्या अनुभवांना सामोरा जातो, नवी आव्हानं स्वीकारतो.

सामान्यतः आत्मे देहत्याग करतात. कारण, त्यांचं त्या देहातलं काम संपलेलं असतं. ज्या कारणासाठी, जे काम करण्यासाठी त्यांनी तो देह धारण केलेला असतो, ते काम पूर्ण झालेलं असतं. त्यांना जे अनुभव घ्यायचे असतात, ते त्यांनी घेऊन झालेले असतात.

जे अपघातात मरतात, त्यांचं काय? त्यांचं अनुभव घेणं संपलेलं असतं? की ते 'अर्ध्यावरच' डाव सोडतात?

माणसं अपघातानं मरतात असं तुला अजूनही वाटतं?

म्हणजे? तसं होत नाही असं तुला म्हणायचं आहे?

या विश्वात कुठलीच गोष्ट अपघातानं घडत नसते. 'अपघात' 'अकस्मात' असं काहीही नसतं, तसंच 'योगायोग' नावाची गोष्टही मुळीच नसते.

हे खरं आहे, असं जर मी माझ्या मनाला पटवू शकलो असतो, तर मेलेल्या माणसांबद्दल मी दुःखच केलं नसतं.

तुम्ही त्यांच्याबद्दल दुःख करावं, अशीच त्यांची शेवटची इच्छा असणार.

याआधी ते कुठं होते आणि ते तिथे त्यांच्याच स्वतःच्या अधिक चांगल्या निवडीनुसार होते, हे जर तुम्हाला कळलं, तर तुम्ही त्यांचा वियोग साजरा कराल, त्यांना आनंदानं कायमचा निरोप द्याल. ज्याला तुम्ही मृत्यूनंतरचं जीवन म्हणता, त्याची क्षणभर झलक जरी तुम्ही अनुभवली, स्वतःबद्दलच्या आणि देवाबद्दलच्या अत्यंत सुंदर विचारासह तुम्ही तिथवर आलात, तर त्यांच्या अंत्यसंस्काराच्या वेळी तुमच्या चेहऱ्यावर प्रसन्न हसू असेल आणि तुमचं हृदय आनंदानं ओसंडून जाईल.

आम्ही काहीतरी 'आमचं' गमावतो, म्हणून आम्ही अंत्यसंस्काराच्या वेळी रडतो. आता यापुढे ते कधीच आम्हाला दिसणार नाहीत, त्यांना बघता येणार नाही– धरता येणार नाही– मिठी मारता येणार नाही, जवळ घेता येणार नाही किंवा स्पर्श करता येणार नाही, आपल्या या प्रिय व्यक्तीचा सहवास आता कधीच असणार नाही, म्हणून दुःखानं आम्ही रडतो.

आणि हे रडणं चांगलं असतं. ते तुमच्या प्रेमाचा आणि तुमच्या प्रिय व्यक्तीचा सन्मान करतं, आदर दाखवतं. तरीही तो देह सोडून जाणाऱ्या आनंदी आत्म्याला पुढे किती सुंदर सत्य कळणार आहे, आणि अद्भुत अनुभव येणार आहेत, हे जर तुम्हाला कळलं तर तुमचं रडणं कमी होईल.

हे नंतरचं आयुष्य कसं असतं? खरंच कसं असतं? मला त्याबद्दल सगळं सांग.

काही गोष्टी अशा उघडपणे उलगडून दाखवणं शक्य नसतं. म्हणजे मला तसं करायचं नसतं म्हणून नव्हे, पण तुमची आत्ताची परिस्थिती, समजून घेण्याची पातळी लक्षात घेता, तुम्हाला आत्ता ते सांगून ग्रहण करता येणार नाही, असं असूनही अनेक गोष्टी सांगण्याजोग्या आहेत.

आपण आधीच्या चर्चेत म्हटल्याप्रमाणे तुमच्या 'आयुष्यानंतरच्या' आयुष्यात तुम्ही तीनपैकी एक गोष्ट करू शकता– अगदी आत्ताच्या आयुष्यात अनुभवताय, तशी. तुम्ही तुमच्या अनिर्बंध विचारांच्या निर्मितीला शरण जाऊ शकता, तुमच्या पसंतीनुसार विवेकानं तुमचे अनुभव निर्माण करू शकता, किंवा त्या 'सर्वात्मक' असलेल्याच्या संकलित विवेकाचा अनुभव घेऊ शकता. या शेवटच्या– अंतिम अनुभवालाच पुनर्संगठन किंवा 'एकात्म' असलेल्याशी पुनर्मिलन म्हणतात.

तुम्ही जर पहिला मार्ग निवडलात, तर तुमच्यातले बरेच जण तसं दीर्घ काळ करू शकणार नाहीत. (तुमच्या पृथ्वीवरच्या वर्तनपद्धतीपेक्षा हे वेगळं ठरेल) कारण, ज्या क्षणी तुम्हाला आत्ता जे अनुभवताय, ते आवडणार नाही आणि तुम्ही नवीन आणि आणखी प्रसन्न सत्य निर्माण करू बघाल– हे नकारात्मक विचार थांबवण्यानंच फक्त तुम्ही करू शकाल.

असं केलंत तर तुम्हाला ज्याची भीती वाटते त्या नरकाचा कधीच अनुभव घेऊ शकणार नाही... मात्र तुम्ही तशी निवड मात्र करायला हवी. त्या परिस्थितीतही तुम्ही आनंदी असाल, तुम्हाला हवं ते तुम्हाला मिळत राहील. ('दुःखी' असतानाच 'आनंदी' असणारी बरीच माणसं तुम्हाला माहीत असतील.) त्यामुळे जोवर तुम्ही आणखी वेगळं काही निवडत नाही, तोवर तुम्ही तोच अनुभव घेत राहाल.

कारण, तुमच्यातले बरेच, तुम्हीसुद्धा तो अनुभव घ्यायला लागलात की त्याच्यापासून दूर जाल आणि काहीतरी नवी गोष्ट निर्माण कराल.

अशाच पद्धतीनं पृथ्वीवरच्या तुमच्या आयुष्यातून तुम्ही 'नरक' वगळू शकाल.

तुम्ही जर दुसरा मार्ग निवडलात आणि विचारपूर्वक तुमच्या अनुभवाची निर्मिती केलीत, तर तुम्हाला नक्कीच 'थेट स्वर्गप्राप्ती'चा अनुभव येईल, यात शंकाच नाही. कारण, जो मोकळेपणानं निवड करतो आणि ज्याचा स्वर्गावर विश्वास आहे, तो निर्मिती करू शकतो. समजा तुमचा स्वर्गावर विश्वास नाही, आणि तुमचे इच्छित अनुभव तुमच्या वाट्याला येतायत, पण तुम्हाला जेव्हा हे कळेल, उमगेल तेव्हा तुमच्या इच्छा आणखी आणखी चांगल्या होतील आणि मग तुम्ही स्वर्गावर विश्वास ठेवाल!

तुम्ही तिसरा मार्ग निवडलात आणि सर्वात्मकाच्या संकलित सद्‌विवेकाला शरण गेलात, तर तुम्ही परिपूर्ण स्वीकृती, परिपूर्ण शांती, परिपूर्ण आनंद, परिपूर्ण जागृती आणि परिपूर्ण प्रेमाला पात्र व्हाल– कारण हीच संकलित-सर्वंकष जाणीव जागृती आहे. मग तुम्ही त्या एकात्म्याशी एकरूप व्हाल आणि तेच तुम्ही जे आहात– जे नेहमीच होतात– त्याशिवाय दुसरं काहीच नाही. जोवर दुसरं काहीतरी असावं, असं तुम्ही ठरवत नाही, तोवर ते तसंच राहील. हीच 'निर्माण स्थिती'– परमात्म्याशी एकरूप होण्याची अनुभूती! ध्यानावस्थेत तुमच्यातल्या बऱ्याच जणांनी या अनुभवाची झलक अनुभवली आहे. आणि तो आनंद केवळ अवर्णनीय– शब्दातीत आहे.

एकरूपत्वाचा हा अनुभव तसाच कायम राहावा, असं तुम्हाला वाटेल. कारण, हा 'एक'ही वेगळा नसतो. त्याचंही अस्तित्व वेगळं उरत नाही, तोवर तुम्हाला हा एकरूपत्वाचा अनुभव येणार नाही. हे कळल्यानंतर पुन्हा एकदा तुम्ही द्वैत का अद्वैत ठेवायचं याचा विचार कराल.

मग तुम्ही विश्वचक्राचा प्रवास करायला लागाल, त्यात गोल फिरत राहाल, अस्तित्व टिकवत राहाल– कायम आणि सतत– अगदी अनंतकाळपर्यंत.

तुम्ही या एकरूपत्वातून बऱ्याचदा बाहेर याल– प्रत्येक वेळी बऱ्याच काळासाठी– बऱ्याच वेळा तुम्ही 'वेगळे' व्हाल आणि मग विश्वचक्रातून केव्हाही कुठूनही आपण बाजूला होऊन पुन्हा त्या एकरूपत्वात मिसळू शकतो, हे तुमच्या ध्यानात येईल.

तू आत्ता हे वाचत असतानासुद्धा हे करू शकतोस.
उद्या ध्यान करतानही तू हे करू शकतोस.
तू हे कधीही करू शकतोस.

आणि आम्ही मरतो, तेव्हा आम्ही जाणिवेच्या ज्या पातळीवर आहोत, त्यावर असू नये असं तू म्हणालास?

नाही. तुमच्या इच्छेनुसार लवकरात लवकर– तुम्हाला जितकं पाहिजे, तितकं लवकर तुम्ही दुसऱ्या पातळीत जाऊ शकता. किंवा तुम्हाला हवा तेवढा 'वेळ' तुम्ही घेऊ शकता. जर तुम्ही संकुचित दृष्टिकोन आणि असंयमित अनावर विचार घेऊन मेलात, तर त्या अवस्थेनुसार मिळेल तो अनुभव तुम्हाला घ्यावा लागेल– जोवर तुम्ही आणखी वेगळ्याची इच्छा करत नाही, तोवर तीच अवस्था राहील. मग तुम्ही 'जागृत' व्हाल– सजग व्हाल– भानावर याल आणि तुमच्या स्वनिर्मित सत्यतेचा अनुभव घ्यायला लागाल.

मागे वळून पाहताना पहिल्या अवस्थेला तुम्ही पापक्षालनाची, दुःख भोगण्याची पहिली अवस्था म्हणाल. दुसऱ्या अवस्थेत विचारांच्या वेगानं तुमची इच्छापूर्ती होईल– त्याला तुम्ही स्वर्ग म्हणाल. तिसऱ्या अवस्थेत तुम्ही त्या एकतत्त्वाशी पूर्णपणे एकरूप व्हाल– त्या अवस्थेला तुम्ही 'निर्वाण' म्हणाल.

ए, मला तुझ्या या ओळींबरोबर आणखी एक गोष्ट जोडावीशी वाटते. ती 'मृत्यू'बद्दल नाहीये, तर शरीरबाहेरच्या– देहापलीकडच्या अनुभवांसंबंधी आहे. तू मला याचं स्पष्टीकरण देशील? त्या वेळी काय घडतं?

'तुम्ही कोण आहात' हे शरीर सोडल्यानंतर कळतं. ते नेहमीच्या स्वप्नात, ध्यानात आणि शरीर जेव्हा सुषुम्नावस्थेत- गाढ निद्रेत असतं तेव्हाही कळू शकतं.

अशा प्रवासात तुमचा आत्मा त्याच्या इच्छांनुसार कुठेही असू शकतो. वारंवार असा अनुभव घेणाऱ्याला त्यातून काही विघातक घडल्याचं आठवत नाही. 'मला काहीतरी झालं खरं,' एवढं त्यांना समजू शकतं. अर्थात आत्म्याशी संबंधित प्रत्येक गोष्ट विघातक नसतेच असं नाही.

आम्हाला या गोष्टी कशा दाखवल्या जातील? कशा उलगडल्या जातील? यातला एखादा अनुभव घेताना तो आम्हाला कसा समजेल? या गोष्टी आमच्यापासून वेगळ्या असतील, आमच्या स्वतःच्या निर्मितीचा भाग नसतील, तरच त्या उलगडल्या जातील. मला तरी हाच एक मार्ग दिसतोय. मला या संदर्भात मदत हवीय.

कुठलीच गोष्ट तुमच्यापासून वेगळी नसते. कुठल्याच गोष्टीचं तुमच्यापासून वेगळं अस्तित्व नसतं. प्रत्येक गोष्ट तुमची स्वतःची निर्मिती असते. अगदी एखादी

गोष्ट समजून घेण्यातली तुमची अक्षमतासुद्धा तुमचीच निर्मिती असते. ती अक्षरशः तुमच्याच कल्पनेचा विस्तार असते. 'मला या प्रश्नाचं उत्तर ठाऊक नाही', अशी तुम्ही कल्पना करता आणि म्हणून ते ठाऊक नसतं. पण 'ठाऊक आहे' अशी कल्पना केलीत की तुम्हाला ते ठाऊक होतं.

अशा प्रकारे कल्पनेची तुम्ही स्वतःला मुभा देता, जेणेकरून ती प्रक्रिया सुरू राहावी.

प्रक्रिया?

आयुष्य. एक अखंड प्रक्रिया. अनादिप्रक्रिया. तुम्हाला स्वतःलाच स्वतः समजून घेतल्याची– आत्मज्ञानाची अनुभूती होते– त्या क्षणांमध्ये तुम्हाला देहातीत अनुभव येवोत, स्वप्नावस्था वाटो किंवा जागृतीचे जादुई क्षण वाटोत– एक अत्यंत स्वच्छ निर्मळ जग तुमचं स्वगात करतं– तुम्ही चट्कन 'स्मृती'मध्ये प्रवेश करता. आपण याआधीच काय निर्माण करून ठेवलंय हे तुम्हाला आठवतंय. आणि हे स्मरण फारच शक्तिशाली असतं– प्रभावी असतं. त्या स्मृती व्यक्तीचं विश्व उभं करू शकतात.

एकदा तुम्हाला ही दिव्य अनुभूती आली, की पुन्हा 'खऱ्या आयुष्यात' परतणं फारच अवघड होऊन जातं– खरं म्हणजे ज्याला इतर 'खरं' मानतात. कारण, आता तुमचं सत्य बदललेलं असतं. ते काहीतरी वेगळंच झालेलं असतं. आता ते विस्तारलेलं, विकसित झालेलं असतं आणि ते परत संकुचित-आकुंचित करता येत नाही. असं करणं म्हणजे बाटलीतल्या 'जिन'ला– राक्षसाला तो बाहेर आल्यावर पुन्हा बाटलीत भरू पाहणं आहे. ते होणार नाही.

अच्छा– जे असे 'शरीराबाहेर' जाण्याचे किंवा 'निअर-डेथ– मृत्युसमीप' जाण्याचे अनुभव घेतात, त्यांना परत शरीरात येणं काही वेळा फार अवघड वाटतं, ते म्हणूनच असेल का?

अगदी बरोबर. आणि आता ते 'वेगळे' झालेले असतात, कारण त्यांनी आणखी काहीतरी जाणलेलं असतं– काहीतरी वेगळं त्यांना कळलेलं असतं. तरीही जसे जसे त्यांना असे अनुभव वारंवार यायला लागतात, त्यातून आणखी काही कळायला लागतं, जसाजसा काळ जायला लागतो– तसे ते पुन्हा पहिल्या वागणुकीपाशी यायला लागतात. कारण, आपल्याला काय कळलंय, हेच ते विसरून जातात.

हे 'लक्षात राहावं' यासाठी काही मार्ग आहे का?

हो. तुम्हाला जे कळलंय ते प्रत्येक क्षणी वर्तनात उतरवा. तसे वागा. कल्पनेतलं– जग काय दाखवतंय ते बघण्यापेक्षा तुम्हाला जे जाणवलंय– समजलंय

त्यानुसार प्रत्यक्ष वागायला लागा– वागत राहा. कितीही फसवं वाटलं तरी त्यालाच चिकटून राहा– ते सोडू नका.

सगळ्या महान व्यक्तींनी– 'गुरू' असणाऱ्यांनी हेच केलं आहे– करत आहेत. ते नुसत्या देखाव्यावर, नुसतं जे दिसतं आहे त्यावर न जाता ते त्यांना जी समज आलेली आहे, त्यानुसार वागतात.

'लक्षात' ठेवण्याचा आणखी एक मार्ग आहे.

असं? तो कोणता?

तुम्ही स्वतःसाठी जी इच्छा धराल, तुम्हाला त्यासाठी जे 'हवं' असं वाटतं ते दुसऱ्याला द्या.

मला वाटतं– या पुस्तकांच्या माध्यमातून मी तेच करतोय.

तू अगदी तेच करतोयस. आणि तू जेवढे जास्त दिवस हे करत राहशील, तितकं तुला ते कमी करावं लागेल. तू हा संदेश जितका दुसऱ्यांना देशील, तितका तुला स्वतःला तो कमी द्यावा लागेल.

कारण,'दुसरे' आणि 'मी' एकच आहोत आणि जे मी दुसऱ्यांना देतो, ते मी मला स्वतःलाच देतो.

बघ– आता तू मला उत्तरं द्यायला लागला आहेस. अर्थातच त्याचा कसा उपयोग होतोय बघ.

वा! मी देवाला फक्त एक उत्तर दिलं. मस्त. खरंच मस्त वाटतंय!

तू मला सांगतोयस.

होय– खरंच मस्त वाटतंय– अगदी मनापासून सांगतोय.

आत्ता मी तुला एक सांगतो– असा एक दिवस येईल, जेव्हा आपण 'एक' होऊन बोलू. सगळ्याच माणसांच्या आयुष्यात तो दिवस येईल.

वा– जर माझ्या आयुष्यात तो दिवस येणार असेल, तर तू काय म्हणतोयस त्याचा तंतोतंत अर्थ मला खरंच कळतोय की नाही, याची मला खात्री करून घ्यायला आवडेल. म्हणून मला एकदाच पुन्हा काही गोष्टींबद्दल विचार करावासा वाटतोय. तू याआधी ते बोलला आहेस, मला माहीत आहे, पण मला हे कळलंय याचा खुंटा पुन्हा एकदा हलवून बळकट करायचाय.

एकदा का आपण या अद्वैताच्या अवस्थेला गेलो– ज्याला अनेक जण 'निर्वाण' म्हणतात, एकदा आपण त्या मूळ रूपात गेलो की आपण तिथे उरतच नाही– हे

माझं म्हणणं बरोबर आहे? मी तुला हे पुन्हा पुन्हा विचारतोय, कारण हे बऱ्याच पाश्चात्त्य धारणा आणि प्राचीन शिकवणींच्या बरोबर विरुद्ध आहे.

अत्यंत उच्च अशी शून्यावस्था किंवा सर्वांबरोबरची एकात्म अवस्था कायम ठेवली तर अद्वैतावस्थेत राहणं अशक्य होईल. मी आधी म्हटल्याप्रमाणे परिपूर्ण आनंदापेक्षा थोडी खालच्या पातळीवरची अवस्था अनुभवल्याशिवाय त्याची भव्यता लक्षात येणार नाही– तशी अवस्था असायला आणि सतत निर्माण करायला हवी.

पण जेव्हा आम्ही पूर्णपणे शाश्वत आनंदात असतो, त्या एकतत्त्वात मिसळून गेलेलो असतो, जेव्हा आम्ही सर्वकाही असतो किंवा काहीच नसतो, तेव्हा आपण अस्तित्वात आहोत, हे आम्हाला कसं कळावं? आम्हाला दुसरा कसलाच अनुभव येत नसताना आम्हाला कसं कळावं, हे मला समजत नाहीये. मला यावरचा काही उपाय दिसत नाहीये.

तू जे सांगतोयस त्याला मी दिव्य द्विधा– म्हणतो. अशीच द्विधा स्थिती नेहमी देवाची असते– आणि जो 'देव नाही' अशी निर्मिती करून देव त्यातून मार्ग काढतो– (किंवा 'देव नाही' असं त्याला वाटतं तरी) देवानं स्वतःपेक्षा कमी असलेल्या अनुभवाला नेहमीच त्याला न कळण्याचा अनुभव दिला आणि पुन्हा पुन्हा देतो– जेणेकरून त्याच्याखेरीज जे आहे त्याला खरंच तो कोण आणि काय आहे, ते कळावं.

अशा तऱ्हेनं देव त्याच्या एकुलत्या एक मुलाला– तुम्हाला वाचवतो. इथूनच ही पुराणकथा सुरू झाली.

आम्ही सर्व जण देव आहोत. आमच्यातला प्रत्येक जण ज्ञानाकडून अज्ञानाकडे आणि अज्ञानाकडून पुन्हा ज्ञानाकडे असा सतत प्रवास करत असतो– असणं ते नसणं ते पुन्हा असणं, अद्वैताकडून द्वैताकडे– ते परत अद्वैताकडे असा न संपणारा अखंड प्रवास– हेच ते जीवनचक्र– ज्याला तू विश्वचक्र म्हणतोस.

अगदी नेमकं बोललास.

पण आम्हाला सगळ्यांना मूळ शून्यापर्यंत जावंच लागतं का रे? आम्हाला पुन्हा सुरुवातीपासून शेवटपर्यंत त्या चक्रातून जावंच लागतं का? पुन्हा आरंभापर्यंत? पुन्हा मूळ पदावर? जे 'जाणं' टाळता येणार नाही? २०० डॉलर देऊनसुद्धा?

तुम्ही काहीच करायचं नसतं. या आयुष्यभरातही नाही आणि नंतरही. तुम्हाला निवड करावी लागेल– तुम्हाला नेहमीच निवडीची पूर्ण मुभा मिळेल– तुम्हाला पाहिजे तिथे जाण्याची, तुम्हाला हवं ते करण्याची– देवाचा पुन्हा अनुभव घेण्यासाठी

तुम्ही काहीही निवडू शकता. वैश्विक चक्रात कुठेही तुम्ही जाऊ शकता. तुम्ही तुमच्या इच्छेनुसार 'माघारी' फिरू शकता किंवा एखाद्या वेगळ्या डायमेन्शनला जाऊ शकता, सत्य-सूर्यमाला किंवा नागरीकरण– निवड तुमची आहे. दिव्यत्वात एकरूप झालेले तुमच्यातले काही जण 'माघारी' येण्याची निवड करतात आणि ज्ञानी सद्‌गुरू म्हणून येतात. आणि हो, काही ज्ञानी सद्‌गुरू जेव्हा हे जग सोडून जातात, तेव्हा ते 'ते स्वतः' म्हणून परत येण्याचा पर्याय निवडतात.

शतकानुशतकं आणि दशकानुदशकं जे गुरू आणि सद्‌गुरू पुन्हा पुन्हा तुमच्या जगात अवतार घेतायत, त्यांच्या शिकवणुकीबद्दल तुम्ही जागृत असायला हवं.

अशाच एका शिकवणुकीवर उभा असलेला एक धर्म तुम्हाला प्राप्त झाला आहे त्याचं नाव आहे– Church of Jesus Christ of Latter Day Saints. हा धर्म जोसेफ स्मिथ याच्या म्हणण्यावर आधारलेला आहे. तो स्वतःला येशूच्या 'अंतिम गमना'नंतर त्याचाच आत्ताचा अवतार समजतो– जो या वेळी अमेरिकेत जन्माला आला आहे.

तेव्हा या विश्वचक्राच्या ज्या ठिकाणाहून तुम्हाला परत यावंसं वाटेल, तिथून तुम्ही परत येऊ शकता.

तरीही हे फारसं उत्साहजनक नाहीये. आम्हाला चिरविश्रांती कधीच मिळणार नाही का? आम्हाला कायमचं 'निर्वाण' स्थितीत राहता येणार नाही का? आम्ही हे असेच 'येरझारे' करत राहणार का? आमचं जाणं-येणं असंच सुरू राहणार का? हे ज्ञान-अज्ञानाचं, दृष्ट-अदृष्टाचं रहाटगाडगं असंच फिरत राहणार का? आम्ही या अनंताच्या प्रवासात कुठेच पोचणार नाही का?

होय. हेच सर्वांत मोठं सत्य आहे. कुठेच जायचं नाही, काहीच करायचं नाही आणि आत्ता तुम्ही जे आहात, त्यापेक्षा तुम्हाला वेगळं काही व्हायचं नाहीये.

असा कुठलाच प्रवास नाही, हेच सत्य आहे. तुम्ही आत्ता तेच आहात, जे तुम्ही असू बघत होतात. तुम्ही आत्ता तिथेच आहात, जिथे तुम्हाला असायचे होते.

हे ठाऊक असणारी व्यक्ती म्हणजे गुरू आणि मग हा संघर्ष, ही लढाई संपते. गुरू तुम्हाला त्या कामी मदत करतात आणि जेव्हा तुम्ही गुरुपदापर्यंत पोहोचता, तेव्हा तुम्हीही इतरांना अशीच मदत करता.

हे विश्वचक्र एखाद्या रहाटगाडग्यासारखं कंटाळवाणं नाही. ते वैभवशाली आहे, दिव्य आहे. देवाचं उदात्त दर्शन घडणारं आहे आणि हे सगळं निराशाजनक नाही, उलट चैतन्यमय आहे.

तरीही मला ते निराशाजनक वाटतं.

मला तुझं मन बदलवता येतं का बघू या! मला सांग, तुला शरीरसुख–

संभोग– सेक्स आवडतो!

खूप आवडतो.

ज्यांच्या याविषयी विचित्र कल्पना असतात, अशी माणसं सोडून अनेकांना सेक्स आवडतो. तेव्हा, ज्या व्यक्तीबद्दल तुला आकर्षण होतं, जिच्यावर तुझं प्रेम होतं– त्या प्रत्येकीशी तुला उद्यापासून सेक्स करता येईल, असं मी तुला सांगितलं तर काय होईल? तुला आनंद होईल?

पण हे त्या व्यक्तींच्या मनाविरुद्ध असेल का?

नाही. त्यांनाही तुझ्याशी सेक्स करून माणसाचा प्रेमाचा अनुभव साजरा करावा, असं वाटेल, अशी व्यवस्था मी करू शकतो. त्यांना तुझ्याबद्दल जबरदस्त आकर्षण आणि प्रेम वाटेल.

वा! मग चालेल की!

हो– पण एका अटीवर– तुला प्रत्येकवेळी मध्ये थांबावं लागेल. दोन वेळाच्या मध्ये थांबावं लागेल. एकाकडून दुसऱ्याकडे जाताना अडसराविना तर जाऊ शकत नाही.

तुझं म्हणणं बरोबर आहे.

तेव्हा असा दोन शरीरं एक होण्याचा भावावेगी अनुभव घेण्यासाठी एका क्षणासाठी का होईना ती दोन शरीरं वेगळी होण्याचा अनुभव घ्यायलाच हवा.

तू कुठल्या विषयाकडे वळतोयस मला बहुधा लक्षात येतंय.

हो. हा भावनावेगसुद्धा उच्च कोटीच्या आवेगाशिवाय भावनावेग होणार नाही. शारीरिक भावावेगासारखीच ही गोष्ट आध्यात्मिक भावावेशाबाबतही तितकीच खरी आहे.

जीवनचक्राबद्दल निराश, हताश व्हायचं काहीच कारण नाही– जीवनचक्र म्हणजे फक्त आनंद आहे. केवळ आनंद आणि आणखी जास्त आनंद.

खरे गुरू आनंदनिधान असतात.

आपणही गुरूंसारखं व्हावं, असं आता कदाचित् तुम्हाला वाटेल. असं वाटलं तर मग तुम्ही सहजपणे भावावेगाच्या आत-बाहेर करू शकाल आणि तरीही नेहमी आनंदीच असाल. आता तुम्हाला आनंदी राहण्यासाठी भावातिरेकच असण्याची गरज भासणार नाही. 'भावावेग आहे' एवढ्या फक्त जाणिवेनंही तुम्ही आनंदात असता!

६

देवा, आता शक्य असेल तर आपण विषय बदलू. पृथ्वीवरच्या बदलांबद्दल बोलायला मला आवडेल. पण त्याआधी मला एक निरीक्षण नोंदवायचं आहे. आपल्या संवादात बऱ्याच गोष्टींबद्दल एकापेक्षा जास्त वेळा बोललं गेलं आहे. त्याच त्या गोष्टी आपण पुन्हा पुन्हा ऐकतोय, असं काही वेळा मला वाटतं.

उत्तम! कारण तूच आहेस! हाच साचा आहे, असं मी आधीच म्हटलं आहे.

हा संदेश म्हणजे जणू झरा आहे. तो नळ्यांमध्ये बंद केला की कारंज्यासारखा वर उसळून पुन्हा स्वतःतच मिसळून जातो. एकातून दुसरं वर्तुळ निर्माण होतं आणि अक्षरशः त्यांचं चक्रच निर्माण होतं. जेव्हा झरा बंधमुक्त असतो, तेव्हा तो तुमच्या कल्पनेच्याही पलीकडे वाटेल इतका नागमोडी वळणं घेत बाहेर पडतो.

हो. तू म्हणतोयस ते बरोबर आहे. बऱ्याच गोष्टी बऱ्याचदा वेगवेगळ्या मार्गानं सांगितल्या गेल्या आहेत; काही वेळा पद्धतही एकच आहे. त्यामुळे तुझं निरीक्षण अचूक आहे.

हा संदेश-संवाद संपेल, तेव्हा तुला वाटलं तर त्यातले महत्त्वाचे मुद्दे अगदी शब्दन् शब्द तसाच वापरून तू पुन्हा मांडू शकतोस. तो दिवस तुझ्या इच्छेवर अवलंबून आहे.

वा, हे छानच आहे. आता पुढे जाऊ या. 'माझा देवाशी थेट संपर्क आहे,' असं लोकांच्या एका समूहाला वाटतं आणि आमचा ग्रह नशीबवान आहे का, हे त्यांना जाणून घ्यायचंय. मी हे आधीही विचारलंय याची मला कल्पना आहे, पण या वेळी खरंच मला थेट उत्तर हवंय. बरेच जण वर्तवतायत, तसे खरंच या पृथ्वीवर बदल घडून येणार आहेत का? जर नसतील, तर पारलौकिक शक्तींना दिसतंय ते सगळं काय आहे? केवळ एक निर्माण झालेली दृष्टी? आम्ही प्रार्थना करावी का? बदलतंय का? आम्ही काय करू शकतो? काही करू शकतो का? का दुर्दैवानं हे सगळं निरर्थक आहे?

तुझ्या या प्रश्नांची उत्तरं द्यायला मला आवडेल. पण 'आपण' पुढे जाणार नाही आहोत हं.

पुढे नाही जाणार?

नाही. कारण, याआधी 'काळ'-'वेळ' या संदर्भात स्पष्टीकरण देताना मी वेळोवेळी याबद्दल बोललोय.

अच्छा– म्हणजे 'घडणारी– घडू पाहणारी प्रत्येक गोष्ट आधीच घडलेली आहे,' असं तू सांगत होतास, ते म्हणतोयस?

हो.

पण 'घडून गेलेली प्रत्येक गोष्ट–' ती काय आहे? ती कशी घडली? काय घडलं?

त्यातलं सगळं घडलं आहे. आधीच घडून गेलं आहे. प्रत्येक शक्यता सत्य, वास्तव म्हणून पुढे येते आणि घटना पूर्ण होते.

हे कसं होतं? हे कसं शक्य आहे ते मला अजूनही कळत नाहीये.

तुला समजेल, तुला संदर्भ लागेल अशा उदाहरणांनी, अशा भाषेत मी सांगतो. बघू काय होतंय. संगणकीय व्हिडिओ गेम खेळण्यासाठी सीडी-रॉम वापरताना तू कधी मुलांना बघितलंयस?

हो.

जॉयस्टिकनं मुलं जी कृती करतात, त्या प्रत्येक कृतीला कसा प्रतिसाद द्यायचा हे त्या संगणकाला कसं कळतं? असा कधी विचार केला आहेस का?

हो रे– खरंच. मला त्या गोष्टीचं फार नवल वाटतं.

ते सगळं त्या डिस्कवर असतं. मुलांच्या प्रत्येक कृतीला कसा प्रतिसाद द्यायचा, हे संगणकाला कळतं. कारण, प्रत्येक संभाव्य कृती त्या डिस्कमध्ये असते, तीही तिच्या योग्य प्रतिसादासह!

हा तर भुताटकीचा प्रकार आहे. सुप्त मनातलं व्यक्त करणं.

म्हणजे– प्रत्येक शेवट, प्रत्येक वळण आणि शेवटाकडे नेणारं प्रत्येक वळण त्या डिस्कवर आधीच घालून ठेवलेलं असणं, हा तुला भुताटकीचा प्रकार वाटतोय? अरे तसं काही नाही– हे निव्वळ तंत्रज्ञान आहे. आणि व्हिडिओ गेमचं हे तंत्रज्ञान

काही विशेष आहे, असं तुला वाटत असेल, तर या विश्वचक्राचं तंत्रज्ञान लक्षात येईपर्यंत थांब.

विश्वचक्र एखाद्या सीडी-रॉमसारखं आहे, अशी कल्पना कर. सगळे शेवट आधी मुळ्ातच अस्तित्वात असतात. तुम्ही या वेळी कुठला शेवट बघण्याची निवड करताय याची विश्वचक्र फक्त वाट पाहत असतं. आणि जेव्हा हा खेळ संपतो– भले तुम्ही जिंका-हरा किंवा माघार घ्या– विश्वचक्र विचारतं– 'तुम्हाला हा खेळ पुन्हा खेळायचाय?'

तुम्ही जिंकताय की हरताय याची तुमच्या संगणकाच्या तबकडीला– डिस्कला तमा नसते– तुम्ही तिच्या भावना दुखावू शकत नाही. ती तुम्हाला पुन्हा खेळण्याची फक्त एक संधी देऊ करते. सगळे शेवट आधीच अस्तित्वात असतात आणि तुमच्या वाट्याला शेवटाचा अनुभव तुमच्या निवडीनुसार अवलंबून असतो. तुमच्या निवडीनुसार तुमच्या खेळाचा शेवट ठरतो.

म्हणजे देव एखाद्या सीडी-रॉमसारखा आहे? त्याहून जास्त काही नाही?

मी अगदी तसंच काही म्हणणार नाही. पण प्रत्येकाला समजतील, संकल्पना कळतील अशी नेहमीची उदाहरणं देण्याचा या संपूर्ण संवादात माझा प्रयत्न राहिला आहे. तुम्हाला सहज समजतील अशा उदाहरणातून संकल्पना कशा मांडता येतील, असं मी या संवादात पाहत आलोय. त्यामुळे सीडी-रॉमचं हे उदाहरण मला त्या दृष्टीनं चांगलं वाटतंय.

आयुष्य आणि सीडी-रॉम यांच्या बऱ्याच गोष्टींत साम्य आहे. सगळ्या शक्यता असतात आणि आधीच लक्षात आलेल्या असतात– दिसत असतात. आता त्यातल्या कशाचा अनुभव घ्यायचा, हे तुम्हाला ठरवायचं असतं. कुठली शक्यता अनुभवून बघायची याची निवड तुमच्या हातात असते.

याचा 'पृथ्वीवरच्या बदलांबाबतच्या' तुझ्या प्रश्नाशी थेट संबंध आहे.

पारलौकिकशास्त्र पृथ्वीबदलांबाबत जे म्हणतंय ते खरं आहे. या शास्त्राच्या अभ्यासकांनी 'भविष्या'ची कवाडं उघडली आहेत आणि ते त्यातून बघतायत. प्रश्न हा आहे की त्यांनी 'कुठलं भविष्य' बघितलं आहे? कारण, सीडी-रॉमवरच्या खेळाच्या शेवटालाही एकापेक्षा जास्त पर्याय असतात.

एक पर्याय असं सांगतो की पृथ्वीवर खूप मोठे बदल घडतील, क्रांती होईल, आणि दुसरा पर्याय म्हणतो की असं काहीही घडणार नाही. खरं तर सगळेच पर्याय आधीच घडून गेलेल आहेत. आठव– काळ, वेळ–

हो– हो– आठवलं– 'काळ' अस्तित्वात नाही.

अगदी बरोबर– आणि म्हणून?

म्हणून प्रत्येक गोष्ट एकदाच घडते.

वा! पुन्हा बरोबर! जे आधी घडून गेलं आहे, ते आत्ता घडतंय आणि जे घडणार आहे, ते आत्ता अस्तित्वात आहे– एखाद्या त्या संगणकीय खेळाच्या तबकडीवर जसं सगळं एकदा फिरून येतं तसंच हे आहे. तेव्हा पारलौकिक शक्तींची जगाच्या विनाशाच्या शेवटच्या दिवशीची भाकितं खरी ठरणं हे गमतीशीर वाटेल, असं तुला वाटत असेल तर तुझं सगळं लक्ष त्याच्यावर केंद्रित कर– आणि ते तू तुझ्यापुरतं करू शकतोस. आणि जर तुला दुसऱ्या सत्याचा, वास्तवाचा अनुभव घ्यायची इच्छा असेल, तर त्याच्यावर लक्ष केंद्रित कर आणि तसं फळ तुला मिळेल.

अच्छा– म्हणजे पृथ्वीवर बदल घडणार की नाही हे तू मला सांगणार नाहीस तर– बरोबर?

हे तू सांगायची मी वाट बघतोय. तूच तुझ्या विचारांनी, शब्दांनी आणि कृतींनी हे ठरवणार आहेस.

२००० सालच्या संगणक समस्येचं काय? आत्ता ज्याला आम्ही Y2K समस्या म्हणतोय, ती आमच्या सामाजिक आणि आर्थिक क्रांतीला कारणीभूत ठरणार आहे, असं काहींचं म्हणणं आहे. तसं असेल का?

तू काय म्हणतोयस? तू काय निवडतोयस? यांपैकी कशाशीच तुला देणं-घेणं नाही, कशाशीच तुझा संबंध नाही, असं तुला वाटतंय? हे योग्य नाही, असं मी म्हणेन.

हे सगळं कसं घडेल हे तू आम्हाला सांगणार नाहीस?

तुमचं भविष्य सांगायला मी इथे बसलो नाहीये. आणि मी ते करणारही नाही, एवढंच मी तुला सांगू शकतो. त्यामुळे ज्या दिशेने तू जातोयस– तुला नेलं जातंय, ते जर तुला बरं वाटत नसेल, तर दिशा बदल.

मी कशी बदलणार? एवढ्या मोठ्या गोष्टीवर माझा कसा ताबा राहणार? या अशा पारलौकिक आणि आध्यात्मिक अधिकारी व्यक्तींनी वर्तवलेल्या भविष्यांना– त्यांच्या आडाख्यांना तोंड देण्यासाठी मी काय करावं?

आत जा. तुझ्या अंतरंगातल्या शहाणपणाचा शोध घे. तो तुला काय करायला सांगतोय ते बघ. मग तसं कर. समजा तुमच्या इथल्या राजकारणी आणि उद्योजकांनी पर्यावरणाची हानी केल्याबद्दल जर त्यानं तुला त्यांचा लेखी निषेध करायला

सांगितलं, तर तसा निषेध कर. त्यासाठी Y2K समस्येवर काम करण्यासाठी तुझ्या समाजातल्या नेतेमंडळींना एकत्र आणायची गरज असेल, तर तसं कर. आणि 'दररोज तू तुझी सकारात्मक ऊर्जा पसरवत स्वतःच्या मार्गानं जात राहा आणि सभोवतालच्या 'समस्याजनक' सैरभैर लोकांना अस्वस्थ होण्यापासून वाचवत राहा,' असं तुझ्या आतल्या आवाजानं सांगितलं, तर तसं कर.

सगळ्यात महत्त्वाचं म्हणजे कशालाही घाबरू नकोस. कसलीही भीती बाळगू नकोस. तू कशानंच 'मरणार' नाहीयेस. त्यामुळे भीती बाळगण्याजोगं या जगात काहीच नाही. विकास होण्याच्या– उमलत जाण्याच्या प्रक्रियेची जाणीव ठेव आणि 'आपल्या बाबतीत सगळं काही सुरळीत होत जाणार आहे,' हे शांतपणे समजून घे.

सगळ्या गोष्टींमध्ये अचूकता आणण्याचा प्रयत्न कर. तुझ्या इच्छेनुसार हवा असलेलाच अनुभव तू घेतोयस, हे बघ. कारण, यातूनच खरंच तू कोण आहेस, ते साकार करू शकशील.

हाच शांतीचा मार्ग आहे. प्रत्येक गोष्टीत परिपूर्णता गाठ.

शेवटी, कुठल्याही गोष्टीतून 'बाहेर' पडायला बघू नकोस. तू जितकं दाबशील तितकं ते चेंडूसारखं उसळून बाहेर येईल. हे मी तुला पहिल्या पुस्तकात सांगितलं होतं, आणि ते सत्य आहे. भविष्यात जे दिसतंय त्याबद्दल किंवा भविष्याबद्दल त्यांना जे सांगितलं गेलंय त्याबद्दल ज्यांना दुःख होतंय, वाईट वाटतंय ते 'समस्थितीत'– स्थिर अवस्थेत राहू शकत नाहीत.

आणखी काही सल्ला?

साजरं करा! आयुष्य साजरं करा! स्वतःला 'स्व'ला साजरं करा! भाकितं साजरी करा! देवाचा उत्सव करा! साजरं करा! हा खेळ खेळा!

कुठलाही क्षण तुमच्यासाठी काहीही घेऊन येवो– तुम्ही त्यातून आनंद घ्या, कारण तो आनंद म्हणजे तुम्ही आहात आणि कायम असणार आहात.

देव कुठलीच अर्धवट गोष्ट निर्माण करत नाही. 'देव धड काहीच करत नाही,' असं जर तुम्हाला वाटत असेल, तर तुम्हाला 'देव कळलाच नाही' असं म्हणावं लागेल.

तेव्हा परिपूर्णता साजरी करा. हसा आणि आनंद माना आणि फक्त परिपूर्णता पाहा. म्हणजे मग इतरांच्या लेखी अर्धवट असलेल्या गोष्टीकडे तुमचं लक्षच जाणार नाही– ती तुम्हाला स्पर्शच करणार नाही.

म्हणजे मी पृथ्वीच्या कलत्या अक्षाकडे बघणं टाळू शकेन किंवा दोन ग्रहांच्या धडकीत ती चुरडली जाईल, ते बघणं किंवा भूकंपात पूर्ण नष्ट झालेली बघणं किंवा Y2Kच्या गुंतागुंतीत अडकलेली पृथ्वी बघणं मी टाळू शकेन, असं तुला म्हणायचंय?

यातल्या कुठल्याही गोष्टीच्या नकारात्मकतेचा स्वतःवर परिणाम होणं तू नक्कीच टाळू शकतोस.

मी तुला हे विचारलं नव्हतं.

पण माझं उत्तर हे आहे. भविष्याला निर्भयपणे सामोरे जा, सगळी प्रक्रिया नीट समजून घ्या आणि त्या सगळ्यातलं परिपूर्णत्व पाहा.

इतर लोक ज्याला 'नकारात्मक' म्हणतील, अशा अनुभवांपासून आणि फळातून– परिणामापासून तुम्ही दूर जाल आणि अत्यंत शांतीचा, नीरव शांततेचा तुम्ही अनुभव घ्याल– आणि तीच नकारात्मक फळं आणि अनुभवांपासून तुम्हाला दूर ठेवेल.

तुझं हे सगळं बोलणं चुकीचं ठरलं तर? तू जर मुळात 'देव' नसशील आणि केवळ माझ्या सुपीक कल्पनाशक्तीची अभिव्यक्ती असशील... तर?

आली का तुझी हरदासाची कथा मूळपदावर? ठीक आहे– मग? म्हणून काय? जगण्यासाठी याहून आणखी बरा मार्ग तुला सुचतो का?

मी इथे तुला शांत, स्थिर, एकदम शांततेनं राहायला सांगतोय– या ग्रहावर सर्वत्र येणाऱ्या संकटांचं भयंकर भविष्य वर्तवणाऱ्यांना तोंड देण्यासाठी असंच करायला हवं म्हणजे त्यातून शक्य तितका उत्तम परिणाम साधता येईल.

अगदी मीसुद्धा जरी देव नसलो, आणि फक्त 'तू'च असलो, तरी या सगळ्यातून तुला आणखी कुठला चांगला सल्ला मिळाला असता, असं तुला वाटतं?

नाही. मला नाही वाटत.

म्हणजे– नेहमीप्रमाणे मी 'देव' असलो काय किंवा नसलो काय– त्यानं काहीच फरक पडत नाही.

तेव्हा अशा तऱ्हेनं या तीनही पुस्तकांत दिलेल्या माहितीनुसार, फक्त ज्ञानासह– शहाणपणानं जगा. किंवा जर तुम्हाला पुढे जाण्याचा आणखी चांगला मार्ग सुचत असेल, तर तसं करा.

हे बघ, या सगळ्या पुस्तकात जर फक्त नील डोनाल्ड वॉल्शच हे सगळं बोलत असेल, तर त्यात चर्चा केलेल्या कुठल्याही विषयावर तुम्हाला 'अनुसरावा' असं वाटावं असा मार्ग सापडणं फारच अवघड आहे. तेव्हा असा विचार करून पाहा : एक तर हे मी 'देव' बोलतोय किंवा ही हुशार तेजस्वी 'नील' नावाची व्यक्ती बोलतेय...

काय फरक आहे बरं?

फरक हा आहे की हे सगळं खरंच देव बोलतोय, अशी माझी खात्री असती,

तर मी ते जास्त कान देऊन ऐकलं असतं.

धत्तेरे की! मी वेगवेगळ्या स्वरूपात तुला हजार वेळा संदेश पाठवले– आणि त्यातल्या बहुतेकांकडे तू दुर्लक्ष केलंस.

ओहो– मलाही असं वाटतं...

वाटतं?

बरं बाबा– मी केलं.

हो– पण आता या वेळी क़ानाडोळा करू नकोस. तुला या पुस्तकाकडे कोणी वळवलं असं तुला वाटतं? तू स्वतःच. तेव्हा जर तू देवाचं ऐकत नसशील, तर स्वतःचं ऐक.

किंवा माझ्या अलौकिक दिव्य मैत्रीचं...

हो– तुझ्या दिव्यत्वाच्या मैत्रीचं.

तू आता माझी चेष्ट करतोयस. पण हरकत नाही. यातूनच मला चर्चेसाठी हवा तो आणखी एक विषय मिळतोय.

मला कल्पना आहे.

तुला माहीत आहे?

हो तर! तुला दिव्य-अलौकिक गोष्टींबद्दल बोलायचंय!

तुला कसं कळलं?

मी दिव्य आहे.

यावर मी पैज लावतो. तू आहेसच. तू सगळ्याच दिव्यत्म्यांचं उगम स्थान आहेस– माताच आहेस. तू म्हणजे 'The Chief Honcho, the Top Banana, the big cheese' आहेस. तू माणूस आहेस, नियंता आहेस, क्षेत्र आहेस, चालक मंडळाचा अध्यक्ष आहेस.

माझ्या मुला... तुला हे... बरोब्बर... कळलंय!

अरे वा! दे टाळी!

शांत हो! आत्ता तरी शांत हो–

ही अलौकिक– दिव्य शक्ती म्हणजे काय, हे मला जाणून घ्यायचं आहे.

ज्याला तू 'अलौकिक शक्ती' म्हणतोयस, ती म्हणजे खरं तर 'सिक्स्थ सेन्स'– सहाव्या इंद्रियाची शक्ती आहे. आणि तुम्हा सर्वांनाच अनेक गोष्टींबद्दल हा सिक्स्थ सेन्स असतो. साध्या डोळ्यांनी दिसणाऱ्या चौकटीच्या बाहेर पडून, अनुभवांच्या मर्यादा ओलांडून बाहेर पडण्याची क्षमता म्हणजे अलौकिक शक्ती. पुन्हा मागे पाहणं– एक पाऊल मागे येणं. सामान्य माणूस स्वतःबद्दल ज्या काही संकुचित कल्पना करतो, त्याहून जास्त काही वाटणं म्हणजे अलौकिक शक्ती, त्याच्या किंवा तिच्या क्षमतेपेक्षा जास्त जाणीव होणं म्हणजे अलौकिक शक्ती. सभोवतालच्या जास्त विस्तृत सत्यात डोकावणं, एका वेगळ्या ऊर्जेच्या जाणिवेचा अनुभव घेणं म्हणजे अलौकिक शक्ती.

एखाद्यानं ही क्षमता कशी वाढवावी? विकसित करावी?

विकसित करणं– वाढवणं हा छान शब्द आहे. हे म्हणजे मसल्स– स्नायूंसारखं आहे. म्हणजे ते सगळ्यांकडेच असतात, पण तुमच्यातले काहीच ते विकसित करतात. बळकट करतात, तर काहींच्यात ते तसेच राहतात आणि मग फार काळ उपयोगीही पडत नाहीत. तुमच्यातली 'अलौकिक' स्नायू शक्ती वाढवायची असेल, तर त्यासाठी तुम्हाला त्यावर काय करावं लागेल– तिचा उपयोग करा. दररोज. सतत. पूर्ण वेळ.

आत्ता मसल आहे– स्नायू आहेच–पण तो लहान आहे. तो अशक्त आहे. त्याचा फार कमी उपयोग केला जातोय. म्हणजे आत्ता तुम्हाला 'आतून' काहीतरी जाणिवेचा धक्का दिला जाईल, पण तुम्ही त्यावर काम करणार नाही, एखाद्या गोष्टीचे 'पूर्वसंकेत' तुम्हाला मिळतील, पण तुम्ही त्याकडे दुर्लक्ष कराल. तुमच्या डोळ्यांसमोर एखादं स्वप्न असेल किंवा 'प्रेरणा' असेल पण तुम्ही ती तशीच वाया घालवाल, तिच्याकडे कानाडोळा करून व्यर्थ घालवाल.

अरे बाबा, या पुस्तकाबद्दल मिळालेल्या संकेताकडे तू लक्ष दिलंस हे फारच बरं झालं; अन्यथा तुम्हाला आत्ता हे शब्द वाचता नसते आले!

या शब्दांच्या दिशेनं तू अपघातानं आलास असं तुला वाटतंय? केवळ योगायोगानं?

तेव्हा अलौकिक दिव्य शक्ती वाढवण्याची पहिली पायरी म्हणजे ही शक्ती आपल्यापाशी आहे, हे समजणं आणि तिचा वापर करणं. तुम्हाला मिळणाऱ्या प्रत्येक संकेताकडे लक्ष द्या, तुम्हाला वाटणाऱ्या प्रत्येक भावभावनेकडे, जाणिवेकडे लक्ष द्या, आतून उत्स्फूर्तपणे येणाऱ्या संकेताचा अनुभव घ्या. दक्ष राहून लक्ष द्या. मग तुम्हाला जे 'कळलं' आहे, त्याप्रमाणे वागा. त्याच्यापेक्षा वेगळं काही तुमच्या मनाला बोलू देऊ नका. भीतीला तुमच्या मार्गापासून तुम्हाला दूर नेऊ देऊ नका.

तुम्ही जितके निर्भय होऊन तुमच्या अंतःप्रेरणेनुसार वागाल, तितकी ती अंतःप्रेरणा तुम्हाला फळ देईल. ती नेहमीच तुमच्यापाशी होती, आता मात्र तुम्ही तिच्याकडे लक्ष देताय, इतकंच.

पण मी या नेहमी आसरा देणाऱ्या दैवी शक्तीबद्दल बोलत नाहीये. मी खऱ्याखुऱ्या दैवी शक्तीबद्दल बोलतोय. म्हणजे, भविष्यातलं काही बघते– दाखवते अशी दैवी शक्ती. लोकांबद्दल अशा काही गोष्टी कळतील, ज्या एरवी सामान्यपणे कळल्या नसत्या, त्या कळतील अशी काहीतरी वेगळी शक्ती...

मी त्याबद्दलही बोलत होतो–

ही दिव्य शक्ती कसं काम करते? ज्यांच्यापाशी ती आहे, त्यांचं म्हणणं मी ऐकावं का? दैवी– दिव्यशक्तीनं समजा एखादं भविष्य वर्तवलं– तर ते मी बदलू शकतो का? का माझं भविष्य म्हणजे काळ्या दगडावरची रेघ आहे? अशी दिव्य शक्ती असणारे काही जण तर त्यांच्या खोलीत पाऊल टाकल्याबरोबर तुमच्याबद्दल सांगायला लागतात– ते कसं काय? जर का...

थांब. तू चार वेगवेगळे प्रश्न विचारले आहेस. आपण थोडं सावकाश जाऊ आणि एका वेळी एकाचा विचार करू.

ठीक आहे. दैवी, दिव्य शक्ती कसं काम करते?

'अलौकिक, दिव्य' या संकल्पनेचे तीन नियम आहेत. ते समजून घेतल्यास ही शक्ती कसं काम करते हे तुला कळेल. आपण आधी ते नियम पाहू–

१. सर्व विचार म्हणजे ऊर्जा आहेत.

२. सर्व वस्तू चल आहेत.

३. फक्त वर्तमान– आत्ताचा क्षणच अस्तित्वात आहे.

या संकल्पनेचा अनुभव घेण्याच्या दृष्टीनं वाटचाल करणाऱ्यांना दिव्य पुरुष, अलौकिक मानव म्हणतात : स्पंदनं– ही काही वेळा मनात चित्रासारखी तयार होतात. काही वेळा विचार शब्दांचं रूप घेतो.

अलौकिक, दिव्य शक्ती असणाऱ्या माणसाला ऊर्जा सहज जाणवायला लागते. या ऊर्जेची जाणीव होण्यात तो तरबेज होतो. सुरुवातीला हे सोपं वाटतही नसेल. कारण, या 'ऊर्जा' अतिशय तरल असतात, हलक्या असतात, सूक्ष्म

असतात– तुमचे केस भुरभुर उडवणाऱ्या शरदातल्या हलक्या वाऱ्याच्या झुळुकीसारख्या! कुठूनतरी दुरवरून येणाऱ्या बारीक आवाजासारख्या– जो आवाज तुम्हाला ऐकू तर येतो, पण नक्की सांगता येत नाही– त्याच्यासारख्या, तुमच्या डोळ्याच्या कडेतून दिसणाऱ्या प्रकाशाच्या तिरिपेसारख्या– तुम्ही मान वर करून बघितल्यावर जी गायब होते, अशा त्या तिरिपेसारख्या– खरंच ती होती का?

हाच प्रश्न दैवी शक्तीवाला माणूस नेहमीच विचारतो. यशस्वी शक्तीवाला मात्र असं कधीच विचारत नाही. कारण, त्या प्रश्नातच त्याचं उत्तर मिळत असतं. प्रश्न विचारला की त्यात मन गुंततं आणि सरतेशेवटी त्याला हेच हवं असतं. अंतःस्फूर्ती मनात जास्त काळ टिकत नाही. दैवी शक्ती मिळवण्यासाठी तुम्हाला तुमच्या मनातून बाहेर पडायला हवं, त्याच्यापासून दूर जायला हवं. कारण, अंतःप्रेरणा– आतला आवाज अंतरंगात असतो– आत्म्यात असतो.

अंतःप्रेरणा म्हणजे आत्म्याचं कर्णेंद्रिय.

आत्मा अतिसंवेदनशील साधन आहे. तो आयुष्यातल्या अत्यंत तरल संवेदना, स्पंदनं ग्रहण करतो. त्याला दैवी ऊर्जेची 'जाणीव' होते, आसपासच्या अशा स्पंदनलहरी त्याला जाणवतात. आणि त्यांच्यात अडथळा आणणारंही तेच साधन आहे.

तुम्हाला पाच नाही– सहा इंद्रियं असतात. गंध, रस, स्पर्श, रूप, प्रवण आणि... जाणीव. आता दैवी शक्ती काम कसं करते ते सांगतो–

प्रत्येक वेळी तुम्ही विचार करता, तो एक ऊर्जा, शक्ती संप्रेषित करतो. तीच ऊर्जा. दैवी शक्ती असणारा आत्मा ती ऊर्जा ग्रहण करतो. खरा अलौकिक शक्तीवाला त्याचा अर्थ लावण्याचा प्रयत्न करेल, पण शक्यतो ती ऊर्जा काय सांगतेय ते तो नुसतं व्यक्त करेल. अशाच तऱ्हेनं तो तुम्ही काय विचार करताय ते सांगू शकतो. तुमच्या मनातले विचार तो ओळखू शकतो.

तुमच्या मनात निर्माण झालेली प्रत्येक भावना तुमच्या आत्म्यात घर करते. तुमचा आत्मा म्हणजे तुमच्या सगळ्या भावभावनांची गोळाबेरीज असतो; भांडारच असतो. जो खरा दैवी ज्ञानी असतो, तो तुमच्या आतल्या कितीही जुन्यापुराण्या असल्या, तरी त्या भावभावना ओळखतो– आज-आत्ता. कारण त्या सगळ्या 'आत्ता'च असतात–

म्हणजे 'काळ' नावाची वस्तूच नाही...

अशाच पद्धतीने तो तुम्हाला तुमच्या भूतकाळाबद्दल सांगतो. 'उद्या'सुद्धा अस्तित्वात नसतो. सगळ्या गोष्टी आत्ताच घडत असतात. प्रत्येक घटना स्पंदनांचा एक तरंग, लहर उत्पन्न करते, ती वैश्विक छायाचित्राच्या तबकडीवर न पुसता येणारी

छायाप्रत निर्माण करते. दैवी शक्ती असणाऱ्याला ते छायाचित्र दिसतं– ते 'उद्याचं' छायाचित्र तो 'आत्ताच' घडत असल्यासारखं बघतो– आणि ते तसंच आहे. अशा रीतीनं काही दैवज्ञ 'भविष्य' सांगू शकतात.

हे मानसशास्त्रीयदृष्ट्या कसं घडतं? कसं केलं जातं? दैवी शक्ती असणाऱ्याला आपण काय करतोय हे कदाचित कळतही नसेल. त्याच्याकडून नकळत, सहजपणे त्या गोष्टी घडत असतील. तो पूर्णपणे एकाग्रचित्त होऊन स्वतःतून काही सूक्ष्म तरंग बाहेर टाकतो. तुमची इच्छा असेल, तर त्याचे विचार ते शरीर सोडतात– त्या शरीरातून बाहेर पडून अंतराळात विहार करतात आणि वेगानं दूरपर्यंत जातात– तिथे तुम्ही न अनुभवलेल्या गोष्टी 'आत्ता'– वर्तमान म्हणून 'बघतात'.

सूक्ष्म अणूंचा काळाच्या गतीनं प्रवास!

अगदी बरोबर बोललास.

सूक्ष्म अणूंचा काळाच्या गतीनं प्रवास!

ठीक ठीक– आपण एक 'जलसा' म्हणून त्याच्याकडे पाहू.

नाही. नाही. मी चांगला वागेन. खरंच... शपथ्थ! पुढे सांग– मला खरंच हे ऐकायचं आहे.

बरं. त्या दिव्यात्म्याचा अंश असणारे हे सूक्ष्म अणू त्या प्रतिमेवर एकाग्र होऊन त्यातून ऊर्जा घेऊन अंतराळातून पुन्हा त्याच्या शरीरात परत येतात. दिव्यात्म्याला ते चित्र दिसतं– कळतं– कधीकधी त्याचं शरीर कंप पावतं– किंवा त्याला काहीतरी जाणवल्याचं जाणवतं, आणि त्यात आपल्या स्वतःच्या काही गोष्टी मिसळल्या जाऊ नयेत, ते जसंच्या तसं उतरावं म्हणून तो लगेच तत्क्षणी त्याचं वर्णन करतो. तो काय 'विचार करतोय' किंवा अचानक काय 'पाहतोय' किंवा त्याला काय 'वाटतंय' याबद्दल तो काही प्रश्न उपस्थित करत नाही– त्याबद्दल शंका वाटून घेत नाही– उलट त्याला 'आतून' जे येतं ते तसंच 'अस्पर्श' ठेवून व्यक्त करण्याचा त्याचा प्रयत्न असतो.

जर त्यानं पाहिलेल्या त्या चित्रातली घटना किंवा त्याला जे 'वाटलेलं-जाणवलेलं' असतं, तेच काही दिवसांनी प्रत्यक्ष घडलं, तर त्याला 'दिव्यदृष्टी' प्राप्त झालेली आहे, असं म्हटलं जातं– आणि ते अर्थातच खरं आहे!

असं जर आहे, तर काही 'भविष्य'– 'भाकितं' चुकीची ठरतात– म्हणजे ती कधीच 'घडत'नाहीत. असं का?

कारण, त्या दैवी शक्ती असणाऱ्यानं 'भविष्य' वर्तवलेलं नसतं– त्यानं

अनंतातल्या 'आत्ताच्या' क्षणांच्या संभाव्य शक्यतांची झलक पाहून ती सांगितलेली असते. हा नेहमीच त्याच्या निवडीचा भाग असतो. तो त्या भाकितांच्या मांदियाळीत न जाण्याचंही ठरवू शकतो.

'अनंत'काळात सर्व शक्यता संभाव्य असतात. इथली प्रत्येक गोष्ट लक्षावधी वेगवेगळ्या प्रकारे आधीच घडून गेलेली आहे, प्रश्न फक्त तुमच्या निवडीचा आहे, असं मी तुला याआधीही बऱ्याचदा सांगितलेलं आहे. शेवटी सगळा प्रश्न आहे तो तुमच्या समजाचा, दृष्टिकोनाचा. जेव्हा तुम्ही तुमचा दृष्टिकोन बदलता, तुमचा विचार बदलता– आणि तुमचा विचार तुमचं वास्तव, सत्य निर्माण करतो. कुठल्याही परिस्थितीचा होणारा परिणाम, मिळणारं फळ याबद्दल तुम्ही जो काही आडाखा बांधलेला असतो, तो तुमच्यासाठी आधीच तयार असतो. फक्त तुम्ही त्याचं आकलन करून घ्यायचं असतं. समजून घ्यायचं असतं. 'तू विचारण्याआधीच मी उत्तर दिलेलं असेल' असं मी म्हणतो, ते हेच. तुम्ही प्रार्थना करण्याआधीच मी त्यांचं फळ तुमच्या पदरात टाकलेलं असतं.

तर मग आम्ही जे जे मागतो, ते सगळं आम्हाला का मिळत नाही?

याबद्दल आपण पहिल्या पुस्तकात बोललो आहोत. तुम्ही जे मागता, ते नेहमी तुम्हाला मिळतंच असं नाही, पण तुम्ही जे निर्माण करता, ते मात्र तुम्हाला नेहमीच मिळतं. विचारांच्या मागोमाग निर्मिती होते आणि त्याच्या पाठोपाठ आकलन–समज!

हे तर फारच चित्तवेधक आहे. जरी आम्ही आधी हे ऐकलं असलं, तरी अजूनही ते तितकंच चित्ताकर्षक आहे.

हो ना? म्हणून तर हे सतत ऐकत राहायला हवं. म्हणजे तुमचं मन त्यात गुंतून जाईल. आणि मग त्यात दुसरं काही येऊ शकत नाही, प्रवेश करू शकत नाही.

जर प्रत्येक गोष्ट आत्ताच घडतेय, तर मी 'आत्ता'चा क्षण म्हणून जे अनुभवतोय, ते कोण ठरवतं? कोण सांगतं?

तुमची निवड– आणि स्वतःच्या निवडीवरचा तुमचा विश्वास. एखाद्या विशिष्ट विषयासंबंधीच्या तुमच्या विचारातून हा विश्वास निर्माण होतो; तुमच्या समजेतून विचार येतात. समज म्हणजे तुमचा त्या विषयाकडे पाहण्याचा दृष्टिकोन.

तुम्ही 'उद्या'बद्दल आत्ता काय निवड करताय, हे तो दिव्यदृष्टी पाहतो आणि तसं घडेल याची काळजी घेतो. पण हे अशा पद्धतीनं होऊ नये, असंच खरा

दिव्यदृष्टी तुम्हाला सांगेल. तुम्ही पुन्हा निवड करू शकता आणि परिणामी, फळ बदलू शकता.

परिणामतः मला आधीच आलेले अनुभव मी बदलू शकतो!

अगदी बरोबर. आता तुझ्या लक्षात यायला लागलंय. विरोधाभासात कसं जगायचं हे आता तुला कळायला लागलंय.

पण देवा, जर हे 'आधीच घडलेलं' आहे, तर मग ते कुणाच्या बाबतीत घडलंय? आणि जर मी ते बदलत असेन, तर तो बदल अनुभवणारा हा 'मी' कोण आहे?

तुझ्याव्यतिरिक्त आणखी एक 'तू' आहे, जो काळाच्या पट्ट्यावर फिरत असतो. दुसऱ्या पुस्तकात हे सगळं सविस्तर सांगितलं होतं. तू ते पुन्हा वाचावंसं असं मी सुचवेन. मग ते आणि आत्ता सांगितलेलं– दोन्ही एकत्र कर, म्हणजे तुला आणखी चांगलं समजेल.

वा– हे चांगलंच आहे. पण या दैवी शक्तीबद्दल मला आणखी थोडा वेळ बोलायला आवडेल. बरेच जण आपल्याला दैवीशक्ती असल्याचा दावा करतात. अशा वेळी त्यातले खरे कोण आणि भोंदू कोण, हे मी कसं ओळखावं?

हे बघ, प्रत्येकालाच दिव्य दैवी शक्ती असते. त्यामुळे ते सगळेच 'खरे' आहेत. त्यांचा त्यामागचा उद्देश मात्र तुला बघायला हवा– म्हणजे त्यांना तुला मदत करायची आहे, की स्वतःलाच समृद्ध करायचं आहे? हे पाहायला हवं– दैवी-दिव्य शक्ती असणारे– तथाकथित 'व्यावसायिक' दिव्यशक्तीधारी– जे स्वतःलाच समृद्ध करू पाहत असतात, ते आपल्या दिव्य शक्तीनं तुमच्यासाठी काही गोष्टी करायचं नेहमीच वचन देत असतात. उदा. नाराजीनं पाठ फिरवलेली प्रिय व्यक्ती पुन्हा आपल्याकडे येणं, कीर्ती आणि पैसा मिळवणं– गेला बाजार तुमचं वजन घटवायलाही मदत करणं!

'हे सगळं आपण करू शकतो,' असं ते तुम्हाला खात्रीनं सांगतात– फक्त त्यासाठी 'फी' द्यायची असते. त्यासाठी ते तुमचा बॉस, तुमची प्रिय व्यक्ती, तुमचा मित्र-मैत्रिण यांचंही वाचन करतात आणि त्यांच्याबद्दलच्या सगळ्या गोष्टी तुम्हाला सांगतात. 'मला त्यांची एखादी वस्तू आणून द्या– स्कार्फ, एखादं चित्र, त्यांच्या हस्ताक्षराचा नमुना... काहीही.' आणि ते तुम्हाला दुसऱ्यांबद्दल सांगू शकतात. तसं थोडंसं! कारण, प्रत्येक जण आपल्या काहीतरी खुणा ठेवून जातो– दिव्य हाताचे ठसे– ऊर्जेच्या खुणा. आणि जो सच्चा संवेदक असतो, त्याला ते कळतं.

पण ज्याला अंतःप्रेरणेचं गांभीर्य असतं, कळतं तो कधीच त्या दुसऱ्या

व्यक्तीनं पुन्हा तुमच्याकडे परत यावं म्हणून प्रयत्न करत नाही, त्याचं मन बदलवू पाहत नाही किंवा अशा कुठल्याच प्रकारे स्वतःच्या दैवी शक्तीचा वापर करत नाही. आपली ही शक्ती वाढवण्यासाठी आयुष्य वेचणाऱ्याला या देवाच्या देणगीचा कसा उपयोग करायचा हे माहीत असतं. त्यामुळे दुसऱ्याच्या स्वेच्छेवर आक्रमण करू नये, दुसऱ्याच्या मतांचा– विचारांचा अनादर करू नये आणि दुसऱ्याच्या दैवाच्या क्षेत्रात कधीच लुडबुड करू नये, याची त्याला जाणीव असते.

मला वाटतं काहीच 'चुकीचं' किंवा 'बरोबर', योग्य किंवा अयोग्य नसतं, असं तू म्हणाला होतास– मग हा सगळा 'नाही-नाही'चा पाढा का अचानक?

दर वेळी 'नेहमी' किंवा 'कधीही नाही' यावर येऊन थांबतो. त्याचा संबंध तुम्हाला काय हवंय– तुम्ही कशाच्या शोधात आहात आणि तुम्ही काय करू बघताय, त्याच्याशी आहे.

तुला उत्क्रांत व्हायचंय, पुढे जायचंय, आध्यात्मिकदृष्ट्या प्रगती करायचीय, एकत्वात मिसळून अद्वैताकडे वाटचाल करायची आहे, हे मला ठाऊक आहे. 'आपण कोण आहोत' याबद्दल तुला आधीच्या असलेल्या कल्पनांपेक्षा आणखी उत्तम प्रतीच्या दृष्टीनं अनुभव घ्यायचाय. हे तुला व्यक्ती म्हणून वैयक्तिक पातळीवर आणि वांशिक स्तरावरही जाणून घ्यायचंय.

हे बघ, माझ्या जगात 'योग्य-अयोग्य, चूक-बरोबर' तसंच 'हे करा' 'हे करू नका' असं काहीही नाही– हे मी बरेचदा सांगितलंय. आणि जरी तुम्ही वाईटाची निवड केलीत, तरी नरकातल्या आगीत होरपळणार नाहीत कारण 'वाईट'ही अस्तित्वात नाही आणि 'नरक'ही अस्तित्वात नाही– अर्थात तो नाही, असं तुम्हाला वाटत नाही तेव्हाच!

तरीही भौतिक जगाचे म्हणून काही निसर्ग-नियम असतात. कारण आणि परिणाम– हा त्यातलाच एक नियम आहे.

सर्वांत महत्त्वाच्या निसर्ग नियमांमधला कारण आणि परिणाम हा एक नियम असा आहे :

प्रत्येक कार्य-कारणाच्या परिणामाचा अनुभव हा शेवटी स्वतःला भोगावा लागतो.

म्हणजे काय?

तुम्ही दुसऱ्याच्या ज्या अनुभवाचे कारण बनता, तो अनुभव तुम्हालाही एक दिवस घ्यावा लागतो– करावे तसे भरावे.

तुम्ही नव्या युगातल्या नवयुवकांकडे हे सांगण्याची, हे मांडण्याची आणखी

रंजक पद्धत आहे.

जे पेरता तेच उगवतं.

बरोबर. येशू ख्रिस्ताची शिकवण म्हणून हे माहीत आहे : तुम्ही इतरांशी तसंच वागा, जसं तुम्ही स्वतःशी वागला असता.

येशू कारण आणि परिणामाचाच नियम शिकवत होता. हा एक मुख्य, महत्त्वाचा नियम म्हणता येईल. चर्च, पिकार्ड आणि जेनवे यांनी केलेले हे महत्त्वाचं मार्गदर्शन आहे.

अरे! देव मोठा गमत्या आहे! (Trekkie)

चेष्टा करतोयस? मी अर्धे भाग लिहिले आहेत.

बरं झालं जेननं तुझं हे बोलणं ऐकलं नाहीये.

अरे सोड... जेननं मला हे बोलायला सांगितलंय.

म्हणजे? तू जेन रॉडेनबरीच्या संपर्कात आहेस?

हो आणि कार्ल सॅगन, आणि बॉब हेनलिन आणि इथे असलेली सगळी गँग!

हे बघ, आपण इथे अशी चेष्टा करणं बरं नाही– तुलाही माहितेय. अशानं आपण या संपूर्ण संवादाची विश्वासार्हताच गमावून बसू.

अच्छा! म्हणजे देवाशी गांभीर्यानंच संवाद व्हायला पाहिजे तर!

हो– निदान विश्वासार्हतरी!

मी जेन, कार्ल आणि बॉबला इथे भेटतोय हे विश्वास बसण्याजोगं नाहीये का? मग मला तसं त्यांना सांगायला हवं.

असो. तर आपण पुन्हा 'खरा दिव्यशक्ती' आणि 'भोंदूबाबा' कसे ओळखायचे या विषयाकडे येऊ. जो सच्चा दिव्यशक्ती असणारा असतो, तो मुख्य मार्गदर्शक तत्त्व जाणतो आणि पाळतो. त्यामुळे त्याला जर तू 'हरवलेलं प्रेम परत आणायला सांगशील किंवा ज्याचा रुमाल किंवा पत्र तुझ्याजवळ आहे, त्याचा ऑरा– तेजोवलय बघायला सांगशील, तर तो म्हणेल : 'मला क्षमा कर, पण मी ते करू शकत नाही. मी तसं करणार नाही. मी दुसऱ्याच्या मार्गात हस्तक्षेप करणार नाही, लुडबूड करणार नाही किंवा उगाच नाक खुपसून डोकावणारही नाही.'

मी त्यांच्या निवडीला कुठल्याचप्रकारे वळण देणार नाही, त्याच्यावर परिणाम किंवा प्रभाव टाकणार नाही.

आणि मी कुठल्याच व्यक्तीची, खासगी, वैयक्तिक गुप्त माहिती तुझ्यापुढे उघड करणार नाही.

जर एखादी व्यक्ती तुम्हाला 'असल्या' सेवा पुरवणार असेल, तर तुम्ही त्याला भोंदू म्हणू शकता. तो तुमच्या मानवी कमजोरीचा, पट्कन मतपरिवर्तन करण्याच्या स्वभावाचा फायदा घेऊन तुमच्याकडून पैसा उकळणार!

पण आपल्या दिव्य दृष्टीचा उपयोग लोकांना मदत करण्यासाठी जे करतात त्यांचं काय? म्हणजे परागंदा प्रियजनांचा ठावठिकाणा सांगणं, अपहरण झालेल्या– पळवून नेलेल्या मुलांना शोधणं, घरातून पळून गेलेल्या तरुण मुलीला घरी परत बोलावणं किंवा एखाद्या विशिष्ट केसमध्ये एखादी व्यक्ती जिवंत आहे की मृत, हे पोलिसांसाठी पाहणं– अशी मदत करणाऱ्या दिव्यदृष्टी माणसांबद्दल काय म्हणशील?

अर्थातच या प्रश्नांमध्येच त्यांची उत्तरं आहेत. खरी दिव्य शक्ती असणारा दुसऱ्यावर आपली इच्छा लादण्याचं नेहमीच टाळत असतो. त्याला फक्त मदत, सेवा करायची असते.

अशा व्यक्तीला मृताशी संपर्क साधायला सांगणं योग्य आहे का? आधी गेलेल्यांपर्यंत जाऊन पोहोचण्याचा आम्ही प्रयत्न करावा का?

तुम्हाला तसं का करावंसं वाटतंय?

काही नाही– त्यांना आम्हाला काही सांगायचंय का– त्यांना आमच्याशी काही बोलावंसं वाटतंय का, ते बघायला.

'दुसऱ्या बाजू'च्या माणसांना तुम्हाला काही सांगायचं असेल– तुम्हाला काही कळावंसं त्यांना वाटत असेल, तर ते काहीतरी कारण शोधून तुमच्यापर्यंत पोहोचतात. काळजी नसावी.

काका-काकू-मामा-मामी-दादा-भाऊ-ताई-बाबा-आई-बायको-नवरा आणि प्रेमी– जे कोण 'आधी गेलेले' आहेत, ते त्यांचा स्वतःचा प्रवास करतायत, निखळ आनंदाचा अनुभव घेतायत, परिपूर्ण जाणिवेकडे वाटचाल करतायत.

तुम्ही कसे आहात, तुमचं कसं चाललंय हे पाहण्यासाठी आणि 'त्यांचं आता चांगलं चाललंय' हे तुम्हाला समजावं म्हणून तुमच्यात जाणीव जागृती करण्यासाठी, जर त्यांना तुमच्याकडे परत यावंसं वाटलं, तर ते तसं करतील, याची खात्री बाळगा.

तेव्हा अशा संकेताकडे लक्ष ठेवा आणि तो पकडा. 'ही आपलीच कल्पना आहे, आपलाच आशादायक विचार आहे किंवा हा निव्वळ योगायोग आहे,' असं

मानून तो संकेत धुडकावून लावू नका, त्याच्याकडे दुर्लक्ष करू नका. त्या 'संदेशा'वर लक्ष ठेवा आणि तो स्वीकारा.

माझ्या परिचयातल्या एक बाई होत्या. मृत्युशय्येवर असलेल्या आपल्या नवऱ्याची त्या मनोभावे सेवा करायच्या. त्यांनी त्याला विनंती केली की तो गेल्यानंतर त्यानं पुन्हा त्या बाईंकडे परत येऊन 'मी चांगला आहे,' असं सांगावं. नवऱ्यानं बाईंना तसं वचन दिलं आणि दोन दिवसांनी तो मेला. नंतर आठवडा उलटला असेल... नसेल एके दिवशी रात्री बाईंना जाग आली ती त्यांच्या पलंगावर त्यांच्याजवळ कोणीतरी बसलंय असं जाणवल्यानं! त्यांनी डोळे उघडले तेव्हा त्यांचा नवरा त्यांच्याकडे हसतमुखानं बघत त्यांच्या पलंगाच्या कडेला बसलेला दिसला, असं त्यांनी शपथपूर्वक सांगितलं. पण त्यांनी पुन्हा डोळे चोळून बघितलं तर तो तिथं नव्हता. त्यांनी मला नंतर ते सगळं सांगितलं– पण 'हा माझा भासच असणार' असं त्या म्हणाल्या.

हो, हे तसं सर्वसामान्य आहे. तुम्हाला स्पष्ट संकेत मिळतात आणि तुम्ही त्यांच्याकडे दुर्लक्ष करता, किंवा 'स्वतःच्या मनाचे खेळ' असं म्हणून ते दूर सारता.

या पुस्तकाबाबतही तुम्ही अशीच निवड करू शकता.

मग आम्ही तसं का करतो? आम्ही भलंतच काहीतरी का मागतो? म्हणजे बघ– या तीन पुस्तकांतल्या शहाणपणाच्या गोष्टी आम्हाला कळतात, समजतात आणि नंतर आम्ही त्या का नाकारतो?

कारण देवाच्या अगाध दिव्यत्वाबद्दल तुमच्या मनात शंका असते. थॉमससारखंच तुम्हालाही एखाद्या गोष्टीवर विश्वास ठेवण्याआधी ती गोष्ट बघायची असते, तिला स्पर्श करायचा असतो, तो जाणवून घ्यायचा असतो. आणि तुम्हाला हे जे समजून घ्यावंसं वाटतंय, ते तर बघता– जाणता– किंवा स्पर्श करता येण्याजोगं नाही. ते वेगळ्याच विश्वातलं आहे. आणि तिथपर्यंत जाण्याची अजून तुमची तयारी झालेली नाही. पण चिंता करू नका. जेव्हा विद्यार्थी 'तयार' होईल– विद्यार्थ्याची तयारी होईल, तेव्हा शिक्षक अवतीर्ण होईल- समोर येईल.

हं– म्हणजे आता दैवी शक्तीवाल्याकडे आम्ही जाऊ नये किंवा 'दुसऱ्या' जगातल्यांशी संपर्क साधू पाहणाऱ्या मांत्रिक-तांत्रिकाकडे जाऊ नये– या आपल्या मूळ प्रश्नाकडे वळावं असं तुला म्हणायचं आहे?नाही.

नाही. तुम्ही हे करावं किंवा करू नये, असं मी म्हणत नाहीये. फक्त नेमका मुद्दा काय असावा याबद्दल मी थोडा साशंक आहे– नेमकं काय सांगावं ते मला नक्की कळत नाहीये.

समज दुसऱ्याला तुला काय सांगावंसं वाटतंय, ते तुला माहितेय– की त्यापेक्षा त्याच्याकडून तुला जे काही ऐकावंसं वाटतंय ते माहितेय?

तुम्ही काही म्हणाल आणि त्यांना ते ऐकू येणार नाही, असं तुला वाटतं? तुम्ही ज्याला 'दुसरं जग' म्हणता– तिथे असणाऱ्याच्या मनात येणारा अगदी पुसटसा विचारसुद्धा उडत उडत तुमच्यापर्यंत येऊन पोहोचतो. असा संपर्क साधण्यासाठी माध्यमाची गरज असतेच असं नाही. त्यासाठी 'प्रेम' हेच सर्वांत उत्तम माध्यम आहे.

ओहो! पण दुहेरी संप्रेषणाबद्दल काय? तिथे एखादं माध्यम उपयोगी ठरू शकतं का? असं संप्रेषण– असा संपर्क खरंच शक्य आहे का? हे सगळं घाणेरडं, स्वार्थीपणाचं आहे का? ते धोकादायक आहे का?

आता तू आत्म्यांशी संवाद-संपर्क साधण्याबद्दल बोलतो आहेस. तर होय, असा संपर्क शक्य आहे. तो धोकादायक आहे? जर तुम्हाला भीती वाटत असेल, तर प्रत्यक्षात प्रत्येकच गोष्ट 'भयंकर', 'धोकादायक' आहे. तुम्हाला ज्याची भीती वाटते, ते तुम्ही निर्माण करता. खरं तर भीती वाटण्याजोगं काहीच नसतं.

तुमची प्रेमाची माणसं दूर गेली आहेत– दुरावली आहेत, असं तुम्हाला वाटतं पण ती कधीच दूर गेलेली नसतात, तुम्हाला जेव्हा त्यांची गरज असते, तेव्हा ती तुम्हाला सल्ला द्यायला, किंवा दिलासा द्यायला किंवा मार्गदर्शन करायला तयारच असतात. तुमची प्रिय व्यक्ती बरी आहे ना, याबद्दल जर तुम्हाला अतिच चिंता वाटत असेल, तर ती तुम्हाला एखादा संदेश, संकेत, सूचना पाठवते, जेणेकरून सगळं 'आलबेल' असल्याचं तुम्हाला कळेल.

त्यासाठी तुम्हाला त्यांना बोलावण्याचीही गरज नाही. कारण, या जन्मात ज्यांच्यावर तुम्ही प्रेम केलंत, ते तुमच्याकडे ओढले जातात, खेचले जातात, ते उडत उडत तुमच्यापाशी येतात. तुमच्या वलयचक्रात काही गडबड आहे– त्यात कुठेतरी किंचित बिघाड झाला आहे, अशी त्यांना पुसटसंही जाणवलं, तरी ते लगेच तुमच्याकडे धाव घेतात.

नव्या अस्तित्वाच्या शक्यतेची त्यांना चाहूल लागली की पहिली संधी मिळताच ते त्यांच्या प्रेमाच्या माणसांच्या मदतीला येतात. आणि खरंच तुमच्या बाजूनं तुम्ही तेवढे खुले असाल, तर त्यांचं आश्वासक अस्तित्व तुम्हाला नक्कीच जाणवेल.

हं– म्हणजे 'आपली प्रिय मृत व्यक्ती आपल्या खोलीत होती,' असं कुणी शपथपूर्वक सांगितलं, तर ते खरं म्हणायला हवं.

बहुतेकदा. एखाद्याला आपल्या मृत प्रिय व्यक्तीच्या आवडत्या अत्तराचा सुगंध येईल किंवा तिच्या/त्याच्या सिगारेटचा धूर दिसेल किंवा त्या व्यक्ती नेहमी गुणगुणायच्या

त्या गाण्याचे अस्पष्ट सूर ऐकू येतील किंवा अचानक त्यांच्या नेहमीच्या वापरातली कुठलीतरी वस्तू आश्चर्यकारकरीत्या समोर दिसेल– म्हणजे हातरुमाल, पाकीट, शर्टाची कफलिंक्स किंवा दागिन्याचा निखळलेला तुकडा– काहीही कारण नसतान अनपेक्षित नजरेस पडेल. तो खुर्चीच्या उशीवर, एखाद्या जुन्या मासिकांच्या गठ्ठ्यावर दिसेल. तो तिथे असेल– एखादं चित्र, फोटो– विशेष संस्मरणीय क्षणांच्या स्मृतीचा फोटो– नेमके जेव्हा तुम्ही त्या व्यक्तीबद्दल विचार करत असता, त्याच्याबद्दल तुमच्या मनात त्यांच्या मृत्यूबद्दल दुःख दाटून येतं, त्याच क्षणी हे घडतं. या गोष्टी उगाच आपसूक घडत नाहीत. किंवा निव्वळ योगायोगानं म्हणून नेमक्या क्षणी घडून येत नाहीत. मी म्हणतो– या विश्वात योगायोग नावाची गोष्टच नाहीये.

हे अगदी सर्वसामान्य आहे. अगदी सामान्य. आता पुन्हा तुझ्या प्रश्नाकडे वळू या. शरीरातून बाहेर पडलेल्यांशी संपर्क साधण्यासाठी तुला तथाकथित माध्यम किंवा वाहकाची गरज आहे का? नाही. काही वेळा ती सहायक ठरू शकतात का?– काही वेळा. हेसुद्धा पुन्हा ती दैवीशक्ती असणारी व्यक्ती किंवा माध्यम आणि त्यांचा उद्देश यावर बरचंसं अवलंबून असतं.

हे बघ, भरभक्कम मोबदला घेतल्याशिवाय एखाद्यानं तुमच्यासाठी असं काम करायला, वाहक व्हायला किंवा मध्यस्थ म्हणून काम करायला नकार दिला, तर त्वरित तिथून निघा. त्या भानगडीत पडू नका. तो माणूस फक्त पैशाच्या मागे असेल. त्याला आत्म्यांच्या जगाशी संपर्क साधण्याची तुमची इच्छा माहीत असते– आणि म्हणूनच आज ना उद्या– आठवड्यानं– महिन्यानं– कधी तरी काही वर्षांनीसुद्धा तुम्हाला आपल्या जाळ्यात अडकवू शकतो.

ज्यांना फक्त दुसऱ्याला मदत करायची इच्छा असते, इतर कसलीच अपेक्षा नसते, ते काम करण्यासाठी जे आवश्यक असेल, तेवढीच त्यांची गरज असते, तेच हे काम करू शकतात– करतात.

जेव्हा एखादी अशी दिव्य शक्ती असणारी व्यक्ती किंवा माध्यम तुम्हाला मदत करायला तयार होते, तेव्हा तिला पुन्हा यथाशक्ती मदत करायची तुमची नक्कीच तयारी हवी. तुम्ही जर अधिक काही करू शकत असाल, तर अशा मोठ्या मनाच्या आत्म्यांचा उगाच गैरफायदा घेऊन त्याच्या हातावर एवढंसं काहीतरी टेकवू नका.

जगात खरंच सेवाभावी कोण आहे, जगाला ज्ञान, अंतर्दृष्टी, शहाणपणा आणि समज देण्याची खरंच कोणाला इच्छा आहे, खरंच कोण काळजीवाहू आणि दयाळू आहे हे तपासून घ्या. अशाच माणसांना मदत करा आणि मोठ्या मनानं साहाय्य करा. त्यांना सर्वोच्च आदर द्या. त्यांचा सर्वोच्च सन्मान करा. त्यांना सर्वांत जास्त मोबदला द्या. कारण, हेच प्रकाशाचे दूत आहेत.

७

आपण इथे बरेच विषय हाताळले आहेत. खरंच, आपण खूप विषयांवर बोललो आहोत. आपण आणखी एक शिफ्ट करू या का? अजून पुढे बोलत राहण्याची तुझी तयारी आहे?

तू आहेस?

हो तर! अरे, माझ्या मनात प्रश्नांची भेंडोळी आहे. त्यातला प्रत्येक प्रश्न मला तुला विचारायचा आहे. हे प्रश्न विचारण्यासाठी मी तीन वर्षं वाट पाहत होतो.

मी तयार आहे. विचार.

थांब. मला आणखी एका गूढ गोष्टीबद्दल बोलायचं आहे. 'पुनर्जन्म' याविषयी माझ्याशी बोलशील?

नक्कीच.

पुनर्जन्माची संकल्पना फोल आहे, चुकीची आहे, असं अनेक धर्म म्हणतात. आम्हाला एकदाच जन्म मिळतो, माणूस म्हणून आम्ही एकदाच जन्माला येतो, असं ते सांगतात.

मला माहीत आहे. ते मत बरोबर नाही.

एखाद्या इतक्या महत्त्वाच्या गोष्टीबाबत ते इतके चूक कसे असू शकतात? इतक्या साध्या मूलभूत गोष्टीबाबतचं सत्य त्यांना माहीत कसं नसतं?

माणसाच्या धर्मांचा आधार 'भीती' असतो, भीतीवरच त्यांच्या धर्मांची उभारणी असते, हे तुम्ही नक्कीच लक्षात घ्यायला हवं. देवाची पूजा करायला हवी आणि देवाला घाबरायला हवं, अशीच या सगळ्या धर्मांची शिकवण असते.

या भीतीपोटीच तुमच्या पृथ्वीवरचा सगळा समाज मातृसत्ताकावरून पितृसत्ताक पद्धतीकडे गेला. सुरुवातीच्या काळातल्या धर्मगुरूंनी आपले विकृत आणि दुष्ट

मनसुबे पूर्ण करण्याच्या कुटिल हेतूनं देवाच्या खऱ्या शिकवणुकीपासून तुम्हाला वंचित ठेवलं. भीती दाखवूनच त्यांनी चर्चेसचा ताबा घेतला आणि त्यांच्या सदस्यांवर नियंत्रण ठेवलं.

'तुम्ही दर रविवारी चर्चमध्ये गेला नाहीत, तर देव तुम्हाला शिक्षा देईल,' असाही आग्रही फतवा एका चर्चनं काढला होता. चर्चमध्ये न जाणं हे पाप आहे, असं त्यांनी घोषित केलं.

आणि तेही कुठलंही चर्च नाही. एका माणसानं त्याच ठराविक, विशिष्ट चर्चमध्ये जायला हवं. जर तुम्ही दुसऱ्या कुठल्या चर्चमध्ये गेलात, तर तेही पाप ठरणार? हे म्हणजे केवळ स्वतःच्या निव्वळ दडपणाखाली, दबावाखाली, ताब्यात ठेवणं झालं– तेही 'भीती' दाखवून, आणि गंमत म्हणजे ही क्लृप्ती यशस्वी ठरली– छे– ठरली काय– अजूनही ठरतेय.

ए, तू 'देव' आहेस– तू कशाला शपथ घेतोयस?

शपथ कोण घेतंय? मी वस्तुस्थिती सांगणारं एक विधान केलं. मी म्हटलं– 'अजूनही ही क्लृप्ती काम करतेय!'

माणसं नेहमीच नरकावर आणि त्यांना तिथं धाडणाऱ्या देवावर विश्वास ठेवतात. जोवर त्यांना देव एखाद्या माणसासारखा– म्हणजे कठोर, भावनाशून्य, स्वार्थी, क्षमा न करणारा आणि सूड घेणारा वाटतो, तोवर असंच होणार.

काही काळापूर्वीपर्यंत या सगळ्याहून देव वरचा, काही वेगळा असेल अशी माणसं कल्पनाही करू शकत नव्हती. त्यामुळे त्यांनी चर्चमधून घातली जाणारी देवाची भीती स्वीकारली.

म्हणजे जणू काही माणसांचा स्वतःच्याच चांगुलपणावर विश्वास राहिलेला नाही. त्यामुळे त्यांना स्वतःला शिस्तीत ठेवण्यासाठी रागीट, शिक्षा करणारा देव असणारा धर्म निर्माण करावा लागला. अशी शिक्षा म्हणजे माकडाच्या हाती दिलेलं कोलित!

हे कसं? एखादी शिकवण इतकी भयानक कशी असू शकते?

'तुम्ही चांगलं वागावं' असं चर्च शिकवत असे किंवा आणखी– आणि मग पुनर्जन्मवादी पुढे आले. ते सांगत होते : 'तुम्हाला या जन्मानंतर पुन्हा संधी आहे– आणि नंतरही पुन्हा– आणि आणखी कितीतरी संधी आहेत. त्यामुळे चिंता करू नका. तुमच्याकडून होता होईल तो चांगलं करा. कुठल्याही प्रकारच्या भीतीनं हतबल होऊ नका, हात-पाय गाळू नका. स्वतःलाच आणखी चांगलं करण्याचं वचन द्या आणि ते पाळा.'

पूर्वीच्या चर्चना अशा गोष्टी ऐकणं सहज सोपं नव्हतं, हेही स्वाभाविक होतं. म्हणून त्यांनी दोन गोष्टी केल्या. पहिली म्हणजे त्यांनी पुनर्जन्माची पारंपरिक शिकवण रद्दबातल ठरवली. मग त्यांनी कबुलीजबाबाची– कन्फेशनची कल्पना पुढे आणली. चर्चमध्ये जाणाऱ्या लोकांना पुनर्जन्मानं जे वचन दिलं होतं, तेच 'कबुलीजबाब' करत होता– अर्थात पुन्हा एक संधी देणं.

हो– तेव्हा तुम्ही 'कबूल' केल्याशिवाय देव तुम्हाला शिक्षा करणार नाही, अशी व्यवस्था आमच्याकडे आहे. त्यात 'देवानं तुमचा 'कबुलीजबाब' ऐकला आहे आणि त्यानं तुम्हाला क्षमाही केली आहे,' हे लक्षात आल्यानं तुम्हाला एकदम सुरक्षित वाटायला लागतं.

होय. पण त्यात एक मेख आहे. हे 'पापविमोचन' थेट देवाकडून येऊ शकत नाही. ते 'चर्च'कडून मिळावं लागतं. चर्चचे धर्मगुरू जे प्रायश्चित्त सांगतात, ते तुम्हाला घ्यावं लागतं. पापी माणसांसाठी नेहमीच 'प्रार्थना' गरजेच्या असतात. तेव्हा आता तुमचं सभासदत्व टिकवून ठेवण्यासाठी तुमच्याकडे दोन कारणं होती.

तुमचा 'कबूलनामा' हा चर्चसाठी हुकूमाचं पान ठरला. त्यानं तुमची कृती कबूलनामा नव्हे, तर 'पाप' ठरली. प्रत्येकाला वर्षातून किमान एकदा तरी हे करावं लागायचं. नाही केलं, तर देवाला रागवायला आणखी एक कारण मिळणार!

आणखी आणि आणखी नियम– त्यांतले बरेचसे लहरी आणि मनमानी करणारे, छंदिष्ट– ते चर्चचे बंधनकारक नियम म्हणून घोषित झालेले– त्यातल्या प्रत्येकामागे देवाची अलौकिक ताकद उभी– अर्थात् त्यासाठी आपल्या अपयशाची कबुली हवी. मग देव त्याला 'क्षमा' करणार आणि त्याची शिक्षा टळणार.

पण आता आणखी एक अडचण आली. 'आपण कबूलनामा देतोय, तोवर आपण काहीही करू शकतो,' अशी लोकांची निश्चितच धारणा झाली. त्यानं चर्च पेचात सापडलं. माणसांच्या मनातली भीतीच पळून गेली. चर्चमधली उपस्थिती आणि सदस्यसंख्या ढासळली. तिला गळती लागली. माणसं वर्षातून एकदा यायची, पापाची कबुली द्यायची, पापातून मुक्तता मिळवायची आणि पुन्हा आपलं आयुष्य जगायला मोकळी व्हायची.

त्यांना त्याबद्दल काहीच अडचण नव्हती. त्यामुळे त्यांच्या मनात पुन्हा भीती निर्माण करण्यासाठी एखादा मार्ग शोधायची गरज होती.

त्यासाठी 'पापविमोचक स्थळ' शोधलं गेलं.

काय? पापविमोचक स्थळ?

पापविमोचक स्थळ– म्हणजे कायमचं नाही. पण नरकासारखं एखादं ठिकाण

असं त्याला म्हटलं गेलं. या नव्या शिकवणुकीच्या फतव्यानुसार– जरी तुम्ही कबुली दिलीत, तरीही देव तुमच्या पापांबद्दल तुम्हाला यातना भोगायला लावणार.

तुमच्या कबूल पापांची संख्या आणि पापाचा प्रकार यानुसार तुमच्या यातनांचं माप ठरणार, असं यात म्हटलं होतं. काही पापं 'क्षम्य' होती, तर काही 'अक्षम्य'. जर तुम्ही मरण्याआधी अक्षम्य पापं कबूल केली नाहीत, तर त्यांच्या पायी तुमची रवानगी थेट नरकातच होणार. ही पापं तुम्हाला नरकातच घेऊन जाणार.

पुन्हा एकदा चर्चमधली उपस्थिती महत्त्वाची ठरली. विशेषतः वर्गणी– आणि इतर शुल्कसुद्धा वरचढ मानलं गेलं. कारण, पापक्षालनाचा तोही एक मार्ग झाला होता.

म्हणजे? मी समजलो नाही...

चर्चच्या शिकवणीनुसार– एखाद्याला त्यात विशेष सवलत दिली जाईल– पण पुन्हा तीसुद्धा थेट देवाकडून नाही, तर फक्त चर्चच्या पदाधिकाऱ्याकडून! ज्यांना स्वतःच्या पापांमुळे यांतनांमध्ये खितपत पडावं लागतं, त्यांची या 'खास' व्यवस्थेमुळे सुटका होते.

म्हणजे चांगल्या वागणुकीसाठी 'काळाची सवलत' असं म्हणायचंय का?

हो. पण अर्थातच या सवलती फारच थोड्या माणसांसाठी होत्या– साधारणपणे ज्यांचा चर्चमध्ये ठळक सहभाग असे, त्यांना!

खरंच खूप मोठ्या संख्येनं असलेल्या लोकांपैकी एखाद्यालाच अधिकारी व्यक्तीकडून ही सवलत मिळे. याचा अर्थ पापाच्या शिक्षेतून कुणाची सुटका नाही. हे म्हणजे अखंड थेट स्वर्गाचा प्रवेश होता.

देवाकडून ही खास सवलतही फारच थोड्यांसाठी दिली जायची. श्रीमंतासाठी बहुधा. अति धनाढ्य या सवलतीच्या मोबदल्यात त्यांना प्रचंड पैसा, जड-जवाहीर आणि जमीनजुमला चर्चला द्यावा लागे.

पण या सगळ्या 'खास' असण्यातून नैराश्यच आणि पुन्हा समाजातच परतणं वाट्याला आलं– यात काहीही अतिशयोक्ती नाही.

दरिद्री शेतकऱ्याला एखाद्या बिशपकडून हे पापक्षालन प्राप्त होण्याची आशाच नव्हती, त्यामुळे त्या आणि तशाच वर्गाकडून या व्यवस्थेनं विश्वास गमावला. त्यांच्या येण्यानं फक्त भीतीची मात्रा मात्र वाढे.

मग त्यांनी काय केलं?

त्यांनी मग नावीन्यपूर्ण मेणबत्त्या आणल्या. माणसांनी चर्चमध्ये यावं आणि

पापक्षालनासाठी नरकात खितपत पडलेल्या गरीब बिचाऱ्या आत्म्यांसाठी एक मेणबत्ती लावावी, आणि नवसाची प्रार्थना करावी– (एका विशिष्ट मुदतीत– विशिष्ट पद्धतीनं एखादं काम पूर्ण व्हावं यासाठीची साखळी प्रार्थना) म्हणजे त्या यातनघरातून देवापेक्षा त्यांना ते जास्त लवकर मुक्त करू शकतील.

ते स्वतःसाठी काहीच करू शकले नाहीत, परंतु मेलेल्यांवर कृपा व्हावी, दया व्हावी म्हणून ते निदान प्रार्थना तर करू शकतील. अर्थात् जर त्यांनी प्रत्येक मेणबत्तीबरोबर दानपेटीत एखादं नाणं टाकलं तर आणखीनच चांगलं!

लाल काचेच्या मागे कितीतरी पेटत्या मेणबत्त्यांच्या ज्योती फडफडत होत्या आणि कितीतरी छोटी-मोठी सुटी नाणी पत्र्याच्या डब्यांमध्ये टाकली जात होती– जेणेकरून पापविमोचनासाठी ताटकळणाऱ्या जीवांची यातनांपासून मुक्ती व्हावी!

अरे! विश्वासच बसत नाहीये! म्हणजे लोकांना यापलीकडचं काही दिसत नाहीये! म्हणजे 'देव' नावाच्या भयंकर गोष्टीपासून स्वतःचा बचाव करण्यासाठी ही अस्वस्थ माणसं या अस्वस्थ चर्चेस्च्या आश्रयाला येतात? हे धाडस माणसांमध्ये आहे असं वाटतं तुला?

अगदी अक्षरशः

हं– म्हणूनच पुनर्जन्म नसतोच, असं चर्चनं जाहीरपणे सांगावं यात काही आश्चर्य नाही.

हो. पण मी जेव्हा तुम्हाला निर्माण केलं, तेव्हा तुम्ही फक्त एकच जन्म जगावं म्हणून मी तुम्हाला जन्माला घातलं नव्हतं. तो जन्म म्हणजे खरंच विश्वाच्या युगाच्या दृष्टीनं अगदी कणभरच असणार– त्यात तुम्ही चुका करत राहणं अटळ– आणि त्याचा शेवट मात्र उत्तम, गोड व्हायला हवा ही अपेक्षा. मी तशाच पद्धतीनं ते करण्याची कल्पनाही करत होतो, पण त्यात माझा हेतू काय असावा, हेच मला ठरवता येत नव्हतं.

तरं ते तुम्हालाही कधीच ठरवता येणार नाही. म्हणूनच तर 'देव ना नेहमी स्वतःचे चमत्कार दाखवण्यासाठी काहीतरी गूढ गोष्टी करत असतो,' असं तुम्ही म्हणत राहता. पण कधीही गूढपणे काही करत नाही. मी जी जी गोष्ट करतो– त्या प्रत्येक गोष्टीला निश्चित आणि स्पष्ट कारण असतं. मी तुम्हाला का निर्माण केलं आहे आणि तुमच्या आयुष्याचा उद्देश काय आहे, हे या तीन पुस्तकांच्या मालिकेत आता मी बऱ्याचदा सांगितलं आहे.

या उद्देशात 'पुनर्जन्म' ही कल्पना अगदी चपखल बसते. तुमच्या माध्यमातून एका जन्मातून दुसऱ्या जन्मात आणि या विश्वात मी निर्माण केलेल्या इतर लक्षावधी

जीवांच्या माध्यमातून मीच 'मी कोण आहे', याचा अनुभव घेत असतो.

अच्छा– म्हणजे आणखीही दुसरीकडे सृष्टी आहे–

हो तर. आहेच. या अफाट विश्वात तुमच्या इथेच फक्त सृष्टी आहे, असं तुला खरंच वाटतं? असो– हा आणखी वेगळा विषय आहे– तो नंतर पाहू...

नक्की.

हो. नक्की. तेव्हा स्वतःचा सर्वंकष– समग्र अनुभव घेणं हा तुमचा आत्मा म्हणून उद्देश आहे. आपण उन्नत-प्रगत होत आहोत. आपण... घडत आहोत.

काय होत आहोत? आपल्याला माहीत नाही. आपण जोवर तिथपर्यंत पोहोचत नाही, तोवर आपल्याला ते कळणार नाही. पण आपल्यासाठी ती वाटचाल आनंदाची असणार आहे. आणि तिथे पोहोचल्या क्षणी... आपल्याला आपण कोण आहोत, याबद्दलची दुसरी सर्वोच्च कल्पना सुचणार आहे– आपण आणखी एक वेगळा भव्य विचार निर्माण करणार आणि तो आनंद अखंड अनुभवणार. यात तू माझ्याबरोबर आहेस?

हो. आता मी तुझा शब्द न् शब्द जसाच्या तसा पुन्हा सांगू शकतो.

उत्तम.

तेव्हा... तुम्ही खरंच कोण आहात, आणि कोण असावं हे निश्चित ठरवणं हे तुमच्या आयुष्याचं मुख्य ध्येय आणि मुद्दा आहे. हे तुम्ही रोज करताय– प्रत्येक कृतीतून, प्रत्येक विचारातून, प्रत्येक शब्दातून. हेच तुम्ही करताय.

आता 'स्व'च्या अस्तित्वाचा अनुभव एका विशिष्ट पातळीवर तुम्ही गाठता– त्याबाबत समाधानी असता– कमी-अधिक प्रमाणात त्याच पातळीवर राहण्याचा प्रयत्न करता– आणि जास्तीत जास्त परिपूर्णतेची पातळी गाठण्यासाठी इकडे-तिकडे थोडं जुळवूनही घेता.

परमहंस योगानंद हे या गोष्टीचं मूर्तिमंत उदाहरण आहेत. ते स्वतःबद्दलच्या विचारांच्या बाह्य चौकटीच्या जास्तीत जास्त जवळ जाऊन पोहोचले होते, त्यांच्या स्वतःबद्दलच्या आणि माझ्याशी असलेल्या नात्याबद्दल अत्यंत स्पष्ट कल्पना होत्या. आणि ते त्या कलना आयुष्यात साकारत होते. स्वतःबद्दलची सत्यता– त्या सत्यतेनुसार स्वतःच्या कल्पना ते स्वानुभवातून जाणून घेऊ इच्छित होते. बाबे रुथ यानंही तसंच केलं. त्यालाही स्वतःबद्दल आणि माझ्याशी असलेल्या नात्याबद्दल अत्यंत स्पष्टता होती. आणि त्यालाही स्वानुभवातून ते सगळं जाणून घ्यायची इच्छा होती.

अशा पातळीवर जगणारे फार थोडे असतात. आता योगानंद स्वामी आणि बाबे यांच्या स्वतःबद्दलच्या कल्पना पूर्णपणे भिन्न होत्या, हे सर्वमान्य आहे, तरीही दोघही अत्यंत अलौकिक, दिव्य जीवन जगले!

एक गोष्ट नक्की की त्यांच्या माझ्याबद्दलच्या कल्पना वेगवेगळ्या होत्या. 'आपण कोण आहोत', आणि त्यांचं माझ्याशी नातं काय याबद्दलच्या वेगवेगळ्या पातळ्यांमधून त्या आल्या होत्या. त्यांच्या जाणिवांचं हे वेगळेपण त्यांच्या विचारांमधून, शब्दांमधून आणि कृतींमधून प्रतिबिंबित होत असे.

एकानं आपल्या आयुष्यात बहुतेक काळ शांती आणि प्रसन्नतेनं व्यतीत केला, आणि तशीच प्रगाढ शांती आणि प्रसन्नता त्यानं इतरांना दिली. दुसरा त्याच्या आयुष्यात काळजीत असायचा, त्याच्या मनाची सारखी उलघाल होत असायची आणि प्रसंगी तो चिडायचासुद्धा, (विशेषतः जेव्हा त्याला काय करावं, मार्ग कसा काढावा हे कळायचं नाही, तेव्हा) आणि त्यानं सभोवतालच्या लोकांनाही हीच अस्वस्थता दिली.

तसे दोघंही मनानं खूप चांगले होते. पण त्यातही बाबे जास्त हळवा होता आणि त्या दोघांत फरक हा होता की एकाला या भौतिक जगातल्या कुठल्याच आसक्ती नव्हत्या आणि जे त्याच्यापाशी होतं, त्यात तो समाधानी होता– जे होतं त्यापेक्षा जास्तीची त्याला हाव नव्हती, तर दुसऱ्यापाशी सगळं काही होतं, पण त्याला खरंच जे हवं होतं, ते त्याला कधीच मिळालं नाही.

जॉर्ज हर्मनचा असा शेवट झाला असता, तर आपल्याला त्याच्याबद्दल थोडं वाईट वाटलं असतं, पण त्या आत्म्यानं बाबे रुथचं शरीर धारण केलं आणि तो उत्क्रांती प्रक्रियेपासून खूप दूर गेला. त्या आत्म्यानं स्वतःसाठी जे अनुभव निर्माण केले, आणि इतरांना दिले त्याबद्दल पुन्हा विचार करण्याची, पुनरवलोकन करण्याची त्याला संधी होती, आणि आता अधिकाधिक चांगलं निर्माण-पुनर्निर्माण करण्याची त्याची इच्छा असू शकते. हे बघ, या दोन आत्म्यांविषयी चर्चा करणं आता थांबवू या. कारण, आता त्यांनी नव्या अनुभवाची निवड केलीय– आणि खरं तर ते दोघं तो अनुभव आत्ता घेतायत.

म्हणजे या दोघांनी वेगवेगळ्या नव्या शरीरातून पुन्हा जन्म घेतलाय, असं तुला म्हणायचंय?

त्यांच्या बाबतीत असं दुसऱ्या शरीरात पुन्हा जन्म घेण्याची कल्पना करणं, त्यांच्यासाठी तोच एक पर्याय होता, असं म्हणणं चूक ठरेल.

दुसरे कोणते पर्याय आहेत?

खरं तर त्यांना जे हवेत ते.

तुम्ही ज्याला मृत्यू म्हणता, तो झाल्यावर काय होतं, ते मी याआधीच स्पष्ट केलं आहे.

आपल्याला जाणून घेण्याजोगं खूप काही आहे, असं काही आत्म्यांना वाटतं; आणि ते एखाद्या 'शाळकरी' मुलासारखे 'जुन्या जाणत्या' आत्म्यांकडून शिकू पाहतात. हे जुने आत्मे त्यांना काय शिकवतात?– तर त्यांना शिकवण्याजोगं काही नाही हे! आजवर त्यांना शिकण्याजोगं काही नव्हतं हे! आजवर त्यांना फक्त आठवायचं होतं हे! ते खरंच कोण आणि काय आहेत, ते फक्त आठवायचं होतं!

ते कोण आहेत हे प्रत्यक्ष अनुभवातूनच त्यांना हे शिकवलं गेलंय. त्यांना हे सगळं हळुवारपणे दाखवून त्यांना त्यांची आठवण करून दिली गेलीय.

अन्य आत्म्यांना तोवर 'पलीकडे' गेल्याची किंवा जायची आधीच आठवण करून दिलेलीच असते. (तुम्हाला समजायला सोपं जावं म्हणून मी तुमच्याच भाषेतले शब्द वापरतोय.) त्यांना ते जे 'असायला हवे होते,' ते असण्याच्या आनंदाचा त्यांना लगेच अनुभव घ्यावासाही वाटेल. ते माझ्या लाखो-कोट्यवधी पैलूंपैकी कशाची तरी निवड करतील आणि त्याचा त्वरित तत्क्षणी अनुभव घेऊ पाहतील. हे करण्यासाठी कदाचित काही जण शरीररूपात परत यायचा पर्याय स्वीकारतील.

कुठल्याही शरीररूपात?

कुठल्याही.

हं– म्हणजे आत्मे प्राण्यांच्या रूपातही परत येऊ शकतात हे खरं आहे तर– म्हणजे देव गायही होऊ शकतो? म्हणजे गायी खरंच पवित्र आहेत? पवित्र गायी!

हंऽ

माफ कर.

तू आयुष्यभर स्टँडअप कॉमेडीच केलीयस आणि असो– तुझ्या आयुष्याकडे पाहता– तू ते काम चांगलं केलंयस–

छ्या :... तो आपला तुक्का होता. इथे जर झांजा असत्या ना, तर मी 'झांजानाद' केला असता तुझ्यासाठी!

धन्यवाद, धन्यवाद. ते जाऊ दे– पण खरंच, लोककला... तर– आत्मा हा प्राण्याच्या रूपातही परत येऊ शकतो का– या तुझ्या मूळ प्रश्नाचं उत्तर आहे– अर्थातच 'होय!' 'त्यानं तसं यावं का,' हा खरा प्रश्न आहे– आणि त्याचं उत्तर आहे– शक्यतो नाही.

प्राण्यांना आत्मा असतो का?

ज्यांनी एखाद्या प्राण्याच्या डोळ्यांकडे टक लावून पाहिलं असेल, त्यांना याचं उत्तर माहीतच आहे.

मग माझ्या मांजरीच्या रूपानं माझी आजीच परत आली नाहीयेना, हे मला कसं कळणार?

आपण इथे ज्या प्रक्रियेबद्दल चर्चा करतोय ती आहे उन्नतीची– उत्क्रांतीची प्रक्रिया. 'स्व'निर्मिती आणि उन्नती. आणि ही उन्नती एकदिश असते– ऊर्ध्वदिश– नेहमीच वरच्या दिशेनं.

आपल्या स्वतःचे उच्च– आणखी उच्च पैलू अनुभवावेत अशी आत्म्याचीसुद्धा इच्छा असते. आणि म्हणूनच तो नेहमी खालचा नाही– वरचा मार्ग शोधत असतो– जोवर त्याला निर्वाणाचा– सर्वात्मकाशी एकरूप होण्याचा– म्हणजेच माझ्याशी एकरूप होण्याचा अनुभव येत नाही, तोवर त्याची ही ऊर्ध्वदिश वाटचाल सुरू असते.

आत्म्याला जर स्वतःबाबत उत्तरोत्तर उच्च अनुभव घ्यायचे असतात, तर मग त्यानं पुन्हा माणसाच्या रूपात परत यायचा कशाला विचार करावा? कारण, हे नक्कीच 'ऊर्ध्वदिश' पाऊल नाही!

आत्म्यानं मानवरूपात परत येणं, हा नेहमीच पुढच्या अनुभवाचा प्रयत्न असतो– आणखी एका वरच्या पायरीवर जाण्याचा! माणसांमध्ये निरीक्षण करण्याजोग्या आणि दाखवता येतील अशा बऱ्याच पायऱ्या, बरेच स्तर– पातळ्या असतात. एखादा कितीतरी जन्म घेऊ शकतो. कितीही शेकडो वेळा जन्माला येऊ शकतो आणि वरच्या दिशेनं वाटचाल करू शकतो. आत्म्याला खालच्या पातळीवरच्या जन्माला यायची इच्छा नसते. मग ही 'वापसी' होत नाही. जोवर आत्मा हा सर्वात्म्याशी एकरूप होत नाही– तोवर.

म्हणजे काही नवे आत्मे असतात, जे दररोज या विश्वचक्रात प्रवेश करतात– खालच्या पातळीवरच्या जीवाच्या रूपानं ते जन्म घेतात, असाच याचा अर्थ होतो.

नाही. प्रत्येक आत्मा फक्त एकदाच निर्माण केला जातो. आपण सर्व जण आत्ता इथे आहोत. पण मी आधी म्हटल्याप्रमाणे जेव्हा एखादा आत्मा (माझा अंश) सर्वोच्च जाणीव-जागृतीपर्यंत पोहोचतो, तेव्हा त्याला पुन्हा नव्यानं सुरुवात करण्याचा पर्याय उपलब्ध होतो– अक्षरशः सगळं काही विसरून जाण्याचा, जेणेकरून त्याला परत सगळं आठवेल आणि तो स्वतःला 'नव्यानं' पुन्हा निर्माण करेल. अशा तऱ्हेनं देव स्वतःचाच पुनर्अनुभव घेत राहतो.

आत्मे आपल्या पसंतीनुसार हव्या त्या स्तरावरच्या विशिष्ट जीवन प्रकारातून

स्वतःला 'रिसायकल'– पुन्हा त्या जीवनचक्रात येण्याची निवड करू शकतात.

पुनर्जन्माखेरीज, शरीरात परत येण्याची क्षमता आल्याखेरीज आत्म्याला एका आयुष्यात जे काही मिळवायचं असतं, ते मिळवता येणार नाही. कारण, हा अवधी वैश्विक कालयंत्राच्या एका क्षणापेक्षाही खूप कमी असतो.

तेव्हा, होय, पुनर्जन्म हे सत्य आहे. ते खरं आहे, ते सोद्देश्य आहे आणि ते बिनचूक आहे.

ते ठीक आहे. पण एका गोष्टीबद्दल माझ्या मनात गोंधळ आहे. 'काळ-वेळ' असं काही नसतं, जे काही घडतंय ते आत्ता या क्षणी घडतंय, असं तू म्हणालास. ते बरोबर आहे?

हो. खरं आहे.

मग तू दुसऱ्या पुस्तकात त्याबद्दल सविस्तर बोललास. तू असं म्हणालास की, आपण 'सर्व काळ' वेगवेगळ्या स्तरांवर अस्तित्वात असतो, किंवा अखंड अवकाश-काळाच्या वेगवेगळ्या ठिकाणी असतो.

हो. खरं आहे.

ठीक आहे. पण आता इथेच गोंधळ होतोय. म्हणजे समज, या अखंड अवकाश- काळ वर्तुळावरचा 'मी' मरतो, आणि मग मी दुसरीच एखादी व्यक्ती म्हणून परत येतो... मग अशा वेळी... मग मी कोण आहे? मला एकाच वेळी दोन व्यक्ती म्हणून अस्तित्वात असायला लागेल. आणि मी कायमच असं करत राहिलो– तुझ्या म्हणण्याप्रमाणे– तर मी एकाच वेळी शंभर माणसं असेन! एक हजार– एक लाख– एक लाख माणसांची एक लाख रूपं– स्थळ-काळाच्या अखंड चक्रावर एक लाख ठिकाणी!

होय.

मला हे कळत नाहीये. माझ्या मनाला ते समजत नाहीये. ग्रहण करता येत नाहीये.

खरंतर तू खूप चांगलं बोलला आहेस. तुझी ही कल्पना खूप पुढची आहे आणि तू ती चांगल्याप्रकारे मांडली आहेस.

पण... पण... जर हे खरं असेल, तर 'माझा' अंश असलेला 'मी' अमर्त्य आहे– तो या विश्वाच्या चक्रात या क्षणी लक्षावधी ठिकाणांहून लक्षावधी वेगवेगळ्या मार्गांनी, लक्षावधी वेगवेगळ्या रूपांत उन्नत-उत्क्रांत होत असणार.

अगदी बरोबर. मी अगदी हेच तर करतोय.

नाही, नाही. असं मी करत असणार, असं मी म्हणालो.

पुन्हा अगदी बरोबर. हेच तर मी आत्ता म्हटलं.

नाही, नाही. मी म्हटलं–

तू काय म्हणालास ते मला माहीत आहे. मी जे तुला म्हणालो, तेच तू म्हणालास. तुला इथे तुझ्या-माझ्याशिवाय आणखी तिसरं कोणीतरी वाटतंय, इथेच गडबड होतेय.

असं कुणी नाहीये?

आपल्या दोघांशिवाय इथे आणखी कोणी कधीच नव्हतं. कधीच. तू ते शोधतोयस का?

म्हणजे मी इथे माझ्याशीच बोलतोय, असं तुला म्हणायचं आहे?

काहीसं तसंच.

म्हणजे? तू देव नाहीस, असं म्हणायचंय तुला?

मी असं कुठे म्हटलं?

म्हणजे तू देव आहेस, असं तुला म्हणायचंय?

हेच तर मी म्हटलं.

पण जर तू देव आहेस आणि तू 'मी' आहेस, आणि मी 'तू' आहे... म्हणजे मग... मग... मी 'देव' आहे.

होय. तू देव आहेस. हे बरोबर आहे. पूर्णत्वानं तुला हा अनुभव येईल.

पण मी फक्त देव नाही– मी इतरही प्रत्येक जण आहे.

होय.

पण– म्हणजे माझ्याशिवाय दुसरं कोणीच आणि काहीच अस्तित्वात नाही, असं म्हणायचं का?

मी आणि माझे वडील एकच आहोत, असं मी म्हटलं नव्हतं का?

हो– पण...

आणि आपण सगळे एक आहोत, असंही मी म्हटलं नव्हतं का?

पण तू ते शब्दशः म्हटलं होतंस, हे माझ्या लक्षात आलं नाही. मला वाटलं तू ते अलंकारिक भाषेत बोलायचं म्हणून म्हटलंस. ते सत्यापेक्षा तत्त्वज्ञानातलं विधान म्हणून म्हटलंस, असं मला वाटलं.

ते सत्य विधानच आहे. आपण सर्व एक आहोत. 'whatsoever ye do unto the least of these...ye do unto me' म्हणण्याचा हाच अर्थ आहे. आता आलं का लक्षात?

हो.

ओहो! सरतेशेवटी. खूप काळानंतर.

पण– मी तुझ्याशी वाद घालतोय, तुला प्रतिप्रश्न करतोय यासाठी मला माफ कर, पण... जेव्हा मी दुसऱ्या कोणाबरोबर– समज बायकोबरोबर असतो, किंवा माझ्या मुलांबरोबर आहे– तेव्हा मी त्यांच्यापासून वेगळा आहे, ते माझ्यापेक्षा वेगळे– दुसरे कोणी आहेत, असं मला वाटतं.

जाणीव जागृती ही फार सुंदर गोष्ट आहे. ती हजारो तुकड्यांत विभागता येते. लाखो. लाख वेळा लाखो.

मी स्वतःला अगणित अंशोंत विभागलं आहे– जेणेकरून त्या प्रत्येक अंशात मला स्वतःला बघता येईल आणि मी कोण, काय आहे हे आश्चर्य तसंच राहील.

पण मला या अविश्वासाच्या, विस्मरणाच्या काळातून का जावं लागतंय? माझा अजूनही पूर्ण विश्वास बसत नाहीये. मी अजूनही विस्मरणाच्या काठीला लटकतोय!

स्वतःशी इतका कठोर वागू नकोस. हा या प्रक्रियेचा एक भाग आहे. हे अशा पद्धतीनं होतंय, हे ठीकच आहे.

मग हे सगळं तू मला आत्ता का सांगतो आहेस?

कारण, 'गंमत नको' इथपासून तू सुरुवात केलीस. आयुष्यात पुढे काहीच आनंद उरला नाही, असं वाटायला लागलं होतं. तू त्या प्रक्रियेच्या पकडीत असा काही जाम अडकलास की ही केवळ प्रक्रिया आहे, हे तू विसरलास.

म्हणून तू मला हाक मारलीस. तुला या गोष्टी कळायला मदत व्हावी, तुला दिव्य सत्याचा साक्षात्कार व्हावा, सर्वांत मोठं रहस्य तुझ्यापुढे उलगडलं जावं, यासाठी तू मला बोलावलंस. ते रहस्य– जे तू तुझ्यापासून दूर ठेवलं होतंस– तू

कोण आहेस, हे रहस्य.

आता मी हे केलं आहे. आता पुन्हा एकदा तुला आठवण करायची. त्यानं काय होणार आहे? तुझं उद्याचं वागणं बदलणार आहे? तुझा दृष्टिकोन रात्रीत बदलणार आहे?

दुखावलेल्यांच्या जखमा तू आता भरून काढणार आहेस? भेदरलेल्यांच्या चिंता दूर करणार आहेस? दीन दुबळ्यांच्या गरजा भागवणार आहेस? एकात्मतेच्या अद्भुततेचा उत्सव साजरा करणार आहेस आणि सर्वत्र मला बघण्याची दृष्टी मिळवणार आहेस? त्या दृष्टीनं सगळ्यांकडे बघणार आहेस?

सत्याचा हा आत्ताचा ताजा आविष्कार तुझं आयुष्य बदलवणार आहे? त्यातून इतरांची आयुष्य तू बदलवणार आहेस?

का तू परत विस्मृतीत जाणार आहेस? परत स्वार्थाच्या गर्तेत अडकणार आहेस? आणि ही जाणीवजागृती होण्याआधीच्या कोत्या मनोवृत्तीला– स्वतःच्या काल्पनिक क्षुद्रपणाला परत वर काढणार आहेस? तसाच परत होणार आहेस? मग तो कोण असेल?

आगामी विचार

(प्रकरण आठ ते चौदा)

आपल्या वाट्याला दिलेलं जग, ज्यात आपण राहतोय आणि त्या जगाबद्दल आपण स्वतःलाच सांगत आलेल्या अनंत गोष्टी पाहता, देवाशी झालेल्या संवादातले संदेश स्वीकारणं आणि ते प्रत्यक्ष अमलात आणणं, मला फारच आव्हानात्मक वाटलं आहे.

अशक्य नाही; पण सोपंही नाही. पण एक गोष्ट आपण स्पष्टपणे ध्यानात घेऊ या. आपण जगत असलेलं आयुष्य हे अंशतः अंतःप्रेरणा आहे. म्हणजे त्यातल्या चुका, उतरती कळा, त्यातून उद्भवणारे प्रसंग-घटना आणि आपल्याला मनापासून वाटणारं अंतिम सत्य– सगळंच अंशतः अंतःप्रेरणेचं आहे.

देवाबद्दल आपण स्वतःला जे सांगितलेलं आहे; ते अंतरात्म्याला फारसं प्रशस्त वाटत नाही.आपण आयुष्याचे जे 'नियम' म्हणून जाहीर करतो, ते आपल्या मनाला पटलेले असतातच असं नाही.

उन्नत होण्यासाठी 'काहीतरी' हवंय; पण ते काय हे आपल्याला ठाऊक नाही. जगण्याचा एखादा वेगळा मार्ग असू शकतो, हे आपल्याला नक्की माहीत असतं, पण आपल्या माहितीचं- सरावाचं- सोयीचं वातावरण सोडावं लागण्याची भीती वाटत असल्यानं आपण हा चोखाळून पाहायला धजावत नाही. नवीन वाटेवरून चालायला आपल्या मनाची तयारी नसते. जसा एखादा पाळीव प्राणी आपल्या सवयीच्या कुंपणाबाहेर हिंडत नाही, तसंच आपणही ठरावीक भावनिक, मानसिक आणि आध्यात्मिक क्षेत्र– ती चौकट सोडून बाहेर जात नाही.

तरीही एखाद्या भित्र्या पाळीव प्राण्याला योग्य रीतीनं उद्युक्त केलं, शिकवलं तर त्याला 'कम्फर्ट झोन'मधून बाहेर काढता येऊ शकतं; आणि माणसाच्या जातीला 'शांती'पेक्षा दुसरी वेगळी उत्तेजक गोष्ट असूच शकत नाही.

आपल्याला शांतीचीच ओढ असते, शांतीसाठीच आपण धडपडत असतो, आणि जिथे जाऊ तिथे प्रत्येक ठिकाणी आपल्याला ही 'शांती'च हवी असते.

आपल्या रोजच्या आयुष्यात ती फारशी हाती लागत नाही; पण आपण मनापासून तिचा शोध मात्र घेत असतो. का बरं? कारण, ही शांती म्हणजेच आपण आहोत, असं आपली अंतःप्रेरणा आपल्याला सांगत असते.

'शांती' हा 'प्रेम'या शब्दाचा पर्यायवाची शब्द आहे– दुसरं काही नाही. आणि 'प्रेम' हेच आपल्या अस्तित्वाचं– आपल्या असण्याचं सार आहे– ही आपल्याला नक्कीच जाणीव असते. आपल्यावर कुणी प्रेम करत असतं आणि आपण कुणावर प्रेम करत असतो, तेव्हाच आपल्याला जगत असल्यासारखं– जिवंत असल्यासारखं वाटतं; जगण्यातला खरा आनंद मिळतो. आणि असं नसणं म्हणजे जिवंत नसल्यासारखं– अगदी निष्प्राण– मेल्यासारखं वाटतं. त्याचं याहून वेगळं वर्णन करताच येत नाही.

प्रेमासारखेच आणखी काही शब्द आहेत– स्वातंत्र्य, आनंद, सत्य.

या शब्दांनी आपला आत्मा सुखावतो. हेच ते शब्द जे आपल्या हृदयाला भिडतात. हेच ते शब्द जे आपल्या मनाला पटतात.

शांती. स्वातंत्र्य. आनंद. सत्य. प्रेम.

होय.

आपण या शब्दांना 'होकार' देतो.

आपण हेच शब्द प्रत्यक्षात आणायचे– किंबहुना आयुष्याचं वर्णन करण्यासाठी वापरायचे मनात असतं– आणि देवाचंही!

आणि ते तसं करतात. आयुष्य आणि देव खरंच कोण आहेत, त्याचं वर्णन हेच शब्द करतात. आपण त्यांचा जसा अनुभव घेत असतो, तसं नसलं तरी हे शब्दच वर्णन करतात. आणि हाच तर मुद्दा आहे– नाही का? हीच तर अडचण आहे.

या सगळ्याबद्दल जाणून घ्यायचा आपल्याला अधिकार आहे, हे सांगणारं 'संवाद परमेश्वराशी' सारखं एखादं पुस्तक आपल्या हाती येतं. हे शब्द नक्कीच परस्परात बदल करण्याजोगे हवेत. 'एक' अनुभव म्हणजे काय, हे त्यांनी स्पष्ट करायला हवं.

मालिकेतलं तिसरं पुस्तक त्या एकल अनुभवासाठी आपल्याला आमंत्रण देतं आणि हे आमंत्रण माझ्यासाठी संकेत देतं आणि हूलही देतं.

मोकळं सोडलेल्या पाळीव प्राण्यासारखा मला हा मोकळेपणा हवासाही वाटतो आणि आजवर कैक वर्षांपासून माझ्या मनाला, हृदयाला, आत्म्याला जखडून ठेवलेली, खरी अस्तित्वात नसलेली बंधनांची चौकट मोडायची भीतीही वाटतेय.

या आवृत्तीवर माझं निवेदन लिहिण्याची तयारी करताना मी हे पुस्तक पुन्हा वाचलं, तेव्हा अत्यंत कठोर आणि क्लिष्ट प्रश्न पुढे आलाच : या पुस्तकात मी जे लिहिलंय, ते मी माझ्यापुरतं जगायला सुरुवात केली तर काय होईल?

छोटी वाटणारी मोठी समस्या

मोठी वाटणारी छोटी समस्या

मी प्रयत्नच केला नाही असं नाही. उलटही– मी प्रयत्न केला आणि फसलो.

अर्थात म्हणजे काय?

मला माझे अतिशय चांगले पण कडक आध्यात्मिक शिक्षक म्हणाले होते– 'बूट काढायचा प्रयत्न कर.' मी लगेच खाली वाकलो आणि दुसऱ्या बुटाच्या नाड्या सोडल्या. 'केलंस?' ते म्हणाले– 'मी तुला तसं करायला सांगितलं नव्हतं. आता मागून बूट बांध.'

मी गोंधळलो. सगळ्या वर्गासमोर अपमान झाल्यासारखं वाटलं. मला जे सांगितलं ते मी केलं. 'आता', माझे शिक्षक पुन्हा म्हणाले, 'आता पुढे जा आणि बूट काढायचा प्रयत्न कर.' त्यांना मी नेमकं काय करायला हवं होतं ते मला कळेना. शिक्षक थांबले. वर्गही गप्प होता. मी शांत उभा होतो. कसलाच आवाज नव्हता. टाचणी पडेल तरी आवाज होईल एवढी शांतता होती.

अखेरीस माझे शिक्षक म्हणाले, 'तुला काय झालंय? तुला ऐकू येत नाही?' मी म्हटलं– 'बूट काढ. एवढी साधी सांगितलेली गोष्ट तुला करता येत नाही?' मी खाली वाकलो आणि या वेळी जरा जास्तच जोर लावून गाठ सोडायला बुटाचा बंद खेचला.

'वा–' ते आधीपेक्षा जोरात ओरडले. 'मी तुला बूट काढायला सांगितलं नव्हतं. बूट काढायचा– बंद सैल करायचा प्रयत्न कर, असं मी म्हटलं होतं. आता पुन्हा बुटाचे बंद बांध आणि मग ते सोडायचा प्रयत्न कर.'

मला हे दोन्ही अपमानास्पद आणि पेचात पकडल्यासारखं वाटलं. मी खुर्चीत बसलो होतो, तो वाकून बुटाच्या बंदाला हात घातला; पण त्यांना मला असं करून काय साधायचं होतं ते कळत नव्हतं. माझ्या मधल्या हालचाली थांबल्या. लुळं झाल्यासारखं वाटलं. आयुष्यात पहिल्यांदाच.

माझ्या शिक्षकांनी माझ्याकडे नुसतं पाहिलं– क्षणभरापेक्षा जास्त वेळ नसेल– मग नकारार्थी मान हलवत ते म्हणाले– 'अगदी जाणीवपूर्वक मी प्रयत्न केला असं मला कृपया सांगू नकोस. एकतर तुम्ही जागृतावस्थेत असता– किंवा नसता– 'प्रयत्न' अशी कुठलीच अवस्था नसते. एकतर तुम्ही 'करता' तरी किंवा 'करत नाही'. कळलं?'

"होय," मी नम्रपणे म्हटलं.

"उत्तम. आता तुझ्या बुटाचे बंद सैल कर. दुसऱ्या बुटाचेही बंद सैल कर. आणि बूट काढून टाक आणि त्याबरोबर मोजेही काढ."

मी तसं केलं.

"आता जा आणि वेगळ्या वाटेवर नव्या पद्धतीनं चाल– आणि तसं 'कर'– प्रयत्न करू नकोस," असं म्हणून "कर बघू"– हळुवार आवाजात ते म्हणाले.

"हो–" मी प्रतिसाद दिला.

शेवटी एकदाचे ते हसले. "तुझ्या वाटचालीला, प्रवासाला माझे आशीर्वाद!"

मला आयुष्याबद्दल काहीतरी जाणून घ्यायचं होतं. जेव्हा तुम्ही जाणीवपूर्वक, जागृत होऊन जगायला लागता, जागेपणी वाटचाल करायला लागता, तेव्हा 'प्रयत्न करणं' हे नुसते 'बहाणे' ठरतात– निश्चय नसल्यानं पुढं केलेली फुसकी कारणं ठरतात. लटकी समर्थनं ठरतात. बेशिस्तीमुळे केलेली स्वतःची फसवणूक ठरते.

या तिसऱ्या पुस्तकाच्या नव्या आवृत्तीच्या प्रस्तावनेत मी आधी म्हटल्यानुसार येत्या काही दिवसांत किंवा वर्षांत किंवा अगदी या आयुष्यात संपूर्ण आत्मज्ञान प्राप्तच करायला हवं असं नाही. पण सुरुवात मात्र करायला हवी– सुरुवात करायचा 'प्रयत्न' नव्हे– खरंच सुरुवात 'करायला' हवी.

यापुढची सात प्रकरणं अशा जाणिवेनं वाचा. जेव्हा तुम्ही 'जाणिवे'नं जगता, तेव्हा एकरूप होता– एकरूपत्वात जगता. तुमचे शब्द आणि तुमची कृती यात एकरूपता येते. मी अतिशय सुंदर पुस्तकांची मालिका आणली आहे. पण 'मी' ती लिहिली आहे, असा माझा अनुभव नाही; मात्र मी त्यांना 'निर्माण' केलं आहे, अशी मला जाणीव आहे. हे लिखाण दुसऱ्याच कुणाकडून तरी झालं आहे.

हा 'दुसराच कोणी' म्हणजे माझाच उच्च अंश असेल, असं विधान आपण करू शकतो आणि मी ते अमान्यही करणार नाही. पण म्हणून जगात रोज वावरणारा, जगणारा माझा नीच अंश नाही– ते दोन्ही एकरूप आहेत.

तेव्हा आपण कोण आहोत, आयुष्य कसं घडतं, देवाशी आपलं असलेलं नातं आणि या सगळ्याबद्दल लहानपणापासून बाह्य जगानं सांगितलेल्या गोष्टी आणि आपल्या आतल्या मनाला कळलेल्या गोष्टी, या दोहोंत सतत संघर्ष सुरू असतो.

हे पुस्तक– असामान्य पुस्तक– जे तुम्ही आत्ता अचानक वाचायला लागला आहात, ते म्हणजे दुसरं काही नसून, तुमच्याच आत्म्याचा तुमच्याशी होत असलेला संवाद आहे– आत्मसंवाद! तो ऐकायचा की नाही– तुम्ही ठरवा. तुमची इच्छा. आणि आयुष्य तुमच्याभोवती पाश आवळू लागतं, तेव्हा तुम्ही ते सोडवायचा प्रयत्न करू शकता किंवा सोडवू शकता. तुम्ही जाणीवपूर्वक जगायचा प्रयत्न करू शकता किंवा जाणीवपूर्वक जगू शकता.

पसंती– निवड. नेहमीच निवड...

८

आयुष्य खरंच पुढे पुढेच ज़ात राहतं– नाही का?

हो ना. खरं आहे.

त्याला काही शेवट नाही.

हो. शेवट नाही.

पुनर्जन्म हे सत्य आहे.

आहेच. तुम्ही मर्त्य रूपात- म्हणजे शरीररूपानं पुन्हा येऊ शकता– ते शरीर मर्त्य असतं– जे मरू शकतं– तुम्हाला जेव्हा आणि जसं हवं तसं तुम्ही परत येऊ शकता.

परत कधी यायचं हे आम्ही ठरवतो?

'जर' आणि 'केव्हा'– हे म्हणशील तर हो.

शरीर कधी सोडायचं हेसुद्धा आम्ही ठरवतो? कधी मरायचं हे आम्ही निवडू शकतो?

आत्म्याची इच्छा असल्याशिवाय कुठलाच अनुभव त्याच्यापर्यंत पोहोचत नाही. म्हणजे हे शक्य नाही. कारण, आत्माच प्रत्येक अनुभव निर्माण करत असतो.

आत्म्याला काहीच नको असतं. त्याला कशाचीच इच्छा नसते. त्याच्यापाशी सगळं काही असतं– बुद्धी, शहाणपण, ज्ञान, समज, शक्ती, वैभव– सगळं काही. आत्मा हा तुमचा असा अंश असतो, जो कधीही झोपत नाही, कधीही विसरत नाही.

शरीर मरावं अशी आत्म्याची इच्छा असते का? नाही. तुम्ही कधीच मरू नये, असंच आत्म्याला वाटत असतं. आत्मा शरीर सोडेल, शरीराचं रूप बदलेल, त्या शरीरात राहण्याच्या उद्देशाच्या शेवटच्या क्षणापर्यंत तो त्या शरीरात राहील, आणि नंतरच तो ते शरीर सोडेल.

आम्ही मरू नये, अशी जर आत्म्याची इच्छा असते, तर मग आम्ही का मरतो?

तुम्ही मरत नाहीच. फक्त स्वरूप बदलता.

आम्ही कधीच तसं करू नये, असं आत्म्याला वाटतं, तर मग आम्ही तसं का करतो?

ती आत्म्याची इच्छा नसते!

तुम्हीच 'स्वरूपबदलू' असता!

एखाद्या विशिष्ट रूपात राहण्यात पुढे फारसा काही अर्थ नाही, असं लक्षात आलं की आत्मा रूप बदलतो. स्वखुशीनं, स्वयंस्फूर्तीनं, आनंदानं आणि तो विश्वचक्रात असाच पुढे पुढे जात राहतो.

आनंदानं?

अगदी मस्त मजेत–

कुठलाच आत्मा दुःखी होऊन मरत नाही?

कुठलाच आत्मा मरत नाही– कधीच.

म्हणजे आत्ताचं शरीर रूप बदलतंय– मरणार आहे, याचं कुठल्याच आत्म्याला दुःख नसतं?

शरीर 'मरत' नाही, फक्त आपलं रूप बदलतं– आत्म्यासह. तरीही तुला काय म्हणायचंय ते माझ्या लक्षात आलंय, म्हणून आता मी तुमच्या प्रचलित भाषेतले शब्द वापरून बोलेन.

मेल्यानंतर आपल्याला काय निर्माण करायचंय याबद्दल तुमच्या स्पष्ट कल्पना असतील किंवा देवाशी मरणोत्तर एकरूप होण्याच्या कल्पनेला तुमचा पाठिंबा असेल, तर नाही– ज्याला तुम्ही मरण म्हणता, त्यावर आत्म्याला शोक वाटत नाही, मरणानं आत्मा दुःखी होत नाही.

मृत्यू हा अत्यंत दिव्य क्षण असतो. अतिशय सुंदर अनुभव असतो. आता आत्मा त्याच्या स्वाभाविक, नैसर्गिक स्वरूपात, त्याच्या सामान्य मूळ स्थितीत परत येऊ शकतो. मृत्यूमध्ये एक अवर्णनीय तेज-प्रकाश असतो, एक प्रकारे संपूर्ण मुक्तीची भावना असते, एक अमर्यादितपणाचा, असीमतेचा अनुभव असतो. आणि एकाच वेळी उदात्त, कृपांकित असण्याच्या एकरूपतेचाही अनुभव असतो.

अशा रूपांतरणाबद्दल आत्म्याला दुःख होण्याचं काही कारणच दिसत नाही.

म्हणजे मृत्यू हा आनंदानुभव आहे, असं तुला म्हणायचं आहे?

ज्या आत्म्याची तशी इच्छा आहे, त्याच्यासाठी होय– नेहमीच.

ते ठीक आहे. पण जर शरीराबाहेर जाण्याची आत्म्याची एवढी जबरदस्त इच्छा असेल, तर मग तो तसंच सोडत का नाही? कशाला टांगून राहतो?

'आत्म्याला शरीराबाहेर जायची इच्छा असते,' असं मी म्हटलं नाही. आत्मा जेव्हा मुक्त– बाहेर असतो, तेव्हा तो आनंदी असतो, असं मी म्हटलंय. या दोन वेगळ्या गोष्टी आहेत.

तुम्ही एक गोष्ट करताना आनंदी असू शकता आणि नंतर दुसरी गोष्ट करताना आनंदी असू शकता. म्हणजे दुसरी गोष्ट करताना तुम्ही आनंदी असू शकता याचा अर्थ पहिली गोष्ट करताना तुम्ही आनंदी नसता, असा होत नाही.

शरीरासोबत असताना आत्मा दुःखी असतो असं नाही. खरं तर तुमच्या आत्ताच्या– वर्तमानरूपात असणं हे त्याच्यासाठी प्रसन्नतेचं, आनंदाचं असतं. पण म्हणून त्या रूपाचं बंधन तुटल्यावर त्याला आनंदी होण्यापासून तो रोखू शकत नाही; त्याची आनंदी होण्याची शक्यता टाळू शकत नाही.

मृत्यूबद्दल बऱ्याच गोष्टी आहेत, ज्या मला माहीत नाहीत हे दिसतंच आहे.

होय. आणि याचं कारण म्हणजे तुम्हाला त्याच्याबद्दल विचार करायला आवडत नाही. तुम्ही मृत्यूबद्दल गंभीरपणे विचार करायला हवा. तुम्ही त्याऐवजी आयुष्यातल्या एखाद्या क्षणाच्याच मागे धावता, त्याचाच विचार करता– पण आयुष्यभर जरी तुम्ही पाठपुरावा केलात, तरी त्यातल्या अर्ध्याच गोष्टी कळतील.

प्रत्येक क्षण सुरू होता क्षणीच संपतो. जर तुम्ही त्याकडे डोळसपणे बघितलं नाही, तर त्यातलं सौंदर्य, त्यातली तरलता तुम्हाला कळणार नाही आणि तो क्षण 'सामान्य' म्हणून सोडून द्याल.

प्रत्येक साद-प्रतिसाद सुरू होतो तो संपण्यासाठीच– प्रत्येक क्षण सुरू होतो तो संपून पुन्हा सुरू होण्यासाठीच. हे जेव्हा अगदी मनापासून नीट लक्षात येतं, समजतं, तेव्हाच प्रत्येक क्षण भरभरून जगता येतो– संपूर्ण आयुष्य जगता येतं– तुमच्या पुढे खुलं असतं.

मृत्यू म्हणजे काय हे तुम्ही समजून घेतलं नाहीत, तर जिवंतपणी आयुष्य स्वतः तुम्हाला काहीच देऊ शकत नाही. ते समजून घेण्यासाठी तुम्ही जास्तीत जास्त प्रयत्न करायला हवेत. जगण्याइतकंच तुम्ही मृत्यूवरही प्रेम करायला हवं.

प्रत्येकाबरोबर जगताना 'हा माझा शेवटचा क्षण' आहे, असं समजून प्रत्येक वेळी वागा; म्हणजे प्रत्येक क्षण उत्तम, उदात्त, दिव्य होऊन जाईल. 'हा असा शेवटचाच क्षण आहे,' असं म्हणून प्रत्येक क्षण अनुभवाल, तर प्रत्येक क्षण

अलौकिक होईल. स्वतःच्या अटळ मृत्यूला नाकारणं म्हणजे स्वतःच्या आयुष्याला नाकारणं आहे.

तुम्हाला तो क्षण काय आहे हे दिसत नाही. तुम्ही तो क्षण हातचा घालवता आणि तो तुमच्यासाठी जे घेऊन येतो, तेही गमावता. तुम्ही नेमकं त्याच्या आरपार– पुढे पाहण्याऐवजी त्याच्या मागेच बघता.

एखाद्या गोष्टीकडे जेव्हा तुम्ही खोलवर नजरेनं बघता, तेव्हा तिच्या आरपार बघता. एखादी गोष्ट नीट जाणून घेण्यासाठी आरपार बघावी लागते, म्हणजे सगळे दृष्टिभ्रम संपून जातात. मग त्या वस्तूचं खरं स्वरूप तुम्हाला दिसतं. तेव्हाच तुम्ही तिचा खरा आनंद घेऊ शकता– म्हणजे तिच्यातल्या आनंदाच्या गोष्टी तुम्हाला कळतात. (en-joy) म्हणजे एखाद्या गोष्टीचा आनंदानं उपभोग घेणं.)

मग तुम्ही एखाद्या दृष्टिभ्रमाचाही आनंद घेऊ शकता. कारण, तो दृष्टिभ्रम आहे, हे तुम्हाला माहीत असतं आणि इथेच तुम्हाला निम्मा आनंद मिळालेला असतो. ती गोष्ट खरी आहे, असं समजून तुम्ही तिच्याकडे बघाल, तर ती तशी नाही म्हणून निराशेनं तुमच्या वाट्याला दुःख येतं.

'हे सत्य नाही' हे लक्षात आलं की कुठलीच गोष्ट दुःखदायक ठरत नाही. मी पुन्हा सांगतो– 'हे सत्य नाही', हे लक्षात आलं की कुठलीच गोष्ट दुःखदायक ठरत नाही.

हे सगळं तुमच्या मनाच्या रंगमंचावर होणाऱ्या एखाद्या नाटक-सिनेमासारखं असतं. तुम्ही ती परिस्थिती आणि पात्रं निर्माण करता. तुम्हीच त्याची संहिता लिहिता.

हे काहीच खरं नाही, हे एकदा लक्षात आलं की कशाचंच दुःख राहत नाही.

आयुष्यात मृत्यूइतकंच हेसुद्धा सत्य आहे. मृत्यूसुद्धा भ्रम आहे, असं तुमच्या लक्षात येईल, तेव्हा तुम्ही म्हणू शकाल– 'हे मृत्यो, तुझं दुःख कुठे आहे?'

तुम्ही खरंच अगदी मृत्यूचाही आनंद घेऊ शकाल. दुसऱ्या कुणाच्या मृत्यूचाही आनंद घेऊ शकाल.

हे विचित्र वाटतंय का? हे असं म्हणणं जरा चमत्कारिक वाटतंय का?

हे कधी चमत्कारिक वाटेल जर मृत्यू आणि जीवन म्हणजे काय हे तुम्हाला कळलं नाही तर!

मृत्यू हा कधीच शेवट नसतो, उलट ती तर सुरुवात असते. मृत्यूमुळे दार बंद होत नाही, उलट एक दालन खुलं होतं.

आयुष्य संपणारं आहे, मर्त्य आहे हे एकदा लक्षात आलं, की मृत्यू हा आपला भ्रम आहे, हे तुम्हाला कळेल. कारण, 'तुम्ही म्हणजे तुमचं शरीर, तुमचं शरीर म्हणजे तुम्ही 'असा त्यानं दृढ समज करून दिलेला आहे. तुम्ही म्हणजे तुमचं शरीर

नव्हे आणि म्हणून तुमच्या शरीराच्या नाशाचा तुमच्याशी काहीही संबंध नाही.

आयुष्य खरं आहे, हे मृत्यूनं तुम्हाला शिकवायला हवं आणि मृत्यू अटळ नाही, तर अनित्यता, क्षणभंगुरता ही अटळ आहे, हे आयुष्य तुम्हाला शिकवत असतं.

परिवर्तनशीलता, अनित्यता हेच एकमेव सत्य आहे.

काहीच चिरंजीव, नित्य, कायमचं नाही. सगळं काही सतत बदलत असतं. प्रत्येकक्षणी. प्रत्येक घडीला.

अशी कुठलीच गोष्ट असू शकत नाही जी चिरंतन आहे. मुळात चिरंतन ही संकल्पनाच एका अर्थी परिवर्तनशीलतेवर अवलंबून आहे. त्यामुळे चिरंतनत्व हेच मुळी परिवर्तनीय आहे, अचिरंतन आहे. याचा सखोल विचार करा. या सत्यावर गंभीरपणे चिंतन करा. त्याचं आकलन करून घ्या आणि 'देव' समजून घ्या.

हा धर्म आहे आणि हा बुद्ध आहे. हा बुद्धधर्म आहे. ही शिकवण आहे आणि शिक्षक आहेत. हा धडा आहे आणि गुरू आहेत. ही वस्तू आहे आणि हा निरीक्षक आहे– सर्वकाही 'एकात' असलेले.

ते कधीच एकमेकांपासून वेगळे नव्हते. तुम्हीच त्यांना विभागलंत– एकमेकांपासून वेगळं केलंत, जेणेकरून तुमचं आयुष्य तुमच्यासमोर उलगडलं जावं.

तुमचं आयुष्य तुमच्यासमोर उलगडलं जात असताना तटस्थपणे पाहा, त्याच्याबरोबर वाहवत जाऊ नका. स्वतःला स्वतःशी बांधून ठेवा. मृगजळ पाहा. त्याचा आनंद घ्या. पण 'ते' होऊ नका.

तुम्ही मृगजळ नसून, त्याचे निर्माते आहात.

तुम्ही या जगात आहात, पण या जगाचे नाही आहात. तेव्हा मृत्यूच्या मृगजळाचा उपयोग करा. वापरा. तुमच्यासाठी आणखी आयुष्याची दालनं उघडण्यासाठी त्याची गुरुकिल्ली करा.

एखादं कोमेजलेलं फूल पाहा आणि तुम्हालाही वाईट वाटेल. तुम्ही बदलणाऱ्या झाडाचा एक भाग, अंश म्हणून त्या फुलाकडे पाहता– लवकरच त्यातून एक फळ धरेल– आणि त्या फुलाचं खरं सौंदर्य तुम्हाला दिसेल. जेव्हा मोहोर येणं आणि फूल गळून पडणं हे झाड फळधारणेसाठी तयार असल्याची खूण आहे, हे तुमच्या लक्षात येतं, तेव्हा तुम्हाला आयुष्य कळतं.

याकडे काळजीपूर्वक पाहा– आयुष्य स्वतःच एक विलास आहे, शृंगार आहे असं दिसेल.

एक गोष्ट नेहमी लक्षात ठेवा– तुम्ही ना फूल आहात ना फळही. तुम्ही झाड आहात आणि तुमची मुळं माझ्यात खोलवर रुजलेली आहेत. ज्यातून तुम्ही अंकुरित होता ती माती मीच आहे आणि तुमचा मोहोर आणि फळ– दोन्ही माझ्याकडेच परत

येणार आहेत– त्यातून आणखी सुपीक माती निर्माण होणार आहे. अशा तऱ्हेनं एका आयुष्यातून दुसरं आयुष्य निर्माण होतं आणि ते संपतच नाही– कधीच.

हे सगळं किती छान आहे. हे असं आहे, म्हणून छान आहे. धन्यवाद. मला त्रासदायक असणाऱ्या एखाद्या गोष्टीबद्दल आता बोलशील? मला आत्महत्येबद्दल बोलायची गरज आहे. एखाद्याच्या आयुष्याचा शेवट असा– दुःखान्त का होतो? असं अप्रिय का घडतं?

खरंच, असं का होतं?

म्हणजे? स्वतःला मारणं यात काहीच चूक नाही?

तुझं समाधान होईल असं याचं उत्तर देता येणार नाही. कारण, या प्रश्नातच दोन चुकीच्या संकल्पना आहेत. दोन चुकीच्या धारणांवर हा प्रश्न उभा आहे. त्यात दोन चुका आहेत.

यातली पहिली चुकीची धारणा म्हणजे– या जगात 'चूक' आणि 'बरोबर' अशा दोन गोष्टी आहेत. आणि 'मारणं– जीव घेणं' शक्य आहे, असं धरून चालणं ही दुसरी चुकीची धारणा. त्यामुळे तुझा प्रश्न उपस्थित झाल्याक्षणीच निकालात निघतोय.

बरोबर आणि चूक हे तात्त्विकदृष्ट्या दोन ध्रुव आहेत. माणसाच्या मूल्यपद्धतीतल्या या दोन पूर्ण विरुद्ध टोकाच्या गोष्टी आहेत आणि त्यांना या संपूर्ण संवादातून मी वारंवार ज्या गोष्टीकडे निर्देश करतोय– त्या अंतिम सत्याबद्दल काहीच देणं-घेणं नाहीये. त्यांचा याच्याशी काहीच संबंध नाहीये. याहीपुढे जाऊन मी म्हणतो– तुमच्या स्वतःच्या मूल्यपद्धतीही त्यातून उभ्या राहत नाहीत. उलट त्यामुळे तुमच्या मूल्यांच्या कल्पनांची सतत वेळोवेळी आंदोलने होत राहतात– त्या स्थिर न राहता कायम मागे-पुढे आंदोळत राहतात.

तुम्ही तुमच्या सोयीनुसार मनाप्रमाणे ही मूल्यं बदलत राहता (उन्नती सुरू झाली की हे योग्य असतं) आणि प्रत्येक वेळी 'मी हे केलंच नाही,' असं म्हणता, शिवाय या न बदलणाऱ्या मूल्यांमुळेच समाज एकसंध राहिला, असंही सांगता. तुम्ही तुमचा समाज असा विरोधाभासावर उभा केला आहे. तुम्ही तुमची मूल्यं बदलत राहता, तरीही ती बदलत नसल्याचा दर वेळी दावा करता.

वाळूवर थंड पाणी ओतून ती एकसंध काँक्रीटसारखी घट्ट करू पाहणं याऐवजी तुम्ही ती वाळूच हलवता आहात. हा तुम्ही निर्माण केलेल्या विरोधाभासावरचा उपाय नाही. उलट त्या वाळूतून एखादा किल्ला उभा राहताना तिचं सौंदर्य न्याहाळा; आणि पुन्हा भरती आल्यावर ती जो नवा आकार घेईल, त्याचंही कौतुक करा.

वाळूच्या बदलत्या आकारातून छान पर्वत तयार होतील, ज्यांच्यावर तुम्ही चढू शकता आणि त्याच्या शिखरावर जाऊन तुमचा नवा किल्ला बांधू शकता. हे पर्वत आणि किल्ले चिरंतनाची नव्हे तर क्षणभंगुरत्वाची स्मारकं आहेत, हे लक्षात घ्या.

तुम्ही आज जे आहात ते 'उदात्त' करा, तुमचा वर्तमान उदात्त करा. भूतकाळाचा– तुम्ही काल जे होतात, त्याचा निषेध करू नका, आणि उद्या भविष्यात काय होणार आहात, याचा गाजावाजा करू नका.

'चूक' आणि 'बरोबर' या तुमच्या कल्पनेतल्या गोष्टी आहेत, हे लक्षात घ्या. तसंच 'ठीक आहे' आणि 'ठीक नाही', यासुद्धा तुमच्या आत्ताच्या प्राधान्यानं केलेल्या नुसत्या घोषणा आणि कल्पना आहेत, हेही ध्यानात ठेवा. (आत्ता तुम्हाला जे महत्त्वाचं वाटतं, त्यानुसार तुम्ही 'योग्य' आणि 'अयोग्य' असं म्हणता, पण त्याही तुमच्या कल्पना आहेत, हे विसरू नका.)

उदाहरण घ्यायचं झालं तर– 'आत्महत्या' या विषयावर तुमच्या ग्रहावरच्या बहुतांश लोकांचं मत 'आत्महत्या करणं योग्य नाही,' असं आहे.

तसंच एखाद्याला किंवा एखादीला आयुष्य संपवायला मदत करणं हेसुद्धा योग्य नाही, असं बरेच जण आग्रहानं सांगतात.

या दोन्ही परिस्थितींत 'हे नियमाविरुद्ध आहे', असं असावं, असं तुम्ही म्हणता. कारण, असं करण्यानं आयुष्याचा शेवट अकाली घडून येतो, अशा निर्णयाप्रत आल्यानं बहुधा तुमचं हे म्हणणं असावं. आयुष्य संपवणाऱ्या गोष्टी दीर्घ काळ होत असतात, पण या नियमाच्या विरुद्ध नसतात– जरी त्यांनी तोच परिणाम दिसला, तेच फळ मिळालं तरी.

तुमच्या समाजात जर एखाद्यानं स्वतःवर बंदुकीची गोळी झाडून आत्महत्या केली, तर त्याच्या कुटुंबातल्या लोकांना विम्याचे फायदे मिळत नाहीत. त्यानं प्रमाणाबाहेर सिगारेटी फुंकल्या, तरी मिळत नाहीत.

एखाद्या डॉक्टरनं तुम्हाला आत्महत्या करायला मदत केली, तर त्याला 'हत्यारा' म्हटलं जातं, पण एखाद्या तंबाखूच्या कंपनीनं हेच काम केलं, तर तो त्यांचा व्यवसाय म्हटलं जातं.

तुमच्याबाबत हा फक्त काळाचा प्रश्न वाटतोय. 'आत्महत्ये'चा इतिहास बघता, ती कोण आणि किती कमी वेळात– झट्कन करतंय, यावर तिचं बरोबर किंवा चूक असणं ठरतं. मृत्यू जितक्या झट्कन येईल, तितकी चूक जास्त. मृत्यू जितका सावकाश दीर्घ काळानं येईल, तितकी ती आत्महत्या 'ठीक आहे' या दिशेनं सरकायला लागते.

गंमत म्हणजे हे खरं तर बरोब्बर उलट आहे. ज्याला तुम्ही 'माणूस' म्हणता, त्याचा शेवट लवकर होणंच चांगलं. जी माणसं हे करायला जातात, त्यांना समाज

शिक्षा करतो आणि जे चुकीचं, अविवेकानं करतात, त्यांना बक्षीस देतो.

देवाला भोगाचा अंत करायचा नसतो आणि मानवानं तो अंत घडवणं चुकीचं आहे, असा विचार विवेकी नाही.

'मानवतावादाला शिक्षा आणि अविवेकाला पुरस्कार'. मर्यादित समजुतीच्या मानवसमाजाचं हे ब्रीदवाक्य आहे.

तेव्हा विषारी वायू आत घेऊन तुम्ही तुमच्या शरीरसंस्थेत विष शोषता, रसायनं मिश्रित अन्न खाऊन तुमच्या पचनसंस्थेत विषारी द्रव्यं घेता, सतत प्रदूषित होणाऱ्या हवेत श्वसन करून तुम्ही तुमची श्वसनसंस्थाही प्रदूषित करून टाकता. तुम्ही शेकडो प्रकारे शेकडो वेळा तुमची अंतर्व्यवस्था विषारी करत असता– आणि तेही हे सगळं आपल्यासाठी घातक आहे याची कल्पना असताना! पण या सगळ्या गोष्टी हळूहळू– बऱ्याच कालावधीनंतर तुमचा जीव घेतात, म्हणून तुम्ही शिक्षेचं भय नसलेली ही आत्महत्या करता.

एखादी जास्त लवकर काम करणारी– परिणाम दाखवणारी कृती करून तुम्ही तुमचं नुकसान करून घेतलंत, तर ते नीतिनियमांविरुद्ध केल्याचं तुम्ही म्हणता. आता मी तुम्हाला सांगतो : स्वतःला हळूहळू संथ गतीनं मारण्यापेक्षा झट्कन स्वतःला मारून टाकणं, हे अनैतिक नाही.

म्हणजे एखाद्यानं स्वतःचं आयुष्य संपवलं, तर त्याला देव शिक्षा देत नाही?

मी शिक्षा करत नाही. मी प्रेम करतो.

ज्यांना असं वाटतं की आत्महत्या केल्यानं त्यांची वाईट अवस्थेपासून सुटका होईल, त्यांचे भोग संपतील, त्यांना मरणानंतर पुन्हा तेच भोगावं लागतं– त्यामुळे भोगांमधून सुटका किंवा त्यांचा शेवट असं काही नसतं, असं आम्ही नेहमी ऐकलंय– त्याचं काय?

तुम्ही जेव्हा मरणोत्तर आयुष्यात प्रवेश करता, त्या क्षणी तुमची जी जाणीव असते, त्याचं प्रतिबिंब त्या आयुष्यात पडतं, असा तुमचा अनुभव आहे.

खरंतर तुम्ही नेहमीच स्वच्छंद असता आणि तुम्हाला पाहिजे तेव्हा तुम्ही तुमचे अनुभव बदलू शकता.

म्हणजे ज्या प्रियजनांनी त्यांचं शारीरिक आयुष्य संपवलं, ते योग्य आहेत?

होय. ते खूपच योग्य आहेत.

Anne Puryear यांचं या विषयावरचं सुंदर पुस्तक आहे–Stephen Lives लेखिकेच्या पौंगडावस्थेतल्या मुलानं त्याचं आयुष्य संपवलं. त्या मुलाबद्दल तिनं हे

लिहिलं आहे. अनेकांना तिचं हे पुस्तक मदतनीस ठरलंय.

Anne Puryear फारच उत्तम संदेश देणारी आहे– आणि तिचा मुलगाही.

म्हणजे तू या पुस्तकाची शिफारस करू शकशील?

हे महत्त्वाचं पुस्तक आहे. आपण इथे बोलतोय, त्यापेक्षा हे पुस्तक या विषयावर जास्त काही सांगतंय. आणि ज्यांना आपल्या प्रियजनांच्या स्वतःचं आयुष्य संपवण्याच्या अनुभवाची बराच काळ खोलवर जखम झाली आहे, त्या जखमेवर मलमपट्टी करण्याचं काम हे पुस्तक करेल.

आम्हाला या प्रकारांबद्दल जेवढं दुःख आहे, त्यापेक्षा जास्त दुःख समाजानं आमच्यावर लादलं आहे, ही जास्त खेदाची गोष्ट आहे.

तुमच्या समाजात तुम्हीच निर्माण केलेल्या परस्परविरोधी नीतिमूल्यांकडे लक्ष देत नाही. तुमचं आयुष्य कमी करणाऱ्या गोष्टी तुम्ही हळूहळू का होईना करताच आहात आणि फट्कन तुमचं आयुष्य संपवणं, हा फारच भडक मानवी अनुभव आहे.

जेव्हा तुम्ही तो अशा तऱ्हेनं मांडता, तेव्हा ते जास्तच स्पष्ट दिसतं. ही अशी प्रखर, उघड सत्यं आमची आम्हाला का दिसत नाहीत?

कारण, जर तुम्ही ती पाहिलीत, तर तुम्हाला त्याबाबत काहीतरी करावं लागेल. हे तुम्हाला करायचं नसतं. त्यामुळे एखाद्या गोष्टीकडे थेट पाहायचं आणि ती पाहायची नाही, एवढाच पर्याय तुमच्याकडे उरतो.

पण ही सत्य आम्हाला दिसली, तरी त्याबद्दल काही करावं, असं आम्हाला का वाटत नाही?

कारण, असं काही करण्यासाठी आपल्या आरामाच्या, आनंदाच्या गोष्टी सोडाव्या लागतील, असं तुम्हाला वाटतं. आणि असं करण्याची तर तुम्हाला इच्छा असणारच नाही. तुमच्या धीम्या मृत्यूला करणीभूत ठरणाऱ्या बऱ्याच गोष्टी तुम्हाला आनंद देणाऱ्या, सुखसोयीच्या असतात. त्यातल्या बऱ्याच गोष्टी तुमच्या शरीराला समाधान देणाऱ्या असतात. खरोखरच यामुळे तुमचा समाज 'आदिम' ठरतो. तुमच्या आयुष्यात सर्वांत जास्त तुम्ही शरीराच्या सुखाभोवती, आनंदाभोवती फिरत असता– तशाच अनुभवांच्या शोधात असता. शरीराच्या सुखाभोवती तुमचं आयुष्य जास्त गुंफलेलं असतं.

अर्थात सगळेच जण प्रत्येक ठिकाणी सुखानुभवाच्या शोधात असतात. प्रत्येकालाच सुखच हवं असतं. त्यात काही चूक नाही. खरं तर ते नैसर्गिक आहे. मग फरक

कुठे येतो– तर सुखाच्या कल्पनांनुसार समाज-समाजात आणि समाजातल्या घटकांमध्ये तफावत येते. ज्या समाजात शरीराच्या सुखाला सर्वांत जास्त महत्त्व दिलेलं असतं, त्या समाजाची धाटणी आत्म्याच्या सुखाला महत्त्व देणाऱ्या समाजापेक्षा वेगळी असते.

पण हेही लक्षात घ्या, की शरीराची सुखं नाकारायलाच हवीत, त्यांचा धिक्कार करायला हवा, असं म्हणणारे तुमचे प्युरिटन पंथीय योग्यच आहेत, असा याचा अर्थ नव्हे. उन्नत समाजात सुखाच्या कल्पनेत शरीरसुखाचाच वाटा मोठा आहे, असं समजलं जात नाही, असा याचा अर्थ. शरीरसुख हाच प्राधान्याचा विषय नाही.

समाज जितका उन्नत, तितक्या त्याच्या सुखाच्या कल्पनाही उन्नत.

एक मिनीट थांब. हे मूल्यांबाबत काहीतरी ठाम निर्णय देण्यासारखं वाटतंय. आणि तू– देव असं करत नव्हतास असं मला वाटतं.

माऊंट एव्हरेस्ट माऊंट मॅक्लिपेक्षा उंच आहे, असं म्हणण्यासारखं वाटतंय हे?

सारा आंटी टॉमी भाच्यापेक्षा वयानं मोठ्या आहेत, अशा विधानासारखं हे विधान वाटतंय?

ही निर्णायक विधानं आहेत की निरीक्षणं?

एखाद्या जाणीव-जागृतीची पातळी उंचावणं हे 'better' आहे– तुलनेनं चांगलं आहे, असं मी म्हटलेलं नाही. खरं तर तसं नाहीये. चौथ्या इयत्तेत असण्यापेक्षा पहिल्या इयत्तेत असणं बरं.

चौथी श्रेणी म्हणजे काय याचं मी नुसतं निरीक्षण करतोय.

आणि या पृथ्वीवर आम्ही चौथ्या श्रेणीत नाही. आम्ही पहिलीत आहोत, असं म्हणायचंय?

अरे बाळा, तुम्ही तर बालवाडीतसुद्धा नाही आहात. तुम्ही खेळ वर्गात आहात.

याला मी अपमान का समजू नये? तू सगळ्या मानवजातीलाच कमी लेखतोयस, असं मला का वाटतंय?

कारण, तुझ्या अहंकारानं तू जे नाहीस ते आहेस असं समजतोयस आणि तू काय आहेस, त्याकडे बघत नाहीयेस. स्वतःबद्दल जे ऐकायला आवडत नाही, ते ऐकावं लागलं, की बहुतेक माणसांना ती विधानं अपमानास्पद वाटतात.

एखादी गोष्ट पकडल्याशिवाय, धरून ठेवल्याशिवाय ती सोडता येत नाही. आणि जी गोष्ट तुमच्या मालकीचीच नसते, तिची मालकी तुम्ही नाकारू शकत नाही.

तुम्ही जे स्वीकारत नाही, मान्य करत नाही, ते तुम्ही बदलू शकत नाही.

थोडक्यात तेच.

उन्नती स्वीकृतीपासून सुरू होते– 'काय आहे' याचा विचार न करता.

यालाच 'अस्तित्वात'जाणं म्हणतात. इथे तुम्हाला स्वातंत्र्य गवसतं.

तुम्ही जे ढकलू बघता, विरोध करू बघता, तेच ठामपणे पुढे येतं. तुम्ही ज्याच्याकडे बघता, ते अदृश्य होतं. म्हणजे त्याचं भ्रामक रूप तसंच राहतं. त्याचं ते रूप तुम्ही पाहता. जे 'असतं' ते बदलू शकतं. तेच बदलू शकत नाही, जे 'नसतं'. तेव्हा अस्तित्व– असणं बदलण्यासाठी त्यात प्रवेश करा. त्याला प्रतिबंध करू नका, अडवू नका. त्याला नाकारू नका.

तुम्ही नाकाराल, ते जाहीर करा. तुम्ही जे जाहीर कराल, ते निर्माण करा.

एखाद्या गोष्टीला नाकारणं म्हणजे तिला पुन्हा निर्माण करणं आहे. कारण 'नाकारणं' यातच त्या गोष्टीत काही तरी आहे, हे सांगत असतं. एखाद्या गोष्टीचा स्वीकार तुम्हाला तिच्या नियंत्रणात आणतो. ज्याला तुम्ही नाकारता, तिच्यावर तुमचं नियंत्रण राहू शकत नाही. कारण, तुम्ही ती गोष्ट 'नाहीये', असं तुम्ही म्हणता. त्यामुळे जे तुम्ही नाकारता, ते तुम्हाला नियंत्रित करतं. तुमच्यावर ताबा मिळवतं.

तुमच्यातले बहुतेक जण 'आपण बालवाडीच्या पुढे गेलेलो नाही– तिथवर आलेलो नाही,' हेच स्वीकारायला तयार नसतात. सगळी मानवजात अजून खेळ वर्गातच आहे, हे त्यांना मान्य नसतं– आणि हे स्वीकार न करण्यानंच ते तिथेच राहतात.

तुम्ही जे नाही (अति उन्नत) तेच मानून अंहकार पोसता, आणि आपण अजून उन्नत होत आहोत, हेच स्वीकारत नाही. अशा तऱ्हेनं तुमची तुमच्याच विरुद्ध कारवाई चालली आहे, तुम्ही तुमच्याशीच– स्वतःशीच लढताय आणि त्यामुळे धीम्या गतीनं उन्नत होताय.

आणि या सगळ्या वर्णनातून जेव्हा मला 'अपमान' झाल्याचं वाटणार नाही, तेव्हा मी ते स्वीकारलं, असं होईल हे मला कळलं.

अगदी बरोबर. तुझे डोळे निळे आहेत, असं तुला म्हटलं, तर तुझा अपमान होईल का?

तेव्हा आता मी तुला हे सांगतो : समाज जितका उन्नत, तितकी त्याची सुखं जास्त उन्नत.

तुमच्या सुखाच्या कल्पना तुमची उन्नतीची पातळी दाखवून देतात.

'उन्नत' ही कल्पना मला समजावून सांग. 'उन्नत' म्हणजे तुला काय म्हणायचं आहे?

विश्वाच्या पसाऱ्यात तुमचं अस्तित्व अति सूक्ष्म परमाणू एवढं आहे. तुम्ही आणि तुमचं संपूर्ण भौतिक शरीर ऊर्जेनं बनलेलं आहे, ती ऊर्जा सात केंद्रांत किंवा सप्तचक्रांत खेळवलेली आहे. या चक्रांचा अभ्यास करा. त्यांचा काय अर्थ आहे, हे समजून घ्या. सप्तचक्रांवर शेकडो पुस्तकं लिहिली गेली आहेत. हे ज्ञान मी मानवजातीला याआधी दिलं आहे.

ज्या गोष्टी तुमच्या खालच्या चक्रांना उद्दीपित करतात, त्याच गोष्टी तुमच्या वरच्या चक्रांना उद्दीपित करणाऱ्या नसतात. खालच्या चक्रांना सुखकारक– उद्दीपक गोष्टी आणि वरच्या चक्रांना सुखकारक– उद्दीपक गोष्टी वेगळ्या असतात. तुमच्या शारीरिक अस्तित्वातून ऊर्जा जितकी जास्त प्रक्षेपित होईल, तितकी तुमची जाणीव जागृतीची पातळी उंचावेल.

इथे पुन्हा मुद्दा येतो. ब्रह्मचर्याबद्दल बोलायचं आहे असं वाटतं. म्हणजे लैंगिक इच्छेच्या अभिव्यक्तीच्या विरोधात विधानं करायची असणार. जी माणसं जाणिवेच्या दृष्टीनं 'उन्नत' झालेली असतात, ती त्यांच्या मूलाधार चक्रातून– सगळ्यात पहिल्या– खालच्या– चक्रातून– इतर माणसांशी संपर्क ठेवत नाहीत.

खरं आहे ते.

पण मानवी लैंगिक भावना ही दाबून टाकण्याची नाही, तर साजरी करण्याची गोष्ट आहे, असं तूच या सगळ्या संवादात म्हटलं आहेस, असं मला वाटतं.

बरोबर आहे.

आता मला नीट सांग. कारण, मला यात विरोधाभास दिसतोय.

बाळा, हे जगच विरोधाभासानं भरलेलं आहे. सत्यामध्ये विरोधाभास नसावा, हे गरजेचं नाही. काही वेळा मोठं सत्य हे विरोधाभासात दडलेलं आढळतं. इथे आपण विचार करतोय तो दैवी विभाजनाचा.

आता हे विभाजन समजून घ्यायला मला मदत कर. कारण, ते कसं असायला हवं, हे मी आयुष्यभर ऐकत आलोय. 'कुंडलिनी शक्ती' मूलाधार चक्रातून वर येण्यासाठी हे विभाजन कसं उन्नत असायला हवं, हे मी कायम ऐकत आलोय. हे लैंगिक भावनोद्दीपनाखेरीज असणाऱ्या गूढ जीवनाचं मुख्य कारण दिलं जातंय.

आपण इथे 'मृत्यू'या विषयापासून लांब गेलोय, हे मला कळतंय आणि आत्ताच्या या सगळ्या विषयात ओढून नेल्याबद्दल मी क्षमा मागतो–

क्षमा कशासाठी? संवाद काय असाच असतो– त्यात संवाद सुरूच असतो. हे विश्व आणि माणसं यांच्याबद्दलच या संपूर्ण संवादातले विषय आहेत– हाच तर

एकमेव विषय आहे आणि त्यातलाच तुझा हा विषय आहे.

मृत्यूबाबत समजून घ्यावंसं वाटणं म्हणजे आयुष्याबद्दल समजून घ्यावंसं वाटणं आहे– हे आधी मी स्पष्ट करतो. आणि आपल्या विचारांच्या देवाणघेवाणीतून जर आयुष्य निर्माण करणारी कृती थेट लक्षात येत असेल, तिची भव्यता व्यक्त होत असेल, तर तसं होऊ दे.

आता पुन्हा एक गोष्ट आपण स्पष्ट समजून घेऊ या– 'उन्नत' माणसाचे सगळे लैंगिक अनुभव संपुष्टात यायला हवेत आणि सगळी यौनऊर्जा 'उन्नत' व्हायलाच हवी, असं नाही. कारण, तसं जर असतं तर अशी 'उच्च उन्नत' माणसं कुठेच दिसली नसती. कारण, सगळं 'उन्नयन'च ठप्प झालं असतं.

हो– खरंच आहे–

हो. आणि त्यामुळे 'अतिशय धार्मिक माणसं कधीच शरीरसुख घेत नाहीत, आणि तीच त्यांच्या 'धार्मिक' असण्याची खूण आहे,' असं जर कोणी म्हणत असेल, तर त्याला आयुष्य कसं असतं, त्याचा अर्थ काय हेच कळलं नाही, असं म्हणावं लागेल.

मी आणखी स्पष्टपणे हे मांडू इच्छितो. मानव जातीसाठी एखादी गोष्ट चांगली आहे किंवा नाही, यासाठीची मोजपट्टी तुम्हाला हवी असेल, तर स्वतःला एक साधा प्रश्न विचारा–

जर प्रत्येकानंच तसं केलं तर काय होईल?

अगदी सोपा आणि अचूक मापदंड आहे. जर प्रत्येकानं एखादी गोष्ट केली आणि त्याचा परिणाम म्हणून मानव जातीचा शेवटी फायदाच झाला, तर ते 'उन्नयन' ठरेल. पण एखादी गोष्ट मानवजातीच्या विनाशाला कारणीभूत ठरली, तर ती उन्नयनासाठी फारशी शिफारसपात्र ठरणार नाही. हे पटतंय का तुला?

अर्थातच.

म्हणजे 'प्रावीण्य मिळवण्यासाठी', 'मोठं' होण्यासाठी ब्रह्मचर्य पाळायलाच हवं असं नाही, हे तू आता मान्य केलं आहेस. अर्थात लैंगिक भावनांचं दमन हा 'उच्च मार्ग' आहे आणि लैंगिक भावना व्यक्त करणं ही खालच्या दर्जाची इच्छा आहे, शरीरसुखाच्या अनुभवाची शरम वाटायला हवी, शरीरसुख हे अपराधीपणाची भावना देणारं आहे, त्याच्यामुळे प्रगतीला बाधा येते, अशाही कल्पना आहेत.

लैंगिक संबंधांनी उन्नतीचा मार्ग रोखला जातो, असा युक्तिवाद करतात, त्याला 'एकदा शरीरसुखानं त्याचं काम केलं, की पुन्हा त्याची गरज नाही,' असा प्रतियुक्तिवाद करता येईल?

मानव वंश पैदा करणं ही आपली जबाबदारी आहे, अशा जाणिवेनं कुणीही शरीरसंबंध ठेवत नसतो. शरीरसुख ही नैसर्गिक गोष्ट आहे, म्हणून तो ते मिळवतो. ते त्याच्या जन्मगुणसूत्रातच असतं. तुम्ही शरीर विज्ञानाचे नियम पाळायला हवेत.

बरोबर! वंश सातत्याचा प्रश्न सोडवण्यासाठी दिला जाणारा तो संकेत आहे. पण एकदा वंश टिकण्याची खात्री पटली की या संकेतांकडे कानाडोळा करणं हे उन्नतीचं लक्षण नाही का?

तुम्ही या संकेताचा चुकीचा अर्थ लावताय. जैविक इच्छा ही वंशसातत्याची खात्री देतेच असं नाही, उलट 'एक' होण्याचा अनुभव हाच तुमचा खरा नैसर्गिक भाव आहे. हे 'एक' होणं साधलं म्हणजे नवीन जीवनाची निर्मिती होते, पण तेच त्याचं कारण आहे, असं नाही.

वंशसातत्य हे लैंगिक भावाभिव्यक्तीचं एकमेव कारण असतं, तर बाळ जन्माला घालण्याच्या प्रक्रियेखेरीज त्याचं काही महत्त्व राहिलं नसतं आणि तुम्ही एकमेकांशी इतके बांधलेही गेला नसतात– एकमेकात इतके गुंतलेही नसता. तुम्ही जीव निर्माण करण्यासाठी एखाद्या ताटलीमधेही रासायनिक द्रव्यांचं मिश्रण घडवून आणलं असतंत.

अर्थात् त्यानं आत्म्याच्या मूळ प्राथमिक गरजा भागल्या नसत्या. वंशसातत्यापेक्षाही त्या वेगळ्या आणि मोठ्या असतात. आपण कोण आणि खरंच काय आहोतं याबद्दल पुन्हा विचार, पुनर्निर्मिती ही ती गरज आहे.

जैविक सातत्य म्हणजे नुसतं जीव जन्माला घालणं नव्हे, तर आयुष्याचा, नव्या जीवाचा आणखी अनुभव घेणं आणि तो एकत्वाचा खरा आविष्कार असतो.

म्हणूनच बराच काळ मुलं जन्माला घालायचं थांबवलेल्यांनासुद्धा तुम्ही शरीरसुखापासून थांबवू शकत नाही. मुलं जन्माला घालायची नसली, तरी त्यांना तुम्ही लैंगिक सुख घेण्यापासून थोपवू शकत नाही.

अर्थातच.

काही जण म्हणतात की, मुलं जन्माला घालायचं थांबवलं की अशा जोडप्यांनी शरीरसंबंध ठेवू नयेत– आणि जे असे संबंध सुरू ठेवतात ते फारच प्राथमिक शारीरिक आकर्षणाच्या गरजा भागवत राहतात.

होय.

आणि ही 'उन्नती' नाही, उलट केवळ पशुवत वर्तन आहे. माणसाच्या उदात्त स्वभावाच्या हे अगदी उलट आहे– खालच्या दर्जाचं आहे.

हा विषय आपल्याला पुन्हा 'चक्र' किंवा ऊर्जा केंद्रांच्या विषयापाशी घेऊन जातो.

तुमच्या शारीरिक अस्तित्वातून तुम्ही जितकी उच्च दर्जाची ऊर्जा निर्माण कराल, तितकी तुमची जाणीवजागृती उच्च पातळीची असेल, असं मी आधीच म्हटलं आहे.

होय! म्हणजे 'नो सेक्स'–'शरीरसुख नको' असं म्हणायचं तर!

नाही. तसं नाही.

तुझ्या आधीच्या अभिप्रायाबद्दल थोडं बोलतो आणि काही गोष्टी स्पष्ट करतो :

शरीरसुखात काहीच नीच, अधमपणाचं किंवा अपवित्र नाही. तुमच्या मनातून आणि संस्कृतीतून ही कल्पना पूर्णपणे काढून टाका.

अतीव शरीरसुखाची इच्छा, तिचा अनुभव घेणं यात सभ्यतेच्या खालच्या पातळीचं, फारच सर्वसामान्य, खालच्या दर्जाचं असं काहीही नाही. शारीरिक इच्छा या प्राणीजन्य वर्तनाचं प्रकटीकरण करत नाहीत. या इच्छा मुळातच तुमच्या शरीरात दिल्या गेल्या आहेत– माझ्याकडून.

त्या अशा पद्धतीनं कुणी निर्माण केल्या असतील, असं तुम्हाला वाटतं?

या शारीरिक गरजा म्हणजे तुमच्या सर्वांच्या एकमेकांबद्दलच्या साद-प्रतिसाद, क्रिया-प्रतिक्रिया यांचं एकत्रित मिश्रण आहेत.

सात चक्र असलेल्या तुमचं अस्तित्व तीन भागांत विभागलेलं आहे, हे लक्षात ठेवा. जेव्हा तुम्ही तुमचे तीन भाग आणि सात चक्रं यांसह एकाच वेळी एकमेकांना प्रतिसाद देता, तेव्हा तुम्हाला अपेक्षित असलेला सर्वोच्च अनुभव तुम्ही घेता– त्यासाठीच तुमचा जन्म झालेला असतो. आणि यातली कुठलीच ऊर्जा अपवित्र नाही– तुम्ही कुठलीही एक निवडा– ती जर असेल, तर ती नाही!

जेव्हा तुम्ही 'पूर्ण' नसता, तेव्हा तुमच्या अस्तित्वात कमतरता असते– स्वतःपेक्षा तुम्ही कमी असता– मगच त्याला अपूर्ण– म्हणता येईल.

वा! कळलं मला! आलं लक्षात!

ज्यांना 'उन्नत' होण्याची इच्छा आहे, त्यांच्यासाठी शरीरसुखाच्या विरुद्धची ताकीद माझ्याकडून कधीच नव्हती. ते तर आमंत्रण होतं. आमंत्रण म्हणजे ताकीद नव्हे, तुम्ही जरी त्याला तसं स्वरूप दिलंत, तरी ते खरं नव्हे.

आणि ते आमंत्रण शरीरसुख मिळवणं थांबवण्यासाठी नव्हतं, तर अ-पूर्ण असणं थांबवण्यासाठी होतं.

तुम्ही जे काही करताय– भले संभोग असो की नाश्ता, कामावर जात असाल

किंवा समुद्रकिनारी फिरत असाल, दोरीवरच्या उड्या मारत असाल की एखादं चांगलं पुस्तक वाचत असाल– तुम्ही जे काही करत असाल ते 'पूर्ण' व्यक्ती होऊन– पूर्णपणे करा– एक संपूर्ण व्यक्तिमत्त्व या रूपात ती कृती करा.

जर तुम्ही तुमच्या खालच्या– मूलाधार चक्रातूनच शरीरसंबंध ठेवत असाल, तर त्यापासून मिळणाऱ्या अद्‌भुत दिव्य आनंदाला तुम्ही मुकाल. याउलट जर तुम्ही सगळ्या सप्तचक्रातल्या ऊर्जा केंद्रातून संभोगाच्या वेळी आपल्या साथीदाराशी पूर्ण समरस झालात, तर तुम्ही त्या कृतीचा सर्वोच्च आनंद अनुभवाल. याला तुम्ही पवित्र म्हणणार नाही का? हा अनुभव पवित्र कसा नसेल?

तसं नसेल; असा अनुभव पवित्र असणार नाही, अशी मी कल्पनाही करू शकत नाही.

आणि म्हणूनच तुमच्या शारीरिक अस्तित्वातून जीवन ऊर्जा उंचावण्याच्या आमंत्रणात उच्च चक्रांचा खालच्या चक्रांशी संपर्कच नसावा, असं अपेक्षित नाही.

जर तुम्ही तुमची ऊर्जाशक्ती अनाहतापर्यंत किंवा अगदी सहस्त्रार चक्रापर्यंत नेली असेल, तर तीच शक्ती मूलाधार चक्रात नसेल असे नाही.

आणि जर ती तशी नसेल, तर तुमचा संपर्क नाही, हे मात्र खरं.

जेव्हा तुम्ही तुमची ऊर्जाशक्ती उच्च केंद्रापर्यंत नेता, तेव्हा दुसऱ्याबरोबर लैंगिक अनुभव घ्यायचा की नाही, हे ठरवू शकता किंवा शकत नाही. पण जर तुम्ही तसं ठरवलं नाहीत, याचं कारण वैश्विक मूल्यांच्या नियमांना धक्का लागेल म्हणून, असं नसतं. त्यानं तुम्ही नैतिकदृष्ट्या थोडे 'वर' जाल असंही नाही. आणि जर तुम्ही दुसऱ्याबरोबर शरीरसुख घ्यायचं ठरवलंतच, तरीही त्यामुळे मूलाधारापर्यंत खाली घसरणार नाही– जोवर तुम्ही त्याच्याशी संपर्क तोडत नाही.

तेव्हा हे एक आमंत्रण आहे, धमकी-ताकीद-फतवा नाही– आमंत्रण आहे :

तुमची ऊर्जा वाढवा, जीवनशक्ती उंचवा, प्रत्येक क्षणी जितकी शक्य आहे, तितकी तिची पातळी वर न्या. म्हणजे तुम्ही उन्नत व्हाल. याचा शरीरसुख घेणं किंवा न घेणं याच्याशी काहीही संबंध नाही. तुम्ही काय करताय यापेक्षा तुमची जाणीव-जागृती कशी उंचावतेय, कशी वाढतेय याच्याशी संबंध आहे.

कळलं! आलं माझ्या लक्षात! माझी जाणीव जागृती कशी वाढवायची, हे मात्र मला ठाऊक नाही. माझ्या चक्रांच्या ऊर्जा केंद्रातून जीवन ऊर्जा कशी वाढवायची हे मला कळलंय, असं मला वाटत नाही. आणि अनेकांना तर ही केंद्रं म्हणजे काय हेसुद्धा माहीत नसेल, याची मला खात्री आहे.

हे बघ, ज्यांना अध्यात्मातलं शरीरशास्त्र समजून घेण्याची मनापासून इच्छा

असते, ते त्याबद्दल नक्कीच माहिती मिळवू शकतात. मी या संकल्पनांबद्दल याआधी अगदी स्पष्टपणे सांगितलं आहे.

इतर लेखकांच्या माध्यमातून, इतर पुस्तकात, असं म्हणतोयस–

होय. दीपक चोप्रांचं लिखाण वाचा. अशा प्रकारचं लिखाण करणाऱ्यांमध्ये दीपक चोप्रा अग्रणी आहेत. त्यांना आध्यात्मिकतेतलं रहस्य आणि त्यातलं विज्ञान कळलं आहे.

असे आणखीही बरेच उत्तम लेखक आहेत. तुमच्या शरीराच्या माध्यमातून जीवनऊर्जा कशी वाढवायची हे ते त्यांच्या पुस्तकातून सांगतात; इतकंच नव्हे तर तुम्ही तुमचं शरीर कसं सोडावं, हेही सांगतात.

आपल्या शरीराला सोडून देणं किती आनंददायी आहे, हेच या पुस्तकांच्या वाचनातून कळेल. म्हणजे मग आपल्याला कधीच मरणाची भीती वाटायला नको, हे तुमच्या लक्षात येईल. तुम्हाला विभाजनाचं तत्त्वं कळेल. शरीराबरोबर असणं कसं आनंददायी आहे आणि त्यातून मुक्त होण्याचाही आनंद कसा आहे– हेही कळेल. शरीराबरोबर राहणं आणि शरीरातून मुक्त होणं– दोन्ही कसं आनंद देणारं आहे, हे लक्षात येईल.

१

आयुष्य एखाद्या शाळेसारखं आहे. मला आठवतंय– शाळेच्या पहिल्या दिवशी किती उत्साहानं गेलो होतो– आणि वर्षाच्या शेवटच्या दिवशी शाळेतून बाहेर पडताना मला किती बरं वाटत होतं– उत्साह वाटत होता.

अगदी नेमकं बोललास! अगदी असंच आहे. पण फक्त आयुष्य म्हणजे शाळा नाही.

हो. मला आठवतंय. हे सगळं तू पहिल्या पुस्तकात स्पष्ट केलं आहेस. तोवर मी आयुष्य म्हणजे 'शाळा'च समजत होतो आणि आपण इथे शिकायला 'धडे' घ्यायला आलो आहोत, असं मला वाटत होतं. पण माझा हा समज चुकीचा आहे, हे समजून घ्यायला पहिल्या पुस्तकात तू मला खूपच मदत केलीस.

मला आनंद आहे. आपल्याला तीन पुस्तकांच्या या मालिकेतून विचारांची स्पष्टताच तर साधायची आहे. आणि आता– 'आयुष्याबद्दल पश्चात्ताप न करतासुद्धा आत्मा मृत्यूनंतर अत्यंत आनंदात असू शकतो,' हे तुला नीट लक्षात आलंय.

पण याआधी तू एक फार मोठा प्रश्न विचारला होतास, त्याच्याकडे आपण पुन्हा वळू.

म्हणजे? मी समजलो नाही...

तू असं विचारलं होतंस की 'जर आत्मा शरीरात असताना इतका दुःखी असतो, तर मग तो लगेचच शरीर का सोडत नाही?'

अरे... हो...

हं– तो तसं करतोच. आणि आत्ताच मी म्हटलं तसं फक्त 'मृत्यू'नंच नव्हे. पण तो दुःखी आहे म्हणून शरीर सोडत नाही. किंबहुना तो पुन्हा जन्म घेण्यासाठी, पुन्हा नवजीवन प्राप्त करण्यासाठीच ते शरीर सोडतो.

असं तो वारंवार करतो?

दररोज.

काय? आत्मा दररोज शरीर सोडतो? कधी?

जेव्हा आत्म्याला आणखी विशाल अनुभव घेण्याची इच्छा होते तेव्हा. त्याला तो अनुभव नवजीवन देणारा वाटतो.

तो थेट सोडून जातो?

हो. तुमचा आत्मा सारखंच तुमचं शरीर सोडत असतो. सतत. आयुष्यभर. म्हणून तर आम्ही झोपेचा शोध लावला.

म्हणजे? झोपेच्या काळात आत्मा शरीर सोडून जातो?

अर्थातच. म्हणून तर त्याला झोप म्हणतात.

तुमच्या आयुष्यभर ठरावीक कालांतरानं आत्म्याला नवजीवनाची, नवचैतन्याची गरज भासत असते. म्हणजे तुम्हाला वाटलं तर तो आयुष्यभर, ज्याला तुम्ही शरीर म्हणता, त्या वाहनातून– कसाबसा प्रवास करत राहतो. तुमच्या शरीरात राहणं आत्म्याला फार सोपं असेल असं तुम्हाला वाटतं? तसं नाहीये. ते साधं असेल; पण सोपं नाहीये! तो आनंद आहे, पण तो सोपा नाही. तुमच्या आत्म्यानं आजवर केलेली ती सर्वांत जास्त कठीण गोष्ट आहे.

आत्म्याला तरलता आणि स्वातंत्र्य माहीत आहे; आणि तुम्ही तर त्याची कल्पनाही करू शकत नाही. एखाद्या लहान मुलाला जसं उन्हाळ्याच्या सुट्टीसाठी शाळा आवडते, तसं आत्म्याचं असतं. एखाद्या मोठ्या माणसाला सोबतीला कुणीतरी असावं असं वाटतं आणि तशी सोबत मिळाली की त्याला एकटं राहावंसं वाटतं, तसं आत्म्याला निव्वळ असावंसं वाटतं... केवळ अस्तित्वाच्या स्थितीत असावं असं वाटतं. आत्मा म्हणजे तरलता आणि स्वातंत्र्य. तो शांती आणि आनंदही आहे. तो असीम आणि वेदनारहित आहे; परिपूर्ण ज्ञान आणि परिपूर्ण प्रेमही आहे.

तो हे सगळं आणि आणखी बरंच काही आहे. पण शरीराबरोबर असताना तो या मौल्यवान गोष्टीतल्या फार कमी गोष्टींचा अनुभव घेऊ शकतो. आणि म्हणून तो स्वतःच स्वतःची सोय करून घेतो. तो स्वतःला सांगतो की- स्वनिर्मिती आणि स्व-अनुभव घेण्यासाठी जेवढे दिवस आवश्यक असेल तेवढे दिवस शरीरात राहायचं, पण जेव्हा बाहेर पडायची इच्छा होईल, तेव्हा मात्र बाहेर पडायचं!

तुम्ही ज्याला 'झोप' म्हणता, त्या झोपेच्या काळात तो हे रोज करत असतो.

म्हणजे 'झोप' हा आत्म्याचा शरीर सोडून जाण्याचा अनुभव आहे?

होय.

मला वाटत होतं की शरीराला विश्रांतीची गरज असते, म्हणून आम्ही झोपतो.

हा तुमचा चुकीचा समज होता. याची दुसरी बाजू आहे. आत्म्याला विश्रांती हवी असते म्हणून शरीर झोपतं.

आत्मा प्रमाणाबाहेर दमतो, जडपणाचा शीण आणि शरीरात अडकल्यानं स्वातंत्र्याचा अभाव यामुळे थकून जातो, तेव्हा तो तत्क्षणी जशा अवस्थेत असेल (क्वचित प्रसंगी अगदी उभ्या उभ्यासुद्धा) त्या अवस्थेत शरीर टाकून देतो.

जेव्हा त्याला नवचैतन्याची गरज भासते, जेव्हा तो सगळ्या असत्य आणि खोट्या दिखाव्यांना, केवळ काल्पनिक धोक्यांना कंटाळून जातो आणि जेव्हा त्याला पुन्हा संबंध जोडला जाण्याची– पुनर्विश्वासाची– विश्रांतीची आणि मनाच्या पुनर्जागृतीची गरज भासते, तेव्हा तो तत्काळ शरीर सोडतो.

आत्मा अगदी पहिल्यांदा जेव्हा शरीरात प्रवेश करतो, तेव्हा त्याला तो अनुभव खूप अवघड जातो. तो खूपच दमवणारा– थकवणारा अनुभव असतो- विशेषतः नवजात आत्म्यासाठी– म्हणून तर लहान बाळं खूप जास्त झोपतात.

पुन्हा एकदा आपण शरीराशी जोडलो गेलो आहोत. या पहिल्या धक्क्यातून तो सावरतो, त्यानंतर तो स्वतःची सहनशक्ती वाढवायला सुरुवात करतो. मग तो त्यात स्थिरावतो.

त्याच वेळी तुमचा 'मन' म्हणून जाणला जाणारा भाग विस्मरणात जायला लागतो– ती तशीच व्यवस्था केली गेलेली असते. आता आत्म्याच्या शरीराबाहेर उड्या मारणंही संख्येनं कमी व्हायला लागतं, पण तरीही मनाला पुन्हा स्मरण होऊ दिलं जाणार नाही, या अटीवर त्याचं रोजचं उड्या मारणं सुरू असतं.

अशा वेळी आत्मा मुक्त असू शकतो, पण मन मात्र गोंधळलेलं असू शकतं. अशा तऱ्हेनं सकल अस्तित्वाच्या मनात प्रश्न येऊ शकतो– 'मी कुठं आहे? मी इथं काय करतोय?' ही शोधयात्रा या शोधामुळेच सफलही होऊ शकते– कदाचित भयावहही! या शोधसफरींना तुम्ही 'दुःस्वप्न' म्हणता.

कधी कधी याच्या उलटही होऊ शकतं. आत्मा एखाद्या सुंदर संस्मरणापाशी पोहोचेल. अशा वेळी मनाला जागं राहण्याची सूचना मिळेल. त्यानं मन आनंदी शांत होईल आणि तुम्ही जेव्हा शरीरात परत याल, तेव्हा तुम्ही याचा अनुभव घ्याल.

संपूर्ण व्यक्तिमत्त्वाचा, अस्तित्वाचा जेवढा अनुभव घ्याल, तितकी नवजीवनाची खात्री पटेल आणि त्याची स्मृती दीर्घ काळ राहील. तुमचं अस्तित्व काय करतंय, शरीरात राहून ते काय करू पाहतंय हे कळायला लागलं की मग तुमच्या आत्म्याची शरीरापासून दूर जाण्याची इच्छा कमी होईल. कारण, काही कारणानं आपण या

शरीरात आलो आहोत, विशिष्ट हेतूनं हे शरीर आपण धारण केलंय हे त्याला कळेल.

खूप ज्ञानी, हुशार माणसाला कमी झोप पुरते.

म्हणजे? एखाद्या मााणसाला किती झोपेची गरज वाटते, यावरून तो किती उन्नत आहे, हे सांगता येईल, असं तुला म्हणायचंय?

बरंचसं तसंच. तुम्ही काहीसं तसं म्हणू शकता. काही वेळा आत्मा शरीरातून फक्त बाहेर पडण्याचा, शरीर सोडण्याचा आनंद मिळवण्यासाठी म्हणून तसं करतो. त्या वेळी कदाचित त्याला मनाची जाणीव जागृती किंवा शरीराचं नवचैतन्य हवं असतं, असंही नसेल. एकत्वाचा अद्भुत अनुभव घ्यावा, यासाठीही केवळ तो नवनिर्मितीची निवड करत असेल. त्यामुळे एखादा माणूस जास्त झोपतो म्हणजे तो कमी उन्नत आहे, असं म्हणणं नेहमीच योग्य ठरेल असं नाही.

तरीही आपण शरीराचं काय करतोय, याबद्दल माणसं जास्त जास्त जागृत होणं हा निव्वळ योगायोग नव्हे. आपण म्हणजे 'शरीर' नव्हे, उलट त्या शरीरासमवेत जे आहे, ते आपण आहोत, हे त्यांनाा कळतंय आणि त्यांना आपल्या शरीराबरोबर जास्तीत जास्त काळ घालवण्याची इच्छा आणि तशी शक्यता वाटणं सुरू होतं आणि अशा तऱ्हेनं त्यांना 'अल्पनिद्रा' पुरायला लागते.

आता काही जण शरीरासमवेतचं अस्तित्व विसरणं आणि आत्म्याशी एकरूप पावणं– या दोन्ही गोष्टी एकाच वेळी अनुभवाव्यात अशीही निवड करतात. अशी माणसं शरीराबरोबर असूनही शरीरानं ओळखलं न जाण्यासाठी– शरीराची ओळख पुसण्यासाठी स्वतःला मुद्दाम शिकवू शकतात आणि अशा तऱ्हेनं मानवी जागृती न गमावता स्वतःचं खरं अस्तित्व जाणू शकतात.

ते हे कसं करतात? मी हे कसं करू शकतो?

मी आधी म्हटल्याप्रमाणे हा जाणीव जागृतीचा– संपूर्ण जागृतावस्थेपर्यंत पोहोचण्याचा मुद्दा आहे. तुम्हाला जागृती 'करता' येत नाही, तुम्ही जागृत 'होऊ' शकता.

कसं? सांग ना, कसं? त्यासाठी तू मला काहीतरी उपाय सांगायलाच हवास.

या अनुभवासाठी रोज ध्यानधारणा करणं हा सर्वोत्तम उपाय आहे. ध्यानातून तुम्ही तुमची जीवनऊर्जा सर्वोच्च सहस्त्रार चक्रापर्यंत उंचावू शकता... आणि जागृतावस्थेत' असताना शरीर सोडू शकता.

ध्यानावस्थेत तुमचं शरीर एक प्रकारे जागृत अवस्थेत असताना, तुम्ही परिपूर्ण

जागृतीच्या अनुभवासाठी सिद्ध होता. ही सिद्धावस्था– तयारीची अवस्था म्हणजेच खरी जागृती. या अनुभवासाठी तुम्ही ध्यानाला बसायलाच हवं असं नाही. ध्यान हे फक्त साधन आहे. आणि जागृतावस्थेच्या अनुभवासाठी बसूनच साधना करण्याची गरज नाही.

बैठी ध्यानधारणा हाच ध्यानाचा एकमेव प्रकार नाही, हेही तुम्ही लक्षात घ्यायला हवं. 'स्टॉपिंग मेडिटेशन, वॉकिंग– चालतं मेडिटेशन, कृती मेडिटेशन डुईंग मेडिटेशन, यौन– सेक्सच्युअल मेडिटेशन' हेसुद्धा ध्यानधारणेचे प्रकार आहेत.

हीच खरी जागृतीची अवस्था आहे.

ह्या अवस्थेत तुम्ही जेव्हा स्थिरावता, तेव्हा तसेच थांबा. जिथे जात असाल, जे करत असाल ते तिथेच थांबवा. क्षणभर तसेच थांबा आणि 'जिथे' तुम्ही आहात– 'तिथेच' असा– अगदी तिथेच-तसेच राहा. त्या क्षणापुरतं स्थिर होणंसुद्धा तुमच्यासाठी कल्याणकारी ठरेल. नंतर तुम्ही आजूबाजूला बघाल तेव्हा नेहमी येता-जाता लक्षात न येणाऱ्या कितीतरी गोष्टी तुम्हाला दिसतील. पावसाच्या सरीनं येणारा मातीचा गंध– तुमच्या प्रिय व्यक्तीच्या डाव्या कानावर रुळणारी बट! खरंच लहान मुलं खेळताना बघण्यात किती आनंद असतो!

हा अनुभव घेण्यासाठी तुम्हाला शरीर सोडायची गरज नाही. ही खरी जागृतावस्था– जाणिवेची स्थिती.

जेव्हा अशा स्थितीत तुम्ही हिंडता-फिरता, तेव्हा तुम्ही प्रत्येक फुलाबरोबर श्वास घेता, प्रत्येक पक्ष्याबरोबर भरारी घेता, पायाखालच्या वाटेतला कण न् कण तुम्हाला जाणवेल. तुम्हाला सगळीकडे सौंदर्य आणि ज्ञान दिसेल. कारण, जिथे सौंदर्य असतं, तिथे ज्ञान असतंच. आणि आयुष्याच्या प्रत्येक टप्प्यावर प्रत्येक ठिकाणी सौंदर्य असतंच. ते तुम्हाला शोधावं लागणार नाही. ते तुमच्या समोरच येईल.

आणि या अनुभवासाठी तुम्हाला स्वतःचं शरीर सोडायची गरज नाही. हीच खरी जागृतीची स्थिती.

जे तुम्ही ध्यानावस्थेत करता, तेच सगळं या अवस्थेत करता, तेव्हा तुमच्याकडून आत्म्याला आणि तुमच्या आत्म्याकडून सगळ्यांनाच छानशी भेट मिळते. जेवणाची ताटं धुताना तुम्हाला नळातून येणारं गरम पाणी, त्या पाण्याच्या धारेचा स्पर्श, त्या पाण्याचा गरमपणा या सगळ्याची गंमत वाटून आनंद होतो. संगणकासमोर बसून काम करताना तुमच्या बोटांची आज्ञा पाळत शब्द समोरच्या पडद्यावर दिसत असतात, तेव्हा मन आणि शरीराच्या शक्तीचा प्रत्यय येतो. स्वयंपाक करत असता, तेव्हा हे उत्तम पौष्टिक पदार्थ देणाऱ्या अवघ्या विश्वाबद्दल तुमच्या मनात प्रेम दाटून येतं, आणि तेच प्रेम तुम्ही त्या पदार्थांमध्ये मिसळता. ते पदार्थ किती साधे

आहेत किंवा मसालेदार आहेत याच्याशी त्याचा संबंध नसतो. तुमच्या हातचं सूप त्या प्रेमानं मोठं चवदार होऊन जातं.

या अनुभवासाठी तुम्हाला शरीर सोडायची गरज नाही. ही खरी जागृतीची स्थिती.

मनाच्या याच स्थितीत जेव्हा तुम्ही शरीरसुखाची ऊर्जा अनुभवता, तेव्हा तुम्हाला तुम्ही कोण आहात, हे सर्वोच्च सत्य कळतं. तुमच्या प्रिय व्यक्तीच्या हृदयात तुम्हाला स्थान मिळतं. तुमच्या प्रिय व्यक्तीचं शरीर तुमचंच होऊन जातं. तुमचा आत्मा दुसऱ्यापासून अलग राहू शकत नाही.

हे अनुभवण्यासाठी तुम्हाला शरीर सोडायची गरज नाही. ही खरी जागृतीची स्थिती.

तुमची जेव्हा पूर्ण तयारी असते, तेव्हा तुम्ही जागृत असता. त्यासाठी एक स्मितसुद्धा पुरेसं असतं. साधं स्मित. प्रत्येक गोष्टीत क्षणभर थांबा आणि स्मित करा. कशाहीकडे न बघता. न पाहता. फक्त छान वाटतंय म्हणून स्मित करा. फक्त तुमच्या मनाला ते गुपित ठाऊक आहे, म्हणून स्मित करा. आणि तुमच्या आत्म्याला हे गुपित माहीत आहे, म्हणून स्मित करा. त्याच्याकडे पाहून– त्याच्यासाठी स्मित करा. खूप छान स्मित करा. तुमची दुःखं, तुमच्या वेदना ते पळवून लावेल.

तू मला साधनांबद्दल विचारतो आहेस, आणि मी तुला ती साधनं देतोय.

श्वास घे. हे आणखी एक साधन. दीर्घ आणि खोल श्वास घे. संथ आणि हळुवारपणे श्वास घे. नाजूक आणि सुंदर शून्यावस्थेत श्वास घे. ऊर्जेनं भरून आणि पूर्ण प्रेमानं. तुम्ही श्वास घेताय हे देवाचं प्रेमच आहे. खूप-खूप खोल श्वास घे– आणि त्यातून तुझ्या डोळ्यांतून प्रेमाचे अश्रू ओघळू लागतील.

आनंदासाठी आनंदाचे अश्रू.

कारण, तुमची तुमच्या देवाशी भेट झालेली असते– तुम्ही तुमच्या देवाला भेटलेले असता आणि तुमच्या देवानं तुमची तुमच्या आत्म्याशी ओळख करून दिलेली असते.

एकदा का अनुभव घेतलात, की आयुष्य बदलूनच जातं. 'अगदी पर्वतशिखरावर असल्यासारखं वाटतं', असं काही जण म्हणतात, तर काहींना थेट अत्युच्च आनंदाच्या डोहात डुंबल्यासारखं वाटतं, असं ते सांगतात. त्यांचं व्यक्तिमत्त्व, अस्तित्व पूर्णच बदलून जातं. कायमसाठी.

देवा, धन्यवाद. मला कळलं. या अगदी साध्या गोष्टी आहेत. साध्या आणि अत्यंत शुद्ध कृती.

होय. पण हे समजून घे. काही जण वर्षानुवर्षं ध्यानधारणा करतात, पण त्यांना

हा अनुभव कधीच येत नाही. तुम्ही किती मोकळे, मुक्त आहात, तुमची इच्छा किती आहे, यावर ते अवलंबून असतं. आणि कुठल्याही प्रकारच्या अपेक्षांमधून बाहेर पडण्याची तुमची किती क्षमता आहे– त्यावरही ते ठरतं.

मी रोज ध्यान करावं का?

या सगळ्या गोष्टींमध्ये 'हे करा' आणि 'हे करू नका'असं काहीच नसतं. तुम्ही काय करावं यापेक्षा तुम्ही काय करायची निवड करता, काय करायचं ठरवता, हे महत्त्वाचं आहे.

काही आत्मे जागृतावस्थेत पुढे जाऊ बघतात. काहींना बहुतेक माणसं 'झोपेत'च चालतायत– बेशुद्धीत चालतायत, असं लक्षात येतं. ही माणसं जागृतावस्थेशिवाय संपूर्ण आयुष्य घालवतात. जागृतावस्थेत वाटचाल करू पाहणारे आत्मे वेगळी वाट निवडतात. ते दुसरा मार्ग स्वीकारतात.

ते एकात्मता देणारी संपूर्ण शांती आणि आनंद, असीमता आणि स्वातंत्र्य, ज्ञान आणि प्रेम अनुभवू पाहतात. हे आत्मे शरीर सोडून गेलेले असताना आणि शरीर झोपलेलं असताना नव्हे, तर जेव्हा ते जागे असतात, शरीर उठलेलं असतं, तेव्हाही ते असे अनुभव घेऊ पाहतात.

जो आत्मा असा अनुभव घेतो, त्याला 'उन्नत आत्मा' म्हणतात.

बाकीचे, आताच्या नव्या काळाच्या भाषेत सांगायचं तर उन्नत होण्याच्या अवस्थेत, त्या प्रक्रियेत असतात.

तुम्ही कुठले शब्द वापरता (शब्द हे संप्रेषणाचं सर्वांत कमी विश्वासार्ह साधन आहे) यापेक्षा ते तुमच्या संपूर्ण आयुष्यात कसं उतरतंय, हे महत्त्वाचं. त्यातूनच संपूर्ण जाणीव जागृती येते.

मग तुम्हाला कधीतरी मध्येच– 'प्रासंगिक' पूर्ण जाणीव-जागृती येते, त्याचं काय?– याचा अर्थ असा की कधीतरी प्रसंगोपात् 'आपण कोण आहोत' याची तुम्हाला जाणीव होते.

रोज ध्यानधारणा करण्यानं कदाचित तुम्हाला हे मिळवता येईल. पण त्यासाठी निष्ठा, समर्पणभाव, अंतर्नादाचा अनुभव घेण्याचा निश्चय असणं गरजेचं आहे– बाह्य गोष्टींची प्राप्ती महत्त्वाची नाही.

आणि लक्षात ठेवा, सगळी रहस्यं शांतीतच दडलेली असतात. आणि म्हणून सर्वांत मधुरतम आवाज हा शांतीचा आवाज आहे. हे आत्म्याचं गीत आहे.

आत्म्याच्या शांतीखेरीज बाह्य जगातल्या आवाजांनाच तुम्ही महत्त्व दिलं, तर तुम्ही हरवून जाल– खूप काही गमावून बसाल.

हं. म्हणजे रोज ध्यानधारणा करणं, ही चांगली कल्पना आहे.

चांगली कल्पना? होय. तरीही आत्ता याआधी मी जे सांगितलं, ते पुन्हा समजून घ्या. आत्म्याचं गीत वेगवेगळ्या प्रकारे गाता येऊ शकेल. बऱ्याचदा त्याचे ते मधुर स्वर ऐकायला येतील.

काही जणांना प्रार्थनेतून ही शांती ऐकू येते. काही जण त्यांच्या कामात हे गीत गातात. काहींना शांत वातावरणात ही रहस्यं आढळतात; तर काहींना गडबड गोंधळातही ती गवसतात.

पण जेव्हा यात 'प्रावीण्य' प्राप्त होतं किंवा अगदी आतून तो अनुभव येतो, तेव्हा बाह्य जगातले आवाज दबून शांत होत जातात, मधेमध्ये येणारे अडसर दूर होतात– अगदी त्या सगळ्यात असलात तरी. अवघं आयुष्य ध्यानधारणा होऊन जातं.

जेव्हा असं होतं, तेव्हा तुम्ही दिव्यत्वाशी जोडले जाता. ही खरी जाणीव जागृती किंवा मनाची एकाग्रता.

अशा तऱ्हेनं अनुभव घेतलात, तर आयुष्यातली प्रत्येक गोष्ट वरदान ठरते; अन्यथा आयुष्यात संघर्ष, वेदना, दुःख आणि चिंता याखेरीज काहीच नाही. तुम्ही तुमच्या मतानं कुठल्याही मार्गानं अनुभवाची निवड करू शकता. त्याला तुम्ही काहीही नाव देऊ शकता. त्याला 'बिनचूक', 'सर्वोत्तम' असंही नाव देऊ शकता.

तेव्हा संपूर्ण आयुष्य आणि प्रत्येक कृती ध्यानधारणेत कामी लावा– जागृतावस्थेत चाला. उगाच पेंगाळू नका. मनाची एकाग्रता वाढवा– उगाच मन विचलित होऊ देऊ नका. शंका आणि भीती किंवा आत्मग्लानी– स्वलज्जेत गती मंद होऊ देऊ नका– डागाळू देऊ नका. उलट 'आम्ही असू लाडके देवाचे' असं म्हणून त्या प्रेमाची भव्यता अनुभवा. तुम्ही नेहमीच माझ्याशी एकरूप असता. तुमचं सदैव स्वागत आहे. या. स्व-गृही या.

कारण, माझं हृदय हेच तुमचं घर आहे आणि तुमच्या हृदयातच माझा वास आहे. आयुष्यात जिवंतपणी याचा अनुभव घेण्यासाठी मी तुम्हाला आमंत्रित करतो– तुम्ही त्याचा अनुभव मरणात नक्कीच घेता. मग तुमच्या लक्षात येईल की 'मरण', 'मृत्यू' असं काही नाहीच आहे; आणि ज्याला तुम्ही जीवन आणि मरण म्हणता, त्या एकाच अनंत अनुभवाच्या दोन बाजू आहेत.

आपण सर्व आज आहोत, सदैव होतो आणि सदैव असणार आहोत– हे विश्व अनंत आहे– त्याला शेवट, अंत नाही.

शुभं भवतु!

१०

माझं तुझ्यावर प्रेम आहे; हे तुला ठाऊक आहे?

हो. आणि माझं तुझ्यावर प्रेम आहे. हे तुला ठाऊक आहे?

मला कळायला लागलंय. खरंच मला हे कळायला सुरुवात झालीय.

उत्तम!

११

देवा, तू मला आत्म्याबद्दल थोडं सांगशील?

हो. नक्कीच. तुझ्या समजेच्या मर्यादित परिघात– तुला समजेल अशा शब्दांत सांगायचा प्रयत्न करेन. पण त्यातल्या काही विशिष्ट गोष्टी तुला कळल्या नाहीत, तुला निरर्थक वाटल्या, तर स्वतःला निराश मात्र होऊ देऊ नकोस. एका अनोख्या चाळणीतून तू ही माहिती घेऊन येत आहेस, हे विसरू नकोस– अनेक स्मृतींपासून स्वतःचं रक्षण करण्यासाठी तूच ही चाळण तयार केली आहेस.

मी तसं का केलंय, हे जरा परत सांग.

तुला जर प्रत्येकच गोष्ट आठवली, तर हा खेळच संपून जाईल. तू इथे विशिष्ट कारणासाठी आला आहेस. आणि प्रत्येक गोष्ट कशी जुळवुन आणली आहे, हे जर तुला कळलं तर तुझा तो दिव्य उद्देशच धुळीला मिळेल. जाणीव-जागृतीच्या या पातळीवर काही गोष्टी नेहमीच रहस्यमय राहतील आणि त्या तसं असणंच योग्य आहे.

त्यामुळे सगळीच रहस्यं उलगडण्याचा प्रयत्न करू नकोस. निदान एका वेळी तर नकोच. विश्वालाही संधी द्या. योग्य वेगळी त्या रहस्यांची उकल आपसुकच होईल.

काहीतरी 'होण्याच्या' अनुभवाचा आनंद घ्या.

म्हणजे घाई करून चालणार नाही. सबुरीनं घ्यायला हवं.

अगदी बरोबर.

माझे वडील हेच सांगायचे.

तुझे वडील अतिशय चांगले आणि ज्ञानी, हुशार होते.

पण बरेच जण त्यांच्याबद्दल तसं म्हणत नाहीत.

बरेच जण त्यांना ओळखत नव्हते.

माझी आई ओळखत होती.

हो. ओळखत होती.

आणि ती त्यांच्यावर प्रेमही करत असे.

हो. ती प्रेम करायची.

आणि तिनं त्यांना क्षमाही केली.

हो. केली.

त्यांच्या सगळ्या त्रासदायक, दुःखदायक वर्तनाबद्दल तिनं त्यांना क्षमा केली.

होय. तिनं त्यांना समजून घेतलं, त्यांच्यावर प्रेम केलं, त्यांना क्षमा केली आणि त्यात ती एक आदर्श ठरली, उत्तम शिक्षक ठरली.

होय. आता... तू मला आत्म्याबद्दल सांगशील?

हो. सांगतो. तुला काय जाणून घ्यायचं आहे?

आपण अगदी सुरुवातीलाच पडणाऱ्या उघड उघड प्रश्नापासून सुरुवात करू– मला त्याचं उत्तर आधीच माहीत आहे, पण त्या प्रश्नानं आपल्याला विषयाला सुरुवात करता येईल. 'मानवी आत्मा' असं काही असतं का?

होय. तो तुमच्या अस्तित्वाचा तिसरा पैलू आहे. तुम्ही तीन अंगांनी बनलेले असता– शरीर, मन आणि आत्मा.

माझं शरीर कुठंय ते मला माहीत आहे. मी ते बघू शकतो. आणि माझं मन कुठे आहे, ते मला माहीत आहे असं मला वाटतं, ते माझ्या शरीराच्या 'डोकं-मस्तक' नावाच्या अवयवात आहे, असं मला वाटतं. पण मला नक्की सांगता येत नाहीये की...

एक मिनिट थांब. तुझं थोडं चुकतंय. तुझं मन तुझ्या डोक्यात– मस्तकात नाहीये.

नाहीये?

नाही. तुझा मेंदू तुझ्या कवटीच्या आत असतो– मन नव्हे.

मग ते कुठं असतं?

तुझ्या शरीराच्या प्रत्येक अणू-रेणूत– रोमारोमात.

ओहो...

तुम्ही ज्याला मन म्हणता, ते खरं तर ऊर्जा आहे– शक्ती आहे. ... विचार आहे. आणि विचार ही ऊर्जा- शक्ती आहे, वस्तू नाही, पदार्थ नाही.

तुमचा मेंदू पदार्थ आहे. तो शारीरिक, जैवरासायनिक तंत्रज्ञान आहे– मानवी शरीरातलं ते सर्वांत मोठं, सर्वांत गुंतागुंतीचं– पण मानवी शरीरातलं एकमेव यंत्र नाही. या मेंदूच्या साहाय्यानं तुमच्या विचारांची ऊर्जा शारीरिक क्रिया-प्रतिक्रियांमध्ये परिवर्तित, रूपांतरित, संप्रेषित केली जाते. तुमचा मेंदू एक संवाहक आहे. तसं तुमचं संपूर्ण शरीरही. तुमच्या प्रत्येक अणू-रेणूत एक छोटा संवाहक असतो. प्रत्येक अणू- उदा. रक्ताचे अणू– प्रत्येकाला स्वतःची बुद्धी असते, असं जैवरसायनशास्त्र निदर्शनाला आणून देतं. खरंच ती असते.

हे फक्त अणूंपुरतंच लागू नाही, तर शरीराच्या इतर मोठ्या भागांनाही लागू आहे. आपल्या शरीराच्या विशिष्ट अवयवांना स्वतःचं मन आहे, हे पृथ्वीवरच्या प्रत्येक माणसाला माहीत आहे.

होय. आणि याच मनानं पुरुषांच्या निर्णयावर, पसंतीवर कसा प्रभाव टाकायचा, हे बायकांना चांगलं कळतं.

काही बायका याचा उपयोग माणसांना ताब्यात ठेवण्यासाठी करतात.

यात काही वादच नाही. आणि काही पुरुष मनाच्याच माध्यमातून बायकांच्या निर्णयावर, निवडीवर प्रभाव टाकतात.

याबद्दल दुमत नाहीच.

ही कसरत कशी थांबवायची, हे जाणून घ्यायचंय?

नक्कीच.

सगळ्या सात चक्रांमधली जीवन ऊर्जा वाढवण्याबद्दल याआधी मी जे काही बोललो, ते सगळं त्यासाठीच तर होतं.

तू म्हणतोस तसं जर मर्यादित स्थानांमधून निवडी आणि निर्णय घेतले जात असतील, तर बायकांना तुमच्यावर ताबा ठेवणं अशक्य आहे आणि पुरुषांनी बायकांना ताब्यात ठेवण्याची गरजच नाही.

बायका पुरुषांना ताब्यात ठेवण्यासाठी हेच शस्त्र वापरतात. कारण, त्याच्याइतकं दुसरं प्रभावी शस्त्र त्यांच्यापाशी नाही. आणि असं काही शस्त्रं वापरलं नाही, तर पुरुष

बेकाबू होतात.

जर पुरुषांनी त्यांच्या स्वभावाची वरची पातळी गाठली आणि बायकांनी पुरुषांच्या त्या अवयवाला साद घातली, तर तथाकथित 'सेक्सची लढाई' संपुष्टात येईल. तुमच्या पृथ्वीवरच्या इतर लढायांसारखी हीपण संपेल.

पण मी आधीही म्हटलंय त्याप्रमाणे– पुरुष आणि बायकांनी सेक्सचा त्याग करावा, असा त्याचा अर्थ नाही. किंवा सेक्स हा माणसाच्या खालच्या पातळीचा स्वभाव आहे, असंही मी म्हणणार नाही. म्हणजे शरीरसुखाची ऊर्जा जर उच्च चक्रांपर्यंत उंचावली गेली नाही आणि ती तशीच ऊर्जांमध्ये मिसळली गेली, तर 'त्यातून निर्माण होणाऱ्या निवडींचा परिपूर्ण व्यक्तिमत्त्वावर परिणाम' दिसून येतो. आणि या बाबी नेहमीच खालच्या पातळीवरच्या, कमी दर्जाच्या ठरतात.

तुम्ही स्वतः एक परिपूर्ण- संपूर्ण व्यक्तिमत्त्व आहात आणि त्यात काहीही कमी दर्जाचं, हिणकस मिसळलं गेलं, तर तुमच्या व्यक्तिमत्त्वातही खोट येते. तुम्ही तसं करायचं ठरवलंत तर तुम्ही फक्त खालच्या मूलाधार चक्रातूनच निर्णय घ्या आणि मग काय परिणाम होतोय, काय घडतंय, ते बघा.

त्याचे परिणाम उघड उघड दिसतीलच!

हे. मला हे माहीत आहे, असं वाटतं.

हो. अर्थातच. तुम्ही माणसं कशी शिकणार, हा मानव जातीपुढचा सर्वांत मोठा प्रश्न नाही, तर तुम्ही याआधी जे शिकला आहात, त्यानुसार कधी वागणार– ते आचरणात कसं आणणार, हा प्रश्न आहे.

असो– तर मन हे प्रत्येक अणू-रेणूत आहे...

होय. आणि इतर ठिकाणांहून जास्त ऊर्जा केंद्र तुमच्या मेंदूत आहेत– त्यामुळे तुम्हाला मन मेंदूत असल्यासारखं वाटतं. मेंदू म्हणजे फक्त प्रक्रियांचं मुख्य केंद्र आहे– पण एकमेव नाही.

वा. आता स्पष्ट झालं. आता सांग आत्मा कुठे असतो?

तुला काय वाटतं?

तिसऱ्या डोळ्याच्या मागे?– तृतीय नेत्राच्या मागे?

नाही.

माझ्या छातीत– हृदयाच्या उजव्या बाजूला– छातीच्या पिंजऱ्याच्या खाली?

नाही.

ठीक आहे– हरलो मी!

तो सर्वत्र आहे.

सर्वत्र?

हो. सर्वत्र.

मनासारखाच!

ओ– एक मिनिट थांब. मन प्रत्येक ठिकाणी नसतं.

नसतं? ते शरीराच्या प्रत्येक अणू-रेणूत असतं, असं तू आत्ताच म्हणालास, असं मला वाटलं.

अणू-रेणूत म्हणजे प्रत्येक ठिकाणी नव्हे– दोन अणू-रेणू दरम्यान अंतराळ– अंतर असतं. हवा असते. खरं म्हणजे तुमच्या शरीरात ९० टक्के हवा स्पेस आहे.

त्यात आत्मा कुठे असतो?

आत्मा सर्वत्र तुमच्या आत, सभोवती असतो. तो तुम्हाला सामावून घेणारा असतो.

आता तू एक मिनिट थांब! माझं शरीर हे माझ्या आत्म्याचं धारक-वाहक आहे, असं मला नेहमी शिकवलं गेलंय. 'तुमचा देह आत्म्याचं मंदिर आहे' म्हणतात, त्याचं काय?

नुसता शब्दालंकार!

आपल्या शरीरापेक्षा आपण अधिक काही आहोत, हे लोकांना कळावं, ते आहेत त्यापेक्षा आणखी मोठं-विशाल काहीतरी आहे, हे त्यांच्या लक्षात यावं, यासाठी असे शब्दप्रयोग उपयोगी पडतात. पण अक्षरशः तसं आहे. आत्मा शरीरापेक्षा मोठा आहे. तो शरीरात नसतो, तर तोच शरीराचा भार वाहून नेत असतो.

मी तुझं बोलणं ऐकतोय, पण ते चित्र डोळ्यांसमोर उभं करणं अजून अवघड जातंय.

तू 'ऑरा'– वलयचक्राबद्दल कधी ऐकलं आहेस?

हो. हो. ते म्हणजेच आत्मा का?

तुझ्या समोर एका मोठ्या सत्याचं चित्र उभं राहावं यासाठी आपण तुझ्या भाषेचा आधार घेऊ– तुला एकत्र बांधून ठेवतो तो आत्मा– देवाचा आत्मा म्हणजे

जो विश्व सामावून घेतो आणि एकत्र बांधून ठेवतो.

वा– मी आजवर जो विचार करत होतो, त्याच्या पूर्ण उलटच आहे सगळं.

थांब-थांब. बाळा, उलटी गिनतीची ही तर फक्त सुरुवात आहे.

एका अर्थी– जर आत्मा हवेत आणि आपल्या आसपासच्या वातावरणात असेल, आणि सगळ्यांचेच आत्मे एकसारखे असतील, तर एक आत्मा कुठे संपतो आणि दुसरा कुठे सुरू होतो, हे कसं कळणार?

ओ-ओ– थांब– नको सांगूस– नको सांगूस मला...

बघितलंस? उत्तर तुझं तुलाच माहितेय.

दुसऱ्याचा आत्मा संपतोय आणि आमचा सुरू होतोय– असं ठिकाणच नाहीये. जसं दिवाणखान्यातली हवा,संपूर्ण जेवणघरातली हवा, कुठे सुरू होते हे कळत नाही, तसंच हे आहे. हवा सगळीकडे एकसारखीच असते– तसे सगळे आत्मे सारखेच असतात.

तू तर विश्वाचं सत्यच शोधून काढलंस!

आणि जर विश्व समावेशक तू असशील आणि आम्ही म्हणजे शरीरधारी असू, तर तिथे 'तू' संपतोस आणि 'आम्ही' सुरू होतो, असं ठिकाणच नाही.

हं...

तुला पाहिजे तर तू खाकरून घसा साफ करू शकतोस. माझ्यासाठी हे अद्‌भुत ज्ञान आहे! हे सगळं मला माहीत आहे, असं मला वाटायचं, पण आता मला हे 'कळतंय'– समजतंय!

वा! हे फारच छान आहे, नाही का?

तुला सांगतो, शरीर हाच संवाहक- कन्टेनर आहे, असं मला आधी वाटायचं. त्यामुळे 'हे' शरीर आणि 'ते' शरीर असं मला वेगळंवेगळं दाखवता यायचं. आणि आत्मा हा शरीराच्या घरात राहतो– शरीर हे आत्म्याचं घर आहे, असं मला नेहमी वाटायचं, त्यामुळे मी 'हा' आत्मा आणि 'तो' आत्मा असा भेद करायला लागलो.

अगदी स्वाभाविकपणे– हो ना–

पण आत्ता तू म्हणालास त्याप्रमाणे जर आत्मा शरीराच्या आत-बाहेर त्याच्या 'ऑरा'मध्ये– वलयामध्ये असतो, तर मग पहिला ऑरा कधी संपतो आणि दुसरा कधी सुरू होतो? आणि एक आत्मा कसा 'संपत' नाही आणि दुसरा 'सुरू' होत

नाही, हे मी आता पहिल्यांदाच भौतिकदृष्ट्या बघू शकतोय आणि 'आपण सर्व एक आहोत,' हे भौतिकदृष्ट्या खरं आहे, हेसुद्धा मला कळतंय.

अरे व्वा! हे मीही म्हणू शकतो. वा वा!

हे फक्त 'तात्त्विक सत्य' आहे, असंच मला नेहमी वाटायचं; पण हे 'भौतिक सत्य' आहे, हे आता मला दिसतंय. धर्म आता विज्ञान झालाय!

मी तुला हे सांगितलं नाही, असं म्हणू नकोस.

जरा थांब. एक आत्मा संपतो आणि दुसरा सुरू होतो– असं जर कुठलं ठिकाण नाही, तर 'वैयक्तिक आत्मा' अशी काही गोष्टच नाही, असा याचा अर्थ आहे का?

तसं– हो आणि नाही.

हे उत्तर अगदी देवाला साजेसं आहे.

धन्यवाद.

पण खरं सांगू, मला अजून स्पष्टता अपेक्षित आहे.

आपण इथे थोडं थांबू या. आपण इतक्या वेगात बोलतो आहोत की लिहून लिहून तुझा हात दुखायला लागलाय.

म्हणजे मी नुसता घाईघाईनं खरडतोय, असं म्हणायचंय का तुला?

होय. तेव्हा आपण जरा श्वास घेऊ या. ताण घालवू या. शांत बसू या. मी तुला सगळं सविस्तर सांगणार आहे.

ठीक आहे. आपण पुढे सुरुवात करू या.

ज्याला मी 'दिव्य-द्वैत विभाजन' असं म्हटलंय, त्याबद्दल आता मी तुझ्याशी बऱ्याचदा बोललोय, तुला आठवत असेल.

होय.

ठीक. हे पण त्यातलंच आहे. खरं तर सगळ्यात मोठं.

अस्सं.

आमच्या विश्वात जर तुम्हाला आब राखून विवेकानं राहायचं असेल, तर 'दिव्य-द्वैत विभाजन' म्हणजे काय, हे तुम्हाला नीट समजून घ्यायला हवं.

एकाच ठिकाणी, एकाच वेळी वरकरणी परस्परविरोधी वाटणारी दोन सत्यं

असण्याची शक्यता या दिव्य विभाजनात असते.

तुझ्या पृथ्वीवरच्या लोकांना हे स्वीकारणं जड जातं. त्यांना सगळं शिस्तीत आवडतं आणि जे त्यांच्या चौकटीत बसत नाही, ते आपोआपच नाकारलं जातं. त्यामुळे जेव्हा दोन सत्यं एकमेकांना छेद देतात आणि परस्परविरोधी वाटतात, तेव्हा त्यातलं एक नक्कीच चुकीचं, खोटं, असत्य असणार असं लगेचच गृहीत धरलं जातं. ती दोन्ही सत्यं बघायला, स्वीकारायला खूप परिपक्वता असावी लागते.

तुमच्या सापेक्ष जगात सापेक्ष दृष्टीनं पाहिलं, तर त्यातल्या काही गोष्टी परस्परविरोधी भासतात.

यालाच दिव्य द्वैत-विभाजन म्हणतात आणि हा मानवी अनुभवातला अत्यंत सत्य भाग आहे. आणि मी आधी म्हटलंय तसं– हे स्वीकारल्याशिवाय विवेकानं जगणं खरोखरच शक्य नाही. एखादा माणूस सारखा चिडतो, नेहमीच रागावतो, न्यायासाठी पुन्हा पुन्हा भांडतो किंवा दोन टोकाच्या गोष्टींची मोट बांधण्यासारख्या अशक्य कोटीतल्या गोष्टी सतत करू पाहतो– ज्या गोष्टी एकत्र येण्याची सुतराम शक्यता नसते, किंबहुना तशा त्या गोष्टी नसतातच, पण ताणाच्या स्वाभाविकतेनुसार त्या गोष्टींचा अपेक्षित परिणाम दिसतो.

सापेक्षतेच्या भागात दोन टोकाच्या गोष्टी असतात. उदा. चांगलं किंवा वाईट. अंतिम सत्यात चांगलं आणि वाईट अशा गोष्टी नसतात. संपूर्णत्वामध्ये फक्त प्रेम असतं. तुमच्या सापेक्ष जगात तुम्ही 'वाईट' नावाचा अनुभव निर्माण केला आहे. आणि तुम्ही त्याचं फार सयुक्तिक कारण देता. तुम्हाला प्रेमाचा अनुभव घ्यायचा होता– तो फक्त सगळीकडे प्रेम कसं असतं ते कळावं म्हणून नव्हे, तर खरंच अनुभवावं म्हणून– आणि ती गोष्ट 'असल्या'शिवाय तिचा अनुभव कसा येणार? आणि म्हणून तुमच्या सत्यात (आणि रोजच्या जीवनात) चांगलं आणि वाईट असे दोन ध्रुव तयार केलेत... म्हणजे एकाचा उपयोग केलात की कदाचित दुसऱ्याचा प्रत्यय यावा.

आणि एकाचवेळी एकाच ठिकाणी विशेषत्वानं जाणवणाऱ्या दोन दिव्य गोष्टी, ज्यात 'दिव्य' विभाजित आहे, त्या म्हणजे : चांगलं आणि वाईट.

सर्वत्र भरून आहे– 'प्रेम'.

मला हे सविस्तर समजावून सांगितल्याबद्दल धन्यवाद. याआधी तू या विषयाला स्पर्श केला होतास, पण इथे दिव्य द्वैताबद्दल– विभाजनाबद्दल समजून घ्यायला मला मदत केलीस. तुझे खरंच आभार.

धन्यवाद.

आता मी म्हटलं तसं, सर्वांत मोठ्या दिव्य द्वैताबद्दल आपण विचार करू.

एकच 'एकतत्त्व' अस्तित्वात आहे. एकच आत्मा– आणि त्या एकात्म्यातच सारे आत्मे सामावलेले आहेत. हे दिव्य द्वैत असं आहे : आत्म्यांमध्ये भिन्नता नसते, आत्मे वेगवेगळे नसतात, असं आताच आपण पाहिलं आहे. सर्व भौतिक पदार्थांमध्ये, गोष्टींमध्ये आणि त्यांच्या सभोवती असणारी (वलयचक्र म्हणून) जीवन-चैतन्य ऊर्जा म्हणजे आत्मा. एका अर्थी त्या सगळ्या पदार्थांना एका जागी ती धरून ठेवते. 'परम आत्मा' संपूर्ण विश्वाला सामावून घेतो, तर 'मानवी आत्मा' प्रत्येक मानवमात्रात असतो.

म्हणजे शरीर आत्म्याचं घर किंवा वाहक नाही, तर आत्माच शरीर धारण करतो.

अगदी बरोबर.

आत्म्यांची विभाजक-रेषा नाही. एक आत्मा 'संपतो' आणि दुसरा 'सुरू होतो'– असं कुठलंही ठिकाण नाही. आणि म्हणून सर्व शरीरात एकच आत्मा वास करतो.

बरोब्बर.

तरी त्या एक आत्म्याला 'अनेक वैयक्तिक आत्म्यांचा' समूह असल्यासारखं वाटतं.

हो– खरंच तसं वाटतं– मी तशीच रचना केलीय.

ती कशी काम करते, उपयोगी ठरते, हे स्पष्ट करून सांगशील?

हो. खरं तर आत्मे वेगवेगळे नसतात. ज्या सामग्रीनं 'एक आत्मा' होतो, तो भौतिक सत्यात वेगवेगळ्या वेगात, वेगवेगळ्या घनतेनं साकार होतो– प्रत्यक्षात येतो.

वेगवेगळा वेग? यात वेग कधी आला?

हे बघ, आयुष्य म्हणजे स्पंदन आहे. ज्याला तुम्ही आयुष्य म्हणता (सोप्या शब्दात तुम्ही त्याला देव म्हणू शकता) ते म्हणजे निव्वळ शुद्ध ऊर्जा आहे. ती ऊर्जा सतत स्पंदित होत असते– कायम. ती लहरींच्या रूपात वाहत असते. इकडून तिकडे जात असते. या लहरी वेगवेगळ्या वेगात स्पंदन पावत असतात. त्या वेळी त्या वेगवेगळ्या प्रमाणातली घनता किंवा प्रकाश निर्माण करतात. त्याचा परिणाम म्हणून भौतिक जगात वेगवेगळे भौतिक पदार्थ निर्माण होतात. जरी ते पदार्थ आणि त्यांचे प्रकार अनेक असले, तरी त्यांना निर्माण करणारी ऊर्जा मात्र एकच असते.

पुन्हा आपण तुमच्या दिवाणखान्यातली हवा आणि जेवणघरातली हवा– या उदाहरणाकडे वळू या. ती एक छान कल्पना होती– आणि ती तुझ्याचकडून आली होती. एक प्रेरणा!

ओळख बरं कुठून आली ती?

होय. मी तुला ती दिली. आता तू असं म्हणालास की 'दिवाणखान्यातली हवा थांबते' आणि 'जेवणघरातली हवा सुरू होते,' असं दाखवणारी विशिष्ट जागा नाही. आणि ते खरं आहे. पण 'दिवाणखान्यातल्या हवेची घनता कमी होण्याची' मात्र एक जागा आहे. म्हणजेच ती तिथे विरळ होते. तसंच जेवणघरातल्या हवेचंही आहे. तुम्ही जेवणघरापासून जसे जसे लांब जायला लागता, तसा तुम्हाला स्वयंपाकातल्या पदार्थांचा घमघमाट कमी होत जातो.

आता बघ– घरातली हवा तर तीच– एकच आहे. जेवणघरात 'विशेष, खास' अशी हवा तर नसते. पण तरीही तिथली हवा 'वेगळी' वाटते– कारण, एकच– तिचा दरवळ वेगळा असतो.

तेव्हा त्या हवेनं वेगळे गुणधर्म धारण केल्यानं ती जणू 'वेगळी' हवा वाटते. पण तसं नसतं. ती सगळी एकच हवा असते, पण वेगळी भासते. दिवाणखान्यात तुम्हाला शेकोटी-फायरप्लेसचा वास येतो, तर जेवणघरात अन्नपदार्थांचा घमघमाट येतो. 'इथे जरा कोंदल्यासारखं वाटतंय– जरा हवेशीर बाजूला जाऊ या,' असंही तुम्ही म्हणता– जसं काही तिथं अगदीच हवा नसते. आणि खरंच तिथे भरपूर हवा असते. तुम्हाला फक्त तिचा गुणधर्म बदलावासा वाटत असतो. म्हणून तुम्ही बाहेरच्या बाजूनं थोडी हवा घेऊन येता, जरी ती तीच हवा असली तरी! एकच हवा सगळ्याभोवती, सगळीकडे आणि सगळ्यातून वाहत असते.

हे मस्त आहे. मला अगदी नीट कळलं. मला समजेल अशा ज्या पद्धतीनं तू मला 'विश्व' समजावून सांगितलंस, ते मला फार आवडलं.

धन्यवाद. माझा तोच प्रयत्न आहे. तेव्हा चल– पुढे जाऊ.

अगदी–

तुमच्या घरातल्या हवेसारखीच जीवनऊर्जा– जिला आपण 'देवाचा आत्मा'– परम आत्मा म्हणतो, ती वेगवेगळ्या भौतिक पदार्थांभोवती फिरताना वेगवेगळे गुणधर्म, वैशिष्ट्य धारण करते. ती ऊर्जा या पदार्थांशी विशिष्ट पद्धतीनं संयोग पावते– मिसळते.

भौतिक पदार्थ तयार होताना ऊर्जेचे कण एकत्र येतात आणि खूप घट्टपणे एकत्र येतात. ऊर्जेच्या अशा घनीभूत कणांनी भौतिक पदार्थ निर्माण होतो. ती मिसळते. बरोबरच ढकलते. ते 'एकमेकां'सारखेच दिसायला लागतात– भले ते विशिष्ट

घटकांमध्ये एकसारखे असल्याचं भासवतात. याचाच अर्थ ते स्वतंत्र, वेगळे असल्यासारखे, दुसऱ्या ऊर्जेपासून 'भिन्न' असल्यासारखे भासतात... प्रत्यक्षात ती सगळी एकच ऊर्जा असते, वर्तनपद्धती वेगळी असते.

एकत्वच अशा अनेकत्वातून, वेगवेगळ्या प्रकारे व्यक्त होत असतं.

पहिल्या पुस्तकात मी म्हटल्याप्रमाणे जोपर्यंत विभाजनाची क्षमता विकसित होत नाही, तोपर्यंत 'जे' आहे, 'ते' तसं व्यक्त होऊ शकत नाही. तेव्हा 'ते' जे आहे, तेच 'हे'च्या रूपात विभागलं जातं. (हे अगदी सोपं करून सांगायचा प्रयत्न करतोय.)

ही सगळी ऊर्जा, शक्ती जेव्हा एकजीव होऊन पुन्हा भौतिक किंवा शरीरांच्या घटकात विभागली जाते, तेव्हा ते घटक म्हणजे ज्याला तुम्ही 'आत्मा' म्हणता. तुम्ही सगळे माझेच अंश आहात– त्याबद्दल आपण आत्ता बोलतोय. अशा रीतीनं दिव्य द्वैत :

आपल्यातला एक जण असतो.
आपल्यातले अनेक जण असतात.

वा! हे खूप भारी आहे.

असं तू म्हणतोयस. बरं, आता पुढे बोलू?

नको थांब. मला कंटाळा आलाय. बरं– सांग पुढे.

ठीक आहे.

ऊर्जा एकत्र आली की ती घनीभूत होते, असं मी सांगितलं होतं. ती जितकी घनीभूत होते, तितकी ती सूक्ष्म-शक्तिहीन होते. ऑरा– वलयचक्र निस्तेज होतं. ऊर्जा पूर्णपणे अदृश्य कधीच होत नाही. कारण, ते शक्य नाही. 'ऊर्जा' याच पदार्थानं प्रत्येक गोष्ट तयार झालेली असते– बनलेली असते. ती सर्वत्र असते. तरीही ती अगदी खूप खूप विरळ होऊ शकते– इतकी की जणू ती कुठेच नाही असं वाटावं.

मग ती अन्यत्र (तिच्याच दुसऱ्या अंशात) कुठेतरी जाऊन कशात तरी मिसळते– त्या मिसळण्यानं ज्याला तुम्ही 'पदार्थ' म्हणता– तो तयार होतो आणि तो स्वतंत्र, वेगळा घटक वाटतो. आता ते दोन घटक एकमेकांपासून वेगळे असल्यासारखे वाटतात, भासतात; पण प्रत्यक्षात तसं कुठलंच विभाजन नसतंच.

भौतिक विश्वाच्या मागचं हे अगदी प्राथमिक, अगदी सोपं असं स्पष्टीकरण आहे.

वा! पण ते खरं असू शकेल? हे मी नुसतंच ऐकलेलं नाही, मीच निर्माण केलेलं नाही, हे मला कसं समजणार?

विटांच्या बांधकामानं भिंत-इमारत उभी करणं आणि आयुष्य– दोन्ही गोष्टी सारख्याच आहेत, असं तुमच्या शास्त्रज्ञांनी आधीच शोधून काढायला सुरुवात केलीय. त्यांनी चंद्रावरून खडकांचे नमुने आणले आणि त्यांना इथल्या-तिथल्या झाडांमध्ये एकसारखे घटक सापडले.

मी तुला सांगतो : आपणा सर्व जणांत एकच– तोच घटक पदार्थ आहे.

आपणा सर्वांच्यात एकच ऊर्जा आहे, तीच विभाजित आणि संग्रहित होऊन वेगवेगळ्या रूपांत आणि वेगवेगळ्या पदार्थांत येते.

कुठलाच पदार्थ आपोआप निर्माण होऊ शकत नाही. येशू म्हणतो– 'पित्याशिवाय मी कुणीच नाही.' शुद्ध विचार हाच सर्वांचा पिता आहे. तोच जीवनऊर्जा आहे. त्यालाच तुम्ही परिपूर्ण प्रेम म्हणता. तोच तर देव आणि देवी आहे, अल्फा आणि ओमेगा आहे, सुरुवात-प्रारंभ आणि शेवट-अंतर आहे.

सर्वात्मक-सर्वनिवासी-स्थिर-स्थित-परमस्रोत. हेच तर काळाच्या प्रारंभापासून तुला समजून घ्यायचं होतं. महान रहस्य, अनंत गूढ, वैश्विक सत्य.

आपल्यातला एक जण आहे– आणि तो तुम्ही आहात.

१२

हे शब्द वाचताना माझं मन तुझ्याबद्दलच्या आदरानं भरून आलं आहे. तू आत्ता माझ्याबरोबर आहेस– त्याबद्दल धन्यवाद. देवा, आम्हा सर्वांबरोबर तू आहेस– खरंच तुझे आभार! कारण, या संवादांमधून लाखो जणांनी आजवर हे शब्द वाचले आहेत आणि यापुढेही लाखो हे वाचणार आहेत. तू आमच्या हृदयात वास करतोस ही आमच्यासाठी फारच मोठी दैवी देणगी आहे.

प्रियजनांनो, मी नेहमीच तुमच्या हृदयात आहे. तुम्हाला माझ्या तिथल्या अस्तित्वाची प्रत्यक्ष जाणीव होते आहे, याचा मला आनंद आहे.

मी कायमच तुमच्याबरोबर असतो. मी कधीच तुम्हाला सोडलेलं नाही. मी 'तुम्ही'आहे आणि तुम्ही 'मी' आहात आणि आपल्याला एकमेकांपासून वेगळं-करता येणार नाही, कध्धीच. कारण हे शक्यच नाही.

तरीही कधीकधी मला फार एकटं वाटतं. असंही वाटतं की सगळा संघर्ष माझा मी एकटाच करतोय!

कारण, तू मला सोडलेलं आहेस, बाळा! माझ्याबद्दलची जागृती तू सोडून दिली आहेस. माझ्या अस्तित्वाची जाणीव तू विसरला आहेस. ही जाणीव असेल, तर तुला कधीच 'एकटं' वाटणार नाही.

मी माझ्या या जाणिवेत कसा राहू?

इतरांबाबत ही जाणीव जागृत कर. कुठल्याही प्रकारच्या सक्तीनं नव्हे, तर स्वतः धडा घालून दे. मी जसा इतर सगळ्यांच्या आयुष्यात प्रेमाचा स्रोत आहे, तसा तू हो. कारण, तुम्ही इतरांना जे देता, ते तुम्ही एका अर्थी स्वतःलाही देत असता. कारण, आपल्या दोघांपैकी एकच जण असतो.

धन्यवाद. तू मला हा संदर्भ आधीही दिला होतास. स्रोत व्हा. दाता व्हा. तू म्हणाला होतास की तुम्हाला स्वतःला जे अनुभवायचं असतं, ते तुम्ही इतरांना द्या–

त्यांच्यासाठी त्या अनुभवाचे स्रोत व्हा.

होय. हेच मोठं रहस्य आहे. पवित्र ज्ञान आहे. इतरांशी तसंच वागा, जसं तुम्ही स्वतःशी वागलं असता. इतरांबाबत तसंच करा, जसं तुम्ही स्वतःला केलं असतंत. तुमच्या शांत आणि आनंदी आयुष्यात सगळे प्रश्न, संघर्ष, अडचणी, ही साधी सरळ सूचना न पाळण्यानं, न समजण्यानं निर्माण होतात.

माझ्या लक्षात आलं. तू पुन्हा एकदा हे इतक्या स्पष्टपणे, साधेपणानं सांगितलं आहेस, की ते मला नीट समजलंय. हे मी कधीच गमावणार नाही असा मी प्रयत्न करेन.

तू जे दुसऱ्याला देतोस, ते तू 'गमावू' शकत नाहीस. ही गोष्ट नेहमी लक्षात ठेव.

धन्यवाद. आता आत्म्याबद्दल आणखी काही शंका मी विचारू शकतो का?

तुम्ही आत्ता आयुष्य जसं जगताय, त्याबद्दल मला तुम्हा सगळ्यांसाठीच एक गोष्ट सांगायची आहे.

वा– सांग ना.

'कधीकधी आपण स्वतःशीच लढतोय, असं वाटतं,' असं तू आत्ताच म्हणालास.

होय.

कसली लढाई?

अरे, ती आपली बोलायची पद्धत– शब्दालंकार!

मला तसं वाटत नाही. तुला (आणि तुझ्यासारख्या अनेकांना) आयुष्य म्हणजे काय वाटतं, त्याचंच हे द्योतक आहे. 'आयुष्य जगणं म्हणजे लढाई' असं समीकरण तुमच्या डोक्यात पक्कं बसलंय. आयुष्यात सतत काही ना काही संघर्ष सुरूच असतो, अशी तुमची धारणाच झाली आहे.

हो– मलाही काही वेळा तसं वाटतं.

ही काही परंपरा नाहीये. आणि तसं कायमच वाटण्याचं कारण नाही.

मला माफ कर, पण यावर विश्वास ठेवणं अवघड आहे.

जे तसंच आहे, ते तुमच्या बाबतीत सत्यात का उतरत नाही, तर तुम्हाला जे खरं आहे असा विश्वास असतो, तेच तुम्ही सत्यात उतरवता, खरं करून दाखवता.

तरीही मी सांगतो : तुमचं आयुष्य म्हणजे संघर्ष असावा, असं कधीच अपेक्षित नव्हतं, नाही आणि कधीच नसेल. सर्वोत्तम सत्य निर्माण करण्यासाठी मी तुम्हाला साधनं दिली आहेत. पण ती वापरायची नाहीत, असंच तुम्ही ठरवून टाकलं आहे. किंवा अगदी मोजक्या थेट शब्दांत सांगायचं तर तुम्ही त्या साधनांचा दुरुपयोग केला आहे.

इथे मी निर्मितीच्या तीन साधनांबद्दल बोलतोय– आपल्या साध्या सुरू असलेल्या संवादात आपण त्याबद्दल बरंच बोललो आहोत. तुला ती साधनं माहीत आहेत?

विचार, शब्द आणि कृती.

उत्तम. तुला आठवलं. माझे आध्यात्मिक गुरू मिल्ड्रेड हिन्क्ले यांच्या शब्दातून मला प्रेरणा मिळाली– 'विश्वाच्या निर्मिती शक्तीतून तुमचा जन्म झाला'– ती शक्ती तुमच्या जिभेत आहे. जिह्वाग्रावर आहे.

हे केवळ आश्चर्यकारक विधान आहे. माझ्या दुसऱ्या शिक्षकांनी हे सत्य मांडलं : ज्याच्यावर तुम्ही विश्वास ठेवता, जे तुम्हाला खरं वाटतं, ते तुम्ही खरं करून दाखवता.

या दोन्ही विधानांचा 'विचार आणि शब्द' यांच्याशी संबंध आहे. 'कृती'बद्दल माझ्या आणखी एका शिक्षकांनी म्हटलं आहे– देव म्हणजे आरंभ. कृती म्हणजे शेवट. कृती ही देवाची निर्मिती असते– देवनिर्मिती किंवा देवाचा अनुभव.

ते तू पहिल्या पुस्तकात सांगितलं होतंस.

पहिलं पुस्तक तुझ्या माध्यमातून आणलं गेलं होतं. बाळा, जशी सगळ्या उत्तम गोष्टींची शिकवण माझ्याकडून स्फुरते आणि मनुष्य रूपातून तुमच्यापर्यंत आणली जाते, तसंच हे झालं. जे या शिकवणुकीच्या स्फूर्तीतून स्वतःत बदल घडवतात आणि लोकांसमोर त्या गोष्टी धडाडीनं निर्भयपणे मांडतात, ते माझे सर्वोत्तम शिक्षक असतात.

मी माझी गणना त्या वर्गात करावी की नाही याबद्दल मी साशंक आहे.

तुझ्या स्फूर्तिदायी शब्दांनी लाखोंच्या हृदयाला स्पर्श केला आहे– ते त्यांच्या मनाला भिडले आहेत.

लाखोंच्या? बरं!

त्यांचं २४ भाषांत भाषांतर झालं आहे. तुझे शब्द जगभरात पोहोचले आहेत. सर्वोत्कृष्ट शिक्षकांसाठीचे तुझे निकष काय? तुला काय वाटतं?

नक्कीच त्यांची कृती– शब्द नव्हे.

हुशारीनं उत्तर दिलंस.

आणि माझ्या या आयुष्यातल्या कृती माझ्याबद्दल फारसं चांगलं बोलणार नाहीत आणि त्यामुळे मला शिक्षक म्हणूनही 'उत्तीर्ण' करणार नाहीत.

आतापर्यंतच्या शिक्षकांबद्दल तू फक्त अर्धंच लिहिलं आहेस.

काय म्हणतोयस तू?

हेलेन स्कॉचमन यांच्यामार्फत मी जे म्हटलं होतं, तेच सांगतोय : तुम्हाला जे शिकायचं आहे, ते तुम्ही शिकवा. तुम्हाला अपेक्षित अचूकता दाखवून देण्यासाठी ती शिकवण्याआधी तुम्ही ती मिळवली पाहिजे, असं तुम्हाला वाटतं का?

आणि तुमच्या वाट्याच्या 'तुमच्या भाषेत– चुका' करताना–

माझ्या वाट्यापेक्षा जास्त–

आणि माझ्याशी असा रोखठोक संवाद साधून तू मोठं धाडस दाखवलं आहेस.

किंवा मोठा मूर्खपणा.

तू स्वतःला सारखं असं हीन का लेखतोस? अरे, तुम्ही सगळेच असं वागता. तुमच्यातला अगदी प्रत्येक जण. जसं तुम्ही माझं तुमच्यातलं अस्तित्व नाकारता, तसाच तुम्ही तुमचा स्वतःचा मोठेपणाही नाकारता.

नाही. मी नाही. मी ते कधीच नाकारलं नाही.

काय?

म्हणजे... आत्ता नाही...

तुला सांगतो– पापणी लवेपर्यंत तू मला तीनदा नाकारशील... तुमच्या वास्तवाहून वेगळा स्वतःबद्दलचा प्रत्येक छोटा-संकुचित विचार म्हणजे मला नाकारणं.

तुमचा स्वतःला अपमानास्पद ठरवणारा प्रत्येक शब्द म्हणजे मला नाकारणं.

तुमच्याकडून घडणारी 'यथातथा' कृती किंवा कमतरता, त्रुटी किंवा कुठल्याही प्रकारची अक्षमता, हीसुद्धा मला नाकारणारी ठरते. फक्त विचारात किंवा फक्त कृतीत नव्हे, तर संपूर्णतः

मला खरंच–

हे बघ 'तुम्ही कोण आहात, याबद्दल आतापर्यंत तुम्हाला जे काही दिसलंय, कळलंय त्याचं सर्वोत्तम रूपच तुमच्या आयुष्यात दिसू द्या. त्या रूपाशिवाय तुमच्या

आयुष्यात दुसरं काहीच नसू द्या.'

आता, तुझ्या आयुष्यात तुला काय हवं होतं? आपण स्वतः एक उत्तम शिक्षक व्हावं, असंच तुला वाटत होतं ना?

हो... म्हणजे...

हो ना?

होय.

मग तसंच व्हावं आणि तसंच आहे– जोवर तू पुन्हा एकदा नाकारत नाहीस, तोवर.

मी ते पुन्हा नाकारणार नाही.

नाही नाकारणार?

नाही.

सिद्ध कर.

सिद्ध करू?

हो. सिद्ध कर.

कसं?

आत्ता या क्षणी म्हण– 'मी उत्तम शिक्षक आहे.'

अं...

म्हण... म्हण ना...

मी... हे बघ, एक घोटाळा असा आहे की हे सगळं प्रकाशित होणार आहे. मी जे काही या कागदांवर लिहून घेतोय, त्यातली प्रत्येक गोष्ट कुठेतरी छापील स्वरूपात येणार आहे, याची मला जाणीव आहे. पायोरियामधली लोकं हे वाचणार आहेत.

पायोरिया! वा! बीजिंग पण म्हण.

ठीक आहे– चीनसुद्धा. माझा मुद्दा तोच आहे. अरे, लोकांनी दुसरं पुस्तक आल्यानंतर महिन्याभरातच 'आता तिसरं पुस्तक कधी येणार?' असा लकडा लावलाय. त्याला एवढा वेळ का लागतोय हे त्यांना सांगायचा मी प्रयत्न केला.

सगळ्या जगाचे डोळे तुमच्याकडे लागलेले आहेत, सगळं जग वाट पाहत आहे, हे जेव्हा तुम्हाला माहीत असतं, त्या वेळी असा संवाद साधणं म्हणजे काय आहे, हे त्यांना समजावून सांगायचा प्रयत्न केला. पहिल्या आणि दुसऱ्या पुस्तकासारखं या तिसऱ्या पुस्तकाबाबत नाहीये. आधीच्या दोन्ही पुस्तकांतला संवाद असाच– सहज म्हणून सुरू केला होता. त्या संवादाची पुस्तकं होतील असं मला कधीच वाटलं नव्हतं.

हो. तू सगळं तुझ्या मनाशी बोललास.

हो. बहुधा मला ते तसंच अपेक्षित होतं. पण आता या 'लीगल पॅड'वर लिहिणं हे वेगळं आहे, हे माझ्या लक्षात आलंय.

कारण, आता तू लिहिलेला प्रत्येक शब्द सगळे वाचणार आहेत, याचं तुला भान आहे.

हो ना! – आणि असं असताना 'मी फार उत्तम शिक्षक आहे,' असं मी म्हणावं असं तुला वाटतंय. आणि या सगळ्या माणसांसमोर हे म्हणणं खूप अवघड आहे.

म्हणजे? तू स्वतःला तुझ्यापुरतं खासगीत जाहीर करावं, असं मी म्हणणं तुला अपेक्षित आहे का? तू तुझं बळ अशानं वाढवशील असं तुला वाटतं?

तू कोण आहेस, हे सार्वजनिकरीत्या जाहीर करावंस, असं मी तुला सांगितलं. कारण, इथे तू सगळ्या माणसांमध्ये आहेस. तू ते जाहीररीत्या सांगावंस अशीच कल्पना होती.

स्वतःला प्रक्षेपित करण्याची, दाखवून देण्याची 'जाहीर करणं' हीच सर्वोत्तम पद्धत आहे.

'आपण कोण आहोत' हे दाखवून देण्याची– त्याबद्दल आजवर जे ऐकलंस ते जाहीरपणे सांगण्याची, हीच सर्वांत उत्तम पद्धत आहे. असं जाहीर करून मस्त जगायला सुरुवात कर.

सार्वजनिकरीत्या. जाहीरपणे.

असं सांगायला सुरुवात करण्याची ही पहिली पायरी आहे.

पण मग विनयशीलतेचं काय? सभ्य समाजाच्या रीतीभातींचं काय? आपल्या स्वतःबद्दलच्या सर्वोत्तम कल्पना दिसेल त्याला सांगत सुटणं बरं दिसेल का?

प्रत्येक मोठ्या गुरूनं हे केलं आहे.

होय– पण उद्दामपणे, अहंभावानं नाही.

'हे माझं आयुष्य आणि हा माझा मार्ग,' असं सांगण्यात काय अहंभाव आहे? तुला तो अहंभाव– उद्दामपणा वाटतो.

आता तू मला पुन्हा कधीही नाकारणार नाहीस, असं तू म्हणालास खरं, पण गेली दहा मिनिटं त्याचं समर्थन करण्यात तू घालवली आहेस.

मी 'तुला' नाकारत नाहीये. इथे आपण माझ्या स्वतःबद्दलच्या मोठेपणाच्या प्रदर्शनाबद्दल बोलतोय.

तुझं स्वतःचं सर्वांत मोठं रूप म्हणजे मी! तू म्हणजेच मी! जेव्हा तू तुझा सर्वोत्तम अंश नाकारतोस, तेव्हा तू मला नाकारत असतोस. आणि तुला सांगतो, उद्याचा कोंबडा आरवण्यापूर्वी तू हे तीनदा करशील.

मी तसं केलं नाही– तर–

तू तसं केलं नाहीस तर– बरोबर आहे– आणि फक्त तूच हे ठरवू शकतोस. फक्त तूच ही निवड करू शकतोस.

आता सांग, खासगीमध्ये खूप मोठे गुरू असलेले असे तुला कोणी माहीत आहेत? बुद्ध, येशू, कृष्ण– सगळे जनसमुदायातलेच होते ना?

हो. पण एवढे मोठे असलेले ते गुरू फार प्रसिद्ध नव्हते. तशी माझी आई एक होती. तू आत्ताच तसं म्हटलंस. सर्वोत्तम शिक्षक होण्यासाठी तुम्ही खूप प्रसिद्धच असायला हवं असं नाही.

तुझी आई एक दूत होती. निरोप्या, प्रेषित होती. मार्ग तयार करणारी. तिनं वाटचालीसाठी तुला तयार केलं– तुला मार्ग दाखवला. पण तूसुद्धा एक शिक्षक आहेस.

तुझी आई किती चांगली शिक्षिका होती, हे तुला ठाऊक होतं– तिनं कधीच तुला स्वतःला नाकारायला शिकवलं नाही. तरीही तू हे इतरांना शिकवणार.

माझी खूप इच्छा आहे! हेच तर करायची माझी इच्छा आहे.

'इच्छा' असू दे. तुला ज्याची इच्छा असेल, जे हवं असेल, ते कदाचित तुला मिळणार नाही. 'मला हे हवं आहे,' असं थेट जाहीर करून टाक आणि तिथे तुझी 'इच्छा' मागे पडेल.

ठीक आहे. आता मी 'इच्छा' करणार नाही, मी 'निवड' करेन.

हं. हे जास्त चांगलं आहे. बरंच जास्त चांगलं आहे. आता तू काय निवडणार आहेस?

'स्वतःला कधीही नाकारू नका,' असं इतरांना शिकवण्याची मी निवड करतो.

छान. आणखी काय शिकवायची तू निवड करशील?

इतरांनी तुला– देवाला नाकारू नये, असं त्यांना शिकवण्याचीही मी निवड करेन. कारण, त्यांनी तुला नाकारणं म्हणजे त्यांनी स्वतःला नाकारणं आहे आणि त्यांनी स्वतःला नाकारणं हे तुला नाकारण्यासारखं आहे.

उत्तम. आणि तू हे शिकवण्याची निवड 'अचानक' न ठरवता– 'सहज' म्हणून केली आहेस! की हे काय तू मनापासून ठरवून, काही उद्देश मनात धरून करायचं यासाठी निवडलं आहेस?

मी विशिष्ट उद्देशानं हे शिकवायची निवड केली आहे. मनापासून. जसं माझ्या आईनं केलं. मी स्वतःला नाकारू नये, असं माझ्या आईनं मला मुद्दाम शिकवलं. तिनं मला ते रोज शिकवलं. तिच्यासारखं प्रोत्साहन देणारी व्यक्ती मला आजवर भेटली नाही. मला माझ्यावर आणि तुझ्यावर श्रद्धा ठेवायला तिनं शिकवलं. मी असा शिक्षक व्हायला हवं. माझ्या आईनं मला शिकवलेल्या सगळ्या शहाणपणाच्या गोष्टी शिकवू शकणारा मोठा शिक्षक व्हावं, असं मी निवडेन.

तिनं आयुष्यभर हेच शिकवलं, पण फक्त बोलण्यापुरतं नव्हे; म्हणून तर ती थोर शिक्षिका होती.

तू म्हणतोयस ते खरं आहे. तुझी आई थोर शिक्षिका होती. आणि तूही एक मोठं सत्य मांडलंस– थोर शिक्षक होण्यासाठी माणसानं खूप प्रसिद्धच असावं लागतं असं नाही.

मी तुझी परीक्षा घेत होतो. याच्याबरोबर तू 'जाशील' का हे मला बघायचं होतं.

मग मी तिथे 'जाणं' अपेक्षित होतं, तिथं मी गेलो का?

जिथे सर्व शिक्षक जातात, तिथे तू गेलास– आत्मज्ञानाकडे. तुझ्या स्वतःच्या सत्याकडे. हे असं स्थान आहे, जिथे तू नेहमी जावंस, कारण हेच ते स्थान आहे, ज्याला गोल चक्कर मारून तू पुन्हा या जगात शिक्षक म्हणून येतोस.

माहीत आहे. हे मला माहीत आहे.

आणि तू कोण आहेस याबाबतचं तुझं सर्वांत अंतरंगी सत्य कोणतं आहे?

मी...

...एक उत्तम शिक्षक.

अनादी अनंत सत्यतत्त्वाचा एक उत्तम शिक्षक.

अगदी बरोबर. शांतपणे, हळुवारपणे बोललास. ते सत्य तुझ्या हृदयात आहे आणि तू 'अंतरंगीचे बोल' बोलला आहेस.

तू हे गर्वानं बोलत नाहीयेस आणि ऐकताना कुणालाच तसं वाटणारही नाही. तू बढाया मारत नाहीयेस आणि कुणाला ऐकतानाही तसं वाटणार नाही. तू स्वतःची छाती बडवून पैजा घेत नाहीयेस, तर तू तुझं मन मोकळं करतोयस आणि हा मोठा फरक आहे.

प्रत्येकाला आपण कोण आहोत हे मनातून ठाऊक असतं– कुशल नर्तिका, हुशार वकील किंवा मोठा नट नाहीतर निपुण बेसबॉलपटू. मोठे गुप्तहेर किंवा कसलेले विक्री अधिकारी, जाणकार पालक किंवा तज्ज्ञ वास्तुविशारद, उत्तम कवी किंवा महान नेते, मोठे बांधकाम व्यावसायिक किंवा कुशल वेदनाशामक! – आणि ते– त्यांच्यातल्या प्रत्येक जण अत्युतम व्यक्ती असतो.

आपण कोण आहोत, हे प्रत्येकाला अंतर्यामी माहीत असतं. जर ते मोकळ्या मनाचे असतील, तर दुसऱ्यांना आपल्या इच्छांमध्ये सहभागी करून घेत असतील, मनापासून सत्यप्रेमी असतील, तर ते त्यांचं जग दिव्यत्वानं भरून टाकतील.

तू उत्तम शिक्षक आहेस आणि तुला हे वरदान कुठून मिळालंय असं वाटतं?

तुझ्याकडून.

आणि म्हणूनच जेव्हा तुम्ही कोण आहात, हे तुम्ही जाहीर करता, तेव्हा तुम्ही आपसूकच मी कोण आहे हे सांगता. नेहमी माझ्या स्रोताचा उल्लेख करा; अन्यथा कोणीच तुम्हाला 'मोठे' असल्याचं मानणार नाही.

पण तू तर नेहमीच मला स्वतःलाच स्रोत म्हणून गणना करायला सांगतोस.

जिथे आणि ज्यात मी आहे, अशा प्रत्येक गोष्टीचा स्रोत तू आहेस. तुझ्या आयुष्यात सर्वांत जास्त परिचयाचे असणारे तुझे महान शिक्षकही म्हणतात– 'मी त्यांचं जीवन आणि मार्ग आहे.' ते असंही म्हणतात– 'आकाशातल्या पित्याकडूनच सगळं काही माझ्यात आलं. त्या पित्याशिवाय माझं अस्तित्व शून्य आहे– मी कोणीच नाही.'

शिवाय ते आणीखीही म्हणतात– 'मी आणि तो पिता एक आहोत.'

लक्षात येतंय तुझ्या?

हो, आपल्यातलाच एकच जण आहे.

अगदी बरोबर.

हे पुन्हा आपल्याला मानवी आत्म्याच्या मुद्द्याकडे घेऊन जातं. मी तुला

आत्म्याबद्दल आता आणखी काही प्रश्न विचारू?

विचार.

मला सांग, आत्मे किती असतात?

एकच.

हो. ढोबळमानानं. पण असे किती एक-एक आत्मे मिळून जगात तो 'एक'– सर्वात्मा होतो?

बघ– मला तुझा 'जग' हा शब्दप्रयोग आवडला. एकच ऊर्जा जी अनेक व्यक्तींमध्ये असते; तीच ऊर्जा वेगवेगळ्या भागात विभागली जाते. मला ते आवडतं.

मला आनंद आहे. असे किती व्यक्तिगट तू निर्माण केले आहेस, असे किती आत्मे आहेत?

तुला कळेल अशा स्वरूपात मला उत्तर देता येणार नाही.

मी सांगून बघतो– तो एखादा स्थिर आकडा आहे? बदलणारा आकडा आहे? मोजता येणार नाही अशी संख्या आहे? 'मूळ आत्म्यांच्या बॅच'मधून तू नवीन आत्मे निर्माण केले आहेस का?

होय. तो एक स्थिरांक आहे. होय, तो एक बदलणारा अंक आहे. होय. तो मोजदाद करता येणार नाही असा अनंत आकडा आहे. होय, मी नवीन आत्मे निर्माण केले आहेत आणि नाही, मी निर्माण केलेले नाहीत.

मला काही कळत नाहीये.

मला माहीतेय.

मग मला मदत कर.

तू खरंच तसं म्हटलंस?

काय?

की 'देवा, तू मला मदत कर?'

हं– हुशार आहेस. ठीक आहे. जर मी असं म्हटल्यानं शेवटी तू मला मदत करणार असशील तर हो– देवा, मला मदत कर.

नक्कीच करेन. तुझा खूपच ठाम निश्चय आहे, तेव्हा मी तुला मदत करेन. सीमित गोष्टीपेक्षा असीम– अनंत गोष्ट समजून घेणं अवघड आहे, याची मी तुला आधीच कल्पना देतोय. आपण त्याला वेगळी कलाटणी– स्वरूप देऊ या.

शांतपणा!

हो. शांतपणा. चल, 'काळ' नावाच्या सत्याच्या अस्तित्वाशी संबंध असणाऱ्या तुझ्या प्रश्नापासून सुरुवात करू. वास्तविकतः असं कुठलंच सत्य नाही. फक्त एकच 'क्षण' असतो आणि तो आत्ताचा शाश्वत क्षण असतो.

आजवर घडून गेलेल्या सर्व घटना, आत्ता सध्या घडत असलेल्या सर्व घटना आणि यापुढे घडणार आहेत त्या सर्व घटना– या एकाच क्षणी घडत आहेत. काहीच आधी घडून गेलेलं नाही. कारण, 'आधी' असं काही नाहीये. काहीही 'नंतर' घडणार नाही, कारण 'नंतर' असं काही नाहीये. सगळं नेहमी आणि फक्त आत्ता– याच क्षणी होत असतं.

सगळ्या गोष्टींच्या 'आत्ताच्या'क्षणात मी सतत बदलत असतो. मी कितीतरी प्रकारांनी स्वतः विभाजित होत असतो (मला तुझा शब्दप्रयोग आवडला!)– हे सगळे प्रकार नेहमी वेगवेगळे असतात आणि सदैव तेच असतात– जर क्षणाचं अस्तित्व स्वीकारलं तर आत्म्यांची संख्या नेहमी स्थिर असते. पण जर तू म्हणतोस तसं आधी-नंतर अशी संकल्पना घेतली, तर ती संख्या सतत बदलते. पुनर्जन्म, खालचे जन्म प्रकार, आणि आपले आत्मे 'परत' कसे येतात, याबद्दल आधी आपण बोलत असताना या विषयाला स्पर्श केला होता.

मी सतत बदलत असल्यानं आत्म्यांची संख्या अनंत आहे. अर्थात एखाद्या विशिष्ट काळाच्या चौकटीत बसवलं तर ती संख्या सीमित दिसते.

आणि हो, 'नवीन आत्मे'ही असतात... म्हणजे ज्यांनी जागृतीची अंतिम स्थिती साधलेली असते, जे अंतिम सत्यात मिसळून गेलेले असतात, ज्यांनी स्वखुशीनं प्रत्येक गोष्ट विसरायचं स्वीकारलेलं असतं, आणि ज्यांनी वैश्विक चक्राकार नव्या जागी जायचं ठरवलेलं असतं आणि ज्यांनी 'तरुण' आत्मे व्हायचा पर्याय पुन्हा निवडलेला असतो– असे ते 'नवीन आत्मे'. तसे तर सगळेच आत्मे मूळ बॅचचाच भाग असतात. कारण, सगळे फक्त 'आत्ताच्या' या क्षणातच निर्माण (झालेले असतात)– होत असतात (होणार असतात.).

तेव्हा हा आकडा सात आणि अनंत, बदलता आणि स्थिर असणं हे तुम्ही त्याच्याकडे कशा दृष्टीनं पाहताय, यावर अवलंबून असतं.

अंतिम सत्याच्या या गुणवैशिष्ट्यामुळे मला नेहमी 'स्थित' चालक म्हटलं जातं. मी असा आहे, जो सतत 'चल' असतो आणि जो कधीच हलत नाही, जो

नेहमी बदलत असतो आणि जो कधीच बदलेला नाही.

ठीक. कळलं मला. तुझ्या बाबतीत कुठलीच गोष्ट अंतिम असत नाही.

अपवाद फक्त प्रत्येक गोष्ट अंतिम असण्याचा.

तशी नसल्याशिवाय ती नसेलच.

बरोबर. अगदी थेट. तुला लक्षात आलंय. शाब्बास!

खरं तर, हे माझ्या नेहमीच लक्षात आलं आहे, हे सत्य आहे.

होय.

अपवाद– मला कळत नाही तेव्हाचा.

तेही बरोबर.

तसं नसेल तर–

बरोब्बर.

पहिलं कोण? 'कोण' हे पहिलं.

नाही. 'काय' हे पहिलं, 'कोण' हे दुसरं.

ओहो! म्हणजे तू ॲबट आणि मी कोस्टॅलो, आणि हा सगळा नुसता विश्वाच्या पसाऱ्याचा खेळ आहे.

तसं नसेल तेव्हा. काही क्षण आणि घटना, प्रसंग असे आहेत, ज्यांचा तुला गांभीर्याने विचार करावासा वाटेल.

मला तसं वाटलं तरच–

तुला तसं वाटल्याशिवाय नाही...

ठीक– पुन्हा एकदा 'आत्मा' या विषयाकडे वळताना...

बाळा, त्यावर तर मोठं पुस्तक होईल– 'आत्म्याविषयी– विषय आत्म्याचा' अशा शीर्षकाचं.

आपण पुढे-मागे कधी ते करू–

चेष्टा करतोयस? आपण ते आधीच केलेलं आहे.

आपण केलं नसताना–

खरं आहे.

ते खरं नसेल तर.

तुला कधी कळणार नाही.

अपवाद– तू ते करशील.

तुझ्या लक्षात येतंय? तुला हे कळायला लागलंय. ते खरंच कसं आहे हे तुला आठवायला लागलंय; आणि तुला त्यात मजा वाटतेय. 'लिव्हिंग लाईटली'– प्रकाशमान आयुष्याकडे तू परत यायला लागला आहेस. तू आता प्रकाशमान व्हायला लागला आहेस. यालाच तर उन्नत प्रकाशावस्था– 'एनलाइटन्मेंट' म्हणतात.

शांत. थंड.

खूप शांत. म्हणजे तू 'गरम' आहेस!

हं. यालाच विरोधाभासात जगणं म्हणतात. त्याबद्दल तू बऱ्याचदा बोलला आहेस. आता आपण पुन्हा 'आत्मा' या विषयाकडे वळू. वृद्ध आत्मा आणि तरुण आत्मा यात काय फरक आहे?

ऊर्जेचं शरीर (म्हणजे माझा अंश) स्वतःला 'तरुण' म्हणून धारण करायचं की 'वृद्ध' म्हणून ते ठरवतं– आणि अंतिम जागृतावस्था प्राप्त झाल्यावर तो काय निवडतो– यावर ते अवलंबून असतं.

जेव्हा आत्मे पुन्हा वैश्विक चक्रात येतात, तेव्हा काही आत्मे 'जुने आत्मे' होण्याची तर काही 'नवे आत्मे' होण्याची निवड करतात.

वास्तविक पाहता, 'तरुण' असा म्हटला जाणाराही अनुभव नसतो आणि 'वृद्ध' म्हणावा असाही अनुभव अस्तित्वात नसतो. तेव्हा काही आत्मे आपणहूनच स्वतःला 'तरुण' म्हणवून घेतात, तर काही 'वृद्ध' म्हणवून घेतात; जेणेकरून खरोखरच अस्तित्वात असणारा तो एकच परमात्मा स्वतःला पूर्णपणे समजून घेईल.

त्याचप्रमाणे काही आत्मे 'चंचल', तर काही 'वाईट' म्हणवले जातात– अगदी त्याच कारणासाठी. आणि म्हणूनच कुठल्याच आत्म्याला कधीच शिक्षा दिली जात नाही. कारण, संपूर्णाचा अंश असण्याबद्दल एखादा आत्मा स्वतःच्याच अंशाला कशाला शिक्षा करेल?

'दि लिटिल सोल अॅन्ड द सन' या बालकथांच्या पुस्तकात हे सगळं अतिशय सुंदर भाषेत आणि मुलांना समजेल अशा सहज पद्धतीनं मांडलं आहे.

खरंच, तू या सगळ्या गुंतागुंतीच्या गोष्टी इतक्या कलात्मक पद्धतीनं सहज सुंदर रीतीनं सोप्या भाषेत स्पष्ट करून सांगतोस की एखाद्या लहान मुलालाही त्या चटकन समजतील.

धन्यवाद.

आता इथे आत्म्याबद्दल आणखी एक प्रश्न उपस्थित होतो. 'साथीदार आत्मा– आत्मिक जोडीदार' असं काही असतं का?

हो. पण तुला वाटतं तशा पद्धतीनं नाही.

काय वेगळं आहे?

'आत्मिक जोडीदार' अशी तुम्ही रोमांचकारी कल्पना करून घेतली आहेत– आत्मिक जोडीदार म्हणजे 'तुमचं अर्धांग' असं तुम्हाला वाटतं. खरं म्हणजे, माझा अंश असणारा मानवी आत्मा, जो व्यक्ती व्यक्तीत विभागला जातो– तो तुमच्या कल्पनेपेक्षा कितीतरी मोठा असतो.

म्हणजे दुसऱ्या शब्दांत सांगायचं तर– ज्याला मी आत्मा म्हणतो, तो मला वाटतो त्यापेक्षा मोठा असतो.

बराच मोठा. एखाद्या खोलीतल्या हवेएवढा नाही– तो एका संपूर्ण घरातल्या हवेएवढा आहे. आणि त्या घराला खूप खोल्या आहेत. आत्म्याची ओळख मर्यादित नाही. तो म्हणजे जेवणघरातली हवा नव्हे, तसंच तो 'आत्मिक जोडीदार' म्हटल्या जाणाऱ्या दोन भागांत विभागलाही जाणारा नव्हे. तो बैठकीची आणि जेवणाची खोली– अशा एकत्र खोलीतली हवा नव्हे– तो तर संपूर्ण इमारतीतली हवा आहे.

आणि माझ्या राज्यात अशा अनेक टोलेजंग इमारती आहेत. आणि त्यातल्या प्रत्येक इमारतीच्या आतून आणि आत तीच हवा असली, तरी प्रत्येक इमारतीच्या प्रत्येक खोलीच्या हवेला वेगळी 'ऊब' आहे– जवळीक आहे. तुम्ही त्या खोल्यांमधून फेरफटका मारून ते अनुभवू शकता.

हे तुझ्या तेंव्हाच लक्षात येईल जेंव्हा आत्मा एकच आहे, हे तुला कळेल ज्याला तू वैयक्तिक आत्मा म्हणतोस, तो प्रचंड आहे, शेकडो शरीर रूपांमधून आणि त्यांच्या मध्ये तो संचार करत असतो.

एकाच वेळी?

वेळ-काळ असं काही नसतं. मी याचं उत्तर फक्त 'हो' किंवा 'नाही' या शब्दात देऊ शकतो. तुमच्या आत्म्यावरचं आवरण असणारी काही शरीरं– तुमच्या समजुतीनुसार

'सध्या जिवंत' आहेत. इतर विभागलेल्या रूपांना तुम्ही 'मृत' म्हणू शकता. आणि आणखी काही अशा रूपांच्या आवरणात आहेत ज्यांना तुम्ही 'भावी' म्हणू शकता. हे सगळं अर्थातच आत्ता या क्षणी घडतंय. आणि तुमची वादग्रस्त संकल्पना– 'काळ' हे एक साधन आहे, त्याच्याद्वारा तुम्हाला खऱ्या अनुभवाची मोठी जाणीव होते.

वा– माझ्या आत्म्याचं 'आवरण' असणारी शेकडो शरीरं– तुझा हा शब्दप्रयोग फारच रोचक आहे– तर हे सगळे माझे 'आत्मिक साथीदार' आहेत का?

त्या संकल्पनेच्या जास्त जवळचा हा शब्दप्रयोग आहे– त्या अर्थी होय.

आणि माझे काही आत्मिक साथीदार– जोडीदार याआधी होऊन गेलेत?

होय. तू त्यांचं तसं वर्णन करू शकतोस.

वा! थांब! मला या क्षणी काहीतरी सापडलंय, असं मला वाटतंय. हे जे माझे होऊन गेलेले 'आत्मिक जोडीदार' आहेत, त्यांना मी आता 'माजी जीव' म्हणू शकतो का?

चांगला विचार आहे. तुझ्या लक्षात येतंय! होय! यांतले इतर काही 'जीव' तू 'आधी' जगला आहेस; तर काही नाही. आणि तुझ्या आत्म्याचे इतर अंश अशा शरीराचं आवरण घेतायत, ज्याला तू तुझं 'भविष्य' म्हणू शकतोस. आणि अजूनही काही इतर जीवांच्या स्वरूपात आत्ता या क्षणी तुझ्या पृथ्वीवर आहेत.

जेव्हा तू त्यांच्यातल्या एखाद्यामध्ये संचार करतोस, तेव्हा तुला तत्क्षणी त्याच्याबद्दल जवळीक वाटू शकते. 'आपण मागच्या जन्मीही एकत्र असणार' असंही काही वेळा तू म्हणू शकतोस. आणि तुझं बरोबर असणार. तुम्ही आधीचा जन्मही एकत्र घालवला होतात– त्याच शरीररूपात किंवा दोन रूपांत– एकाच कालावधीत.

हे फारच मस्त आहे! यात सगळं काही उलगडतंय!

हो. तसं होतंय.

अपवाद एकाच गोष्टीचा आहे–

कोणत्या गोष्टीचा?

मी एखाद्याबरोबर आधीचा जन्म एकत्र घालवला आहे– हे मला नुसतं कळलंय– मला अगदी रोमारोमात जाणवलंय– आणि हे मी त्या व्यक्तीला सांगतो– पण त्यांना ते अगदीच जाणवलं नाही तर? तेव्हा काय होईल?

हा तुझा 'भूतकाळाचा' 'भविष्या'शी जोडण्याचा गोंधळ उडतोय.

म्हणजे?

तू त्यांच्याबरोबर आधीचा कुठला तरी जन्म एकत्र घालवलेला असतोस, अगदी मागचाच जन्म नव्हे.

म्हणजे ते 'भावी आयुष्य' आहे?

तसंच. ते सगळं आत्ताच्या या अनंतकाळाच्या या क्षणीच घडतंय आणि हे अजून घडलेलं नाही, अशा जाणिवेत तुम्ही आहात.

मग त्यांनाही तो भविष्यकाळ का 'आठवत' नाही.

ही खूपच तरल, सूक्ष्म स्पंदनं असतात आणि तुमच्यापैकी काही जणांना इतरांपेक्षा ती जास्त जाणवतात. अर्थात व्यक्ती-व्यक्तीनुसार हे बदलतं. तुम्ही दुसऱ्या एखाद्यापेक्षा स्वतःच्या 'भूत' आणि 'भविष्या'बद्दल जास्त संवेदनशील असू शकता. साधारणपणे याचा अर्थ असा की, त्याच शरीराच्या आवरणात स्वतःचा मोठा आत्मा घेऊन तुम्ही तो वेळ घालवलेला असतो, तर दुसरीकडे 'याआधी भेटल्याची' भावनाही असते, पण ती खूप तीव्र नसते– म्हणजे कदाचित तुम्ही तो 'वेळ' एकत्र– परस्परांच्या सहवासात घालवलेला असतो, पण शरीर तेच नसतं. एखाद्या वेळी तेव्हा तुम्ही नवरा-बायको असाल (किंवा व्हाल), भाऊ-बहीण असाल (किंवा व्हाल), पालक-पाल्य किंवा प्रियकर-प्रेयसी असाल (किंवा व्हाल).

ही खूप घट्ट नाती– नातेसंबंध आहेत आणि 'या' आयुष्यात तुम्ही त्यांना 'प्रथम' भेटता, तेव्हा त्यांना 'पुन्हा भेटल्या'सारखं वाटावं, हे अगदी स्वाभाविक आहे.

तू म्हणतोयस ते खरं असेल, तर तो चमत्कारच म्हणायला हवा. म्हणजे एखाद्या माणसाला आत्ताच्या आयुष्यात 'पूर्वजन्मी मी जॉन ऑफ चर्च होतो' किंवा 'मोझार्ट' होतो किंवा 'अशीच पूर्वीची प्रसिद्ध व्यक्ती होतो,' असं आठवायला लागलं तर माझा आधी त्यावर विश्वास बसला नसता. हे असं एकाच व्यक्तीबद्दल अनेकांनी दावे करणं कसं शक्य आहे? म्हणूनच पुनर्जन्माची कल्पना चुकीची आहे, याचा हा पुरावा आहे, असं मला वाटायचं; पण हे शक्य आहे, असं आता मला दिसतंय. घडलंय असं की एकच आत्मा अनेक शरीरं धारण करून ती आता पुन्हा एकत्र येतायत– ती 'जॉन ऑफ आर्क' या त्यांच्या एका आत्म्याचे वेगवेगळे अंश झालीत.

सगळ्या मर्यादांची कवाडं त्यामुळे खुली झाली आहेत आणि सगळं काही शक्य झालं आहे– भविष्यात ज्या क्षणी 'हे शक्य आहे' असं मी म्हणतो, त्या क्षणी

मला अनेक गोष्टी माहीत नाहीत, हेच मी दाखवून देतोय, हे मला माहीत असतं.

वा! लक्षात येण्यासाठी ही चांगली गोष्ट आहे.

आणि, आपला 'आत्मिक जोडीदार' एकापेक्षा जास्त माणसं असतील, तर अशी 'आत्मिक जोडीदाराची तीव्र भावना' या जन्मात एकापेक्षा जास्त माणसांबद्दल आणि एकाच वेळी अनुभवणं शक्य असेल!

नक्कीच!

म्हणजे एका वेळी एकापेक्षा जास्त माणसांवर प्रेम करणं शक्य आहे.

अर्थातच.

नाही, नाही. तसं नव्हे. आम्ही साधारणपणे जे 'प्रेम' एकाच व्यक्तीसाठी– किंवा निदान एका वेळी एकावरच प्रेम करतो, अशा वैयक्तिक प्रेमाबद्दल मला म्हणायचं होतं.

पण मला कळत नाही की तुम्ही प्रेम असं 'रिझर्व्ह'– राखून का ठेवता?

कारण, 'असं' एकापेक्षा जास्त जणांवर 'प्रेम' करणं योग्य नाही. तो विश्वासघात ठरतो.

हे कोणी सांगितलं तुला?

प्रत्येक जण असंच म्हणतात. सगळ्यांनी मला हेच सांगितलं आहे. माझ्या आई-वडिलांनी हेच सांगितलं. माझा धर्म, माझा समाज– प्रत्येक जण मला हेच सांगतो.

'वंशपरंपरेनं' पुढच्या पिढीपर्यंत आलेल्या काही पापांपैकी हे एक पाप आहे.
तुमचा स्वानुभव तुम्हाला एक गोष्ट शिकवतो– ती म्हणजे प्रत्येकावर मोकळेपणानं मनःपूर्वक प्रेम करणं, ही अत्यंत आनंददायी गोष्ट आहे. पण तुमचे पालक, शिक्षक, मित्रगण तुम्हाला वेगळंच सांगतात– की तुम्ही एका वेळी एकाच व्यक्तीवर 'तसं' प्रेम करू शकता. आणि इथे आपण फक्त सेक्सबद्दल बोलत नाही आहोत. जर तुम्हाला कशाही प्रकारे दुसरी एखादी व्यक्ती 'खास' वाटली, तर तुम्ही तुमच्या प्रेमाच्या व्यक्तीचा विश्वासघात करताय, असंच तुम्हाला भासवलं जातं.

बरोबर! अगदी तसंच! तशीच तर व्यवस्था आहे!

म्हणजे तुम्ही खरं प्रेम व्यक्तच करत नाही– उलट काहीतरी नकली प्रेम-ढोंग करता.

मानवी अनुभवाच्या चौकटीत बसेल असं खरं प्रेम व्यक्त करण्याची मर्यादा कोणती? आम्ही त्या मर्यादा किती पाळाव्यात– किंवा काहींच्या भाषेत– पाळायलाच हव्यात? जर सगळ्या सामाजिक आणि लैंगिक ऊर्जा काहीही अटकाव न करता व्यक्त केल्या गेल्या, तर त्याचा परिणाम काय होईल? पूर्ण सामाजिक आणि लैंगिक स्वातंत्र्य म्हणजे सगळ्या जबाबदाऱ्यांमधून मुक्ती आहे की सगळ्याचा कळस?

स्वाभाविक प्रेमाच्या अभिव्यक्तीला आखडतं घेणं म्हणजे स्वातंत्र्याचा अनुभव आणि पर्यायानं प्रत्यक्ष आत्म्यालाच नाकारण्यासारखं आहे. कारण, आत्मा म्हणजे मूर्तिमंत स्वातंत्र्य. 'देव म्हणजे स्वातंत्र्य' अशी व्याख्या करता येईल. कारण, देव म्हणजे असीमता आणि पूर्ण अनिर्बंध असीम प्रेम. आत्मा म्हणजे देवाचीच छोटी प्रतिकृती आहे. त्यामुळे आत्म्यावर कुठलंही बंधन लादलं गेलं, तर तो ते धुडकावून लावतो आणि प्रत्येक वेळी मृत्यूनंतर तो अनंतत्वात जातो– सगळ्या सीमा पार करून जातो.

या अर्थानं जन्म स्वतःच मृत्यू असतो आणि मृत्यू जन्म! कारण, जन्मात आत्म्याला स्वतःला शरीराच्या बंधनात अडकवून टाकल्यासारखं वाटतं आणि मृत्यूमुळे या बंधनातून सुटका मिळते. हीच अवस्था झोपेच्या वेळेतही असते.

मुक्त झाल्यावर आत्मा पुन्हा एकदा त्याच्या खऱ्या अवस्थेत अनुभव आणि अभिव्यक्ती प्राप्त करतो.

ही अभिव्यक्ती आणि मुक्तीचा हा खरा अनुभव त्याला शरीरात असताना घेता येईल का?

हा प्रश्न तू विचारलास– हाच प्रश्न तुम्हाला जगण्याचा, आयुष्याच्या नेमक्या कारण आणि हेतूपर्यंत घेऊन जाईल. त्यामुळे जर शरीरात असणं म्हणजे तुरुंगात किंवा बंधनात जखडणं असेल, तर त्यातून काय चांगलं निष्पन्न होणार आणि नुसती समर्थनं देण्याखेरीज ते काम तरी काय करणार?

होय. मला वाटतं, मला हेच विचारायचं होतं. आणि मानवी अनुभवांच्या दुष्ट बंधनात अडकलेल्या इथल्या सगळ्याच प्राणिमात्रांच्या वतीनं मी हे विचारतोय. आणि आता मी शारीरिक मर्यादांबद्दल बोलत नाहीये–

हो– माझ्या लक्षात आलंय–

मी भावनिक आणि मानसिक मर्यादांबद्दल बोलतोय.

हो. कळलंय मला. माझ्या लक्षात येतंय. पण तरीही तुझ्या या सगळ्या गोष्टी त्या एकाच व्यापक प्रश्नाशी निगडित आहेत.

हो– पण तरीही मला सगळं सांगू दे– आयुष्यभर मला जगानं माझ्या पद्धतीनं– मला हवं तसं प्रत्येकावर प्रेम करू दिलं नाही.

'तरुण असताना अनोळखी माणसांशी आणि वाटेल तसं– काहीही बोलणं योग्य नाही'– असं होतं. मला आठवतं– मी एकदा माझ्या वडिलांबरोबर रस्त्यानं जात होतो. एक गरीब भिकारी माझ्यासमोर आला. मला एकदम कणव आली आणि खिशात असलेले पैसे त्याला देऊन टाकावेत, असं मला वाटलं. पण वडिलांनी मला थांबवलं. 'छे– भिकाऱ्याला पैसे देणं म्हणजे पैसे निव्वळ वाया घालवणं आहे– अगदी केरात टाकण्यासारखं आहे–' ते म्हणाले. त्यांच्या कल्पनेप्रमाणे न जगणारी माणसं 'जगायला नालायक आहेत' असाच शिक्का मारून ते मोकळे झाले होते.

आणखी एक प्रसंग मला आठवतो– तो माझ्या मोठ्या भावाबद्दलचा आहे. एकदा एका नाताळच्या संध्याकाळी त्याचा माझ्या वडिलांशी कशावरून तरी वाद झाला होता– आणि तेव्हापासून तो आमच्याबरोबर राहत नव्हता. माझं त्याच्यावर प्रेम होतं– तो मला आवडायचा आणि त्याही रात्री त्यानं घरी आमच्याबरोबर राहावं, असं मला वाटत होतं. पण वडिलांनी मला थोपवलं आणि त्याला घराबाहेर काढलं. वडिलांच्या त्या कृत्यानं आई कोलमडून पडली– उद्ध्वस्त झाली. (तो तिच्या आधीच्या नवऱ्यापासून झालेला मुलगा होता.) मीसुद्धा चकित झालो– ऐन नाताळच्या संध्याकाळी केवळ एखाद्या बोलाचालीमुळे आमच्या भावावरचं आमचं प्रेम एकदम कसं आटू शकतं? तो आम्हाला 'नकोसा' कसा वाटू शकतो?

तिथं नाताळच्या वेळी चोवीस तासांसाठी युद्धंसुद्धा थांबवली जातात, तिथे एक छोटा मतभेद इतका वाईट ठरू शकतो? माझ्या सात वर्षांच्या मनाला हे जाणून घ्यायचं होतं.

मी जसा मोठा झालो, तसं मी शिकलो की फक्त रागच प्रेमाचा ओघ अडवतो असं नाही, तर भीतीमुळेसुद्धा असं घडू शकतो. म्हणूनच तर कुणाला कळण्याचं वय नसतानाच अनोळखी माणसांशी बोलू देत नव्हते असं नव्हे, तर आम्ही मोठे झाल्यावरसुद्धाही तीच स्थिती होती. आम्हास अनोळखी माणसांशी मोकळेपणी भेटू-बोलू दिलं जात नसे– न जाणो नुकतीच ओळख झालेल्या त्या माणसांबरोबर आम्ही वाहवत जाऊ– पण यातलं मला काहीच पटत नसे. मला नव्या माणसाबद्दल प्रत्येक गोष्ट जाणून घ्यावीशी वाटे आणि त्यानंही माझ्याबद्दल सगळं माहीत करून घ्यावं, असं मला वाटत असे. पण नाही! 'थोडं थांबा–' असे नियम सांगायचे.

आणि आता माझ्या 'प्रौढ' वयात– जेव्हा शरीरसुख प्रवेश करतं– तेव्हा तर हे नियम-मर्यादा आणखीनच कडक झालेल्या दिसतात. आणि आज मला त्या अजूनही कळत नाहीत.

मला फक्त प्रेम करायचंय– करून घ्यायचंय– मला मनापासून स्वाभाविकपणे वाटेल तेव्हा प्रत्येकावर फक्त प्रेम करण्याची इच्छा आहे– जेणेकरून मला आणि त्यांना चांगलं वाटेल. पण या सगळ्याबाबत समाजाचे काही नियम आणि निर्बंध आहेत– आणि तेही इतके कट्टर की एका व्यक्तीचं प्रेम दुसऱ्या व्यक्तीला मान्य असेल, पण जर ते समाजाला मान्य नसेल, समाज त्या दोन प्रेमी जीवांना 'चुकीचं' ठरवतो आणि त्यांचं प्रेम संपुष्टात येतं.

हे काय आहे? हे सगळं कशासाठी?

हे तुझं स्वगत आहे. भीती. हे सगळं भीतीपोटी आहे.

ठीक आहे– पण या भीती योग्य आहेत? समर्थनीय आहेत? हे नियम, अटी, निर्बंध फक्त माणसांसाठीच– माणसाच्या वागणुकीबद्दलच आहेत, नाही का? म्हणजे बघ– समज एखाद्या पुरुषाची एखाद्या तरुणीशी भेट होते– तो प्रेमात पडतो (किंवा तिचं आकर्षण वाटतं) आणि स्वतःच्या बायकोला सोडतो– मी फक्त एकच उदाहरण देतो. तेव्हा ती बायको मुलांसकट एकटी पडते– आणि चाळिशीच्या उंबरठ्यावरच्या त्या बाईकडे काही कामाचं कौशल्यही नाही– किंवा आणखी वाईट म्हणजे पासष्टीतल्या बाईच्या सत्तरीतल्या नवऱ्यानं स्वतःच्या मुलीच्या वयाच्या मुलीच्या नादाला लागावं–

म्हणजे आपल्या पासष्टीतल्या बायकोवर त्यानं प्रेम करणं थांबवलंय असं म्हणतोस?

हो– म्हणजे त्याचं वागणं तसंच आहे.

नाही– त्याचं त्याच्या बायकोवर प्रेम नाही असं नाही, पण त्याला तिच्यापासून सुटका हवी आहे. आणि त्याच्यावर बंधनं घातलीत असं त्याला वाटतं.

छट्. काहीतरीच. ही त्याची सरळ सरळ शुद्ध वासना आहे. हे उगाच म्हातारपणी तारुण्याचं सोंग घेणं आहे– तरुणपणाची झूल पांघरून तरुण स्त्रीबरोबर राहण्याची इच्छा करणं आहे– आजवरच्या कठीण दिवसांत साथ देणाऱ्या आपल्या जोडीदाराचा असल्या बालिश चाळ्यांनी विश्वासघात करणं आहे.

अर्थातच. तू अगदी बरोबर वर्णन केलंस. तू जे म्हटलंस आणि मी जे म्हटलं होतं– त्यात काही फरक नाही. तू जे म्हटलंस, तेच मी म्हटलं. वरवर पाहता अशा प्रत्येक केसमध्ये तो माणूस बायकोवर आधीसारखंच प्रेम करत राहतो. पण त्याच्या बायकोनं त्याच्यावर घातलेल्या बंधनांमुळे किंवा तो त्याच्या बायकोबरोबर राहतोय याच्याशी काहीही संबंध नसलेल्या त्याच्या तरुण मैत्रिणीनं त्याच्यावर लादलेल्या

अटींमुळे तो बंड करून उठतो.

मला हेच सांगायचंय की आत्मा नेहमीच मर्यादांच्या विरुद्ध बंड करतो. कुठल्याही प्रकारच्या मर्यादा. एखाद्या माणसानं बायकोला सोडणं किंवा बायकोनं अचानक नवऱ्याला सोडून देणं, याच प्रसंगात नव्हे, तर माणसाच्या इतिहासातल्या प्रत्येक बंडात हीच ठिणगी दिसते.

नक्कीच तू माणसाच्या वागण्याला कुठलंच बंधन असू नये, असं म्हणत नाहीयेस. नाहीतर ते वर्तन अराजक ठरेल. समाजात गोंधळ निर्माण होईल. 'माणसांनो' 'भानगडी' करा किंवा 'मुक्त विवाह' करा– असंही तू माणसांना शिकवत नाहीयेस. म्हणजे तुला त्यांना असलं काही सांगायचं नाहीये!

मला काहीच सल्ला द्यायचा नाहीये. मी कुठल्याच गोष्टीच्या 'बाजूनं' किंवा 'विरुद्ध' नाही. तुमची मनुष्यजातच देवाला असं 'बाजूचं' किंवा 'विरुद्ध' रूप देते– पण मी तसा नाही.

हे 'काय'– एवढंच मी नुसतं निरीक्षण करतो. तुम्ही बरोबर आणि चूक, बाजूनं आणि विरुद्ध याबाबत तुमची स्वतःची पद्धत आहे; ती मी नुसती बघतो आणि त्याबाबतच्या तुमच्या कल्पना तुम्हाला किती उपयोगी ठरतात, तुमच्या माणूस म्हणून आणि व्यक्ती म्हणून असणाऱ्या निवडी आणि आवडी किती उपयुक्त आहेत, याकडेही माझं लक्ष असतं.

आता– प्रश्न 'मुक्त विवाहा'चा.

मी 'मुक्त विवाहा'च्या बाजूनंही नाही आणि विरोधातही नाही. लग्नात आणि लग्नातून तुमच्या काय अपेक्षा आहेत, तुम्हाला काय हवं आहे यावर ते अवलंबून असतं. आणि 'तुम्ही कोण आहात' याबाबतचा तुमचा निर्णय तुम्ही ज्याला 'लग्न' म्हणता, त्याच्याशी निगडित असतो. कारण मी तुला सांगितलं तसं : प्रत्येक कृती स्वतःच्या व्याख्येची कृती असते. तुमच्या प्रत्येक कृतीतून तुम्ही दिसत असता.

कोणताही निर्णय घेताना योग्य प्रश्नाचं उत्तर मिळायला हवं. उदाहणार्थ– तथाकथित 'मुक्त विवाह' यासंबंधी. 'मुक्त विवाहात दोन्ही बाजूंनी बाहेरच्या व्यक्तीशी शारीरिक संबंध ठेण्याची आम्हाला परवानगी मिळेल का' असा प्रश्न नसावा, तर 'लग्न नावाच्या अनुभवातून मी कोण आहे, आणि आम्ही कोण आहोत' असा प्रश्न हवा.

आयुष्यातल्या सर्वांत मोठ्या या प्रश्नाच्या उत्तरातून त्याचं उत्तर सापडायला हवं– 'मी कोण आहे, कोणत्याही प्रकारच्या नातेसंबंधातल्या काळात माझं स्थान काय, मी कोण आहे आणि कोण होण्याची मी निवड करावी?'

मी या संवादात सतत म्हणत आलोय त्याप्रमाणे, या प्रश्नाचं उत्तर तुमच्या

प्रत्येक प्रश्नाचं उत्तर असेल.

देवा, हे मला फार निराशेत टाकणारं आहे. कारण, त्या प्रश्नाचं उत्तर इतकं विस्तृत आणि सर्वसाधारण आहे की तसं इतर कुठल्याच प्रश्नाचं नसेल.

अरे, खरंच? मग या प्रश्नाला तुझं उत्तर काय आहे?

या पुस्तकांचा आणि या संवादातल्या तुझ्या बोलण्याचा विचार करता– मी 'प्रेम' आहे. तोच खरा 'मी' आहे.

फारच छान! तू शिकलास की! हे अगदी बरोबर आहे. तू प्रेम आहेस. प्रेम सगळीकडे आहे. त्यामुळे तू प्रेम आहेस, मी प्रेम आहे आणि प्रेम नाही अशी एकही गोष्ट नाही.

भीतीचं काय?

'भीती' नाही. भीती हे भ्रामक अस्तित्व आहे; जे खरं वाटतं. भीती ही प्रेमाच्या उलट आहे. 'तुम्ही कोण आहात' हे अनुभवातून जाणून घेण्यासाठी तुम्हीच तुमच्या सत्यात ती निर्माण केलेली आहे.

तुमच्या सापेक्ष जगात तुमच्या अस्तित्वाचं सत्य हे आहे : तुम्ही जे नाही त्याच्या अनुपस्थितीत, जे तुम्ही आहात... ते नाही.

होय, होय. आपल्या संवादादरम्यान हे आपण अनेकदा बोललो आहोत. पण माझ्या तक्रारीकडे तू शिताफीनं दुर्लक्ष करतो आहेस. 'आम्ही कोण आहोत? (प्रेम आहोत)' या माझ्या प्रश्नाचं उत्तर इतकं ढोबळ आहे की ते नसल्यासारखं आहे– ते माझ्या प्रश्नाचं उत्तर नाही– कुठल्याच प्रश्नाचं उत्तर नाही. पण प्रत्येक प्रश्नाला हेच उत्तर आहे, असं तू म्हणतोस आणि मी असं म्हणतो की कुठल्याच प्रश्नाला– मुद्दाम उल्लेख करायचा तर– 'आपलं लग्न हे 'मुक्त विवाह' असावा का?' तुझं उत्तर नाही.

जर तुला ते खरं वाटत असेल तर याचा अर्थ तुला प्रेम म्हणजे काय हे कळत नाही, म्हणून तुला तसं वाटतंय.

कुणाला कळतंय? काळाच्या आरंभापासून सगळी मानवजात हेच तर शोधतेय.

जे अस्तित्वातच नाहीये.

जे अस्तित्वात नाही, होय, होय, मला माहीतेय– हा एक शब्दालंकार आहे.

थांब हं– तुझे ते शब्दालंकार, काही शब्द किंवा काहीतरी मार्ग मला सापडू दे–

जेणेकरून प्रेम म्हणजे काय हे मी स्पष्ट करून सांगू शकेन.

वा– हे फारच उत्तम होईल.

'असीम' हा पहिला शब्द माझ्या ओठावर येतो. प्रेम असीम असतं– त्याला सीमा नसते.

ठीक– जिथून आपण हा विषय सुरू केला होता, घुमून-फिरून आपण पुन्हा त्याच ठिकाणी आलो. आपण वर्तुळात गोल गोल फिरत होतो.

अरे, वर्तुळं चांगली असतात. त्यांना टाकाऊ समजू नकोस. प्रश्नाच्या भोवती-भोवती फिरत राहा, फिरत राहा: ते योग्य आहे. पुनरावृत्ती बरोबर असते. पुन्हा ते करणं, मांडणं, चांगलं असतं.

काही वेळा मी उतावीळ होतो. माझा संयम संपतो.

काही वेळा? गंमत आहे!

जाऊ दे– तू काय सांगत होतास ते पुढे सांग.

प्रेम असीम असतं. त्याला सुरुवातही नाही आणि शेवटही नाही. आधी नाही– नंतर नाही. प्रेम नेहमी होतं, नेहमी आहे आणि नेहमी असेल.

तेव्हा प्रेम सदैव आहे. ते सार्वकालिक सत्य आहे. आता आपण पूर्वी वापरलेल्या शब्दाकडे वळू– 'स्वातंत्र्य' जर प्रेमाला अंत नाही आणि नेहमी ते अनंतच असतं, तर प्रेम 'मुक्त' आहे. प्रेम म्हणजे पूर्ण मुक्ती.

आता माणसाच्या आयुष्याचा विचार केला, तर तुम्हाला प्रेम करायची आणि प्रेम करून घ्यायची कायम इच्छा असते– तसं तुम्हाला कायम वाटत असतं असं तुझ्या लक्षात येईल. प्रेम नेहमीच अनंत-असीम असावं अशीच तुमची इच्छा असते आणि ते मोकळेपणानं व्यक्त करता यावं, असंही वाटत असतं.

तुम्हाला प्रेमात प्रत्येक वेळी स्वातंत्र्य, अलोट-असीम आणि अद्‌भुत अनुभव यावा, अशी तुमची इच्छा असते. दर वेळी तसं घडेलच असं नाही, पण तशी इच्छा मात्र असते. तुम्हाला तसं वाटतं, कारण हेच तर प्रेम आहे आणि काही आर्त ठिकाणी तुम्हाला ते कळतं. कारण तुम्ही 'प्रेम' आहात आणि प्रेमाच्या अनुभवातून तुम्हाला स्वतःची ओळख जाणून घ्यायची असते, त्याचा अनुभव घ्यायचा असतो.

तुम्ही जिवंतपणा अनुभवणारं जीवन आहात, प्रेमाचा अनुभव घेणारं प्रेम आहात, 'देव' अभिव्यक्त करणारा देव आहात.

हे सगळे शब्द त्यामुळे समानार्थी आहेत. त्यांचा 'एकच गोष्ट' या दृष्टीनं विचार करा :

देव
जीवन/ आयुष्य
प्रेम
असीम-अनंत
दिव्य
मुक्त

जी गोष्ट यातली एक नाही, ती यातली एकही गोष्ट नाही.

तुम्ही या सगळ्या गोष्टींत आहात आणि आज ना उद्या तुम्हाला या गोष्टीचा अनुभव घ्यावासा वाटेल.

आज ना उद्या? म्हणजे? तुला काय म्हणायचंय?

तुम्ही भीतीवर कधी मात करताय, यावर ते अवलंबून आहे. भीती म्हणजे खरा वाटणारा भ्रामक पुरावा, असं मी म्हटलं– त्याप्रमाणे, तुम्ही जे नाही, ते. जे तुम्ही नाही, यातून तुम्ही जे आहात त्याचा अनुभव घ्यावा, असं तुम्हाला वाटेल.

भीती अनुभवावी, असं कोणाला वाटेल?

कुणालाच वाटणार नाही, तसंच तुम्हाला शिकवलं आहे.

बाळाला कसलीच भीती वाटत नसते. आपण काहीही करू शकतो, असं त्याला वाटतं. तसंच आपल्याला स्वातंत्र्य नाही, असंही त्याला वाटत नाही. त्याला वाटत, आपण कोणावरही प्रेम करू शकतो. त्याला आयुष्याची भीती नसते. 'आपण अजरामर आहोत' असं मुलांना वाटत असतं आणि मुलांसारखा विचार करून तसं वागणाऱ्यांना 'आपल्याला कुठलीच गोष्ट इजा करू शकत नाही,' असं वाटत असतं. लहान मुलांना वाईट गोष्टी माहीतच नसतात– जोवर मोठ्या माणसांकडून वाईट गोष्टी त्यांना शिकवल्या जात नाहीत, तोवर त्यांना त्याची कल्पना नसते. आणि म्हणूनच लहान मुलं कशाचाच विचार न करता नागवीसुद्धा इकडे-तिकडे फिरतात, कुणालाही मिठी मारतात. मोठी माणसं असं करूच शकत नाहीत.

ठीक आहे– मुलं हे सगळं किती निरागसपणे करतात. मोठ्यांना मात्र तसा निरागसपणा परत आणणं अवघड आहे. कारण मोठी माणसं जेव्हा 'नागवी' होतात, तेव्हा त्यात नेहमीच 'सेक्स' असतो.

हो. आणि देव 'सेक्स' निरागस असायला आणि मोकळेपणी अनुभवायला कधीच मना करत नाही.

खरंतर देवानं मना केलं. ईडन गार्डनमध्ये ॲडम आणि ईव्ह नागवेपणी छान

आनंदानं विहार करत होते– ईव्हनं जोवर 'चांगलं आणि वाइटाचं ज्ञान' हे फळ चाखलं नव्हतं, तोवर ते आनंदात बागडत होते. मग तू आमच्या त्या वर्तमान स्थितीचा निषेध केलास– त्या आमच्या मूळ पापाबद्दल आम्हाला दोषी धरलंस.

मी असं काहीच केलं नाही.

माहीत आहे. पण मला इथे प्रस्थापित धर्माबद्दल थोडं बोलायचंय.

हे टाळू शकत असशील तर टाळ.

हो. तसं करायला हवं. प्रस्थापित धर्माकडे विनोदबुद्धी नावालाच असते.

तू पुन्हा त्यावरच घसरतोयस.

माफ कर.

मी असं म्हणत होतो... माणूस म्हणून तू असीम, दिव्य आणि मुक्त प्रेमाच्या अनुभवाचा भुकेला राहशील. विवाह संस्था ही तुमच्या दिव्य प्रेमनिर्मितीचा प्रयत्न आहे. लग्न करून तुम्ही आयुष्यभरासाठी जोडीदार होण्याचं मान्य करता; पण यातून अमर्याद आणि मुक्त असलेल्या प्रेमाची निर्मिती होतेच असं नाही.

का नाही? जर लग्न मोकळेपणानं निवड करून केलं असेल, तर ते स्वातंत्र्याचं प्रतीक नाही का? आणि फक्त आपल्या लग्नाच्या जोडीदाराबरोबरच शारीरिक संबंध ठेवायचे असं म्हणत असतील, तर ती मर्यादा नसून ती निवड आहे. आणि 'निवड' कधीच बंधनात अडकत नाही– ती मुक्त असते.

पण जोपर्यंत ती 'निवड' असते तोपर्यंतच

हो– तशी असावी लागते. ते वचन असतं.

हो ना– म्हणूनच तर त्रासाला सुरुवात होते.

मला हे नीट सांग.

असं पाहा– नातेसंबंधात कधी तरी अशी वेळ येते की तुम्हाला आणखी जास्त 'खास'– विशेष प्रेमाची गरज वाटते. म्हणजे एखादी व्यक्ती दुसऱ्यापेक्षा जास्त विशेष वाटते– असते असं नाही, पण सगळ्यांसाठी तुम्हाला वाटणारं प्रेम, आयुष्याची ओढ, हे सगळं त्या एकमेव खास व्यक्तीसमोर व्यक्त करावं, असं तुम्हाला वाटतं.

अर्थात प्रत्येक व्यक्तीबद्दलचं प्रेम व्यक्त करण्याची तुमची पद्धत वेगवेगळी असते. दोन व्यक्तींबद्दलचं प्रेम तुम्ही तंतोतंत एकसारख्या पद्धतीनं व्यक्त करत

नाही. कारण, तुम्ही मूळ रूपाचे निर्माते आणि मूळ जीव आहात. तुम्ही निर्माण करता ती प्रत्येक गोष्ट मूळ रूपातली असते. तुमचा कुठलाही विचार, शब्द किंवा कृती नकली, नक्कल केलेली असणं अशक्य आहे. तुम्ही नकली असू शकत नाही– तुमची नक्कल करता येणार नाही– तुम्ही मूळरूपच असता.

दोन हिमकण सारखे का असत नाहीत माहीत आहे? कारण, त्यांना तसं असणं शक्य नाही. 'निर्मिती' ही 'नक्कल' असू शकत नाही आणि निर्माता फक्त निर्मिती करू शकतो.

म्हणूनच दोन हिमकण एकसारखे नसतात. दोन व्यक्ती एकसारख्या नसतात, दोन विचार एकसारखे नसतात. दोन नाती एकसारखी नसतात आणि कुठल्याच दोन गोष्टी एकसारख्या नसतात.

हे विश्व– आणि त्यातल्या प्रत्येक गोष्टीचं 'एकल' अस्तित्व असतं आणि त्याच्यासारखं दुसरं खरंच नसतं.

हे पुन्हा दिव्य द्वैत आहे. प्रत्येक गोष्ट एकल आणि तरीही एक आहे.

अगदी बरोबर. तुमच्या हाताची पाचही बोटं वेगवेगळी असतात– पण त्यांचा एकच हात असतो. सगळीकडे असणारीच हवा तुमच्या घरात असते, पण घरातल्या प्रत्येक खोलीतली हवा सारखी नसते, उलट त्यातला वेगळेपणा ठळकपणे लक्षात येतो.

माणसांच्या बाबतीतही हेच आहे. सगळी माणसं एकच आहेत, तरीही कुठलीही दोन माणसं एकसारखी नाहीत. म्हणूनच तुम्ही प्रयत्न केलात तरी एकाच पद्धतीनं दोन माणसांवर प्रेम करू शकत नाही– आणि तसं तुम्हाला कधी वाटणारही नाही. कारण प्रत्येक प्रेमाचा प्रतिसाद एकमेवाद्वितीय असतो.

म्हणून एका व्यक्तीबद्दल व्यक्त केलं जाणारं प्रेम त्याच पद्धतीनं तुम्ही दुसऱ्या व्यक्तीबद्दल व्यक्त करू शकत नाही. तुमचे विचार, शब्द आणि कृती– तुमचे प्रतिसाद– यांची नक्कल करणं अक्षरशः अशक्य आहे– प्रेम व्यक्त करण्याची तुमची पद्धत व्यक्तीसापेक्ष आहे.

जर एका व्यक्तीबद्दल खास पद्धतीनं प्रेम व्यक्त करण्याची वेळ आली, तर तू म्हणतोस तशी निवड करा. तिची घोषणा करून ती जाहीर करा. हे त्या त्या क्षणी करण्याचं स्वातंत्र्य घ्या– कुठलंच उपकाराचं ओझं बाळगू नका. कारण, खरं प्रेम नेहमीच स्वतंत्र, मोकळं, मुक्त असतं आणि प्रेमात उपकाराला जागाच नाही.

एखाद्या व्यक्तीबद्दल मी अमुक अमुक विशिष्ट पद्धतीनं प्रेम व्यक्त करणार, असं तुम्ही पक्कं ठरवता– अगदी कधीही न मोडण्याचं वचन देता– पण कधीतरी असाही दिवस येऊ शकतो, की तेव्हा हे वचन म्हणजे उपकाराचं ओझं वाटायला लागतं. आणि तुम्हाला पश्चात्ताप होतो. पण तेच जर तुम्ही तुमच्या निर्णयाकडे

'वचन' म्हणून पाहिलं नाहीत, मोकळेपणी ठरवलेली गोष्ट म्हणून बघितलंत, त्याच्यावर मात करत गेलात, तर त्याचा पुन्हा विचार करायची वेळ येणार नाही.

लक्षात ठेवा : तुमचं सत्य सांगणं आणि जगणं हेच एकमेव पवित्र वचन आहे. इतर वचनं म्हणजे स्वातंत्र्याचा 'दंड' ठरू शकतात आणि ती कधी पवित्र असू शकत नाहीत. कारण, स्वातंत्र्य म्हणजे तुम्ही कोण आहात. जर तुम्ही स्वातंत्र्याला दंड केलात, तर ते स्वतःलाच दंड करण्यासारखं आहे. आणि हे कधीच पवित्र कार्य नसेल, ते तर देवाची निंदा करणारं निंदनीय कर्म असेल.

१३

बापरे! कठीण आहे. म्हणजे आम्ही कधीही वचन देऊ नये, कधी कुणाला कसलंच प्रॉमिस करू नये, असं तुला म्हणायचं आहे का?

आत्ता तुम्ही जे आयुष्य जगताय, त्यातल्या प्रत्येक वचनाचा पाया असत्याचा, खोट्याचा आहे. म्हणजे एखाद्या गोष्टीबद्दल तुमचं मत, तुमची इच्छा काय असेल हे तुमचं तुम्हाला कळतं. पण तुम्ही जर प्रतिक्रियात्मक असाल– तुमच्यापैकी बरेच जण तसे असता– तर तुम्हाला हे कळणार नाही. फक्त निर्मात्याच्या भूमिकेतून तुम्ही जगत असाल, तरच असत्याचा अंश असणारं वचन तुम्ही देणार नाही.

भविष्यात कधीही एखाद्या गोष्टीबद्दल तुम्हाला काय आणि किती काळ वाटणार आहे, हे निर्मात्या जीवांना कळतं. ते त्यांच्या भावना अनुभण्यापेक्षा जास्त त्या भावना निर्माण करतात.

जोवर तुम्ही तुमचं भविष्य निर्माण करू शकत नाही, तोवर तुम्ही तुमचं भविष्य वर्तवू शकत नाही. जोवर तुम्ही तुमचं भविष्य वर्तवू शकत नाही, तोवर तुम्ही त्याबद्दल खरंखरं– सत्य वचन देऊ शकत नाही, खात्री देऊ शकत नाही.

जी व्यक्ती भविष्य निर्माण करू शकते आणि वर्तवू शकते, तिलाच बदलाचा, परिवर्तनाचा हक्क आणि अधिकार आहे. परिवर्तन हा सगळ्या प्राणिमात्रांचा मूलभूत अधिकार आहे. तो योग्य हक्क आहे. परिवर्तन– बदलच अस्तित्वात आहे.

परिवर्तन 'आहे'.

परिवर्तन म्हणजेच तुम्ही आहात.

ते तुम्हाला 'दिलं' जाऊ शकत नाही, ते तुम्ही आहात. तेव्हा तुम्ही 'परिवर्तन' आहात आणि बदल, परिवर्तन हीच तुमच्याबाबत एकमेव 'सतत' असणारी गोष्ट आहे. त्यामुळे तुम्ही नेहमी तेच असण्याचं सत्यवनच देऊ शकत नाही.

विश्वात चिरंतन असं काहीच नाही, असं तुला म्हणायचंय? या सगळ्या निर्मितीत कुठलीच गोष्ट सातत्यानं राहत नाही, असं तुझं म्हणणं आहे का?

ज्याला तुम्ही आयुष्य म्हणता, ते पुनर्निर्मितीची प्रक्रिया आहे. संपूर्ण आयुष्यभर प्रत्येक आत्ताच्या क्षणी ते नव्यानं पुन्हा निर्माण होत असतं. या प्रक्रियेत प्रतिकृती असणं अशक्य आहे. कारण, प्रतिकृती असेल, तर ती वस्तू बदललेली नाही, त्या वस्तूत बदल नाही, असा त्याचा अर्थ. जशी प्रतिकृती अशक्य आहे, तशीच साम्यावस्था ही नाही. साम्य म्हणजे बदलाच्या प्रक्रियेचा परिणाम असतो. ती भूतकाळातील घटनेची आढळणारी समान आवृत्ती असते.

जेव्हा साम्यावस्था परमोच्च स्थितीला पोहोचते, तेव्हा तुम्ही तिला प्रतिकृती म्हणता. आणि तुमच्या मर्यादित दृष्टिकोनातून पाहता ती तशी असते.

त्यामुळे माणसाच्या भाषेत सांगायचं तर विश्वात प्रचंड सातत्य आढळतं. म्हणजे, बऱ्याच गोष्टी सारख्या दिसतात, सारख्या क्रिया करतात आणि सारख्या प्रतिक्रिया देतात. इथे तुम्हाला सातत्य दिसतं.

तुमच्या शारीर अस्तित्वाच्या दृष्टीनं हे असणं आणि अनुभवणं यासाठी एक चौकट आखून मिळते. यासाठी ही गोष्ट चांगली आहे.

तरीही तुला एक गोष्ट सांगतो. समग्र आयुष्याचा म्हणजे शारीर आणि अशरीरी. दृष्टीनं पाहिलं तर सातत्याचं अस्तित्व नाहीसं होतं. गोष्टी खरंच जशा आहेत, तशाच अनुभवल्या जातात. सतत बदलत्या.

तू असं म्हणतोयस की, काही वेळा हे बदल इतके नाजूक, इतके तरल, सूक्ष्म असतात की, ढोबळमानानं पाहता ते एकसारखे वाटतात. काही वेळा अगदी तस्सेच दिसतात. पण खरं तर ते तसे नसतात.

बरोबर.

'आयडेन्टिकल ट्विन्स' असं काही नसतं.

अगदी. तुला आता बरोब्बर कळलंय.

तरीही आम्ही स्वतःला पुरेशा सारखेपणानं पुन्हा निर्माण करू शकतो, जेणेकरून सातत्याचा सिद्धान्त दाखवता येईल.

होय.

हेच 'आम्ही कोण आहेत आणि कसे वागतोय' याबाबत मानवी नातेसंबंधात आम्ही हे करू शकतो.

होय. पण तुमच्यातल्या अनेकांना हे अवघड वाटतं. कारण, आत्ताच आपण शिकलो तसं. खरं सातत्य (भ्रामक सातत्याच्या विरुद्ध) निसर्ग नियमाला धक्का देतं, आणि अगदी एकसारखं दिसण्यासाठी तशा निर्मितीसाठी खूप कौशल्य असावं

लागतं. यासाठी गुरू हवा.

गुरू प्रत्येक नैसर्गिक प्रवृत्तीवर (स्वभावधर्मावर) (बदलाकडे नेणारी प्रवृत्ती) मात करतो आणि साम्य दाखवतो. पण खरंतर क्षणोक्षणी तो हे करू शकत नाही. पण तो त्याच्या जवळपास वाटेल, इतकं करू शकतो.

पण जे 'गुरू' नसतात, तेसुद्धा सतत साम्याचा दिखावा करतात. मला अशी काही उदाहरणं माहीत आहेत, ज्यांचं वर्तन आणि दिसणं इतकं काही आडाखे बांधण्याजोगं असतं, की तुम्ही त्यांच्यासाठी आयुष्य पणाला लावू शकता.

पण हे मुद्दाम, हेतुपुरस्सर करायला खूप प्रयत्न करावे लागतात. गुरू सर्वोच्च साधर्म्य (ज्याला तुम्ही सातत्य म्हणता) जाणीवपूर्वक निर्माण करतो. एखादा विद्यार्थी जो सातत्य ठेवतो, त्यामागे त्याचा काही हेतू असतोच असं नाही.

एखादी व्यक्ती विशिष्ट परिस्थितीत त्याच एका पद्धतीनं प्रतिक्रिया देत असते. 'माझा इलाजच नाही, मी काय करू?' असं ती म्हणते. गुरू मात्र असं कधीच म्हणत नाही.

एखाद्याच्या प्रतिक्रियांचं कौतुक वाटतं. त्याची प्रशंसा होते तेव्हा त्याची प्रतिक्रिया नेहमी अशीच असेल. 'अरे! त्यात काय एवढं? खरंच, अगदी सहज घडून गेलं. असं तर कोणीही करेल.'

गुरू असंही कधी करणार नाही.

गुरू अशी व्यक्ती असते जिला आपण काय करतोय हे पूर्णतः माहीत असतं. आणि 'का' तेही तिला ठाऊक असतं.

गुरूच्या पातळीपर्यंत न पोहोचणाऱ्यांना याची कल्पना नसते.

म्हणूनच वचन पाळणं इतकं अवघड असतं का?

हे एक कारण झालं. मी म्हटलं तसं, जोवर तुम्ही तुमच्या भविष्याचा अंदाज वर्तवू शकत नाही, तोवर तुम्ही खरेपणानं कुठलंच वचन देऊ शकत नाही.

तुला काय म्हणायचं आहे?

'आमचं सत्य शाश्वत आहे' म्हणणाऱ्यांचं सत्य सतत बदलत असतं आणि म्हणून त्यांचा आत कुठेतरी संघर्ष चालू असतो. काय पाळायचं- आपलं सत्य की, आपलं वचन?

तुझा काय सल्ला?

मी आधी तुला हा सल्ला दिला आहेच :

दुसऱ्याचा विश्वासघात करण्याचा हेतू नसताना स्वतःचाच विश्वासघात करणं, हा सर्वांत मोठा विश्वासघात आहे.

पण अशानं सगळीकडेच विश्वासघात बोकाळलेला दिसेल. कुणाच्याच कसल्याच शब्दाला किंमत उरणार नाही. कुणालाही कुणाचंच महत्त्व वाटणार नाही.

अच्छा! म्हणजे दुसऱ्यानं शब्द पाळावा याबद्दल तू विचार करतोयस. हं. मग तुला इतकं दुःख होणं अगदी स्वाभाविक आहे.

मला वाईट वाटतंय असं कोण म्हणतंय?

अच्छा? आत्ता तू जसा दिसतोयस आणि वागतोयस तसं तू आनंदात असताना करतोस?

बरं बाबा! असू दे. चल, मी दुःखी असतो. काही वेळा.

ओ! वेळाचं फार महत्त्व आहे. तू आनंदी असावंस, असंच प्रत्येक कारण असलं, तरी तू स्वतःला दुःखी ठेवतोस. आपला आनंद कसा थोपवता येईल, याच चिंतेत असतो.

आणि आनंद थोपवण्याच्या तुझ्या चिंतेचं कारण वचन पाळणाऱ्या लोकांवर जास्त अवलंबून आहे.

म्हणजे इतरांनी आपला शब्द पाळावा अशी अपेक्षा करण्याचा, किमानपक्षी आशा करण्याचाही मला हक्क नसावा?

तुला हक्क कशाला हवा?

एखादा माणूस तुला दिलेला शब्द पाळत नसेल, तर कारण एकच– त्याला तो पाळायचा नसेल किंवा त्याला तो पाळता येईल असं वाटत नसेल. म्हणजे एकूणच एकच. आणि जर एखाद्याला तुला दिलेला शब्द पाळायची इच्छा नसेल किंवा काही कारणास्तव तो शब्द पाळू शकणार नाही असं त्याला वाटलं, तर या जगात तू त्याला तसं करायला का लावावंस?

एखाद्याला आपला करार पाळायची खरंच इच्छा नसेल, तरी त्यानं तसं करावं असं तुला वाटेल? ज्या गोष्टी करण्याची माणसांची इच्छा नसेल, त्या गोष्टी त्यांना जबरदस्तीनं करायला लावल्या पाहिजेत, असं तुला खरंच वाटतं?

एखाद्याच्या इच्छेविरुद्ध त्याला ती गोष्ट बळजबरीनं करायला लावावी, असं तुला का वाटावं?

हे कारण लागू पडतंय का बघ : कारण, त्यांनी जे करायचं कबूल केलं होतं,

पण आता ते त्यातून मागे फिरतायत. यामुळे मी किंवा माझं कुटुंब दुखावलं जाऊ शकतं; आम्हाला इजा होऊ शकते.

अच्छा! म्हणजे तुमचं दुखावलं जाणं टाळण्यासाठी तुम्ही दुसऱ्याला दुखवायला तयार आहात!

अरे, समोरच्यानं दिलेला शब्द पाळावा, असं त्याला सांगण्यानं तो दुखावला कसा जाईल; मला काही कळत नाही!

म्हणजे त्यानं ते विघातक मानावं किंवा मनापासून इच्छा बाळगून शब्द पाळावा.

म्हणजे मी ती वेदना सहन करावी किंवा माझी मुलं-बाळं, माझं कुटुंब ती वेदना सहन करताना पाहावं. 'दिलेलं वचन पाळ बाबा,' असं समोरच्याला नुसतं सांगण्यापेक्षा मीच वेदना सहन करावी?

काय रे, दुसऱ्याकडून जबरदस्तीनं वचन पाळूनच घेतलं म्हणजे तुझ्या वेदना, तुझे घाव कमी होतील असं तुला खरंच वाटतं का रे?

मी म्हणतो : मूक नैराश्यानं माणसांचं जास्त नुकसान होतं. मोकळेपणानं हवं तसं करण्यानं जे नुकसान होतं, त्यापेक्षा मूक नैराश्यानं होणारं नुकसान जास्त असतं.

तुम्ही जेव्हा एखाद्याला मोकळीक देता, तेव्हा त्यातला धोका काढून टाकता, तो वाढू देत नाही.

जेव्हा तुम्ही दुसऱ्याला मोकळीक देता, तेव्हा तशीच ती तुम्ही स्वतःलाही घेता. कारण, एखाद्यानं तुम्हाला दिलेला शब्द न पाळण्यानं तुम्हाला आत्ता काही काळापुरतं वाईट वाटेल, पण भविष्यात त्यानं तुमचं नुकसान होणार नसतं आणि त्यामुळे आता इतरांवर शब्द पाळण्याची बळजबरी न करण्यानं दुःख, त्रास; तसंच तुमच्या प्रतिष्ठेवर त्यामुळे लागणारा कलंक, तुमचा आत्मसन्मान दुखावणं, या सगळ्यापासून तुम्ही मुक्त होता.

थोड्या काळाच्या दुःखापेक्षा जास्त काळ होणारं नुकसान मोठं असतं, असं दुसऱ्यावर शब्द पाळण्याचं बंधन घालणाऱ्यांच्या लक्षात आलं आहे.

हे तत्त्व व्यवसायात पण लागू होतं? जगात अशानं व्यवसाय-उद्योगधंदे कसे होणार?

खरं तर व्यवसायाचा हाच मार्ग आहे. पण आत्ता तो 'सक्ती'वर आधारलेला आहे, ही तुमच्या सगळ्या समाजाची अडचण आहे. कायदेशीर सक्ती (ज्याला

तुम्ही कायद्याची ताकद म्हणता) आणि नेहमीची शारीरिक सक्ती (ज्याला तुम्ही शास्त्राची ताकद म्हणता).

दुसऱ्याचं मन वळवण्याची कला तुम्ही अजून शिकलाच नाही आहात.

जर कायद्याचा बडगा– कायद्याची ताकद न्यायालयाच्या माध्यमातून दाखवली नाही, तर धंद्यात केलेले करार आणि संमतिपत्रं पाळायला सांगताना 'मन वळवणं' कसं काय करणार?

तुमच्या सध्याच्या सांस्कृतिक सभ्यतेचा विचार करता– तुमच्याकडे दुसरा मार्ग नसेल. पण या सांस्कृतिक सभ्यतेत बदल घडला, तर व्यवसाय आणि त्यासाठी व्यक्तींनी शब्द आणि संमती करार पाळावेत यासाठीचे तुमचे आत्ताचे मार्ग फारच प्राथमिक, प्रारंभिक वाटतील.

स्पष्ट करतोस?

करारनामे पाळले जावेत यासाठी सध्या तुम्ही बळाचा वापर करताय. पण 'आपण सगळे एक आहोत' या धारणेपर्यंत तुमची सांस्कृतिक सभ्यता येईल, तेव्हा तुम्ही बळाचा वापर कधीच करणार नाही. कारण, तसं करण्यानं तुम्ही स्वतःचंच नुकसान करून घ्याल. तुम्ही तुमच्या उजव्या हातानं डाव्या हाताला कधीच मारणार नाही.

डावा हात गळा दाबून गुदमरवून टाकत असला तरी?

असं कधी घडणार नाही. तुम्ही स्वतःचाच गळा कधी दाबणार नाही. अशा वेळी तुम्ही तुमचे करारनामे तोडाल आणि अर्थातच ते बरेच वेगळे असतील.

तुम्ही दुसऱ्याला थोडी तरी किंमत द्याल; अन्यथा देणार नाही. तुमच्यापाशी काही जमा झाल्याशिवाय तुम्ही ती कुणाला देणार नाही अथवा वाटून घेणार नाही. ज्याला तुम्ही केवळ परतफेड म्हणता.

तुम्ही आपसूकच- आपोआपच द्यायला लागला आणि त्यामुळे 'भंग' पावण्याजोगे करार फारच थोडे असतील. कारण, करार म्हणजे माल आणि सेवा यांची देवाण-घेवाण. पण तुमचं आयुष्य म्हणजे अशा 'देवाण-घेवाणींच्या पलीकडे गेलेलं असेल.

अशा एकतर्फी देण्यातून कदाचित तुम्हाला शांतीचा शोध लागेल. मानसिक शांती सापडेल. इथे तुम्हाला देवाला येणारा अनुभव कळून येईल : तो असा की, जे तुम्ही दुसऱ्याला देता, ते तुम्ही स्वतःलाच देता. जे देता, ते परत तुमच्याकडे येतं.

ज्या गोष्टी तुमच्याकडून जातात, त्या सगळ्या तुमच्याकडे परत येतात.

सात गोष्टी. तेव्हा तुमच्याकडे परत काय येतंय याची काळजी करू नका; तुम्ही काय देताय याकडे लक्ष द्या. त्याचीच गरज आहे. आयुष्यात म्हणजे सर्वोच्च असेल ते म्हणजे 'देणं'; घेणं नव्हे.

तुम्ही सोडून देत चला. आयुष्य काही 'घेण्यासाठी मिळवण्यासाठी' नाही. आयुष्य 'देण्यासाठी' आहे. आणि तसं करण्यासाठी तुम्हाला इतरांना क्षमा करायला हवी. विशेषतः त्यांना ज्यांच्याकडून काही मिळावं असं वाटत असताना त्यांच्याकडून काही मिळालेलं नाही. जे तुम्हाला काही देत नाहीत, त्यांनाही क्षमा करा.

या एका गोष्टीनं तुमची सांस्कृतिक कथाच पूर्ण बदलून जाईल. आज तुमच्या संस्कृतीत ज्याला 'यश' म्हणतात, ते ढोबळपणे तुम्ही काय-किती कमावलंत, मिळवलंत – किती मानसन्मान, पैसा, सत्ता तुमच्या ताब्यात आली, यावर तोललं जातं. तुमच्या यशाचं ते मोजमाप असतं. नव्या संस्कृतीत तुम्ही इतरांना किती दिलंत त्यावर तुमचं 'यश' मोजलं जाणार आहे.

विरोधाभास हा आहे की, जितकं तुम्ही इतरांना द्याल, त्यासाठी कारणीभूत व्हाल, तितकं विनासायास तुमच्या खात्यात जमा होणार आहे. त्यासाठी कुठल्याही करारनाम्याची, ठरावांची किंवा 'बोली' लावण्याची, भाव करण्याची, घासाघीस करण्याची गरज नाही किंवा दिलेला शब्द पाळला की नाही हे ठरवण्यासाठी परस्परांना कोर्टात खेचायची, दावे ठोकायची गरज नाही.

भविष्य काळातल्या अर्थकारणात तुम्ही वैयक्तिक फायद्यासाठी काहीच करणार नाही, तर जे कराल ते वैयक्तिक विकासासाठी, प्रगतीसाठी असेल. तोच तुमचा फायदा असेल. पण 'तुम्ही खरंच कोण आहात' याची मोठी आणि भव्य आवृत्ती झालात की, भौतिक गोष्टीतला 'फायदा'ही तुमच्या पदरात पडतोच.

या दिवसांत आणि या काळात एखाद्यानं तुम्हाला वचन दिलंय म्हणून त्याला काही द्यायला भाग पाडणं अगदीच बाळबोध वाटेल. जर समोरच्यानं आपला शब्द पाळला नाही, तर तुम्ही सहजपणे त्याला त्याच्या मार्गानं जाऊ द्याल, त्याला त्याचा पर्याय निवडू द्याल आणि त्याला स्वतःचे अनुभव स्वतःला घेऊ द्याल. आणि त्यानं तुम्हाला जे दिलेलं नाही, त्याची तुम्हाला रुखरुख वाटणार नाही, कारण तुम्हाला अजून खूप काही मिळणार आहे आणि दुसरी माणसं त्याचा स्रोत नसून, तुम्हीच तो स्रोत आहात, हे तुम्ही जाणता.

वा! आलं माझ्या लक्षात! पण हे जरा विषयांतर झाल्यासारखं वाटतंय. 'प्रेम आणि प्रेमाच्या अमर्याद, मुक्त अभिव्यक्तीची मुभा' याबद्दल मी तुला प्रश्न विचारला, आणि ही सगळी चर्चा सुरू झाली. त्यातून मुक्त विवाहाचा विषय

निघाला आणि आता तर आपण अगदीच वेगळ्या दिशेला आलो.

तसं नाहीये. आपण ज्या ज्या विषयांवर बोललो आहोत, ते सगळं प्रसंगानुरूप आहे आणि यातूनच तुझ्या तथाकथित उन्नत किंवा आणखी उच्च प्रगत समाजाच्या विषयापर्यंत थेट जाणार आहोत. कारण, उच्च प्रगत समाजात ना लग्न असतं ना व्यवसाय-उद्योगधंदा आणि समाजाला एकत्र बांधून ठेवणारी कृत्रिम सामाजिक बंधनंही नसतात.

हो. बरं, आपण लवकरच त्या विषयाकडे वळू. पण आत्ता तू हा विषय संपवावास असं मला वाटतं. इथे तू काही कुतूहल वाटणाऱ्या गोष्टी सांगितल्या आहेत. आणि या सगळ्यातून मला तरी एक गोष्ट कळली की, बरीचशी माणसं आपलं वचन पाळू शकत नाहीत आणि म्हणून त्यांनी वचनं देऊ नयेत. कारण त्यामुळे विवाह संस्था डबघाईला येते.

तू 'संस्था' असा शब्द वापरलास हे मला आवडलं. लग्न करताना बऱ्याच जणांना आपण 'संस्थे'त प्रवेश केल्यासारखं वाटतं.

हो. ती म्हणजे मानसिक आरोग्य संस्था किंवा एखादी शासन संस्था किंवा निदान उच्च शिक्षण संस्था तरी वाटते!

अगदी बरोबर! बऱ्याच जणांचा हाच अनुभव आहे.

चल. अरे मी 'तुझी' गंमत करत होतो. पण मला बरीच माणसं असं म्हणून चालणार नाही. कारण, लाखो माणसं विवाह संस्थेवर प्रेम करतात आणि ती शाबूत राखू इच्छितात.

मी माझ्या म्हणण्यावर ठाम आहे. बऱ्याच जणांना लग्नामुळे कठीण काळ ओढवतो आणि लग्नामुळे घडणाऱ्या गोष्टी त्यांना आवडत नाही.
जगभर होणाऱ्या घटस्फोटांची संख्या हेच सिद्ध करते.

अच्छा. म्हणजे लग्न नसावं, विवाह संस्था नसावी, असं तुला म्हणायचंय?

मला त्या बाबतीत प्राधान्यक्रम लावायचा नाहीये फक्त.

कळलं... कळलं... निरीक्षणं –

अरे वा! तू तर मला प्राधान्यांचा देव बनवायला बघतो आहेस की! पण मी तसा नाही. तू तसं करायचं थांबव. धन्यवाद.

आम्ही फक्त लग्नच मोडीत काढत नाही, तर धर्मही मोडकळीला आणतोय!

देवापाशी प्राधान्यक्रम नसतो, धर्मच तसं सांगत फिरतो, असं मानवजातीच्या लक्षात आलं तर धर्मांचं अस्तित्वच उरणार नाही, हे खरं आहे.

आणि तुम्हाला प्राधान्यक्रम नसेल, तर धर्म नक्कीच खोटा आहे.

हे जरा कठोर शब्द आहेत. मी त्याला कल्पना म्हणेन. ती तुम्ही उभी केलेली गोष्ट आहे.

जशी- 'देवाला आम्ही लग्न करण्याचं महत्त्व आहे' अशी आम्ही कल्पना निर्माण केली आहे?

होय. मी तसं काहीच प्राधान्याचं मानत नाही. पण तुम्ही ते करावं यावर माझं लक्ष असतं.

का? लग्न इतकं कठीण असताना आम्ही लग्नाला इतकं महत्त्व का द्यावं?

कारण, प्रेमाच्या अनुभवात सातत्य आणि दिव्यता प्रत्यक्षात आणण्याचा 'लग्न' हा एकमेव मार्ग आहे.

स्त्रीला तिचा पाठिंबा, आधार, अस्तित्वाची खात्री मिळण्याचा आणि पुरुषाला शरीरसुख कायम उपलब्ध असण्याची आणि जोडीदार बरोबर असण्याची हमी देणारा हाच एकमेव मार्ग आहे.

त्यासाठी सामाजिक बंधन निर्माण केलं गेलं. देवाण-घेवाण आली. तुम्ही मला हे द्या आणि त्याच्या बदल्यात मी तुम्हाला ते देईन. यात तो अगदी व्यापारच झाला. करार केला गेला. आणि दोन्ही बाजूंना तो करार पाळण्याची गरजच असल्यानं त्याला 'पवित्र कार्या'चं रूप दिलं गेलं. त्याचा देवाशी संबंध जोडला गेला आणि जर हा करार मोडला, तर देव शिक्षा करेल, असं सांगितलं गेलं.

जेव्हा याचा फारसा प्रभाव टिकला नाही, तेव्हा हा करार पाळण्यासाठी तुम्ही मानवनिर्मित कायदे आणलेत.

पण त्यानंही काही फरक पडला नाही.

लोकांना लग्नाच्या आणा-भाका मोडण्यापासून ना तथाकथित देवाचे कायदे रोखू शकले ना मानवनिर्मित कायदे!

का?

कारण, या शपथा सर्वसाधारणपणे परिणामकारक नियमाला कायद्याला शह देण्यासाठीच होत्या.

कुठला कायदा? कुठला नियम?

निसर्गाचा कायदा. निसर्गनियम.

पण एकत्व, एकजूट यातून जिवंतपणा व्यक्त करणं हा निसर्ग आहे. हेच मला सगळीकडून मिळत नाहीये का? आणि विवाह ही त्याचीच सर्वांत सुंदर अभिव्यक्ती आहे. तुला माहितेय, 'कुणीही माणूस एकटा राहू नये, म्हणून देवानंच सगळ्यांना एकत्र आणलंय' आणि बरंच काही.

तुम्हाला अनुभव आहेच की, लग्न हे विशेष सुंदर नाही. कारण, प्रत्येकातलं दोन तृतीयांश स्वाभाविक सत्य ते उघड करतं.

आपण परत त्याच्याकडे वळू या? मला वाटतं मला या सगळ्या गोष्टी एकत्र आणायच्या आहेत.

ठीक आहे. आपण पुन्हा पहिल्यापासून सुरू करू या.

तुम्ही जे आहात ते प्रेम आहे.

प्रेम असीम, अमर्याद, दिव्य आणि मुक्त आहे. त्यामुळे तुम्ही तसे आहात. तुम्ही कोण आहात त्याचं हे स्वाभाविक रूप आहे. तुम्ही निसर्गतः अनंत–असीम-दिव्य आणि मुक्त आहात.

आता कोणतीही कृत्रिम सामाजिक, नैतिक, धार्मिक, तात्त्विक, आर्थिक किंवा राजकीय संस्था-संघटना जी तुमच्या स्वभावधर्माला दाबू पाहते किंवा उद्युक्त करू पाहते ती तुमच्या स्वत्वावर अतिक्रमण करत असते आणि तुम्ही तिच्या विरोधात उभं राहायला हवं.

तुमच्या स्वतःच्या देशाचा जन्म कशातनं झालाय? 'स्वातंत्र्य द्या नाहीतर मृत्यूं द्या' या भावनेतूनच ना?

तुम्ही देशात आणि स्वतःच्या आयुष्यातही स्वातंत्र्याचा त्याग केला. तेही निव्वळ सुरक्षिततेसाठी.

तुम्हाला जगण्याची आणि प्रत्यक्ष आयुष्याची इतकी काही भीती वाटते की, आयुष्य जगण्याची नैसर्गिक गोष्टही तुम्ही सुरक्षिततेसाठी सोडून देता.

तुम्ही 'विवाह संस्था' म्हणता- तीसुद्धा सुरक्षितता निर्माण करण्यासाठीचा तुमचा प्रयत्न आहे. ती 'सुव्यवस्था' राखणारं सरकार आहे. खरंतर, एकाच नाण्याच्या त्या दोन बाजू आहेत. परस्परांच्या वर्तनावर अंकुश ठेवण्यासाठी स्थापन करण्यात आलेली ती कृत्रिम सामाजिक संस्था आहे.

वा! मी या दृष्टीनं कधी पाहिलंच नव्हतं. लग्न म्हणजे प्रेमाची सर्वोच्च घोषणा असंच मला नेहमी वाटत होतं.

तुझं हे वाटणंसुद्धा बरोबर होतं, पण तू म्हणतोस तसं नव्हे. तू जी घोषणा म्हणतोस, ती 'भीती'ची घोषणा आहे.

जर लग्नानं प्रेमाच्या बाबतीत तुम्हाला दिव्य-अमर्याद आणि पूर्ण मोकळं होण्याची मुभा दिली, तर ती प्रेमाची घोषणा म्हणता येईल.

आत्ता बघितलं तर लग्न म्हणजे एखादं वचन किंवा हमी इतक्या खालच्या पातळीवर आणून ठेवलेलं प्रेम आहे. लग्नात हेच प्रेम अपेक्षित आहे.

लग्न म्हणजे 'आत्ता जे आहे, ते तसंच कायम राहील' याची हमी देण्याचा प्रयत्न असतो. तुम्हाला या हमीची गरज नसती, तर लग्नाचीही गरज भासली नसती. आणि या हमीचा तुम्ही कसा उपयोग करता? पहिलं म्हणजे सुरक्षानिर्मितीचं साधन म्हणून (जी सुरक्षितता तुमच्या आतच असते, तिच्याऐवजी) आणि दुसरं- जर भविष्यात ही सुरक्षितता टिकणार नाही असं दिसलं, तर एकमेकांना शिक्षा देण्याचं साधन म्हणून. कारण, विवाहवचन मोडलेलं आहे आणि आता उपलब्ध पर्यायानुसार कायद्यानं तुम्ही त्या दुसऱ्या व्यक्तीच्या विरोधात उभे राहू शकता.

त्यामुळे लग्न करण्याची सगळी कारणं चुकीची असली, तरीही तुमच्या दृष्टीनं 'लग्न' ही अत्यंत उपयुक्त गोष्ट ठरली आहे.

लग्न म्हणजे एखाद्या व्यक्तीबद्दल ज्या भावना आहेत, त्या दुसऱ्या व्यक्तीबद्दल वाटणार नाहीत, याची हमी देण्याचा तुमचा प्रयत्न किंवा दुसऱ्या व्यक्तीबद्दलच्या त्या भावना निदान त्याच पद्धतीनं कधीच व्यक्त केल्या जाणार नाहीत, याची खात्री देणं म्हणजे लग्न.

विशेषतः शारीरिक आकर्षण, लैंगिक सुख.

विशेषतः शारीरिक-लैंगिक सुखाची भावना.

शेवटी तुमच्या म्हणण्याप्रमाणे लग्नाचा पाया हा आहे. "हे नातं खास आहे. इतर सर्व नात्यांपेक्षा मी ते सर्वश्रेष्ठ मानेन."

मग त्यात चूक काय आहे?

काहीच नाही. 'बरोबर' किंवा 'चूक' हा प्रश्न नाहीये. बरोबर आणि चूक अस्तित्वातच नाहीत. तुम्हाला काय उपयोगी आहे हा प्रश्न आहे. 'तुम्ही कोण आहात' याची सुंदर, भव्य पुनर्निर्मिती कशी करता, काय करता हा प्रश्न आहे.

'हा नातेसंबंध- फक्त हेच एक नातं- आत्ता इथे माझ्यासाठी इतर कुठल्याही नात्यापेक्षा 'खास' आहे', असं म्हणणारे जर तुम्ही असाल, तर 'लग्न' अगदी उत्तम रीतीनं पार पाडायची मुभा तुमची विवाह संस्था देते. तरीही आध्यात्मिक गुरू म्हणून ओळखली जात असलेली व्यक्तीही विवाहित आहे, हे पाहून तुम्हाला गंमत वाटते.

हो. कारण गुरू ब्रह्मचारी असतात. ते सेक्स करत नाहीत.

नाही. त्याचं कारण असं की, 'एक व्यक्ती त्यांच्यासाठी इतरांपेक्षा विशेष आहे', हे लग्नाबाबतचं तुमचं विधान अन्यथा खरं मानू शकत नाहीत.

हे विधान गुरूंनी केलेलं नाही आणि ते देवानंही केलेलं नाही.

वस्तुस्थिती अशी आहे की, तुम्ही आत्ता घेता त्या लग्नाच्या आणाभाका अगदीच 'बिगरदेव' या वर्गातल्या आहेत. आणि तुम्हाला असं वाटतं की, हे सर्वात पवित्र वचन आहे, ही मोठी शोकान्तिका, विरोधाभास आहे. कारण असलं वचन देव कधीच देणार नाही.

पण तुमच्या मानवी भीतीच्या समर्थनार्थ तुम्ही 'देव' ही कल्पना केलीत, देव– जो हुबेहूब तुमच्यासारख्याच वागतो. त्यामुळे तुम्ही त्याच्या निवडक लोकांना 'देवा'ची वचनं देता आणि देव आणि देवप्रेमींमध्ये एका खास पद्धतीनं करारनामा करता. देवासाठी सगळे सारखेच असतात. तो एखाद्या 'खास' व्यक्तीवर दुसऱ्या व्यक्तीपेक्षा जास्त प्रेम करू शकत नाही. हा विचार तुमच्या पचनी पडत नाही. त्यामुळे 'देव विशिष्ट कारणांसाठी विशिष्ट माणसांवर प्रेम करतो, ती त्याची आवडती माणसं आहेत,' असं तुम्ही सांगता, तशा काल्पनिक कथा निर्माण करता. आणि या सगळ्या कल्पनांना तुम्ही धर्म म्हणता. मला तर ती देवाची, धर्माची निंदा वाटते. तेव्हा देव एखाद्या अमूक व्यक्तीपेक्षा तमूक व्यक्तीवर जास्त प्रेम करतो, असला कुठलाही विचार चुकीचा, खोटा आहे आणि जी रूढी-परंपरा असंच विधान करायला लावते, ती धार्मिक तर नाहीच, उलट धर्मविघातक आहे.

देवा, थांबव हे सगळं! आता पुढे बोलू नकोस. अरे, लग्नाबद्दल माझ्या मनातला प्रत्येक चांगला विचार तू चक्क मारून टाकतोयस– माझ्या विचारांवर तू घाला घालतोयस. हे असं देवाचं लिखाण असू शकत नाही. लग्न आणि धर्म याबाबत देव असं कधीच बोलू शकत नाही!

धर्म आणि विवाह या संस्था तुम्ही ज्या प्रकारे उभ्या केल्या आहेत, त्याबद्दल आपण इथे बोलतोय. तुला हा संवाद, हे बोलणं अवघड, फारच कठोर वाटतं आहे का? माझं तर स्पष्ट म्हणणं आहे की, तुम्ही तुमची भीती आणि परस्परांना दिल्या जाणाऱ्या वाईट वागणुकीचं समर्थन देण्यासाठी 'देव' या शब्दाचा अपशब्दासारख्या – शिवीसारखा वापर करताय.

एकमेकांना बंधनात जखडून ठेवण्यासाठी, एकमेकांना दुखावण्यासाठी आणि जणू जीवे मारण्यासाठी तुम्ही माझ्या नावाच्या आड लपता आणि तुम्हाला जे हवं आहे, तेच देवाच्या तोंडून वदवून घेता.

शतकानुशतकं तुम्ही माझ्या नावाचा आणि माझ्या झेंड्याचा वापर करून अनेक

लढाया खेळल्या आहात. अमक्यापेक्षा तमका मला जास्त प्रिय आहे आणि म्हणून ते दाखवून देण्यासाठी तुम्ही माझ्या नावाखाली त्याला जीवे मारता.

पण मी तुम्हाला सांगतो : माझं प्रेम अथांग, असीम आणि निरपेक्ष आहे.

पण ही एक अशी गोष्ट आहे, जी तुम्ही ऐकू शकत नाही, हे एक असं सत्य आहे, जे तुम्ही पाळू शकत नाही, हे एक असं विधान आहे, जे तुम्ही स्वीकारू शकत नाही. मान्य करू शकत नाही. कारण, यातली सर्वसमावेशकता तुमच्या विवाह संस्थेच्या कल्पनेलाच (जशी तुम्ही निर्माण केली आहेत) नव्हे तर तुमच्या प्रत्येक धर्माला आणि नियामक संस्थांनाही सुरुंग लावते– उद्ध्वस्त करून टाकते.

तुम्ही अपवादांच्या पायावर संस्कृती निर्माण केली आहेत आणि तुमच्या सांस्कृतिक दंतकथांमध्ये देवालासुद्धा असंच 'अपवाद' करणारं दाखवून स्वतःला पुष्टी दिली आहेत.

पण देवाची संस्कृती सर्वसमावेशकतेवर आधारलेली आहे. देवाच्या प्रेमात सगळेच समाविष्ट होतात. देव सगळ्यांवरच प्रेमाची सावली धरतो. त्याच्या राज्यात प्रत्येकाचंच स्वागत आहे. सगळ्यांना मुक्त प्रवेश आहे.

आणि याच सत्याला तुम्ही धर्मविरोधी, धर्मबुडवे म्हणता.

आणि तसं आवश्यकच आहे. कारण, ते जर सत्य असेल, तर तुमच्या आयुष्यात तुम्ही निर्माण केलेली प्रत्येक गोष्ट असत्य, खोटी ठरेल. सगळ्या मानवी परंपरा, रूढी आणि सगळ्या मानवी धारणा सदोष आहेत, कारण त्या अमर्याद, दिव्य आणि मुक्त नाहीत.

पण ज्यात 'बरोबर' किंवा 'चूक' असं काही नसतं, ते 'सदोष' कसं असू शकेल?

जेव्हा एखादी गोष्ट तिचा उद्देश पूर्ण करू शकत नाही, तेव्हा ती सदोषच असते. समजा एखादं दार उघडतही नसेल आणि बंदही होत नसेल, तर तुम्ही ते 'योग' नाही, असं म्हणाल. ते बसवण्याची किंवा वापरण्याची पद्धत सदोष आहे, असं म्हणाल; कारण ते दार त्याचा उद्देश पूर्ण करत नाहीये.

तुमच्या आयुष्यात, मानव समाजात तुम्ही जे काही उभं करताय, ते तुमच्या 'माणूस' म्हणून असण्याचा, जन्माला येण्याचा उद्देश्य पूर्ण करत नाहीये म्हणून ते सदोष आहे. ती उभारणी सदोष आहे.

आणि एक पुनरवलोकन म्हणून– 'माणूस' म्हणून जगण्याचा, जन्माला येण्याचा माझा उद्देश?

तुम्ही खरंच कोण आहात ते ठरवणं आणि जाहीर करणं, ते निर्माण करणं

आणि व्यक्त करणं, ते अनुभवणं आणि पूर्ण करणं.

तुम्ही कोण आहात याबद्दल दर क्षणी जागरूक राहून स्वतःची नव्यानं पुनर्निर्मिती करणं.

माणूस असण्याचा, माणूस म्हणून जगण्याचा तुमचा हाच उद्देश आहे आणि तोच संपूर्ण आयुष्याचासुद्धा हेतू आहे.

मग तो आम्हाला कुठे सोडून गेलाय? आम्ही धर्माचा नाश केलाय, विवाह संस्था उद्ध्वस्त केलीय, आम्ही नियामक संस्था नाकारल्या आहेत. मग आता आम्ही कुठे आहोत?

सर्वांत पहिली गोष्ट म्हणजे 'आम्ही नाश केला, आम्ही उद्ध्वस्त केलं, आम्ही नाकारलं' असं काही नाही. समज, तुम्ही ज्या उद्देशानं एखादी गोष्ट अशी करता, तो उद्देश– हेतूच जर पूर्ण होत नसेल, तर ती ते व्यक्त करण्यासाठी नष्ट करणं, उधळून लावणं किंवा नाकारणं या संकल्पना सयुक्तिक नाहीत.

पारखणं आणि निरीक्षण करणं– निर्णय, पारख आणि निरीक्षण यातला फरक आठ़वून बघ.

असो, इथे मी तुझ्याशी वाद घालणार नाहीये, पण इथे जे काही सांगितलं गेलंय, त्यातलं बरंचसं सुज्ञ निवाड्यासारखं वाटतंय.

इथे आपल्याला शब्दांची भयंकर मर्यादा आहे. खरंच शब्द इतके तुटपुंजे आहेत की आपल्याला पुन्हा पुन्हा तेच तेच शब्द वापरावे लागतात; अगदी जरी ते तोच अर्थ देणारे किंवा तसेच समान विचार व्यक्त करणारे नसले तरी तेच शब्द वापरावे लागतात.

जेव्हा तुम्ही म्हणता, 'मला केळ्याचे काप आवडतात' (You 'Love' banana splits) तेव्हा तुम्हाला माझं त्यांच्यावर 'प्रेम' आहे, असं नक्कीच म्हणायचं नसतं. (you 'love' each other) तेव्हा तुम्हाला काय वाटतंय ते व्यक्त करण्यासाठी तुमच्यापाशी खरंच खूप कमी, मर्यादित शब्द असतात. तुझ्याशी असा संवाद साधताना शब्दातून संवाद साधताना मी स्वतःला त्या मर्यादेचा अनुभव घेऊ देतोय आणि जेव्हा तुम्ही काही ठरवू पाहता, तेव्हा त्यातली काही भाषा वापरता आणि मग 'मी जजमेंटल' झालो आहे, हे मान्य करणं सोयीचं, सोपं जातं.

पण मी तसा नाही, हे इथे सांगू दे. तुम्हाला जिथे जायचं आहे, तिथे तुम्ही कसे पोहोचाल, हे सांगण्याचा आणि तुमच्या मार्गात नेमके कोणते अडथळे येतायत, जेणेकरून तुमची वाट अडते आहे आणि तुम्हाला तिथे पोहोचण्यापासून रोखलं जातंय, हे शक्य तितक्या प्रभावीपणे मांडण्याचा प्रयत्न मी या संपूर्ण संवादातून करतोय.

आता धर्माच्या संदर्भात बोलायचं, तर तुम्हाला अशा ठिकाणी जावंसं वाटतंय जिथे खरा देव तुम्हाला कळेल, जाणून घेता येईल आणि त्याच्यावर प्रेम करता येईल. तुमचे धर्म तुम्हाला तिथे घेऊन जात नाहीत, हे मला सरळ सरळ दिसतंय.

तुमच्या धर्मांनी देवाला गूढ करून टाकलंय म्हणजे तुम्ही त्याच्यावर प्रेम करणार नाही तर त्याला भ्याल, घाबराल.

तुमचं वागणं बदलावं, यासाठीसुद्धा धर्मानं खूपच थोडं काही केलं आहे. तुम्ही अजूनही एकमेकांचे जीव घेता, एकमेकांना विरोध करता, एकमेकांना चुकीचं ठरवता आणि तुमचे धर्मच तुम्हाला असल्या गोष्टी करायला आणखी प्रवृत्त करतात. आगीत तेल ओततात.

तेव्हा तुमच्या धर्मांच्या बाबतीत मला हे स्पष्ट दिसतंय की तुम्हाला जायचं आहे एका दिशेला आणि धर्म तुम्हाला नेतायत दुसऱ्याच दिशेला.

आता पाहा, लग्नानं तुम्हाला दिव्य कृपा लाभावी, काही प्रमाणात तरी मानसिक शांती मिळावी, सुरक्षितता आणि आनंद मिळावा, अशी तुमची इच्छा असते. धर्मसंमत लग्नानं तुम्हाला सुरुवातीचा काही काळ या गोष्टी मिळतात. तुम्ही जेव्हा धर्माच्या साथीनं लग्नाचा आणखी काही अनुभव घेत राहता, तसातसा तुम्हाला ते लग्न निभावणं नको वाटायला लागतं.

जवळ जवळ पन्नास टक्के माणसं घटस्फोट घेऊन लग्नाच्या बंधनातून सुटतात आणि जे तसेच विवाहित राहतात, त्यांतले बरेच जण अतिशय दुःखी असतात.

तुमचे 'कृपाशीर्वाद' तुम्हाला तुसडं, कडवट बनवतात, राग आणि पश्चात्तापाच्या दिशेनं घेऊन जातात. काहींच्या आयुष्याची पार शोकान्तिका होऊन जाते. त्यांचीही संख्या तशी कमी नाही. तुमच्या नियामक संस्थांनी, सरकारनं तुम्हाला स्वातंत्र्य आणि कौटुंबिक स्थैर्य, शांतता द्यावी असं तुम्हाला अपेक्षित असतं, पण हे असं घडताना दिसत नाही. उलटपक्षी तुमचं सरकार तुम्हाला युद्धाच्या दिशेनं नेतं, तुमच्या स्वातंत्र्यावर गदा आणली जाते आणि कौटुंबिक हिंसाचार शिगेला पोहोचलेला दिसतो.

माणसांना पोटभर अन्न मिळणं आणि आरोग्यसंपन्न अवस्थेत निरोगी जीवन जगता येणं, यातल्या साध्या साध्या अडचणीही तुम्ही दूर करू शकला नाहीत, त्यांना समान संधी देण्याचं आव्हान तर दूरच दिसतंय.

तुमच्या पृथ्वीवर एकीकडे दररोज शेकडो माणसं उपासमारीनं मरतायत, तर दुसरीकडे हजारो माणसं दररोज इतकं अन्न फेकून देतायत, वाया घालवतायत की त्या अन्नानं बाकीच्या देशांना पोटभर जेवू घालता येईल.

'आहे रे' माणसांकडून घेऊन 'नाही रे' माणसांना देणं एवढी साधी गोष्टही

तुम्हाला हाताळता आली नाही. तुमचे सगळे स्रोत सगळ्यांसाठी एकसारखे वाटून घ्यावेत, हेसुद्धा तुम्हाला जमलेलं नाही.

आता ही काही बनवलेली मतं नाहीत. तुमच्या समाजाच्या निरीक्षणातून पुढे आलेली फक्त सत्य आहेत.

का? हे असं का आहे? आमच्या स्वतःच्याच बाबतीत इतक्या वर्षांत आम्ही इतकी नगण्य प्रगती का केली?

वर्ष? शतकं म्हण.

ठीक आहे. शतकं.

मानवी संस्कृतीच्या पहिल्या दंतकथेपासून हे सुरू झालं, त्याचा इतर दंतकथांनी आपसूक कित्ता गिरवला. जोवर त्या बदलत नाहीत, तोवर बाकीचंही काही बदलणार नाही. कारण, तुमच्या संस्कृतीतून तुमची सभ्यता कळते आणि तुमच्या सभ्यतेतून तुमची वर्तणूक निर्माण होते. जशी सभ्यता तशी वागणूक. पण तुमच्या मूळ प्रवृत्तीपेक्षा तुमच्या सांस्कृतिक दंतकथा वेगळ्या आहेत.

म्हणजे? तुला काय म्हणायचं आहे?

मनुष्यप्राणी मुळातच दुष्ट आहे, सैतान आहे, ही तुमची पहिली सांस्कृतिक दंतकथा आहे. ही पापाचं मूळ कारण असणारी दंतकथा आहे. जी सांगते की, तुमच्या मुळातला फक्त स्वभावच दुष्ट-सैतानी आहे असं नाही, तर तुमचा जन्मच तसा झाला आहे.

दुसरी सांस्कृतिक दंतकथा अपरिहार्यपणे पहिल्या कथेतूनच निर्माण झाली आहे. ती अशी– जो टिकून राहतो, तोच सर्वांत जास्त योग्य 'फिट' तंदुरुस्त असतो.

या दुसऱ्या मान्यतेनुसार तुमच्यातले काही जण सशक्त असतात, तर काही जण अशक्त. आणि टिकाव धरण्यासाठी तुम्हाला सशक्त, शक्तिशालीच असावं लागतं. तुमच्या सहकाऱ्यांसाठी, त्यांना मदत करण्यासाठी तुम्ही शक्य ते सगळं काही कराल, पण जेव्हा अस्तित्व टिकवण्याचा प्रश्न येतो, तेव्हा तुम्ही सगळ्यात आधी स्वतःचा विचार करता. कदाचित तुम्ही त्यासाठी इतरांना मरणाकडे नेता. खरं तर त्याहूनही पुढे जाता. 'तुम्ही आणि तुमच्या लोकांच्या अस्तित्वासाठी' गरज भासली तर तुम्ही इतरांना कदाचित जीवेही माराल. बहुधा 'अशक्त' माणसांना, जेणेकरून तुम्ही स्वतःला 'फिट्ट' असल्याचं सिद्ध करू शकाल.

ही तुमची मुळातली स्वाभाविक इच्छा, ऊर्मी आहे असं तुमच्यातले काही जण

म्हणतात. तिला 'अस्तित्वाची इच्छा' असं म्हणतात आणि ही तुमची सांस्कृतिक दंतकथा हळूहळू सामाजिक सभ्यता झाली, तिनं तुमच्यामध्ये सामूहिक वर्तन - गटनिहाय वर्तन निर्माण केलं. (या सामाजिक सभ्यतेतून सामूहिक-सामुदायिक वर्तन निर्माण झालं.)

केवळ 'अस्तित्व' ही तुमची प्राथमिक-मूलभूत गरज नाही, तर समता, एकता आणि प्रेम ही तुमची गरज आहे. सगळीकडच्याच संवेदनशील माणसांची मूलभूत इच्छा असते. ती तुमच्या पेशीतली स्मृती असते. तो तुमचा आनुवंशिक स्वभाव असतो, वृत्ती असते. अशा तऱ्हेनं तुमच्या पहिल्या सांस्कृतिक दंतकथेचा निकाल लागलेला आहे. तुम्ही मुळात वाईट नसता-नाही, तुमचा जन्म 'मूळ पापातून' झालेला नाही.

जर तुमची मूळ इच्छा 'अस्तित्व' असती आणि मूळ प्रवृत्ती 'दुष्ट, पापी' असती, तर पडणारं मूल पाहून तुम्ही आंतरिक इच्छेनं त्याला वाचवायला धावला नसतात, बुडणाऱ्या माणसाला वाचवायला गेला नसतात किंवा असंच काहीही केलं नसतंत आणि तरीही जेव्हा तुम्ही मूळ आंतरिक इच्छेप्रमाणे करता आणि तुमचा मूळ स्वभाव दाखवता, आपण काय करतोय याचा विचार करत नाही, तेव्हा स्वतःचा जीव धोक्यात घालूनही तुम्ही जसे वागता, तसे असता.

तेव्हा केवळ 'तगून राहणं' ही तुमची मूळ इच्छा असू शकत नाही आणि दुष्टपणा हा तुमचा मूळ स्वभाव, प्रवृत्ती नाही हे स्पष्ट आहे. समानता, न्यायबुद्धी, एकता आणि प्रेम– हे तुम्ही आहात आणि तेच तुमच्या वागण्यातून दिसणं, हीच तुमची मूळ प्रवृत्ती, स्वभाव आहे.

सामाजिक दृष्टीनं याचा विचार करताना 'समदृष्टी' आणि 'समानता' यातला फरक समजून घेणं महत्त्वाचं आहे. वस्तुतः थेट विरुद्ध खरं आहे.

साम्य नव्हे, विशेषत्व व्यक्त करणं, ही सगळ्या सजीवांची मूळ वृत्ती आहे. ज्या समाजात दोन गोष्टी पूर्णपणे सारख्या असणं फक्त अशक्यच नव्हे, तर अपेक्षितही नाही, असा समाज त्यांना निर्माण करायचा आहे. सामाजिक तंत्रशास्त्राच्या दृष्टीनं पाहता, खरी समानता– म्हणजे दुसऱ्या शब्दांत सांगायचं तर आर्थिक, सामाजिक आणि राजकीय 'साम्य' आणणं, हे या खऱ्या हेतूच्या विरुद्धच झालं. कारण, प्रत्येक सजीवाला आपल्या सर्वोच्च कल्पना, उत्तम इच्छा मांडण्याची आणि त्यातून स्वतःला नव्यानं पुन्हा निर्माण करण्याची संधी मिळणं अपेक्षित आहे.

यासाठी समान संधीची गरज आहे; समानतेची नाही. यालाच न्याय्य समदृष्टी म्हणतात. खरंतर बाह्य शक्ती आणि कायद्याच्या बळावर समानता आणली गेली, तर त्यातून न्याय्य समदृष्टी वगळली जाईल. आणि संधीच्या स्वातंत्र्यातून काय हाती लागणार? त्या समाज व्यवस्थांमध्ये प्रत्येकाला केवळ अस्तित्वासाठी जगण्यासाठीच्या

किमान गरजा भागवण्याची संधी दिली जाते, स्वतःच्या विकासाचं आणि स्वनिर्मितीचं पूर्ण स्वातंत्र्य दिलं जातं. दुसऱ्या शब्दांत सांगायचं तर 'जीवन' नावाच्या पद्धतीचं-व्यवस्थेचं ज्या समाज संस्था अनुकरण करतात, तिथे अस्तित्वाची हमी असते. आता उन्नत समाजात स्वतःचं अस्तित्व टिकवणं, जिवंत राहणं, हा मुद्दा उरलेला नसल्यानं सगळ्यांसाठी पुरेशा गोष्टी असतील तर समाजातल्या एखाद्याला त्यासाठी त्रास सोसण्याची गरज भासू दिली जाणार नाही. अशा समाजात वैयक्तिकदृष्ट्या अपेक्षा आणि सर्वमान्य अपेक्षा एकसारख्याच असतात. आनुवंशिक दुष्ट वृत्ती किंवा 'बळी तो कानपिळी' असल्या दंतकथांवर बांधल्या गेलेल्या समाजाला अशी समज येणं कधीच शक्य नाही.

हो. ते तर दिसतंच आहे. या सांस्कृतिक दंतकथेबरोबरच माणसाची वर्तणूक आणि आणखी प्रगत संस्कृतींच्या दंतकथांबाबत नंतर मला सविस्तर बोलायचं आहे. पण इथे आपण पुन्हा एकदा मागे वळू या आणि ज्या प्रश्नापासून सुरुवात केली होती, तो पुन्हा सोडवू या.

तू आपल्या चर्चेत तुझ्या उत्तरांमधून आम्हाला अशा काही छान उत्सुकतावर्धक नव्या वेगळ्या दिशेला नेतोस, की मी कुठून सुरुवात केली, हेच विसरून जातो. पण या बाबतीत नाही हं! आपण 'लग्न' या विषयावर चर्चा करत होतो. प्रेम आणि त्याच्या मागण्या गरजांबाबत बोलत होतो.

प्रेमाच्या काहीच मागण्या, गरजा नसतात. म्हणून तर ते प्रेम असतं. जर दुसऱ्या व्यक्तीवरच्या तुझ्या प्रेमाच्या काही अपेक्षा असतील, तर ते प्रेमच नव्हे– फक्त देवाण-घेवाण ठरेल.

इथे हेच तुला सांगण्याचा मी प्रयत्न करतोय. तू विचारलेल्या प्रत्येक प्रश्नाला उत्तर देताना वेगवेगळ्या प्रकारे मी हेच तर सांगतोय.

उदाहरणार्थ– लग्नाच्या संदर्भात सांगायचं तर लग्नात तुम्ही एकमेकांना 'वचन' देता, आणा-भाका घेता, ज्याची प्रेमाला गरज नसते. प्रेमात ही मागणी नसते; तरीही तुम्हाला तशी गरज भासते, कारण 'प्रेम' म्हणजे काय हे तुम्हाला माहीत नाही. आणि म्हणून तुम्ही एकमेकांना वचनं द्यायला लावता जी प्रेमानं कधीच द्यायला लावली नसती.

म्हणजे तू लग्नाच्या विरोधात आहेस!

मी कशाच्याच विरोधात नाही. जे मला दिसतंय, त्याचं फक्त वर्णन करतोय.

आता मी जे बघतोय, जे मला दिसतंय ते तुम्ही बदलू शकता. तुमची समाज व्यवस्था ज्याला 'लग्न' म्हणते, त्या लग्नाची तुम्ही पुनर्रचना करू शकता. म्हणजे प्रेम कधीच ज्या गोष्टी करायला सांगणार नाही, त्या 'लग्न'ही करायला लावणार

नाही; उलट 'प्रेम' जे दाखवेल-दाखवून देईल, तेच लग्नही दाखवेल.

दुसऱ्या शब्दांत– लग्नाच्या शपथा, आणा-भाका बदला.

एवढंच नव्हे, तर ज्या अपेक्षांवर या शपथा आधारलेल्या आहेत, त्या अपेक्षातच बदल घडवा. पण या अपेक्षा तुमचा सांस्कृतिक वारसा असल्यानं त्यात बदल घडवणं अवघड आहे. त्या तुमच्या सांस्कृतिक दंतकथांमधूनच निर्माण होतात.

इथे आपण पुन्हा सांस्कृतिक दंतकथांकडे येतोय. याबाबत तुझ्याकडे काय आहे?

मी तुला इथे योग्य दिशा दाखवेन, असं मला वाटतं. तुला तुझ्या समाजाला बरोबर घेऊन कुठे जायचंय ते मला दिसतंय आणि तुला त्यासाठी योग्य दिशा दाखवताना मला तुम्हा माणसांचे शब्द आणि शब्दप्रयोग सापडतील असं वाटतं.

तुला उदाहरण देऊ?

हो, दे ना.

प्रेमात घेण्यापेक्षा 'देणं' जास्त महत्त्वाचं आहे, हा सांस्कृतिक दंडक झाला आहे. त्याच्यामागे तुम्ही वेड्यासारखे धावताय आणि त्यामुळे तुमचं कल्पनेपलीकडे, होणार नाही इतकं नुकसान झालंय.

त्यामुळे माणसांची लग्नं दुरवस्थेत दिसतात. ती तशीच राहतात. त्यामुळे सगळे नातेसंबंधही बिघडून जातात. त्यातून मार्ग काढण्यासाठी, ना तुम्ही स्वतःच्या पालकांकडे पाहू शकता, ना प्रेरणा घ्यावी म्हणून धर्मोपदेशकांकडे जाता. त्यांचीही मदत होऊ शकत नाही. काही गोष्ट स्वच्छ कळाव्यात म्हणून ज्यांच्याकडे जाता, त्या मानसशास्त्राचा आणि मानसोपचार तज्ज्ञांचाही उपयोग होऊ शकत नाही आणि या सांस्कृतिक दंतकथेला तुमचे 'बौद्धिक नेते' असणारे साहित्यिक, लेखक आणि कलाकारही आव्हान देऊ शकत नाहीत.

आणि म्हणून ही दंतकथा सतत स्मरणात राहील, तिचं मुळीच विस्मरण होणार नाही अशी गाणी लिहिली गेलीत, कथा सांगितल्या गेल्या आहेत, चित्रपट तयार केले गेले आहेत, मार्गदर्शन दिलं गेलं आहे, प्रार्थना केल्या गेल्या आहेत आणि मुलांनाही तशाच संस्कारात वाढवलं गेलं आहे. तरीही तुम्हाला आज आयुष्यात तसंच जगत राहावं लागतंय. आणि तुम्हाला ते शक्य नाहीये.

आणि तुम्हाला ते शक्य नाहीये.

आणि समस्या 'तुम्ही' नाही, तर ही दंतकथा आहे.

म्हणजे प्रेमात घेण्यापेक्षा देण्याचं काम नाही?

नाही.

खरंच?

नाही. कधीच नव्हतं.

पण आत्ता एका क्षणापूर्वी तूच तर म्हणाला होतास की प्रेमाची काहीच मागणी नसते. म्हणूनच तर त्याला प्रेम म्हणतात, असंही तू म्हणाला होतास.

आणि ते तसंच आहेही!

अच्छा, पण मला तर 'घेण्यापेक्षा देणं' महत्त्वाचं वाटलं.

म्हणजे मग तू पहिल्या पुस्तकातलं ८ वं प्रकरण वाचायला हवंस. आत्ता मी जे मुद्दे मांडतोय, ते सगळे त्यात स्पष्ट करून सांगितले आहेत. हा संवाद क्रमशः वाचणं आणि तो एकसलग मानणं अपेक्षित आहे.

माहीत आहे. पण ज्यांनी कधीच पहिलं पुस्तक आणि त्यातले हे शब्द वाचलेले नाहीत, डोळ्यांखालून घातलेले नाहीत, त्यांच्यासाठी तुला इथं काय म्हणायचंय ते सांगशील का? कारण, खरं सांगायचं तर मलासुद्धा ते पुन्हा ऐकणं उपयोग ठरेल. कारण, आत्ता मला हे मुद्दे लक्षात येतायत.

ठीक आहे. सांगतो.

तुम्ही प्रत्येक गोष्ट स्वतःसाठी करता.

हे सत्य आहे. कारण, तुम्ही आणि इतर सगळे एक आहात.

तुम्ही इतरांसाठी जे करता म्हणजे ते तुम्ही स्वतःसाठी करता. इतरांसाठी तुम्हाला जे करता येत नाही, ते तुम्हाला स्वतःसाठीही करता येत नाही. इतरांसाठी जे चांगलं आहे, तेच तुमच्यासाठीही चांगलं आहे आणि जे इतरांसाठी वाईट आहे, ते तुमच्यासाठीही वाईट आहे.

हे अगदी मूलभूत सत्य आहे. पण या सत्याकडे तुम्ही नेहमीच डोळेझाक करता.

आता बघ, जेव्हा तुम्ही एखाद्या व्यक्तीशी नातं जोडता, तिच्याबरोबर राहता, तेव्हा त्या नातेसंबंधाचा एकच हेतू असतो. तुम्ही खरंच कोण आहात हे ठरवायचं आणि जाहीर करायचं, निर्माण करायचं आणि व्यक्त करायचं, अनुभवायचं आणि तुम्ही खरंच कोण आहात याची तुमची सर्वोच्च कल्पना पूर्ण करण्याचं ते साधन असतं.

तुम्ही जर खरंच दयाळू आणि समजूतदार, काळजी घेणारे आणि समजून

घेणारे, संयमी, भावनाप्रधान आणि प्रेमळ आहात आणि या सगळ्या गोष्टींत इतरांशी वागताना तसेच असाल, तर तुम्ही ज्या अनुभवासाठी शरीर धारण केलंत, तो नितांत सुंदर अनुभव स्वतःबाबत घ्याल.

त्यासाठी तर तुम्ही शरीर धारण केलंत. कारण, नातेवाइकाच्या शारीरिक अस्तित्वातूनच तुम्हाला तुमच्या स्वतःबद्दलच्या या गोष्टी कळणार आहेत. तुम्ही ज्या अनंत तत्त्वातून आला आहात, तिथे हे कळणं अनुभवाला येणं अशक्य आहे.

पहिल्या पुस्तकात मी या सगळ्या गोष्टी सविस्तर स्पष्ट केल्या आहेत.

असं पाहा– तुम्ही जे खरे आहात, ती अशी व्यक्ती असेल जी स्वतःवर प्रेम करत नाही आणि जी स्वतःलाच दुखावून घेते, नुकसान करून घेते, तर मग तुम्हाला सतत तसेच अनुभव येणार.

पण तुम्ही खरंच दयाळू, समजूतदार, काळजी घेणारे, संयमी आणि प्रेमळ असाल, तर ज्यांच्याशी तुम्ही असं वागणार आहात, त्यांच्यात तुम्ही स्वतःचा समावेश कराल.

तुम्ही तुमच्यापासून सुरुवात कराल आणि या सगळ्या गोष्टींत प्रथम स्वतःला सामावून घ्याल.

तुम्हाला काय व्हायचंय यावर आयुष्यातही प्रत्येक गोष्ट अवलंबून असते. उदाहरणार्थ, तुम्हाला सगळ्यांशी एकरूप व्हायचं आहे (म्हणजे , तुम्हाला जिची सत्यता घ्यायची असेल) तर आपण एका विशिष्ट पद्धतीनं वागतोय,' असं तुमच्या लक्षात येईल. तुमची एकरूपता अनुभवता आणि दाखवता येईल, अशा तऱ्हेने तुम्ही वागाल.

यातला फरक लक्षात घ्या. नेमका अर्थ समजून घ्या. स्वतःला माहीत असतं.

तुम्ही दुसऱ्याला खरंच काही 'देऊ' शकत नाही, याचं सरळ कारण म्हणजे 'दुसरं' असं कोणी नसतंच. जर आपण सगळे एक आहोत, तर फक्त 'तुम्हीच' आहात, दुसरं कोणी नाही.

हा काही काळ शब्दांचा खेळ वाटतो. शब्दांचा अर्थ बदलण्यासाठी शब्द बदलण्याचा.

ही ट्रिक नाही, पण जादू आहे! आणि तीसुद्धा अर्थ बदलण्यासाठी शब्द बदलण्याची नाही, तर बदलाचा अनुभव घेण्यासाठी दृष्टिकोन बदलण्याची.

प्रत्येक गोष्टीचा तुमचा अनुभव तुमच्या दृष्टिकोनावर आधारलेला असतो आणि तुमच्या समजुतीनुसार तुमचा दृष्टिकोन तयार होतो आणि तुमच्या समजुतींचा पाया तुमच्या दंतकथा, पुराणकथा असतात आणि त्या तुम्हाला कुणीतरी 'सांगितलेल्या' असतात.

आता माझं असं म्हणणं आहे. तुमच्या आत्ताच्या सांस्कृतिक कथांचा तुम्हाला उपयोग नाही. तुम्हाला जिथे जावंसं वाटतंय, तिथवर त्यांनी तुम्हाला नेलेलं नाही.

तुम्हाला कुठं जाण्याची इच्छा आहे, याबाबत एकतर तुम्ही स्वतःशी खोटं बोलताय किंवा आपण तिथे जाऊ शकलेलो नाही, या सत्याकडे तुम्ही डोळेझाक करताय. एक व्यक्ती म्हणून नव्हे, एक देश म्हणून नव्हे, एक वंश किंवा एक प्राणिमात्र म्हणून नव्हे.

आणखीही प्राणिमात्र अस्तित्वात आहेत?

हो तर. नक्कीच.

ठीक तर. मी बरीच कळ काढलीय. मला त्यांच्याबद्दल सांग.

लवकर. अगदी लवकर सांगेन. पण सगळ्यात आधी, तुमचं 'लग्न' हा शोध कसा बदलता येईल, ते मला सांगायचं आहे. म्हणजे तुला जे जाणून घ्यायचं आहे, त्याच्या जवळ जाता येईल.

लग्न : ते नष्ट करायचं नाही. त्यापासून पळायचं नाही. फक्त बदल करायचा.

अच्छा, मला त्याबद्दल समजून घ्यायचंच आहे. माणसाला आपलं खरं प्रेम व्यक्त करण्यासाठी इतर मार्गांची मुभा दिली गेलीय का, हे मला जाणून घ्यायचंच आहे. तेव्हा आपल्या संवादातल्या या भागाची सुरुवात जिथून केली होती, तिथेच मी त्याचा शेवट करतो. प्रेम व्यक्त करण्यासाठी आम्ही कोणत्या मर्यादा घालाव्यात? तसं तर त्या असाव्यातच, असं काही म्हणतीलच.

नाही. कुठल्याच मर्यादा नकोत आणि हेच तुमच्या लग्नाच्या शपथांमध्ये म्हटलं जायला हवं.

हे फारच आश्चर्यकारक आहे. कारण, माझ्या लग्नाच्या शपथेत नॅन्सीनं हेच विधान केलं होतं.

मला माहीत आहे.

नॅन्सी आणि मी लग्न करण्याचं ठरवलं, तेव्हा लग्नाची शपथ नव्या पद्धतीनं लिहावी, अशी मला अचानक प्रेरणा झाली.

मला माहीत आहे.

आणि त्या कामात नॅन्सी माझ्या जोडीला आली. लग्नाच्या 'पारंपरिक' शपथांची देवाण-घेवाण करणं आपल्याला अवघड आहे, असं तिचंही म्हणणं पडलं.

मला माहीत आहे.

आम्ही बसलो आणि तू म्हणतोस तशा सांस्कृतिक परिमाणांना छेद देणाऱ्या नव्या शपथा आम्ही लिहिल्या.

हो. तुम्ही त्या लिहिल्यात याचा मला अभिमान आहे.

आणि आम्ही जशा त्या कागदावर उतरवत गेलो, धर्मगुरूंसमोर त्या वाचण्यासाठी ते कागद समोर ठेवले, तसं आमच्यात वेगळं चैतन्य, प्रेरणा आली असं मला खरंच वाटतं.

अर्थातच. तुम्ही प्रेरित झालाच होतात!

म्हणजे?

अरे, तुला काय वाटतं, तू जेव्हा पुस्तकं लिहितोस, फक्त तेव्हाच मी तुझ्याकडे येतो असं तुला वाटतं की काय?

अरे वा!

हो, वा! मग तू या लग्नाच्या शपथा इथं का बरं लिहीत नाहीस?

काय?

हो पुढे. तुझ्याकडे त्यांची प्रत आहे. त्या इथे आत्ता लिही.

हे बघ, त्या जगासमोर मांडायला आम्ही लिहिलेल्या नाहीत.

जेव्हा हा संवाद सुरू झाला, तेव्हा त्यातलं काहीही सगळ्या जगासमोर आणायचा तुझा विचार नव्हता.

पण पुढे हो. त्या शपथा जगापुढे ठेव.

'योग्य विवाहशपथा' आपण लिहिल्या आहेत' असं मी सांगतोय, असं लोकांना वाटू नये, असं मला वाटतंय.

'लोकांना काय वाटेल' याची तुला अचानकच काळजी वाटायला लागली आहे?

एऽ, मला काय म्हणायचं आहे हे तुला ठाऊक आहे.

हे बघ, या अगदी बिनचूक शपथा आहेत, असं कुणी म्हणणार नाही.

ठीक आहे.

तुमच्या पृथ्वीवरच्या आतापर्यंतच्या या सगळ्यात चांगल्या शपथा आहेत, असं फक्त म्हणता येईल.

चल. काहीतरीच...!

अरे गंमत केली.

चल. शपथा लिही. मी त्यांची जबाबदारी घेतो आणि लोकांना त्या आवडतील. आपण इथे कशाबद्दल बोलत होतो, याची मी त्यांना कल्पना देईन. एवढंच कशाला, तुला या शपथा घ्यायला इतरांना बोलवायचं असेल तरी बोलाव. पण या खरं तर 'शपथा' नाहीतच, हे तर 'विवाहविधान' , 'विवाहविचार' आहेत.

ठीक आहे. मी आणि नॅन्सीनं जेव्हा लग्न केलं, तेव्हा आम्ही एकमेकांना हे म्हटलं होतं... आम्हाला मिळालेल्या प्रेरणेचे आभार.

धर्मगुरू.

नील आणि नॅन्सी एकमेकांना गंभीर वचनं देण्यासाठी किंवा पवित्र शपथा घेण्यासाठी आज रात्री इथे आलेले नाहीत.

नील आणि नॅन्सी एकमेकांवरचं प्रेम घोषित करण्यासाठी, त्याचं सत्य जाहीर करण्यासाठी, एकमेकांबरोबर राहण्याची, जीवनाचा जोडीदार म्हणून पसंत करून एकमेकांचा विकास करण्याची त्यांनी केलेली निवड सगळ्यांना सांगण्यासाठी इथे आलेले आहेत. हे तुमच्या उपस्थितीत, तुमच्या साक्षीनं व्हावं आणि आपण सगळे त्यांच्या आयुष्याचा खूप महत्त्वाचा भाग आहोत, त्यांच्या निर्णयात आपणा सर्वांचा मोलाचा सहभाग आहे, त्यामुळे त्याला विशेष बळ मिळालं आहे, असं त्यांना सांगायचं आहे.

त्यांचं हे पारंपरिक बंधन आपल्या सर्वांना आणखी जवळ आणेल, अशा आशेनं ते आज रात्री इथे आले आहेत. आज तुम्ही आपल्या पत्नीबरोबर, पतीबरोबर किंवा जोडीदाराबरोबर आला असाल, तर आजच्या या समारंभामुळे तुमच्या त्या प्रसंगाची पुन्हा आठवण होईल, तुमच्या प्रेमबंधनाला पुन्हा बळकटी मिळेल.

आपण एक प्रश्न विचारून सुरुवात करू : लग्न का करायचं? नील आणि नॅन्सी यांनी स्वतःला याचं उत्तर दिलं आहे आणि त्यांनी मलाही ते सांगितलं आहे. मी त्यांना हाच प्रश्न पुन्हा एकदा विचारणार आहे, म्हणजे त्यांच्या उत्तराचा खुंटा त्यांना बळकट करता येईल, त्यांचं परस्परांना समजून घेण्यावर आणि एकमेकांशी प्रामाणिक राहण्याच्या वचनावर शिक्कामोर्तब करता येईल.

(धर्मगुरू टेबलावरून गुलाबाची दोन फुलं घेतात.)

हा गुलाबपुष्पांचा सोहळा आहे. या गुलाबांनी नॅन्सी आणि नील एकमेकांच्या

समजुतीची आणि त्या समजुतीत एकमेकांना सहभागी करण्याचा स्मरण सोहळा साजरा करतायत.

आता नॅन्सी आणि नील, या लग्नानं तुम्ही केवळ सुरक्षेच्या कारणासाठी गृहस्थाश्रमात प्रवेश करत नाही आहात...

स्वतः ताबा मिळवणं किंवा मालकी हक्क प्रस्थापित करणं किंवा स्वतःचा ताबा घेऊ देणं किंवा मालकी हक्क प्रस्थापित करू देणं, म्हणजेच खरी सुरक्षितता नव्हे...

मागण्या करणं किंवा अपेक्षा करणं आणि आयुष्यात तुम्हाला जे हवं आहे, ते दुसऱ्यानं पुरवावं अशी आशासुद्धा करणं, म्हणजे सुरक्षितता नव्हे...

उलट तुम्हाला आयुष्यात हवी असलेली प्रत्येक गोष्ट समजून घेण्यात– सगळं प्रेम, सगळा शहाणपणा, सगळी अंतर्दृष्टी, सगळं बळ, सगळं ज्ञान, सगळी समज, सगळी प्रगती– सगळा विकास, सगळ्या अनुकंपा, सगळी शक्ती... जी तुमच्या आतच असते... ती म्हणजे सुरक्षितता...

... आणि तुम्ही या सगळ्या गोष्टी दुसऱ्याकडून मिळवण्यासाठी एकमेकांशी लग्न करत नाही आहात, तर या गोष्टींची भेट दुसऱ्याला देण्याची तुमची इच्छा आहे. जरी त्या गोष्टी दुसऱ्याकडे भरपूर प्रमाणात असल्या तरी, तुम्हाला त्यांना त्या द्याव्याशा वाटतात.

तुमचं हे म्हणणं, ही समजूत अजूनही तशीच ठाम, कायम आहे का?

(ते म्हणतात- 'होय, आहे.)

आणि एकमेकांवर बंधनं घालण्यासाठी, एकमेकांवर अंकुश ठेवण्यासाठी, तुमच्या खऱ्या भावना व्यक्त करण्यात आडकाठी आणण्यासाठी आणि तुमच्यातली सर्वोत्तम गोष्ट साजरी करायला अडवण्यासाठी नॅन्सी आणि नील, तुम्ही लग्न करत नाही, हे तुमचं एकमेकांबद्दल सामंजस्य कायम आहे, असं तुम्ही मला सांगितलं आहे. तुमच्यातल्या सर्वोत्तम गोष्टी, मग त्यात तुमचं देवावरचं प्रेम आलं, आयुष्याबद्दलचं प्रेम आलं, लोकांबद्दलचं प्रेम आलं, निर्मितीची ओढ आली, कामाबद्दल प्रेम आलं किंवा तुमचं व्यक्तिमत्त्व निखळपणे व्यक्त करणारा पैलू आणि तुम्हाला मिळणारा आनंद आला.

आजच्या या रात्री तुमचं अजूनही हे म्हणणं ठाम आहे?

(ते म्हणतात, 'होय, आहे')

शेवटी, नॅन्सी आणि नील, तुम्ही मला असंही म्हणाला होतात की, तुमच्या लेखी लग्न म्हणजे परस्परांना उपकार दाखवणं नव्हे; उलट परस्परांना संधी देणं.

संधी- प्रगतीची, स्व-अभिव्यक्तीची, तुमच्यातल्या क्षमतांचा पूर्ण वापर करून जीवनमान उंचावण्याची, स्वतःबद्दलच्या चुकीच्या, अवाजवी कल्पना किंवा न्यूनगंड

दूर करण्याची, आणि तुम्हा दोन जीवात्म्यांच्या परस्पर संप्रेषणातून, परस्पर संबंधातून परमेश्वराशी पुन्हा एकरूप होण्याची...

हा खरा पवित्र संबंध आहे...

हा एक प्रवास आहे आयुष्यभराचा... आपलं प्रेम असलेल्या समान जोडीदाराबरोबर, कोणत्याही भागीदारीत अंतर्भूत असलेल्या हक्क आणि कर्तव्यांच्या समान वाटणीनं, येणाऱ्या अडचणींचे भार-संकटं-ताणतणाव सगळं काही एकमेकांच्या सोबतीनं वाटून घेऊन आणि सगळ्या वैभवाचाही एकमेकांच्या समवेत आनंदानं उपभोग घेत हा प्रवास करायचा आहे.

वैवाहिक आयुष्याला सुरुवात करताना तुमचा हाच दृष्टिकोन आहे ना?

ते म्हणतात- 'हो आहे'.)

आता मी तुम्हाला ही गुलाबाची फुलं देतो. इथल्या भौतिक गोष्टींची तुमची वैयक्तिक समज आणि या लग्नामुळे शरीर रूपात आणि शारीरिक-भौतिक दृष्टीनं आता तुमचं आयुष्य कसं होणार आहे, हे तुम्हाला माहीत आणि मान्य असल्याचं ही फुलं प्रतीक आहेत. या सगळ्या गोष्टी आणि परस्परसामंजस्याचं प्रतीक म्हणून प्रेमानं ही फुलं आता एकमेकांना द्या.

आता, कृपया प्रत्येकानं पांढरा गुलाब घ्या. हा तुमच्या मनाच्या मोठेपणाचं, समजुतदारपणाचं, तुमच्या आध्यात्मिक स्वभावाचं आणि आध्यात्मिक सत्याचं प्रतीक आहे. तुमच्या खऱ्या आणि सर्वोच्च अस्तित्वाची शुद्धता आणि परमेश्वराच्या प्रेमाची शुद्धता– जी तुमच्यावर आत्ता आणि नेहमीच बरसत राहील, हेच हा गुलाब सांगतो.

(नॅन्सीच्या हातात धर्मगुरू नीलची अंगठी ठेवलेला गुलाब आणि नीलच्या हातात नॅन्सीची अंगठी ठेवलेला गुलाब देतात.)

आज दिलेल्या आणि घेतलेल्या वचनांची स्मृती म्हणून तुम्ही एकमेकांसाठी काय आणलं आहेत? (दोघंही गुलाबाच्या फुलातील अंगठ्या धर्मगुरूकडे देतात. त्या हातात घेऊन धर्मगुरू म्हणतात...)

हा अंगठीचा गोल म्हणजे सूर्य, पृथ्वी आणि साऱ्या विश्वाचं प्रतीक आहे. ते प्रतीक आहे पावित्र्याचं, पूर्णत्वाचं आणि शांतीचं. ज्याला आदि नाही आणि अंतही नाही, अशा असीम आध्यात्मिक सत्याचं, प्रेमाचं आणि जीवनाचंही ते प्रतीक आहे... आणि या क्षणी नील आणि नॅन्सीनं त्याची निवड केली आहे ती मालकी हक्काचं नव्हे, एकरूपतेचं प्रतीक म्हणून, एकमेकाला प्रतिबंध घालण्याचं नव्हे तर एकमेकांचं पूरक होण्याचं प्रतीक म्हणून, एकमेकांना अडकवून ठेवण्याचं नव्हे, तर एकमेकांच्या समवेत राहण्याचं प्रतीक म्हणून... आणि आत्म्याला तर कधीच जाळ्यात अडकवता येत नाही.

नील आणि नॅन्सी, आता तुम्हाला ज्या अंगठ्या एकमेकांना घालण्याची इच्छा आहे, त्या या अंगठ्या घ्या.

(दोघंही एकमेकांच्या अंगठ्या घेतात.)

नील, कृपया माझ्या मागोमाग म्हण.

मी, नील... नॅन्सी, तुला विचारतो... तू माझी जीवनसाथी, प्रेमिका, माझी मैत्रीण आणि माझी पत्नी होशील? मी तुझ्यावर मनापासून खूप प्रेम आणि मैत्री करून, असं मी जाहीर आणि घोषित करतो... तू जेव्हा उत्कर्षाच्या शिखरावर असशील– फक्त तेव्हाच नव्हे, तर जेव्हा तुला मानिसकदृष्ट्या आधाराची गरज असेल तेव्हाही... जेव्हा तू कोण आहेस हे तुला स्मरण असेल तेव्हाच फक्त नव्हे तर तुला त्याचं विस्मरण होईल तेव्हाही... जेव्हा तू प्रेमानं वागत असशील फक्त तेव्हाच नव्हे, तर तू तशी वागत नसशील तेव्हाही... परमेश्वर आणि इथे उपस्थित असलेल्यांसमोर मी अशी घोषणा करतो की, तुझ्या अंतर्यामी असलेल्या दिव्यत्वाकडे पाहण्याचा मी नेहमी प्रयत्न करेन... नेहमी तुला सहभागी करून घेईन... आणि कितीही दुःखाचे काळे अंधारे क्षण आले, तरी आणि विशेषतः तेव्हा, मी माझ्या अंतर्यामी असलेल्या दिव्यत्वाकडे पाहण्याचा मी नेहमी प्रयत्न करेन. नेहमी तुला सहभागी करून घेऊन... आणि कितीही दुःखाचे काळे अंधारे क्षण आले, तरी आणि विशेषतः तेव्हा, मी माझ्या अंतर्यामी असलेल्या दिव्य शक्तीत तुला सहभागी करून घेईन.

मला तुझ्याबरोबर आत्म्याच्या पवित्र साथीत कायमचं राहण्याची इच्छा आहे. आपण दोघं मिळून परमेश्वराचं कार्य करू... आपल्यातल्या सगळ्या चांगल्या गोष्टींत आपण एकमेकांचे भागीदार होऊ... आणि आपल्या संपर्कात येणाऱ्या सगळ्यांना त्यात सहभागी करून घेऊ.

(धर्मगुरू नॅन्सीकडे वळतात.)

नॅन्सी, नीलनं तू त्याची पत्नी व्हावंस अशी विनंती केली आहे, ती तुला मान्य आहे?

('होय'- ती उत्तर देते.)

आता नॅन्सी, कृपया माझ्या मागून म्हण.

मी नॅन्सी... नील, तुला विचारते की... (ती तशीच शपथ घेते.)

(धर्मगुरू नीलकडे पाहतात.)

नील, नॅन्सीने तू तिचा पती व्हावंस, अशी केलेली विनंती तुला मान्य आहे?

('हो' - तो उत्तर देतो.)

मग कृपया आता या दोन्ही अंगठ्या एकमेकांना देण्यासाठी हातात घ्या आणि माझ्या पाठोपाठ म्हणा... ही अंगठी घालून... मी लग्नाला तयार आहे... मी तुझ्या अंगठीचा स्वीकार करतो/करते. (दोघं अंगठ्यांची देवाण-घेवाण करतात.) ... आणि अंगठी मी माझ्या हातात परिधान करतो... (दोघं एकमेकांच्या बोटात अंगठ्या घालतात.) ...या अंगठीनं सगळ्यांना माझं तुझ्यावरचं प्रेम दिसेल आणि समजेल.

(धर्मगुरू समारोप करतात.)

जनहो, एक जोडपं अशा प्रकारच्या पवित्र बंधनाने एकमेकांचे होतात आणि तेच त्याचं पावित्र्य टिकवू शकतात, हे आपण पूर्ण जाणीवेत राहून बघितलंत. माझ्या चर्चमध्ये किंवा कोणत्याही सत्तेच्या दृष्टीनं माझं वागणं, बोलणं अनाठायी असतं, तर मला हा अधिकार मिळाला नसता. फक्त दोन हृदयच जे जाहीर करू शकतात आणि फक्त दोन आत्मेच जे प्रत्यक्षात आणू शकतात.

आणि म्हणून आता जसं नॅन्सी तू आणि नील तू, तुमच्या मनात आधीच कोरली गेलेली सत्यं जाहीर केली आहेत आणि त्याला तुमचे हे उपस्थित मित्र, आप्तजन आणि एक दिव्य जिवंत आत्मा – सगळेजण आनंदानं साक्षी आहेत. तुम्ही एकमेकांना जाहीरपणे पती-पत्नी म्हणून स्वीकारल्याचा सगळ्यांना आनंद आहे.

आता आपण प्रार्थनेत सहभागी होऊया. प्रेम आणि जीवन. या जगात हे दोन जीवात्मे एकमेकांना सापडले. आता त्यांचं भविष्य, नशीब एकाच धाग्यानं विणलं जाईल आणि त्यांची सुख-दुःख परस्परांपासून वेगळी, स्वतंत्र नसतील.

नील आणि नॅन्सी, तुमच्या घरी येणाऱ्या प्रत्येकासाठी तुमचं घर म्हणजे आनंद-निधान होवो, जिथे वृद्ध आणि तरुण एकत्र येऊन एकमेकांच्या सहवासात ताजेतवाने होवोत, जिथे विकास व्हावा, एकमेकांचा सहभाग असावा, जिथे संगीताला स्थान असावं, जिथे खळाळतं हास्य ऐकू यावं, जिथे परमेश्वराच्या प्रार्थनेचे सूर घुमावेत आणि निरंतर प्रेमाचं वातावरण असावं.

तुमच्या जवळची मंडळी तुम्हा दोघांच्या एकमेकांवरील प्रेमाच्या सौंदर्यानं आणि औदार्यानं सतत समृद्ध होत राहोत, तुमचं काम तुम्हाला आनंददायी आणि जगाला उपकारक ठरो आणि तुम्हाला दीर्घायुष्य लाभो, तुमच्या आयुष्यातला प्रत्येक दिवस 'सु-दिन' होवो.

आमेन. आमेन.

हे सगळं माझ्या काळजाला भिडलं आहे. खऱ्या अर्थानं असे शब्द माझ्यासाठी म्हणणारं मला लाभलं आहे, हा माझा मोठा सन्मान आहे, मला मिळालेला मोठा आशीर्वाद आहे. प्रिय परमेश्वरा, माझ्यासाठी नॅन्सीला धाडल्याबद्दल तुझे खूप आभार.

तुला माहितेय, तूसुद्धा तिच्यासाठी भेटच आहेस.

असेल बाबा!

विश्वास ठेव माझ्यावर.

माझी काय इच्छा आहे, तुला माहीत आहे?

नाही. काय?

सगळ्यांनी लग्नाची अशी शपथ घ्यावी, असं मला वाटतं. लोकांनी त्याचं कात्रण ठेवावं, किंवा त्याची नक्कल करून लिहून घ्यावं आणि त्यांच्या लग्नात ते वापरावं. त्यामुळे घटस्फोटांचं प्रमाण नक्की कमी होईल, अशी माझी खात्रीच आहे.

काही जणांना हे सगळं म्हणणं फार अवघड जाईल आणि बऱ्याच जणांना त्या गोष्टी सत्यात उतरवणं फार अवघड जाईल.

आमच्याकडून हा शब्द पाळला जावा, हीच आशा! हे शब्द इथे असं मांडणं याचा अर्थ आम्ही ते आयुष्यात उतरवायला हवेत, असं मला म्हणायचं आहे.

म्हणजे ते पाळण्याचा तुझा बेत नव्हता वाटतं?

अर्थातच होता. पण आम्ही इतरांसारखीच सर्वसामान्य माणसं. त्यामुळे जर आम्ही तसं वागू शकलो नाही, आमच्या नात्याला धक्का बसला किंवा देव न करो, पण आत्ताचं आमच्या नात्याचं रूप संपुष्टात आलं, त्याचा शेवट झाला, तर सगळ्याच माणसांची दिशाभूल होईल.

याला काही अर्थ नाही. तुम्ही तुमच्याशी प्रामाणिक होतात, तुम्ही आणखी एक नवा पर्याय निवडला आहे, हे त्यांना कळेल. पहिल्या पुस्तकात मी जे सांगितलंय, ते लक्षात ठेव. तुमच्या नात्याची लांबी आणि गुणवत्ता यांच्यात गल्लत करू नकोस. तू काय किंवा नॅन्सी काय; आदर्श पुतळे नाही आहात आणि दुसऱ्या कोणी किंवा तुम्ही स्वतःलाही 'आदर्श' स्थानी ठेवू नये. साधा माणूस असा. पूर्णपणे माणूस राहा. समजा काही काळानंतर तुला आणि नॅन्सीला तुमच्या नात्याला वेगळ्या प्रकारे आकार द्यावासा वाटला, तर तुम्हाला तसा पूर्ण अधिकार आहे. या संपूर्ण संवादातला हाच तर मुद्दा आहे.

आणि आमच्याही विधानांमध्ये हाच मुद्दा होता!

अगदी बरोबर. हे तुझ्या लक्षात आलं, याचा मला आनंद आहे.

हो, मलाही या विवाह शपथा आवडतात आणि आपण त्या इथे मांडल्या, याचा मला आनंद आहे. सहजीवन सुरू करण्याचा हा एक सुंदर मार्ग आहे. सहजीवन सुरू करण्याचा हा एक सुंदर मार्ग आहे. आता स्त्रीला यापुढे 'प्रेम करायला, मान द्यायला आणि सांगू तसं करायला' सांगावं लागणार नाही. 'हा स्वतःचा हक्क आहे, आत्मसन्मान आहे, असं मानणाऱ्या स्व-सेवी' पुरुषाच्या त्या मागण्या होत्या

तुझं म्हणणं अगदी बरोबर आहे.

असं पुरुषप्रधानतेला देवाशी जोडणं, हे तर आणखीनच आत्मकेंद्री, अप्पलपोटेपणाचं होतं.

हेही अगदी योग्य बोललास. मी असल्या गोष्टी कधीच सांगितल्या नाहीत.

अखेर, लग्नाची शपथ– तिचे शब्द खरंच देवाकडून आलेले आहेत. हे शब्द म्हणजे कोणाची वैयक्तिक स्थावर-जंगम मालमत्ता नाही. प्रेमाबद्दल सत्य बोलणारे असे हे शब्द आहेत. त्यांना मर्यादा नाही, उलट स्वातंत्र्याचं वचन आहे. सगळ्यांच्या मनात हे शब्द घर करतील

'हे काय, तुमच्याकडून कसलीच अपेक्षा न ठेवणाऱ्या असल्या शपथा काय कोणीही घेईल,' असं म्हणणारेही महाभाग भेटतील. त्यांना तू काय म्हणशील?

मी म्हणेन : "एखाद्याला ताब्यात ठेवण्यापेक्षा त्याला मोकळीक देणं जास्त अवघड आहे. जेव्हा तुम्ही एखाद्याला ताब्यात ठेवता, तेव्हा तुम्हाला पाहिजे ते तुम्ही मिळवता. जेव्हा तुम्ही एखाद्याला मोकळीक देता, तेव्हा त्याला जे पाहिजे ते त्याला मिळतं."

खूप विचारपूर्वक शहाणपणानं बोलला असतास.

माझ्याकडे एक मस्त कल्पना आहे! या विवाह शपथांवरची आपण एक छोटीशी पुस्तिका तयार करावी. लोकांना त्यांच्या लग्नाच्या दिवशी ही छोटेखानी प्रार्थनापुस्तिका हाताशी ठेवता येईल.

ती एकदम छोटी, आटोपशीर असेल; त्यात फक्त शब्दच नसतील तर संपूर्ण समारंभाचं वर्णन असेल. या तिन्ही पुस्तकांत मांडलेलं प्रेमाचं आणि नातेसंबंधांचं नेमकं निरीक्षण, त्याचबरोबर लग्नासंदर्भातल्या काही विशेष प्रार्थना आणि ध्यानधारणा असेल– त्यातून तू याच्या विरुद्ध नाहीस, हेच दिसून येईल.

मला खूप आनंद होतोय. कारण, क्षणभर तू 'विवाहविरोधी' असल्यासारखं वाटल्यामुळे हे सुरू झालं.

असा कसा मी लग्नाच्या विरोधात असेन? आपण सगळे विवाहित आहोत. आपलं एकमेकांशी लग्न झालंय. आत्ता आणि कायमस्वरूपी. आपण एक आहोत. एकत्र आहोत. आपला विवाह सोहळा आतापर्यंतचा सगळ्यात मोठा सोहळा आहे. तुला मी दिलेलं वचन आतापर्यंतचं सर्वांत उत्तम वचन आहे. माझं तुझ्यावर नेहमीच प्रेम राहील आणि तुला सगळ्या गोष्टींची मोकळीकही असेल. माझं प्रेम तुला कधीच बांधून ठेवणार नाही आणि म्हणून तूही माझ्यावर प्रेम करायला मोकळा आहेस. तुला

तुझ्या इच्छेनुसार जे असायचं आहे ते असू शकतोस. हीच माझी मोठी देणगी, भेट आहे.

तू मला तुझा अत्यंत प्रामाणिक विवाहित जोडीदार आणि विश्वाच्या नियमानुसार सहनिर्माता म्हणून घेशील का?

आणि तू मला तुझा जोडीदार आणि सहनिर्माता म्हणून घेशील का?

हो तर. मी नेहमीच तसं केलं आहे. आत्ता आणि अनंतापर्यंत आपण एक आहोत.

आमेन.

१४

हे शब्द वाचताना माझं मन तुझ्याबद्दलच्या आदरानं भरून आलं आहे. तू आता माझ्याबरोबर आहेस, त्याबद्दल धन्यवाद. देवा, आम्हा सर्वांबरोबर तू आहेस खरंच तुझे आभार! कारण, या संवादांमधून लाखो जणांनी आजवर हे शब्द वाचले आहेत आणि यापुढेही लाखो जण हे वाचणार आहेत. तू आमच्या हृदयात वास करतोस ही आमच्यासाठी फार मोठी दैवी देणगी आहे.

माझ्या प्रियजनांनो, मी नेहमीच तुमच्या हृदयात आहे. माझ्या तिथल्या अस्तित्वाची आता तुम्हाला प्रत्यक्ष जाणीव होते आहे, याचा मला आनंद आहे.

मी कायमच तुमच्याबरोबर आहे, असतो. मी कधीच तुम्हाला सोडलेलं नाही. मी 'तुम्ही' आहे, आणि तुम्ही 'मी' आहात आणि आपल्याला एकमेकांपासून कधीच वेगळं करता येणार नाही- कधीच. कारण, हे शक्यच नाही.

ए- एक मिनिट थांब! हे 'देजावू' सारखं वाटत नाहीये? आपण हेच सगळे शब्द नुकतेच आधी बोललो आहोत, नाही?

अर्थातच! १२ व्या प्रकरणाची सुरुवात वाच. फक्त याआधी पहिल्यांदा हे शब्द वाचलेस, तेव्हापेक्षा आता तुला त्यांचा जास्त अर्थ कळेल.

खरंच जर ही शब्दशैली खरी असेल आणि आपण काही वेळा असा पुनःप्रत्यय घेत असू, जेणे करून त्यातून आणखी गर्भितार्थ कळेल, तर हे छान आहे नाही?

तुला काय वाटतं?

काही वेळा अगदी अस्संच होतं, असं मला वाटतं!

जोवर तसं होत नाही!

जोवर तसं होत नाही!

वा! वा वा! तू नव्या आकलनाच्या, समजाच्या इतक्या वेगानं जवळ चालला

आहेस, की मला भीती वाटतेय.

हो, खरंच? आता, मला एक गंभीर विषयावर तुझ्याशी बोलायचं आहे.

हो. मला माहीत आहे. बोल.

आत्मा शरीराशी केव्हा जोडला जातो?

केव्हा जोडला जातो असं तुला वाटतं?

जेव्हा त्याला वाटतं तेव्हा.

छान.

पण लोकांना आणखी ठाम उत्तर हवं असतं. ते ज्याला 'आयुष्य' म्हणतात, ते आयुष्य कधी सुरू होतं, हे त्यांना जाणून घ्यायचं आहे.

मला कळतंय.

तेव्हा त्याची काय खूण आहे? शारीरिक जन्म म्हणजे शरीराची भृणातून बाहेर येण्याची तातडी आहे, की दोन शरीरं एकत्र येऊन गर्भधारणा होण्याचा क्षण म्हणजे जन्म?

आयुष्याला सुरुवात नाही. कारण, आयुष्याला शेवट नाही. आयुष्य फक्त पुढे पुढे जात राहतं. नवी रूपं निर्माण करतं.

ते नक्कीच सोळाव्या शतकातल्या लोकप्रिय लावा लॅम्प्समध्ये वापरल्या जाणाऱ्या थुलथुलीत द्रवपदार्थासारखं असलं पाहिजे. मोठे, मऊ, तळातून बसके गोलाकार असत. ते तापवून त्यातून नवे दिवे तयार करून बाजूला केले जात. त्यांना गुलाबाच्या आकारात पुन्हा टोकाला जोडत. त्यातून आणखी खूप मोठा वेगळ्या आकाराचा नवा दिवा पुन्हा तयार करत. त्या नळीत कधीच कुठला 'नवा' दिवा नसे. एकाच मूलभूत पदार्थापासून त्यालाच वेगळा आकार देऊन जणू नवे आणि वेगळे वाटावेत असे दिवे तयार केले जात असत. त्यातलं वैविध्य संपत नसे आणि ते तयार केले जाण्याची आकर्षक प्रक्रिया पुन्हा पुन्हा पाहावीशी वाटे.

ही फारच सुंदर उपमा आहे. असंच आत्म्यांच्या बाबतीतही आहे. 'एकच' आत्मा – जो खरंच 'सर्वात्मा' आहे, तो स्वतःचेच छोट्या छोट्या अंशात विभाजन करतो. हे सगळे 'अंश' सुरुवातीला तिथे होते. नवे असे कुठलेच अंश नाहीत, ते त्या एकाच सर्वात्म्याचे एकसारखे करणारे नवे आणि वेगवेगळे अंश आहेत, जे तोच पुन्हा पुन्हा करत असतो.

अरे, जॉन ऑसवॉर्न नावाच्या एका हुषार पॉप कलाकारानं एक सुंदर गाणं लिहिलं आणि सादर केलं आहे. त्यात ती विचारते, 'देव जर आपल्यातलाच एक असेल तर? आपल्यासारखाच अजागळ, आळशी असेल तर? (just a slob) मी तिला तिच्या गाण्याची शेवटची ओळ बदलायला सांगणार आहे– 'देव जर आपल्यातलाच एक असेल तर? आपल्यासारखंच थुलथुलीत अर्थद्रव पदार्थ (glop) असेल तर?

वा! फारच छान. आणि तिचं गाणं तिच्या बुद्धीची झलक दाखवणारं आहे. त्या गाण्यानं सगळ्यांचीच झोप उडवली. लोकांना, मी त्यांच्यापेक्षा उजवा नसून त्यांच्यातलाच एक आहे, हा विचार पटणं अवघड होतं.

ही प्रतिक्रिया म्हणजे एक इंटरेस्टिंग मत आहे. देवाबद्दल कमी आणि मनुष्य जातीबद्दल जास्त. जर देवाची तुलना आपल्यातल्याच एकाशी करणं हे धर्मविरोधी असेल, तर आमच्याबद्दल काय म्हणणं आहे?

खरंच, काय?

पण तू 'आमच्यातलाच एक' आहेस, हेच तर तू इथे सांगतो आहेस. तेव्हा जॉन म्हणते ते बरोबर आहे.

नक्कीच बरोबर आहे. गूढ सत्य.

मला पुन्हा माझ्या प्रश्नाकडे वळायचं आहे. आम्ही ज्याला आयुष्य म्हणतो, ते कधी सुरू होतं याबद्दल तू आम्हाला काही सांगशील का? कुठल्या क्षणी, कुठल्या टप्प्यावर आत्मा शरीरात प्रवेश करतो?

आत्मा शरीरात प्रवेश करत नाही. आत्म्याचं शरीराभोवती आवरण असतं. मी आधी काय म्हंटलं ते आठवतंय? शरीर आत्म्याचं घर नाही. तो त्याच्या आसपास असतो.

प्रत्येक गोष्ट नेहमीच जिवंत – सजीव असते. 'मृत' असं काहीच नसतं. असणं – अस्तित्व अशीही कुठली अवस्था नाही.

जे सतत जिवंत असतं, तेच स्वतःला नवा आकार देतं. नवं शरीररूप. त्यात जीवन चैतन्य सतत भरलेलं असतं. त्याला नवचैतन्य देत असतं. नेहमी.

जीवन – त्याला जर तुम्ही चैतन्य - म्हणजे मी म्हणत असाल, तर ते सदैव आहेच. ते नाही असं नाहीच. जीवनाला शेवट नाही, त्यामुळे ते सुरू होण्याचा क्षण कसा असणार?

ए, मला मदत कर, मला काय हवंय, ते तुला माहीत आहे.

हो, माहीत आहे. ज्यातून काहीच निष्पन्न होणार नाही, अशा चर्चेंत मी पडावं अशी तुझी इच्छा आहे.

हो. मला तेच हवंय. मी मान्यच करतो. माझ्यासमोर इथे देव आहे, आणि त्याला एक चिरंतन प्रश्न विचारण्याची मला संधी आहे, असं मला म्हणायचं आहे. आयुष्य कधी सुरू होतं?

आणि याचं उत्तरही चिरंतन आहे. तुला ऐकवणार नाही.

मला परत ऐकू दे.

ते कधीच सुरू होत नाही. आयुष्याला कधीच 'सुरुवात' होत नाही. कारण, ते कधीच संपत नाही. तुला जैवशास्त्रीय तांत्रिक गोष्टीत शिरायचं आहे. म्हणजे माणसांनी कसं वागावं याचे नियम 'देवाचे नियम' म्हणून तुम्ही तयार करू शकाल आणि मग जे त्यानुसार नियमात बसेल असं वागणार नाहीत, त्यांना तुम्ही शिक्षा करू शकाल.

त्यात चुकीचं काय आहे? म्हणजे डॉक्टरांना पार्किंग लॉटमध्ये बिनधास्त ठार मारण्याचा परवानाच आम्हाला मिळेल.

होय. मला कळतंय. तुम्ही माझा वापर केला आहे आणि वर्षानुवर्षं तुम्ही सगळ्याच बाबतीत तुमचं समर्थन 'माझे कायदे – नियम' म्हणून जाहीर करत आला आहात.

ए, चल! गर्भपात करणं म्हणजे हत्या करणं आहे, असं तू सरळ सरळ म्हणून का टाकत नाहीस?

तुम्ही कोणाचीच किंवा कुठल्या गोष्टीची हत्या करू शकत नाही.

नाही. पण तू त्यातली वैयक्तिकता संपवलीस! आणि आमच्या भाषेत तीच हत्या आहे.

माझा एक अंश त्याच्या पद्धतीनं जसा अभिव्यक्त होत असतो, माझ्या दुसऱ्या अंशाला ती पद्धत मान्य नसली, तरी तो ते करत राहतो, ही प्रक्रिया तुम्ही थांबवू शकत नाही.

काय? तू हे काय बोलतोयस?

कुठलीही गोष्ट देवाच्या इच्छेशिवाय घडत नाही, असं मी म्हणतोय

आयुष्य आणि जे काही सगळं घडतंय, ते देवाच्या इच्छेचं प्रकटीकरण आहे, अभिव्यक्ती आहे. वाच ते. तुझी इच्छा व्यक्त स्वरूपात आणली.

या संवादात मी असं म्हटलं आहे की, तुझी इच्छा ती माझी इच्छा. कारण, आपल्या दोघांपैकी एकच जण असतो.

आयुष्य म्हणजे अचूकपणे व्यक्त होणारी देवाची इच्छा. देवाच्या इच्छेविरुद्ध काही घडू पाहत होतं, ते ते घडू शकलं नाही. देव कोण आणि काय आहे हे कळल्याशिवाय ते घडू शकणार नव्हतं. एक आत्मा दुसऱ्या एखाद्यासाठी काही ठरवू शकतो, यावर तुझा विश्वास आहे? एखाद्याला विशिष्ट प्रकारे तुमच्याकडून परिणाम करून घ्यायचा नसतो, तशी त्याची इच्छा नसते; पण एक व्यक्ती म्हणून तुम्ही असा प्रभाव टाकू शकता, यावर तुझा विश्वास आहे? तुम्ही एकमेकांपासून वेगळे– स्वतंत्र आहात, या कल्पनेवरच तुझा हा विश्वास आधारलेला आहे.

जर देवाला आयुष्यावर परिणाम झालेला नको असेल, तर तुम्ही काही करून असा परिणाम घडवू शकता, असं तुला खरंच वाटतं? तुझा तसा विश्वास आहे? तुम्ही माझ्यापासून वेगळे आहात, या तुमच्या कल्पनेच्या पायावर हा विश्वास उभा असेल.

दोन्ही बाजू खोट्या, चुकीच्या आहेत.

'विश्वाला मंजूर नसेल अशा पद्धतीनं तुम्ही विश्वावर परिणाम घडवून आणू शकत' हे विधान तुला धाडसाचं, कल्पनेच्या पलीकडचं वाटेल.

तुम्ही इथे दैवी शक्तींशी व्यवहार करत असता आणि आपण त्यांच्यापेक्षा कमी शक्तिमान आहोत, असं तुमच्यापैकी काहींना वाटत असतं. पण तुम्ही तसे नसता. तुम्ही शक्तीपेक्षा तसूभरही कमी नसता.

तुम्ही सर्वांत जास्त मोठी दैवी शक्ती आहात; कमी नाही की जास्त नाही. ती शक्ती सतत तुमच्याबरोबर राहो!

म्हणजे तिच्या किंवा त्याच्या संमतीखेरीज, परवानगीशिवाय मी कुणालाही जीवे मारू शकतो, असं तू म्हणतोयस? एका विशिष्ट वरच्या पातळीवर, आतापर्यंत हत्या केल्या गेलेल्या प्रत्येकाची हत्या करून घ्यायला संमती होती, असं तू मला सांगतो आहेस का?

तू या गोष्टींकडे भौतिक दृष्टीनं पाहतो आहेस आणि तसाच विचार करतो आहेस. पण यातून तुझ्या हाती काहीच लागणार नाही.

भौतिक दृष्टीनं विचार करण्याशिवाय मी काय करणार? माझा नाइलाज आहे. मी आत्ता इथे या पृथ्वीवर आहे ना!

'तू या जगात आहेस, पण या जगासाठी नाहीस,' असं मी तुला सांगतो.

म्हणजे माझं भौतिक सत्य हे खरं सत्य नाही?

तसं ते होतं, असं तुला खरंच वाटतं का?

मला माहीत नाही.

इथे आणखी काही तरी मोठी, भव्य गोष्ट सुरू आहे, असं तुला कधीच वाटलं नाही?

हो. वाटलं होतं.

वा! हे जे सुरू आहे, ते आता मी तुला स्पष्ट करून सांगतो.

ठीक. माझ्या लक्षात आलं. म्हणजे मला असं वाटतंय की, मी आता सहज बाहेर जाऊ शकतो आणि कुणालाही जीवे मारू शकतो. कारण एरवी जर त्यांनी संमती दिली नसती, तर मी ते करू शकलो नसतो.

खरं म्हणजे, मनुष्य जात तसंच वागत असते. आत्ता तू कठीण परिस्थितीतून जातो आहेस, पण ते जणू खरंच आहे, असं समजून चालला आहेस.
किंवा वाइटात वाईट म्हणजे तू लोकांना त्यांच्या इच्छेविरुद्ध मारतो आहेस- जणू काही त्यानं काही फरक पडत नाहीये.

असं नाही, फरक पडतोच! आमची इच्छा जास्त महत्त्वाची. तुझ्या लक्षात येत नाहीये का? ज्या क्षणी आम्ही एखाद्याचा जीव घेतो, त्या क्षणी ती घटना आमच्यासाठी महत्त्वाची नाही, असं आम्ही म्हणत नाही. कारण, तसं म्हणणं उथळपणाचं ठरेल. फक्त आमची इच्छा आम्हाला जास्त महत्त्वाची वाटते.

अच्छा, इतरांना त्यांच्या इच्छेविरुद्ध जीव घेणं, हे मान्य करणं तुला जास्त सोपं वाटतंय. शिक्षेची भीती न बाळगता, निर्धास्तपणे तू हे करू शकशील. तुला हे चूक आहे, असं वाटावं यासाठी हे अशा पद्धतीनं होतंय.

मी असं कधीच म्हटलं नाही. माणसं असा विचार करतात, असं मला सांगायचं होतं.

तसं नाही, तुमच्यापैकी काही जण किती दांभिक आहेत हे एकदा मला दाखवू दे. जेव्हा तुमच्याकडे इतरांचा जीव घेण्यासाठी पुरेसं आणि चांगलं कारण असतं, तेव्हा त्यांच्या मनाविरुद्धही तुम्ही त्यांना जीवे मारू शकता, हे तुला ठीक वाटतं असं तू म्हणालास. उदा. युद्धात असेल किंवा देहदंडाच्या शिक्षेत असेल किंवा गर्भपाताचा दवाखाना चालवणाऱ्या डॉक्टरचा जीव घेणं असेल. त्या इतरांनाही स्वतःला मारून घेण्याचं तू पुरेसं आणि चांगलं कारण आहे असं वाटत असेल,

तर मरण्यासाठी तुम्ही त्यांना मदत करू नये. कारण, तसं करणं म्हणजे आत्महत्येला मदत करण्यासारखं ठरेल आणि ते चुकीचं असेल.

तू माझी खिल्ली उडवतोयस.

नाही. तू माझी टर उडवतोयस. तू असं म्हणतोयस की एखाद्याला त्याच्या मनाविरुद्ध मारून टाकण्याच्या तुझ्या कृत्यात तुला मी सूट द्यावी आणि एखाद्याला त्याच्या इच्छेनुसार मारून टाकण्यावर मी नापसंती दाखवावी, त्याचा निषेध करावा.

हे अयोग्य आहे. विवेकशून्य आहे.

तरीही तुला ते कळत नाही, दिसत नाही, एवढंच नव्हे तर हा विवेकशून्यतेचा मुद्दा काढणारेच मूर्ख आहेत, असं म्हणून तू मोकळा होतोस. तुमच्यासारखी माणसं फक्त रिकाम्या डोक्याचे आणि आडमुठे, त्रासदायक असतात.

आणि या अन्यायकारक तर्कानं तुम्ही सगळी आयुष्यं आणि संपूर्ण तत्त्वज्ञान उभं करता.

मी याकडे अशा दृष्टीनं कधीच बघितलं नव्हतं.

तुला सांगतो, सर्व गोष्टीकडे नव्या दृष्टीनं बघायची आता वेळ आली आहे. हा क्षण तुझ्या पुनर्जन्माचा आहे. व्यक्ती म्हणूनही आणि समाज म्हणूनही. तुमच्या अविवेकानं तुमच्या जगाचा नाश करण्याआधी आता तुम्ही तुमच्या जगाची पुनर्निर्मिती करा. तुमच्या जगाचं पुनर्निर्माण करा.

आता माझं म्हणणं नीट लक्ष देऊन ऐक.

आपण सगळे एक आहोत.

आपल्यापैकी एकच जण अस्तित्वात असतो.

तुम्ही माझ्यापासून वेगळे नाही आणि तुम्ही एकमेकांपासूनही विभक्त नाही.

प्रत्येक गोष्ट 'आपण' करतोय. परस्पर सहकार्यानं, परस्परांच्या विचारानं करतोय. आपलं सत्य हे सहनिर्मित सत्य आहे. तुम्ही जर गर्भपात करवलात, तर तो 'आपण' गर्भपात करवत असतो. तुमची इच्छा माझी इच्छा आहे.

एका आत्म्याला दुसऱ्या आत्म्याच्या इच्छेविरुद्ध जाऊन त्याच्यावर प्रभाव टाकता येणं शक्य नाही. तिथे कोणीही बळी नाहीत आणि खलनायकही नाहीत. तुमच्या संकुचित दृष्टिकोनातून तुम्हाला हे कळणार नाही, पण ते तसं आहे, असं मी सांगतोय.

तुमच्या कृती, अस्तित्व 'तुम्ही कोण आहात' तेच अधोरेखित करतात. तुम्ही व्यक्ती म्हणून किंवा समाज म्हणून कोण आहात, याची निवड आणि इच्छा तुमची आहे, त्यात कसलाच बदल करण्याचं कारण नाही. पण दुसरीकडे, जर आणखी

वरच्या पातळीवरचा अनुभव तुमची वाट पाहतोय अशी तुम्हाला खात्री वाटत असेल, आताच्या तुमच्या दिव्यत्वाच्या प्रकटीकरणापेक्षा आणखी चांगलं प्रकटीकरण होईल असा तुम्हाला विश्वास असेल, तर मग त्या सत्याच्या दिशेनं वळा.

आपण सर्व जण सहनिर्मिते असल्यानं आपल्यातल्या काही अंशांना कुठं जायचं आहे, तिथं जायचा मार्ग दाखवायला आपल्याला मदत होऊ शकेल. तुम्ही वाटाड्या, मार्गदर्शक होऊ शकता. तुम्हाला आवडेल तसं आयुष्य निर्माण कसं करायचं ते तुम्ही दाखवू शकता आणि इतरांना तुमचं उदाहरण घालून देऊन तसं करण्यासाठी आमंत्रित करू शकता. तुम्ही तर असंही म्हणू शकता– 'मी आयुष्य आणि मार्ग आहे. माझं अनुकरण करा.' पण सावधान. अशी विधानं करणाऱ्या काही जणांना सुळावर चढवलं गेलं आहे.

धन्यवाद! ही सूचना मी लक्षात ठेवेन. मी फार पुढे येणार नाही.

त्यासाठी तू खरंच खूप चांगलं काम करतो आहेस, हे मला दिसतंय.

हो, पण जेव्हा 'माझा परमेश्वराशी संवाद होतो,' असं तुम्ही म्हणता, तेव्हा तुम्हाला फार प्रकाशात न येणं अवघड होऊन बसतं.

जसं इतरांनी शोधून काढलं.

माझं तोंड बंद ठेवण्यासाठी बहुधा हे एक चांगलं कारण असू शकेल.

त्यासाठी जरा उशीर झाला आहे.

अच्छा? पण मग हा दोष कोणाचा?

तुला काय म्हणायचंय मला कळतंय.

ठीक आहे. माफ केलं तुला!

केलंस?

हो.

तू मला कसा काय माफ करू शकतोस?

कारण, तू तसं का केलंस हे मी समजू शकतो. तू माझ्याकडे का आलास आणि हा संवाद का सुरू केलास, हे मला कळलंय. आणि जेव्हा एखादी गोष्ट का केली आहे, हे मी समजू शकतो, तेव्हा त्या गोष्टीमुळे निर्माण होणाऱ्या किंवा कारणीभूत ठरणाऱ्या सगळ्या गुंतागुंतीला मी माफ करू शकतो.

हं! हे रंजक आहे. देव म्हणजे तुझ्याइतकंच सुंदर अस्तित्व, तितकीच सुंदर व्यक्ती आहे, असा तू विचार करू शकतोस!

छट्

तुमचं माझ्याशी वेगळं, अनोखं नातं आहे. काही वेळा तुम्हाला वाटतं की तुम्ही माझ्यासारखे सुंदर, दिव्य असू शकत नाही, आणि कधीतरी मी तुमच्याइतका सुंदर दिव्य असू शकत नाही, असं तुम्हाला वाटतं.

हे तुला गंमतशीर नाही वाटत?

चित्ताकर्षक!

कारण, तुम्हाला तुम्ही आणि मी वेगळे आहोत, असं वाटतं. आपण एक आहोत, असा विचार केलास, तर या कल्पना नाहीशा होतील.

तुमच्या संस्कृतीतली ही मूलभूत तफावत आहे. जी 'बाल्यावस्थेतील खरंच अप्रगत संस्कृती आहे. प्राचीन अति उच्च उन्नत संस्कृतींमध्ये ज्ञानेंद्रियांचा उपयोग करणाऱ्या सगळ्यांना हे स्पष्ट माहीत असतं हे की ते आणि ज्याला तुम्ही 'देव' म्हणता, त्यांच्यात काहीही फरक नाही.

ते आणि इतर यांच्यात विभाजन नाही, हे त्यांना ठाऊकच असतं. त्यांच्यातल्या प्रत्येकाला 'सर्वात्मक' असल्याचा अनुभव आहे, हे त्यांना ठाऊक असतं

वा! छान! आता तू विश्वाच्या अति उन्नत समाजांमध्ये जायच्या तयारीत आहेस. मी त्याचीच वाट पाहत होतो.

हो, मला वाटतं आपण आता ते करून पाहायला हवं.

पण आपण ते करण्याआधी मला फक्त एकदा शेवटी त्या गर्भपाताच्या विषयाकडे वळू दे. कारण, माणसाच्या आत्म्याच्या इच्छेखेरीज काहीही होऊ शकत नाही असे म्हणताना, माणसांचा जीव घेणं योग्य आहे- ठीक आहे असं तर तू म्हणत नाहीयेस ना? तू गर्भपाताकडे काणाडोळा करून सूट देत नाहीयेस किंवा आम्हाला त्याबाबत 'मार्ग' काढून देत नाहीयेस- हो ना?

मी गर्भपाताची सूटही देत नाही किंवा त्याचा निषेधही करत नाही- जसं मी युद्धाची सूट देत नाही, वा निषेध करत नाही.

प्रत्येक देशातली जेव्हा माणसं स्वतः लढत असतात, तेव्हा मी युद्धाकडे काणाडोळा करतो, असं त्यांना वाटतं आणि जेव्हा त्यांच्या विरुद्ध बाजूनं लढाई पुकारली जाते, तेव्हा मी युद्धाचा निषेध करतो, असं त्यांना वाटतं. 'देव आपल्याच बाजूनं आहे', असा प्रत्येक राष्ट्रातल्या माणसांचा विश्वास असतो. प्रत्येक कारणात

हेच गृहीत धरलं जातं. अर्थात् प्रत्येक व्यक्तीला तसंच वाटत असतं- किंवा एखादा निर्णय घेताना वा निवड करताना तरी हेच सत्य असावं, असं त्यांना वाटत असतं.

आणि सगळ्या प्राणिमात्रांना 'देव त्यांच्या बाजूनं आहे,' असं का वाटत असतं ठाऊक आहे? कारण, मी तसा असतो. आणि सगळ्या प्राणिमात्रांना याची आंतरिक जाणीव असते.

'तुमची स्वतःसाठीची इच्छा हीच माझी तुमच्यासाठीची इच्छा आहे, 'हे सांगण्याचा हा दुसरा मार्ग आहे इतकंच आणि 'मी तुम्हाला इच्छेचं स्वातंत्र्य दिलं आहे,' हे सांगण्याचीही ही दुसरी पद्धत आहे.

जर तुम्ही ठराविक पद्धतीनं त्याचा वापर केलात, तर इच्छास्वातंत्र्य राहणार नाही, पण शिक्षेची मात्र पाळी येईल. असं करणं म्हणजे स्वतंत्र इच्छेची खिल्ली उडवण्यासारखं होईल आणि त्याचे दुष्परिणाम समोर येतीलच.

तेव्हा गर्भपात किंवा युद्ध असो, गाडी खरेदी किंवा त्या व्यक्तीशी लग्न करणं, शरीरसुख घेणं किंवा न घेणं, कर्तव्यांचं पालन करणं किंवा पालन न करणं– या कशातच 'हे चूक, हे बरोबर 'असं नसतं आणि माझ्याकडे त्यासाठी प्राधान्यक्रमही नसतो. तुम्ही सगळे स्वतःला सिद्ध करण्याच्या प्रक्रियेत आहात. तुमची प्रत्येक कृती स्वपरिचयाची कृती असते.

तुम्ही स्वतःला जसं तयार केलं आहे, त्याबाबत तुम्ही समाधानी असाल, तर तुम्ही तसंच पुढेही करत राहता. समाधानी नसाल, तर तसं करायचं थांबता. यालाच उन्नयन म्हणतात. ही प्रक्रियासंथगती आहे. कारण, जसे तुम्ही उन्नत होता, तशा तुम्हाला उपयोगी वाटणाऱ्या गोष्टी बदलत जातात-त्या बाबतच्या तुमच्या कल्पना बदलत रहातात, समाधानाच्या तुमच्या संकल्पनांमध्ये सुद्धा तुम्ही बदल करत जाता.

मी आधी काय म्हंटलेलं ते आठव, 'आनंद-समाधाना'च्या व्यक्ती किंवा समाजाच्या कल्पना काय आहेत, त्यावरून ती व्यक्ती किंवा समाज किती उन्नत आहे हे सांगू शकता. इथे मी आणखी एका गोष्टीची त्यात भर घालू इच्छितो– त्याचा ते कसा उपयोग करतात–

जर त्या उन्नत होण्यातून तुम्ही युद्धाच्या दिशेनं जाणार असाल आणि इतरांचा जीव घेणार असाल, तर तुम्ही तसं कराल. त्या उन्नतीतून तुम्हाला गर्भपात करावासा वाटत असेल, तर तुम्ही तसं कराल. तुम्हाला काय उपयुक्त आहे, कशाची मदत होणार आह, त्या कल्पना उन्नतावस्थेकडे जाताना बदलत जातात. आणि तुम्ही काय करायचा विचार करताय, त्यावर हे अवलंबून असतं.

जर तुम्हाला सिएॅटल गाठायचं असेल, तर सॅनहोजेच्या दिशेनं जाऊन काय उपयोग? म्हणजे तसं करणं नैतिक दृष्ट्या चुकीचं आहे असं नाही, पण ते फक्त तुमच्या फायद्याचं नाही. उपयोगाचं नाही.

तुम्ही काय करायचा प्रयत्न करताय, हा प्रश्न मग प्राधान्यानं महत्त्वाचा ठरतो. म्हणजे फक्त एकूण तुमच्या आयुष्यापुरताच नाही, तर तुमच्या आयुष्यातल्या प्रत्येक क्षणासाठी विशेष महत्त्वाचा ठरतो. कारण, त्या प्रत्येक क्षणाने मिळूनच आयुष्य बनतं. तू ज्याला पहिलं पुस्तक म्हणतोयस, त्यात आपल्या दैवी संवादाच्या सुरुवातीलाच या सगळ्या गोष्टी सविस्तर आल्या आहेत. तुला त्यांची पुन्हा आठवण करून द्यायची गरज आहे, असं वाटल्यानं मी इथे त्या पुन्हा सांगतोय; अन्यथा गर्भपाताबद्दलचा प्रश्न तू मला कधीच विचारला नसतास.

जेव्हा तुम्ही गर्भपाताची तयारी करत असाल, किंवा तुम्ही सिगारेट ओढण्याच्या तयारीत असाल, किंवा जेव्हा तुम्ही एखाद्या प्राण्याला तळून खायच्या तयारीत असाल किंवा वाहन चालवताना एखादा गाडीखाली आला, तरी तसंच पुढे जाणार असाल– घटना किती लहान किंवा मोठी, गंभीर आहे, निवड किती क्षुल्लक किंवा महत्त्वाची आहे, यापेक्षा महत्त्वाचा एकच प्रश्नच पुढे येतो– 'मी खरंच कोण आहे? हेच होण्याची मी निवड केली होती काय?'

आणि हे लक्षात घ्या– कुठलीही गोष्ट उगाच घडत नसते. निष्फळ नसते. प्रत्येक गोष्टीचं फळ मिळतंच. तुम्ही कोण आणि काय आहात हे महत्त्वाचं आहे.

तुम्ही आत्ता तुमची ओळख करून घेण्यासाठी कृती करताय. गर्भपाताच्या तुझ्या प्रश्नाला हे उत्तर आहे. तुझ्या युद्धावरच्या प्रश्नाला हे उत्तर आहे. धूम्रपान आणि मांसाहार आणि वर्तनाबाबतच्या तुझ्या प्रत्येक प्रश्नाचं हे उत्तर आहे.

प्रत्येक कृती आत्मपरिचयात्मक असते. तुम्ही जो विचार करता, जे बोलता त्यातून 'मी' हा 'आहे,' हे जाहीर करत असता.

आगामी विचार

(प्रकरण १५ ते २१)

तिसऱ्या पुस्तकातल्या या पुढच्या विभागातल्या प्रारंभाच्या प्रकरणातलं हे विधान मला फार आवडलं.

तू ज्यात गुंतला आहेस, ते पवित्र कार्य खरंच आत्ता सुरू होतंय. कारण, अखेरीस तू काय करतो आहेस हे तुझ्या लक्षात आलंय. हे तुझं तुलाच लक्षात आलंय, तूच तुझी काळजी घ्यायला जबाबदार ठरलाय. आणि तू खरंच कोण आहेस, याबद्दल आता तू आधीपेक्षा जास्त दक्ष झाला आहेस. आता सरतेशेवटी सगळं चित्र तुझ्या पुढे स्पष्ट झालं आहे.

तिसऱ्या पुस्तकानं या विशेष स्थितीत आपल्याला आणलं आहे. ही फक्त माझ्यासाठी केलेली विधानं नाहीत, तर देव इथे प्रत्येकाशीच बोलतोय.

तू तुझ्या आयुष्याचा अशा पद्धतीनं विचार केला आहेस की नाही मला माहीत नाही, पण तू आणि मी– दोघांनी मिळून हे पवित्र काम इथपर्यंत आणलंय. ब्रायन केरी नावाच्या एका खूप चांगल्या बाईंनासुद्धा असंच एक पुस्तक लिहिलंय– दि वर्क. त्यात ती आयुष्य आणि एका नव्या पद्धतीनं जगणं याबद्दल सांगते.

उन्नतीच्या प्रक्रियेत आपली भूमिका पार पाडताना आपण जी कामं करतोय, जी कृत्यं करतोय, ती एकूण मानवतेच्या दृष्टीनं पुढे नेणारी नाहीत, असं मला वाटतं. एकूण संपूर्ण मानवतेचा विचार करता, जोवर यातला प्रत्येक घटक या प्रक्रियेत सहभागी होत नाही, तोवर ती प्रक्रिया पुढे जाऊ शकत नाही.

अर्थात आपण सर्व जण त्यात भाग घेतो आहोत, फक्त 'कसा?' एवढाच प्रश्न आहे. आपण त्यात जाणीवपूर्वक भाग घेतोय की अजाणतेपणी? आपण प्रत्येक गोष्ट हेतूपूर्वक करतोय की हेतू न ठेवता निरुद्देशपणे करतोय?

उन्नती-उत्क्रांती ही आपल्या परस्पर सहकार्यानं किंवा सहकार्याशिवाय साधता येईल. बदल हा घडतच असतो आणि तो टाळता येणार नाही. फक्त हा बदल 'आपल्यामध्ये' घडतोय की 'आपल्यामार्फत' घडतोय, हा मुद्दा आहे.

हा क्षुल्लक प्रश्न नाही. आपल्या उत्तरावर आपण निर्माण करणाऱ्या पुढच्या पिढीचं भवितव्य अवलंबून आहे.

हे काम करण्यासाठी आपल्याला अनेकविध मार्ग आहेत आणि आत्म्याशी सतत खोलवर जोडलेलं राहण, हा त्यातला एक मार्ग आहे. 'संवाद परमेश्वराशी' हे पुस्तक वाचणं हा त्यासाठी एक छान उपाय आहे. तिसऱ्या पुस्तकाची शेवटची प्रकरणं तुम्ही वाचाल, तेव्हा तुम्हाला तोच अनुभव येईल, असं मला वाटतं.

CWG cosmology च्या फेर संहितेत 'Home with God in a life that never Ends' या अचंबित करणाऱ्या पुस्तकाचा मी निर्देश करू इच्छितो. उत्क्रांती, जीवनप्रक्रिया, ज्याला आपण मृत्यू म्हणतो तो क्षण आणि त्या क्षणानंतर काय घडतं या माझ्या उरलेल्या सगळ्या प्रश्नांची जी उत्तरं मला या संवादातून मिळाली, ती त्याच्यातही चपखल बसतात. हे पुस्तक जीवनचक्र आणि त्याचा उद्देश याबद्दल उलगडून सांगतं. मरणासन्न व्यक्ती आणि त्यांच्या कुटुंबासाठी हे पुस्तक वेदनाशामक आहे. आपण जरी तशा परिस्थितीत नसलो, तरीही हे पुस्तक वाचणं हा आनंदानुभव आहे.

आत्ता आपण हे सुंदर लिखाण वाचतो आहोत. मूळ तीन पुस्तकांच्या मालिकेतल्या या तिसऱ्या पुस्तकाच्या समारोपाच्या भागात तुम्हाला एकूणच पुस्तकांच्या रचनेतलं सर्वांत प्रेरणादायी लेखन आढळून येईल.

केवळ अर्थव्यवस्थेबाबतच नव्हे, तर वंश व्यवस्थेबद्दल (Specie system हा नवीन शब्द मी प्रथम वापरतोय) आणि या दोहोत जगणाऱ्या सगळ्यांच्या जीवन पद्धतीबाबत सविस्तर माहिती इथे तुम्हाला मिळेल.

अधिक उन्नत व्यक्तींवर आपली पहिली चर्चा आहे; हे पुस्तक आधीच वाचलेल्या अनेकांनी त्याबद्दल बरंच काही व्यक्त केलं आहे. त्याचं बोलणं ऐकलं की मी एखाद्या कार्यशाळेत किंवा व्याख्यानाला हजर असल्यासारखं वाटतं.

तिसऱ्या पुस्तकाच्या या भागातली निरीक्षणं आणि अंतर्दृष्टी मला खूपच उत्साहवर्धक आणि प्रेरणादायक वाटतात.

अधिक उन्नत व्यक्ती - HEBs पातळीवर जाऊन तसं जगणं काही सोपं नाही, असं आधीही माझ्या लक्षात आलं होतं, हे मला इथे सांगावंसं वाटतं. पण या पुस्तकानं माझ्यासमोर अधिक प्रशस्त मार्ग खुला केला, हेही मी आनंदानं नमूद करतो.

'दि लिटिल सोल ॲन्ड दि सन' या गोष्टीचा उत्तरार्ध म्हणजे या तिसऱ्या पुस्तकाचा उपसंहार आहे. पहिल्या पुस्तकाचा एक भाग म्हणून कथनात्मक रूपात आलेली ही उपदेशात्मक लघुकथा असून, इथे तिचा उत्कंठावर्धक समारोप होतो.

ही उपदेशात्मक लघुकथा आता आपल्यातल्या तरुण वर्गासाठी सुंदर सचित्र कथा, तर लहान मुलांसाठीच्या आध्यात्मिक साहित्यात एक अभिजात कलाकृती तर

ठरली आहेच, शिवाय त्या साहित्य प्रकारातलं सर्वाधिक खपाचं पुस्तकही ठरलं आहे. मुलांमध्ये अत्यंत प्रिय असणारं हे पुस्तक- त्यातली कथा ही सर्वांत प्रथम CWG च्या पहिल्या आणि तिसऱ्या पुस्तकात दिली गेली होती, हे अनेकांना माहीत नसेल. त्याच्या मूळ रूपात त्याचा समारोप- शेवट वाचणं यात मजा आहे.

हे पुस्तक संपतं, तिथे खूप मोठा विषय सुरू होतो. 'आपण जे नाही त्याच्या अनुपस्थितीत, की जे आपण आहोत ते नाही' याबद्दल CWG च्या तीनही पुस्तकांच्या प्रारंभिक भागात सतत सांगितलं जात होतं, ते कसं खरं आहे?

तुम्ही जर आधीचे CWG चे भाग वाचले असतील, तर हे सगळं उलगडून सांगण्याच्या फंदात मी पडणार नाही. तुम्ही वाचलं असेल, तर तुम्हाला स्पष्टीकरणाची गरज नाही. पण या पुस्तकाच्या शेवटी शेवटी जो मोठा संदेश दिला गेला आहे, तो पूर्णपणे नीट समजून घेण्यासाठी लक्षपूर्वक वाचा, असं आवाहन मात्र मी नक्की करेन.

या संवादात ज्या काही सुंदर आश्चर्यकारक अंतदृष्टी दिल्या गेल्या, त्यामध्ये हा संदेश मी सर्वांत महत्त्वाचा मानतो. जेव्हा मी हा समजून घेतला आणि आयुष्यात ती समज मी प्रत्यक्षात अमलात आणली, तेव्हा माझ्या आयुष्यातली -माझ्या जगातली प्रत्येक गोष्ट बदलली- आयुष्यातल्या चढ-उतारांना तोंड देण्याची, त्यांना हाताळण्याची माझी क्षमता दसपट वाढली.

CWG च्या पुस्तक मालिकेतल्या कुठल्याही भागाकडे तुम्ही खोलवर बघितलं नसेल, तरी कृपया या भागाकडे मात्र तुम्ही खूप खूप गांभीर्यानं, खोल विचार करून बघा.

आपण इथे 'विरोधाचे नियम आणि त्यांचा आपल्या जीवनावरील परिणाम' या विषयावर बोलत आहोत.

'काही गोष्टी अशा व्हाव्यात' म्हणून आपण अपेक्षा करतो किंवा प्रार्थना करतो, पण गोष्टी त्याच्या अगदी नेमक्या उलट्याच घडतात- असं का होतं?

या प्रश्नाचं आपल्याला इथे उत्तर मिळतं, शिवाय या उलट्या तंत्राच्या जाळ्यात अडकलेल्या मानवतेच्या प्रश्नातून मार्ग कसा काढायचा,या मोठ्या समस्येचं उत्तरही शेवटी आपल्याला मिळतं.

CWG मध्ये दिलेल्या शहापणपणाच्या गोष्टींचा सहज वापर करण्याचं साधन' या रूपातल्या 'देवापेक्षा आनंदी 'Happier Than God' या पुस्तकात या मुद्द्यावर मी जास्त बोललो आहे. इथे लिहिलेल्या गोष्टी तुम्ही खूप जवळून वाचल्यात तर त्यातल्या गोष्टी तुम्हाला आणखी चांगल्या वाटतील.

तेव्हा तुमच्या हातातल्या आश्चर्यकारक लिखाणाची शेवटची प्रकरणं वाचायला सुरूवात करा. आणि स्वतःला सांभाळा आध्यात्मिक रोलर कोस्टर आता अत्यंत उत्कंठावर्धक, रोमहर्षक, रोमांचकारी वळणं आणि गिरक्या घेणार आहे- तेव्हा स्वतःला घट्ट धरून बसा.

१५

माझ्या अत्यंत लाडक्या मुलांनो, तुम्ही कोण आहात आणि तुम्ही कोण होण्याची निवड करता हे खूप महत्त्वाचं आहे, असं मला तुम्हाला सांगायचं आहे. यामुळे केवळ तुमच्या अनुभवाचा पोत, जात ठरते असं नाही, तर ते माझा स्वभाव, प्रकृती निर्माण करतं.

देवानं तुम्हाला निर्माण केलं, असं आयुष्यभर तुम्हाला सांगितलं गेलंय; पण तुम्ही देवाला निर्माण करताय, हे सांगायला मी आता इथे आलो आहे.

तुमच्या समजुतींची ही फारच मोठी पुनर्मांडणी आहे, याची मला कल्पना आहे. पण जे खरं कार्य करण्यासाठी तुम्ही इथे आला आहात, ते करायला जर तुम्ही सुरुवात करणार असाल, तर तुम्हाला ही गोष्ट सांगणं आवश्यक आहे.

हे पवित्र कार्य आपण– तुम्ही आणि मी करणार आहोत. ही पवित्र भूमी आहे, जिच्यावर आपण वाटचाल करणार आहोत.

हाच 'मार्ग' आहे.

देव प्रत्येक क्षणी स्वतःला तुमच्यातून व्यक्त करत असतो. देवाला कसं निर्माण करायचं, ही निवड कायम तुमची असते आणि देव तुमचा हा निवडीचा आधिकार कधीच काढूनही घेत नाही आणि चुकीची निवड केल्याबद्दल कधी शिक्षाही करत नाही. अर्थात् याबाबत तुम्हाला मार्गदर्शन मिळत नसतं असं नाही आणि कधी तसं नसणारही. तुम्हाला 'स्वगृही' जाण्याचा मार्ग दाखवण्यासाठी तुमच्या अंतरंगातच मार्गदर्शक व्यवस्था केलेली असते. ती तुम्हाला मार्ग दाखवत असते. तुमच्या सर्वोत्तम निवडीबद्दल तुमचा आतला आवाज नेहमी तुमच्याशी बोलत असतो, तो तुमचा सगळ्यात चांगला दृष्टिकोन काय तो तुमच्या समोर ठेवत असतो. गरज आहे ती फक्त तुम्ही तो आवाज ऐकण्याची आणि त्या दृष्टिकोनाला 'नजरअंदाज' न करण्याची– दुर्लक्ष न करण्याची.

तुमचा इतिहास बघा– त्यात कायम मी तुमच्यासाठी गुरू पाठवलेले आहेत. प्रत्येक दिवशी आणि प्रत्येक वेळी आनंदाच्या ऊर्मी घेऊन येणारे माझे संदेशवाहक दूत तुमच्याकडे येत असतात.

अनेक पवित्र ग्रंथ लिहिले गेले आहेत, पवित्र जीवनचरित्रं तुमच्या समोर घडली आहेत- जेणेकरून 'तुम्ही आणि मी एक आहोत,' या अंतिम सत्याची तुम्हाला जाणीव व्हावी!

आता पुन्हा मी पवित्र साहित्य तुमच्याकडे पाठवत आहे– त्यातलंच एक तुमच्या हातात आहे. देववाणी तुमच्यापर्यंत पोहोचवण्यासाठी आता मी पुन्हा दूत पाठवेन.

तुम्ही ती वाणी ऐकाल का? त्या दूतांचं म्हणणं तुमच्या कानावर येईल काय? तुम्ही त्यांच्यातला एक दूत व्हाल काय?

हाच मोठा प्रश्न आहे. हे मोठं निमंत्रण आहे. हा वैभवशाली निर्णय आहे. जग तुमच्या घोषणेची वाट पाहत आहे आणि तुम्ही जे आयुष्य जगलात, त्याबाबत तुम्ही ती घोषणा करता.

तुम्ही स्वतःला उच्च विचारांच्या साहाय्यानं खालच्या पातळीवरच्या विचारांच्या दलदलीतून वर उचलून घेतलं नाहीत, तर तुम्ही तुमचा उद्धार करू शकत नाही. मनुष्य जातीला याखेरीज दुसरा मार्ग नाही- उद्धरेदात्यनात्मानम्। (स्वतः स्वतःचा उद्धार करणं)

तुमच्याकडून मांडल्या जाणाऱ्या कल्पना कालांतरानं 'नमुना' होतात, साचा होतात आणि मानवी अनुभवाच्या पुढच्या पातळीचे 'आदर्श'- अनुकरणीय ठरतात.

तुम्हीच आयुष्य आणि मार्ग आहात. जग तुमच्या मागोमाग येईल. याबाबत तुम्हाला निवडीची संधी नाही. ही एकच अशी गोष्ट आहे, जिथे तुम्हाला मुक्त निवडीला वाव नाही. तो मार्ग जसा आहे तसा तो आहे. तुमच्या स्वतःबद्दलच्या कल्पनांचं जग अनुकरण करेल. हे असंच होत आलंय आणि असंच होत राहणार आहे. तुमच्या स्वतःबद्दलच्या कल्पना प्रथम येतात, त्यापाठोपाठ भौतिक प्रकटीकरणाचं बाह्य जग येतं.

तुम्ही जो विचार करता, ते निर्माण करता. जे तुम्ही निर्माण करता, ते तुम्ही होता. तुम्ही जे होता, ते तुम्ही व्यक्त करता. जे तुम्ही व्यक्त करता, ते अनुभवता. जे अनुभवता, तुम्ही असता. तुम्ही जे असता, तसा विचार करता.

वर्तुळ पूर्ण झालं.

तुम्ही ज्या पवित्र कार्यात गुंतला आहात, ते खरंच नुकतंच सुरू होतंय आणि आता सरतेशेवटी तुम्ही काय करत आहात, हे तुम्हाला कळतंय.

हे समजून घ्यायला तुम्ही तुमचेच कारणीभूत आहात, तुम्हीच तुमची काळजी घेणार आहात आणि आधी कधीही घेतली नसेल, इतकी आता तुम्ही काळजी घेताय– 'तुम्ही खरंच कोण आहात', हे काळजीपूर्वक जाणून घेताय. कारण, सरतेशेवटी आता संपूर्ण चित्र तुमच्यासमोर उभं आहे, तुम्हाला दिसत आहे.

तुम्ही कोण आहात– मी आहे.

तुम्ही देवाला सिद्ध करताय. दाखवून देताय.

मी तुम्हाला पाठवलं आहे– माझ्या कृपावंत अंश रूपानं मी तुम्हाला भौतिक जगात शरीर रूपात पाठवलं आहे, जेणेकरून मला माझ्या स्वतःचा अनुभव घेता येईल, माझ्याबद्दलच्या संकल्पना साकार रूपात मला बघता येतील. संकल्पनांचं अनुभवात रूपांतर करण्यासाठी देवाकडे आयुष्य नावाचं साधन आहे. तुम्हालाही असंच करण्यासाठी ते तुमच्यापाशीही आहे. कारण, हे करण्यासाठी तुम्हीही देव आहात.

प्रत्येक क्षणी मी माझी वेगळ्या नव्या रूपात पुनर्निर्मिती करत असतो. मी कोण आहे याबाबतच्या सर्वोत्तम दृष्टीच्या सर्वोत्तम रूपाचा अनुभव घेण्याची मी निवड करतो. मी तुम्हाला निर्माण केलं, जेणेकरून तुम्ही मला निर्माण करू शकाल. हे आपलं पवित्र कार्य आहे, हा आपला सर्वाधिक सर्वोत्तम आनंद आहे, हेच आपल्या अस्तित्वाचे एकमेव कारण आहे.

१६

हे शब्द वाचून माझं मन तुझ्याबद्दलच्या दराऱ्यानं आणि आदरानं भरून गेलं आहे. अशा पद्धतीनं इथं माझ्याबरोबर आहेस, त्याबद्दल धन्यवाद. आम्हा सर्वांबरोबरच इथं असल्याबद्दल मनापासून आभार!

हो! तू माझ्याबरोबर इथे असल्याबद्दल तुझेही आभार.

माझे अजून अगदी थोडे प्रश्न आहेत. त्यातले काही उन्नत जीवांबद्दल आहेत आणि मग मी आपणहून हा संवाद थांबवेन.

लाडक्या, हा संवाद तू कधी थांबवणार नाहीस किंवा तो तसा तुला थांबवताही येणार नाही. परमेश्वराशी तुझा संवाद कायमच सुरू राहील. आणि आता तू यात सक्रियपणे सहभागी आहेस, त्यामुळे या संवादातून लवकरच मैत्री निर्माण होईल. सगळेच सुसंवाद मैत्रीच्या दिशेनं जातात आणि परमेश्वराशी तुझ्या संवादातून असंच मैत्रीचं नातं लवकरच निर्माण होईल.

मला ते जाणवतंय. आपण खरंच मित्र झालो आहोत, असं मला वाटतंय.

आणि सगळ्याच नात्यांमध्ये असं घडतं. नात्यामध्ये जर मैत्री जोपासली, फुलवली आणि वाढू दिली, तर त्यातून शेवटी खूप उत्तम संवाद निर्माण होतो. तुला स्वतःला तू परमेश्वराशी संवाद करण्यात गुंगून गेल्याचं अनुभवाला येईल.
हा पवित्र संवाद असेल, कारण त्यामुळे नंतर आपण 'एक' होऊनच बोलू.

आणि म्हणून हा संवाद असाच सुरू राहील?

हो. नेहमी.

आणि या पुस्तकाच्या शेवटी मी तुला निरोप देण्याची गरज नाही म्हणतोस?

तुला कधीच निरोप द्यावा लागणार नाही. तुला फक्त 'हॅलो – नमस्ते' म्हणायचं आहे.

तू किती मस्त आहेस, तुला काही कल्पना आहे का? तू खरंच फारच छान आहेस.

आणि बाळा, तू पण तसाच आहेस. तसाच आहेस राजा. माझी सगळीकडची मुलं तशीच आहेत.

सगळीकडे तुझी मुलं आहेत?

अर्थात्!

नाही, मी खरं खरं विचारतोय– प्रत्येक ठिकाणी? इतरही ग्रहांवर सजीव आहेत का? विश्वात अन्यत्रही तुझी मुलं आहेत?

परत तेच! अर्थातच!

या नागर संस्कृती आणखी प्रगत आहेत का?

त्यांच्यातल्या काही आहेत.

कशा बरं? कोणत्या बाबतीत?

प्रत्येक बाबतीत. तंत्रविज्ञानाच्या, राजकीय, सामाजिक, आध्यात्मिक, शारीरिक आणि मानसिक.

उदाहरणार्थ, तुम्हाला नेहमी तुलनेवर भर द्यायला आवडतं. तुम्ही सारखं 'बरं किंवा वाईट', 'उच्च किंवा नीच – वर किंवा खाली', 'चांगलं किंवा वाईट' अशा भाषेत बोलून तुम्ही द्वैतात किती बुडून गेला आहात ते दाखवून देता. विभाजन तुमच्या किती हाडामासात शिरलंय ते सिद्ध करता.

आणखी प्रगत नागर संस्कृतीत तुला या गोष्टी आढळत नाहीत? आणि 'द्वैत' म्हणजे तुझ्या लेखी काय?

द्वैताच्या विचारसारणीतून त्या समाजाच्या प्रगतीच्या पातळीचं प्रतिबिंब दिसतं. सामाजिक उत्क्रांती, उन्नती ही सामाजिक एकतेकडे नेणारी गोष्ट आहे; विभाजनाकडे नाही.

का? 'एकता' अशी मोजपट्टी का आहे?

कारण, एकत्व– एकता हे सत्य आहे. विभाजन हा आभास आहे. जोवर समाज स्वतःकडे विभाजनवादी दृष्टीनं बघतो, तोवर स्वतंत्र-स्वतंत्र घटक एकतेच्या आभासात एकत्र येतात.

तुमच्या ग्रहांवरचं एकूणच जीवन विभाजनावर उभं आहे आणि द्वैत हा त्याचा

पाया आहे.

तुम्ही स्वतःला स्वतंत्र कुटुंब किंवा परिवार मानता, ही कुटुंबं वेगवेगळ्या वसाहतीत किंवा राज्यात एकत्र येतात, ती एकत्र येऊन वेगवेगळी राष्ट्रं किंवा देश तयार होतात आणि ते एकत्र येऊन स्वतंत्र जग किंवा ग्रह निर्माण होतात.

अवघ्या विश्वात फक्त तुमचंच जग हे अधिवास असलेलं जग आहे, अशी तुमची कल्पना आहे. या पृथ्वीवर फक्त तुमचाच देश सर्वांत सुंदर देश आहे, अशी तुमची कल्पना आहे. संपूर्ण देशात फक्त तुमचंच राज्य सर्वांत उत्तम आहे, अशी तुमची कल्पना आहे आणि सगळ्या राज्यांमध्ये फक्त तुमचंच कुटुंब सर्वांत छान, आनंददायी कुटुंब आहे, असं तुम्हाला वाटतं.

शेवटी, तुमच्या कुटुंबातल्या इतर कोणाहीपेक्षा तुम्हीच सरस आहात, असं तुम्हाला वाटतं.

अरे! 'तुम्ही असा विचार कधीच करत नाही,' असा दावा करता, पण तुमचं वागणं मात्र तसंच असतं.

तुमच्या रोजच्या सामाजिक निर्णयात, राजकीय निष्कर्षात, तुमच्या धार्मिक धारणांमध्ये, आर्थिक निवडींमध्ये आणि तुमच्या वैयक्तिक जीवनात मित्रांपासून ते देवाशी विश्वासापर्यंतच्या प्रत्येक गोष्टीत तुमच्या खऱ्या विचारांचं प्रतिबिंब दिसून येतं. तेच म्हणजे मी.

तुम्ही मला तुमच्यापासून इतका वेगळा समजता की मी तुमच्याशी बोलणारही नाही, अशी तुमची कल्पना असते म्हणून तुमच्या अनुभवातलं वैविध्य तुम्ही नाकारायला हवं. मी आणि तुम्ही एक आहोत, यावरचा विश्वास नाकारण्याआधीच तुम्ही त्याचा अनुभव घ्यायला हवा. अशा तऱ्हेनं तुम्ही फक्त एकमेकांपासूनच वेगळे, विभक्त आहात असं नाही, तर स्वतःच्या सत्यापासूनही तुम्ही अलग झाला आहात.

एखादी व्यक्ती त्याच्या किंवा तिच्या स्वतःच्या सत्यापासून वेगळी कशी असू शकेल?

त्याच्याकडे दुर्लक्ष करून, ते पाहून आणि ते नाकारून किंवा ते बदलून, वळवून किंवा तुमच्या स्वतःच्या अपेक्षांप्रमाणे, तुम्हाला हवं तसं करून घेण्यासाठी ते ताब्यात ठेवून.

आता तू अगदी सुरुवातीला विचारलेला प्रश्न घे. 'इतर ग्रहांवर सजीव सृष्टी आहे का?' असं तू विचारलंयस आणि मी उत्तर दिलं, 'अर्थातच'. मी 'अर्थातच' असं म्हटलं, कारण त्याचे पुरावे अगदी उघड आहेत. ते इतके उघड आहेत की, तू असा प्रश्न विचारावास याचंच मला आश्चर्य वाटतं.

एखादी व्यक्ती तिच्या स्वतःच्या सत्यापासून कशी वेगळी होऊ शकते, ती अशी : सत्याच्या थेट नजरेला नजर भिडवून पाहावं की तिच्या नजरेतून ते सुटूच शकणार नाही आणि नंतर तिनं जे पाहिलं ते नाकारावं.

नाकारणं हे इथं तंत्र आहे आणि स्वतःला नाकारण्याइतका घातक नकार दुसरा कुठलाच नाही. तुम्ही खरंच कोण आणि काय आहात हे नाकारण्यात तुमचं अख्खं आयुष्य गेलं.

ओझोन थराची हानी, बेसुमार जंगलतोड, मुलांशी गैरवर्तन यांसारख्या वैयक्तिक बाबींना तुम्ही नकार द्यायला हवा. पण तुम्ही सभोवतालच्या सगळ्या गोष्टींना नाकारूनही समाधानी नसता. तुमच्या अंतरंगात दिसणाऱ्या गोष्टींना नाकारेपर्यंत तुम्ही उसंत घेत नाही.

तुम्हाला तुमच्यात चांगलुपणा आणि दया-करुणा दिसते, पण तुम्ही ती नाकारता. तुम्हाला तुमच्यात शहाणपणा, चातुर्य दिसतं; पण तुम्ही ते नाकारता. तुम्हाला तुमच्यात अनंत क्षमता आढळतात; पण तुम्ही त्या नाकारता. आणि तुम्हाला तुमच्यात देव दिसतो, तो तुम्ही अनुभवताही– तरीही तुम्ही ते नाकारता.

मी तुमच्यात आहे– मी म्हणजे तुम्ही आहात– हे तुम्ही नाकारता आणि तुमच्या या नाकारण्यात तुम्ही मला आणि माझी योग्य न्याय्य आणि हक्काची जागाही नाकारता.

मी तसं केलं नाही. करत नाही. मी तुला नाकारत नाही.

तू देव आहेस, हे कबूल करतोस?

नाही, म्हणजे मी म्हणणार नाही की...

तेच. मी तुला सांगतो– 'कोंबडा आरवण्यापूर्वी तू मला तीनदा नाकारशील.'
तुझ्या सगळ्या विचारातून तू मला नाकारशील.
तुझ्या सगळ्या शब्दांमधून तू मला नाकारशील.
तुझ्या सगळ्या कृतींमधून तू मला नाकारशील.

अंतर्यामी तुम्हाला माहीत असतं की, मी तुमच्याबरोबर, तुमच्या आत आहे, आपण एक आहोत. तरीही तुम्ही मला नाकारता.

अरे! तुमच्यातले काही जण म्हणतात की, मी सर्वत्र भरून राहिलो आहे. सगळीकडे माझं अस्तित्व आहे, पण ते तुमच्यापासून लांब...दुसरीकडे कुठेतरी. आणि तुम्ही माझ्यापासून दूर एक पाऊल टाकलंत, की तुम्ही तुमच्या सत्यापासूनही एक पाऊल दूर जाता.

तुमच्या ग्रहावरच्या नैसर्गिक साधनसंपत्तीचा ऱ्हास इथपासून ते तुमच्या घरातला

मुलांचा छळ इथपर्यंतच्या सगळ्या गोष्टी तुम्ही बघत असता, पण त्यावर विश्वास ठेवत नाही.

पण का? का? आम्ही पाहतो, पण विश्वास का ठेवत नाही?

कारण, तुम्ही आभासांमध्ये पूर्णपणे अडकलेले असता, तुम्ही त्या आभासांमध्ये इतके बुडून गेलेले असता की, ते मागे पडलेले तुम्हाला दिसू शकत नाही. खरं म्हणजे, तुम्ही आभासांच्या शृंखलेत अडकता कामा नये. हे दिव्य द्वैत आहे.

तुम्ही जर सातत्यानं 'मी' होण्यासाठी शोध घेत असाल, तर तुम्ही मला नाकारायलाच हवं. आणि हेच करण्याची तुमची इच्छा आहे. पण तुम्ही ते मुळात आहातच, ते तुम्हीस होऊ शकत नाही. म्हणून नाकारणं हे महत्त्वाचं आहे. ते एक उपयुक्त साधन आहे.

Untill is it not anymore

ज्यांना आभासातच राहायचं आहे, त्यांच्यासाठी 'नाकारणं'- हे 'नकार' साधन आहे, हे गुरूला माहीत असतं. ज्यांना आभास संपवायचे आहेत, त्यांच्यासाठी 'स्वीकारणं- स्वीकार' हा मार्ग आहे.

स्वीकार, घोषणा, प्रात्यक्षिक, या देवाकडे जाण्याच्या तीन पायऱ्या आहेत. तुम्ही खरंच कोण आणि काय आहात याचा स्वीकार. सगळ्या जगाला ऐकू येईल अशी त्याची घोषणा आणि त्याचं प्रत्येक वेळी प्रत्येक मार्गानं प्रात्यक्षिक.

'स्व'घोषाच्या मागोमाग नेहमी प्रात्यक्षिक येतं. तुम्ही स्वतः देव असल्याचं दाखवून द्याल– अगदी आत्ता तुम्ही स्वतःबद्दल काय विचार करताय, त्यातूनही ते दिसतं. तुमचं अवघं आयुष्यच त्याचं प्रात्यक्षिक असतं.

या प्रात्यक्षिकातून तुमचं मोठं आव्हान समोर येईल. कारण, ज्या क्षणी तुम्ही 'स्वतः'ला नाकारायला लागाल, त्या क्षणापासून इतर लोक तुम्हाला नाकारतील.

ज्या क्षणी तुम्ही तुमचं देवाशी एकरूपत्व जाहीर करून सांगाल, त्या क्षणी बाकीचे तुमची सैतानाशी भागीदारी असल्याचं जाहीर करतील.

ज्या क्षणी तुम्ही सर्वोच्च सत्य सांगाल, त्या क्षणी 'हा सर्वांत हीन दर्जाचा धर्मबुडवेपणा आहे,' असं इतर म्हणतील.

आणि अत्यंत हळुवारपणे आपला अधिकार जगासमोर आणणाऱ्या गुरुजनांसमवेत तुम्हाला परमानंद मिळेल. तेव्हा एकाच वेळी तुमची स्तुती केली जाईल, पूजा केली जाईल आणि तुमची निंदाही केली जाईल; तुम्हाला उन्नत मानलं जाईल आणि अगदी खालच्या पातळीवरही ढकललं जाईल, तुमचा मान-सन्मानही केला जाईल आणि तुम्हाला सुळावरही चढवलं जाईल. कारण तुमच्यासाठी हे सगळं मागे पडलं असेल, पण जे अजूनही भ्रमातच जगतायत, त्यांना तुमच्याशी कसं वागावं, हेच कळणार नाही.

पण माझ्या बाबतीत काय होईल? मला काही कळत नाहीये. माझा गोंधळ उडाला आहे. 'भ्रमाची दुनिया अशीच सुरू राहायला हवी, हा खेळ असाच चालू राहायला हवा,' असं तू वारंवार सातत्यानं सांगत आलायस, असं मला वाटतं. म्हणजे खरंच यात काही 'खेळ' आहे?

होय. मी तसं म्हटलं आणि ते तसंच आहे. हा खेळ असाच सुरू राहतो. कारण, तुमच्यापैकी एखाद-दोन जणच हे भास-चक्र संपवतात, पण त्यानं तो खेळ संपत नाही– ना तुमच्यासाठी आणि ना इतर खेळाडूंसाठी.

जोवर परत सगळे जण 'एक' होत नाहीत, तोवर हा खेळ संपत नाही. नंतरही तो संपत नाही. कारण, दैवी पुनर्मीलनाचा क्षण– सगळे सगळ्यांसमवेत असण्याचा क्षण. इतका शुभंकर, सुंदर, इतका आत्मीय, सघन असेल की मी– आपण– तुम्ही अक्षरशः आनंदानं न्हाऊन निघू आणि हे चक्र असंच परत फिरत राहील.

बाळा, हे कधीच संपणार नाही. हा खेळ कधीच संपणार नाही. कारण, आयुष्य हाच तो खेळ आहे आणि आयुष्य म्हणजे आपण जे आहोत.

पण मग 'व्यक्ती' म्हणून त्या घटकाचं काय होतं किंवा ज्याला तू सर्वात्म्याचा 'अंश' म्हणतोस– त्यातलं कोण गुरू पदाला – पूर्णत्वाला पोहोचतं, कुणाला सर्वज्ञान होतं?

आपल्या वाट्याचा चक्राचा भाग पूर्ण झालाय, हे फक्त ते गुरूच जाणू शकतात. आपला भ्रमाचा– भासाचा अनुभव संपला आहे, त्याचा शेवट झाला आहे, हे फक्त त्यांनाच कळतं.

आता गुरू हसतात. कारण त्यांना मास्टरप्लॅन दिसत असतो. आपल्या वाट्याचा चक्राचा भाग संपला असला तरी खेळ सुरूच राहणार आहे, अनुभव येतच राहणार आहेत, हे त्यांना कळतं. या अनुभवात आपली भूमिका काय असेल, हेसुद्धा त्यांना दिसतं. इतरांना गुरुपदाला नेणं, हे गुरूचं काम आहे. ते आपली ही भूमिका सतत निभावत असतात, पण एका नव्या पद्धतीनं आणि नवीन साधनांसह. आभासांकडे 'पाहण्या'तून गुरूंना त्यातून बाहेर पाऊल टाकता येतं. त्यांच्या हेतू आणि आनंदाला, समाधानाला पोषक असेल अशा प्रत्येक वेळी ते हे करतात. यातून ते आपलं प्रभुत्व जाहीर आणि सिद्ध करतात. मग लोक त्यांना देव/देवता म्हणू लागतात.

जेव्हा मनुष्य जातीतले सगळे जण या 'प्रभुत्वा'च्या दिशेनं जातील आणि ते प्राप्त करतील, तेव्हा तुमची संपूर्ण मानव जात काळ आणि अवकाश (स्पेस) यांच्यापासून सहज बाहेर येऊ-जाऊ शकेल. (तुम्हाला भौतिक शास्त्रातले नियम जास्त उत्तम कळतात.) आणि तुमच्या या कौशल्यामुळे तुम्ही इतर प्रजातींना आणि

प्रगत होऊ पाहणाऱ्या नागर संस्कृतींना मदत करू शकाल.

म्हणजे इतरही प्रजाती आणि नागर संस्कृती आमच्याबरोबर आत्ता असं करतायत?

अगदी बरोबर.

आणि जेव्हा विश्वातल्या सगळ्या प्रजाती असं कौशल्य प्राप्त करतील.

किंवा, मी असं म्हणेन की, माझे सगळे जण जेव्हा एकरूपत्व समजून घेतील, सगळ्यांना जेव्हा त्या एकरूपतेची जाणीव होईल.

तेव्हा या चक्राचा हा भाग संपेल.

थोडक्या शब्दात छान मांडलंस तू. कारण, चक्र स्वतः कधीच थांबणार नाही.

कारण, चक्राचा हा भाग संपणं म्हणजे स्वतः चक्रच थांबणं आहे!

अरे वा! शाब्बास! फारच छान!

तुला बरोबर कळलंय.

तेव्हा होय, इतर ग्रहांवर जीवसृष्टी आहे आणि हो, तुमच्यापेक्षासुद्धा ती बरीच प्रगतही आहे.

कशी काय? तू खरंच या प्रश्नाचं उत्तर कधीच दिलं नाहीस.

हो. मी दिलं. हरप्रकारे मी सांगितलं. तंत्रज्ञानाच्या दृष्टीनं, राजकीय-सामाजिक-आध्यात्मिक-भौतिक-शारीरिक आणि मानसशास्त्रीय दृष्ट्याही.

हो. पण मला काही उदाहरणं दे. तुझी ही सगळी विधानं इतकी विस्तृत आहेत की, त्यांचा मला काहीच उपयोग नाही.

तुला माहितेय, मला तुझं सत्य आवडतं. देवाच्या डोळ्यात थेट नजर देऊन 'तू जे बोलतोयस ते निरर्थक आहे,' असं सांगण्याचं बळ प्रत्येकात नसतं.

मग? तू या बाबतीत आता काय करणार आहेस?

अगदी बरोबर. तुझा दृष्टिकोन अगदी योग्य आहे. कारण, अर्थात तू योग्य आहेस. तुझं बरोबर आहे. तू मला आव्हान देऊ शकतोस. माझ्यासमोर छातीठोकपणे उभा राहू शकतोस आणि तुला पाहिजे तेवढे प्रश्न विचारू शकतोस आणि मी काहीही करणार नाहीये.

मी फक्त कृपा करू शकतो. जसा मी आत्ता तुझ्याशी संवाद साधतोय. ही परमेश्वरी कृपेची घटना नाही का?

हो. आहे तर. अनेक माणसांना त्यातून मदत मिळाली आहे. हा संवाद लोकांच्या हृदयाला भिडला आहे, भिडतो आहे.

मला त्याची कल्पना आहे. ही सगळी 'विधात्याची' योजना आहे. तुम्ही सगळे दिव्यात्मे कसे होणार याची योजना.

तीन पुस्तकांची ही मालिका यशस्वी होणार, हे तुला सुरुवातीपासूनच ठाऊक होतं, नाही का?

अर्थातच ठाऊक होतं. हे यश कोणामुळे मिळालं असं तुला वाटतं? या पुस्तकांचे जे वाचक आहेत, त्यांना ते वाचायला लावायला कोण कारणीभूत आहे, असं तुला वाटतं? या पुस्तकांचा मार्ग त्यांना कोणी दाखवला? मी तुला सांगतो: या मजकुरापर्यंत येणाऱ्या प्रत्येकाला मी ओळखतो. प्रत्येक जण मला माहीत आहे आणि तो इथे का आणला गेलाय, याचं कारणही माहीत आहे.

आणि त्यांनाही ते माहीत आहे.

आता एकच प्रश्न आहे– ते मला पुन्हा नाकारतील?

त्यानं तुला काय फरक पडतो?

किंचितही नाही. माझी सगळी लेकरं एक ना एक दिवस माझ्याकडे परत येतील. प्रश्न ती 'येतील की नाही हा नसून, कधी, हा आहे' आणि त्यांनाही कदाचित त्यामुळे फरक पडत असेल. म्हणून ज्यांना कान आहेत त्यांनी लक्षपूर्वक ऐका.

हो तर. इतर ग्रहांवरच्या सजीव सृष्टीबद्दल आपण बोलत होतो आणि पृथ्वीवरच्या सजीव सृष्टीपेक्षा त्या ग्रहांवरची सजीव सृष्टी कशी बरीच प्रगत आहे, याची उदाहरणं तू मला देणार होतास.

तंत्रज्ञानाच्या दृष्टीनं इतर नागर संस्कृती तुमच्यापेक्षा खूप पुढे आहेत. तुमच्यापेक्षा मागे असणाऱ्याही काही आहेत, पण नगण्य आहेत. बहुतेक सगळ्या तुमच्या पुढे आहेत.

कशा? मला उदाहरण दे.

ठीक आहे. उदाहरणार्थ– हवामान. हवामानावर तुमचं नियंत्रण आहे, असं दिसत नाही. (तुम्ही तर त्याचा अचूक अंदाजही वर्तवू शकत नाही.) त्यामुळे तुम्ही त्याच्या लहरींना बळी पडता. इतर विश्व तशी पडत नाहीत. उदाहरण द्यायचं तर, बहुतेक ग्रहांवरची जीवसृष्टी स्थानिक हवामानावर नियंत्रण ठेवू शकते.

खरंच, त्यांना ते शक्य आहे? ग्रहावरचं तापमान हे त्या ग्रहाचं सूर्यापासूनचं अंतर, त्याचं वातावरण इत्यादी गोष्टींमुळे निर्माण होतं, असं मला वाटत होतं.

या गोष्टी मापदंड स्थापन करू शकतात. या मापदंडांच्या आधारे ते करता येऊ शकतं.

कसं काय?

वातावरणावर नियंत्रण मिळवून. वातावरणात काही गोष्टी निर्माण करून, काही गोष्टी निर्माण होऊ न देता वातावरण ठराविक स्थितीत ठेवून.

सूर्यापासून तुमचं अंतर किती आहे, हे यात महत्त्वाचं नसतं, तर तुम्ही स्वतः आणि तो सूर्य यांच्या दरम्यान किती अंतर आहे, हे महत्त्वाचं आहे.

तुम्ही तुमच्या वातावरणात खूप भयंकर धोकादायक गोष्टी ठेवल्या आहेत आणि काही अतिशय महत्त्वाच्या गोष्टी काढून टाकल्या आहेत. तरीही तुम्ही हे नाकारण्याच्या तयारीत असता. म्हणजे तुमच्यापैकी बहुतेक जण हे मान्य करणार नाहीत. तुमच्यातल्या तरल मनाच्या माणसांनी, तुम्ही करत असलेलं नुकसान पुराव्यासह, निःशंकपणे सिद्ध करून दाखवलं, तरी तुम्ही त्याची दखल घेणार नाही. तुम्ही त्यांना 'चक्रम' म्हणाल आणि 'आम्हाला त्यांच्यापेक्षा जास्त कळतं, असा शेराही माराल.

किंवा या शहाण्या माणसांकडे फक्त विचारांची धारदार करवत असते, मान्यताप्राप्त वैध दृष्टिकोन असतो आणि त्यानं ते आपले हेतू जपत असतात. खरंतर तुम्ही करवत चालवत असता. तुम्हीच तुमचा दृष्टिकोन वैध– योग्य ठरवण्याची धडपड करत असता आणि स्वतःचे हेतू जपणारे, त्यांचं रक्षण करणारेही तुम्हीच असता.

आणि 'तुम्ही स्वतः' हा तुमचा मुख्य हेतू असतो. तुमच्या हेतूला धक्का देणारा प्रत्येक पुरावा, भले तो कितीही शास्त्रीय असो– मांडण्याजोग असो किंवा संकलित करण्याजोगा असो– तो तुम्ही धुडकावून लावता.

हे काहीसं लागट विधान आहे आणि त्याच्या खरेपणाबद्दल मला शंका आहे.

खरंच? म्हणजे तू आता देवाला 'खोटारडा' म्हणणार आहेस?

नाही... म्हणजे मला नेमकं तसं म्हणायचं नव्हतं...

फ्लुरोकार्बननं तुमचं वातावरण दूषित होण्यापासून थांबवण्यासाठी तुमच्या देशाला किती काळ लागला आहे, याची तुला कल्पना आहे?

तसं... हो...

तुला कल्पना नाही. इतका काळ का लागला असं तुला वाटतं? जाऊ दे. मी सांगतो तुला. या गोष्टीला इतका काळ लागला, कारण त्या अनेक मोठ्या कंपन्यांना मोठा निधी खर्च करावा लागणार होता. या गोष्टीला इतका काळ लागला कारण, त्यासाठी बऱ्याच जणांना आपल्या वैयक्तिक सोयी-सुविधांवर पाणी सोडावं लागलं असतं.

मात्र जेव्हा त्वचेच्या कर्करोगाचं प्रमाण धोकायदायकरीत्या वाढलं, जेव्हा तापमान वाढायला लागलं आणि हिमकडे आणि बर्फ वितळायला लागलं, समुद्राचं पाणी गरम व्हायला लागलं आणि मोठी सरोवरं, नद्यांना पूर यायला लागले तेव्हा तुम्ही या गोष्टीकडे जास्त लक्ष द्यायला लागलात.

जेव्हा तुमच्या स्वतःच्या फायद्याच्या, स्वहिताच्या गोष्टींसाठी गरज भासली तेव्हा हे सत्य तुमच्या सूक्ष्म मनानं केव्हाच तुमच्या समोर आणलं होतं, ते तुम्हाला दिसलं.

पण स्वतःचा फायदा, स्वहित बघणं चुकीचं आहे का? उलट त्याच्यापासूनच सुरुवात करावी, असं तू पहिल्या पुस्तकात म्हटलं आहेस, असं मला वाटतं.

हो. मी म्हटलं आणि ते तसं आहे. मात्र तुमच्या जगातल्या तुमच्या स्वहिताच्या व्याख्येपेक्षा इतर ग्रहांवरच्या नागर संस्कृती आणि समाजाची स्वहिताची व्याख्या जास्त विशाल आहे. उन्नत जीवांना नेहमीच असं वाटतं की, एकाला जी गोष्ट दुखावते– ती अनेकांना दुखावते आणि काहींना मिळणारा लाभ अनेकांना मिळायला हवा; अन्यथा शेवटी तो कोणालाच लाभदायी ठरत नाही.

पण तुमच्या ग्रहावर याच्या नेमकं उलट आहे. ज्या गोष्टीनं एकाला दुःख होतं, त्या गोष्टीकडे अनेक जण दुर्लक्ष करतात आणि काहींना होणारा फायदा, काहींचं होणारं हित अनेकांना नाकारलं जातं.

याचं कारण, स्वहिताची तुमची व्याख्या फारच संकुचित आहे. फारच क्वचित ती तुमच्या प्रियजनांपर्यंत किंवा जे तुमच्या आज्ञेत वागतात, त्यांच्यापर्यंत जाते.

होय. तुमच्या स्वतःच्या सर्वोच्च हिताचं जे असेल, तेच सर्व नातेसंबंधांमध्ये करा, असं मी पहिल्या पुस्तकात म्हटलं. पण जे तुमच्या सर्वोच्च हिताचं असेल, तेच दुसऱ्याच्याही हिताचं असेल, असं पाहा– कारण तुम्ही आणि ते इतर एकच आहात, असंही मी म्हटलं होतं.

तुम्ही आणि इतर सर्व जण एक आहात आणि ही 'समजाची' पातळी तुम्ही गाठलेली नाही.

तू मला प्रगत तंत्रज्ञानाबद्दल विचारतोयस तर मी तुला असं सांगेन, विचारांच्या प्रगतीशिवाय तुला उपयुक्त प्रगत तंत्रज्ञानाचा मार्ग मिळणार नाही. त्यासाठी तुझे विचार प्रगत हवेत.

प्रगत विचारांशिवाय प्रगत तंत्रज्ञानातून कुठलीच प्रगती साधत नाही, नुकसानच होतं.

तुमच्या ग्रहावर तुम्ही याचा अनुभव घेतलेला आहेच आणि आता तो अनुभव पुन्हा घेण्याच्या स्थितीजवळ तुम्ही येऊन ठेपला आहात.

म्हणजे काय? कशाबद्दल बोलतोयस तू?

मला असं म्हणायचंय की, तुम्ही तुमच्या ग्रहांवर याआधी एकदा सर्वोच्च स्थिती गाठली होती, पण आता तुमची चाल मंद झाली आहे. आत्ताच्या तुमच्या सुसंस्कृत जगापेक्षा आणखी चांगली नागर संस्कृती तुमच्या पृथ्वीवर होती. पण ती आपणच नष्ट झाली. तिनं स्वतःचाच नाश केला.

स्वतःच विकसित केलेलं तंत्रज्ञान कसं हाताळावं हे तिला कळलं नाही, त्यामुळे हा विनाश झाला. या नागर संस्कृतीच्या आध्यात्मिक उन्नतीपेक्षा तंत्रज्ञानातली प्रगती जास्त होती. तंत्रज्ञान खूप पुढं गेलं होतं आणि त्यालाच देव मानलं गेलं. माणसं तंत्रज्ञानाचीच पूजा करत. तंत्रज्ञानच सगळं काही निर्माण करतं, आपल्यापर्यंत घेऊन येतं, असा त्यांचा भाव होता आणि त्यांच्या बेलगाम, अनिर्बंध तंत्रज्ञानानं जे जे आणलं ते ते त्यांनी मिळवलं– ही न थांबवता येणारी आपत्ती होती.

त्यांनी खरंच त्यांच्या जगाचा शेवट केला.

हे सगळं इथे, या पृथ्वीवर घडलंय?

होय.

अटलांटाच्या विनाश पावलेल्या शहराबद्दल तू बोलतो आहेस का?

तुमच्यापैकी काहींनी त्याला तसं नाव दिलंय.

आणि लेमूरिया? दि लॅन्ड ऑफ मू?

तोही तुमच्या दंतकथांचा भाग आहे.

म्हणजे तो खरा आहे. आम्ही आधीही ते मिळवलं होतं.

मित्रा, त्याच्याही पलीकडे–

आणि आम्हीच आमचा विनाश केला!

तुला एवढं आश्चर्य का वाटतंय? आत्ताही तुम्ही तेच करताय.

मला कल्पना आहे. आम्ही हे कसं थांबवू शकू हे तू आम्हाला सांगशील?

याच विषयाला वाहिलेली बरीच पुस्तकं आहेत. बहुतेक माणसं त्यांच्याकडे दुर्लक्ष करतात.

त्यातल्या एकाचं मला नाव सांग आम्ही ते नक्की वाचू. मी तुला वचन देतो.

The last Hours of Ancient sunlight. वाचा.

लेखक- थॉम हार्टमन, होय! ते माझं खूप आवडतं पुस्तक आहे!

छान. हा दूत प्रेरित झालेला आहे. हे पुस्तक जगाच्या निदर्शनाला आणून दे.
देईन. नक्की आणून देईन.

तुझ्या शेवटच्या प्रश्नाचं जे उत्तर मी दिलं असतं, तेच या पुस्तकात आहे. ते पुस्तक तुझ्यामार्फत पुन्हा लिहावं, असं मला वाटत नाही.

तुम्ही तुमच्या घराचं– पृथ्वीचं कसं नुकसान केलं आहेत, किती प्रकारे पृथ्वीची हानी केली आहेत, हे त्यात सांगितलं आहे आणि हे स्खलन तुम्ही कसं थांबवू शकता, त्याचे उपायही दिले आहेत.

आतापर्यंत मानवजात या पृथ्वीवर जे काही करत आलीय, ते काही फार चमकदार नाहीये. या संपूर्ण संवादात तू आमच्या वंशाला 'आदिम' असं म्हटलं आहेस खरं तर! जेव्हा तू पहिल्यांदा असा उल्लेख केलास, तेव्हा मला आदिम नसलेल्या नागर संस्कृतीत राहणं म्हणजे काय, याचं नवल वाटलं होतं. या विश्वात असे बरेच समाज किंवा नागर संस्कृती आहेत, असं तू म्हणतोस.

होय.

किती?

कितीतरी.

डझनावारी? शेकडो?

हजारो.

हजारो? हजारोंच्या संख्येनं अशा विकसित, प्रगत नागर संस्कृती आहेत?

होय. आणि तुमच्यापेक्षा आदिम, अप्रगत असलेल्या संस्कृतीही आहेत.

एखादा समाज 'प्रगत' आहे किंवा 'अप्रगत, आदिम' आहे, हे कशावरून ठरतं?

आपल्या सर्वोच्च धारणा, समज त्या समाजानं किती प्रमाणात प्रत्यक्षात आणल्या, त्यावरून.

तुमच्या 'विश्वासांपेक्षा' हे वेगळं आहे. एखाद्या समाजाच्या समजुती किती उच्च आहेत यावरून समाज प्रगत आहे किंवा अप्रगत आहे, असं म्हटलं जावं यावर

तुमचा विश्वास आहे. पण तुम्ही जर त्या कितीही उच्च प्रतीच्या असल्या तरी त्यांचा काय उपयोग? त्या मुळीच चांगल्या नाहीत, हे याचं उत्तर आहे. खरं तर त्या धोकादायक आहेत. 'अधोगती' हे आदिम समाजाचं लक्षण आहे. तुमचा समाज पुढे जात नाहीये, उलट मागेच चालला आहे. तुमचा समाज आजच्या ऐवजी सत्तर वर्षांपूर्वीच्याच भाव-भावना व्यक्त करतोय.

काही जणांना हे ऐकणं अवघड आहे. तू स्वतःला निर्विकार, निःपक्षपाती, समतोल देव म्हणवतोयस, पण काही जणांना तू पक्षपाती वाटू शकतोस आणि मग सगळं चुकीचं होईल.

या विषयावर आपण आधीही बोललो आहोत. जर तू म्हणतोस की तुला सिएॅटलला जायचं आहे आणि प्रत्यक्षात तू सॅन होजेच्या दिशेनं निघाला आहे, मग तू एखाद्या माहीतगाराला दिशा विचारलीस, तर 'तू ज्या दिशेनं चालला आहेस, त्या दिशेनं गेलास तर तुला हव्या त्या ठिकाणी तू पोहोचू शकणार नाहीस,' असं तो सांगेल.

आम्हाला नुसतं 'आदिम-अप्रगत' म्हणणं म्हणजे आम्हाला मार्ग दर्शवणं नाही. 'आदिम-अप्रगत' हा शब्द पूर्वग्रहदूषित आहे.

खरंच? आणि तरीही. 'आदिम-प्राचीन' कलेचं तुम्ही कौतुक करता, असं म्हणता. विशिष्ट प्रकारचं संगीत नेहमी जतन केलं जातं– त्याच्या 'प्राचीन' गुणवैशिष्ट्यामुळे, विशिष्ट स्त्रियांविषयी काही न बोलणं.

आता हा तुझा शब्दांचा खेळ सुरू झाला बरं का.

मुळीच नाही. 'आदिम' हा शब्द पूर्वग्रहदूषित नाही, एवढंच मी तुला दाखवून देतोय. 'पूर्वग्रहदूषित' असं म्हणणं हा तुझा निर्णय आहे. हा शब्द केवळ वर्णनात्मक आहे. तो फक्त सत्य सांगतो. काही गोष्टी विकासाच्या अगदी प्राथमिक टप्प्यावर आहेत. त्याहून तो फार काही सांगत नाही. तो 'हे चूक; ते बरोबर' असं सांगत नाही. तुम्ही हे अर्थ घुसडता.

मी तुम्हाला इथे 'चुकीचं' म्हटलेलं नाही. तुमची संस्कृती आदिम आहे, एवढंच मी म्हटलं आहे. जर आदिम असण्याबाबत तुझा पूर्वग्रह असेल, तर तुला तो शब्द 'चुकीचा' वाटू शकतो.

माझ्याकडे असा कुठला पक्षपात नाही. हे समजून घे : योग्य-अयोग्य तपासून पाहावं म्हणजे ग्रह करून घेणं नव्हे. एखादी गोष्ट काय आहे, याचं ते फक्त निरीक्षण असतं.

तुम्ही मला आवडता, माझं तुमच्यावर प्रेम आहे, हे तुम्हाला कळावं असं मला वाटतं. माझा तुमच्याबद्दल कसलाच पूर्वग्रह नाही. मी तुमच्याकडे बघतो, मला तुमच्यातलं सौंदर्य आणि कुतूहलच फक्त दिसतं.

त्या आदिम कलेसारखं.

अगदी बरोबर. मी तुमचे सुस्वर ऐकतो आणि मला फक्त आनंद होतो. उत्सुकता वाटते.

आदिम संगीत ऐकल्यावर वाटते तशी!

आता तुझ्या लक्षात यायला लागलं आहे. तुमच्या वंशातल्या स्त्री किंवा पुरुषातली आदिम भोगासक्तीची ऊर्जा मला जाणवते आहे आणि तुझ्यासारखा मीही उद्दीपित, प्रेरित झालो आहे.

हे तुमच्या आणि माझ्या बाबतीतलं सत्य आहे. तुम्ही मला उद्वेग येईल असं करत नाही, मला शरम वाटेल असं करत नाही, तुम्ही मला विचलित करत नाही, तुम्ही मला निराशही करत नाही.

तुम्ही मला प्रेरणा देता!

नव्या शक्यता, आगामी नवे अनुभव यांच्याबद्दल मी उत्सुक आहे. तुमच्यातूनच मी नव्या आव्हानांकडे झेप घेणार आहे आणि दिव्यत्वाच्या नव्या टप्प्यांसाठीच्या चळवळीची उत्सुकताही तुमच्यातूनच अनुभवणार आहे.

मला तुम्ही निराश तर करत नाही; उलट तुम्ही मला रोमांचित करता. तुमच्या आश्चर्यांनी मलाही रोमांच फुटतात. तुम्ही स्वतःला मानवी विकासाचा कळस समजता आणि ही तुमची केवळ सुरुवात आहे, असं मी तुम्हाला सांगेन. त्या दिव्यत्वाचा, अलौकिकत्वाचा अनुभव घ्यायला तुम्ही नुकतीच फक्त सुरुवात केली आहेत.

तुमच्या सर्वोत्तम कल्पना अजून अभिव्यक्त व्हायच्या आहेत आणि अजून त्या दिव्य दृष्टीनं तुम्हाला जग बघायचं आहे.

पण थांबा! पाहा! लक्ष द्या! तुमचे उमलण्या-फुलण्याचे दिवस तुमच्या हातात आहेत. आता फुलाचा दांडा जोर धरतोय, लवकरच पाकळ्या उमलतील. आणि मी तुम्हाला हे सांगतो : तुमच्या फुलण्यानं सगळं जग तुमच्या सौंदर्यानं भारून आणि सुवासानं दरवळून निघेल आणि मग तुम्हाला देवाच्या बगिच्यात तुमचं स्थान मिळेल.

१७

मला हेच ऐकायचं होतं. हाच अनुभव घ्यायला मी आलोय. प्रेरणा; अवनती नव्हे, अधोगती नव्हे.

तुमची अवनती, अधोगती झालीय असं तुम्हाला वाटत नाही, तोवर तुम्ही अवनत होत नाही. देव कधीच तुमच्याबाबत पक्षपात करत नाही किंवा तुम्हाला चुकीचं ठरवत नाही.

'बरोबर आणि चूक' असं काही नसतं, देवाचं कथन बऱ्याच लोकांच्या पचनी पडत नाही आणि त्यांच्या बाबतीत पक्षपात होऊ नये, असं ते सारखं ओरडून सांगत असतात.

हं. आता मनाची तयारी ठेवा! आधी तुम्ही म्हणता की मी तुमच्याबाबत पक्षपाती आहे, नंतर मी तसा नाही म्हणून तुम्ही हिरमुसता, नाराज होता, अस्वस्थ होता.

हो. मला माहीत आहे. हे फारच गोंधळात टाकणारं आहे. आम्ही सगळे फारच... गुंतागुंतीचे आहोत. आम्हाला तुझा पक्षपात, तुझे निर्णय नको असतात, पण आम्ही तसं करतो. आम्हाला तुझ्याकडून शिक्षा नको असते, पण शिक्षा मिळाल्या नाहीत तर आम्हाला चुकल्याचुकल्यासारखं वाटतं. आणि आधीच्या दोन पुस्तकांत तू म्हंटलं आहेस– 'मी तुम्हाला कधीच शिक्षा करणार नाही,' त्यावर आम्ही विश्वास ठेवू शकत नाही आणि आमच्यातले काही त्यासाठी पार वेडे होऊन जातात. कारण, जर तू आम्ही चुकतोय का बरोबर आहोत हे सांगणार नसशील आणि आम्हाला शिक्षाही करणार नसशील, तर मग आम्ही चिंचोळ्या सरळ मार्गानं कसे पुढे चालत राहणार? आणि स्वर्गात तर 'न्याय' नसेल, तर पृथ्वीवरचा अन्याय कोण नष्ट करणार?

ज्याला तुम्ही 'अन्याय' म्हणता, तो दुरुस्त करण्यासाठी स्वर्गाला कशाला जमेस धरता? पाऊस स्वर्गातूनच पडतो, नाही का?

हो.

आणि तुला हेही सांगतो की, पाऊस न्याय्य आणि अन्याय्य– दोन्हीवर एकसारखाच पडतो.

पण 'माझ्यातल्या पराकाष्ठेच्या सूडभावनेचं काय, ते सांग देवा.

मी कधीच तसं म्हटलं नाही. तुमच्यापैकी कुणीतरी एकानं ते काढलं आणि बाकी तुम्ही लोकांनी त्यावर विश्वास ठेवला.

'न्याय' अशी गोष्ट नाही, की जी तुम्ही विशिष्ट पद्धतीनं 'वागल्यानंतर' अनुभवता. न्याय ही एक कृती आह; कृतीची शिक्षा नव्हे.

आधीच न्याय्य कृती करण्याऐवजी आम्ही अन्यायानंतर न्यायाचा शोध घ्यायला लागतो, ही आमच्या समाजाची मोठी समस्या आहे, असं मला वाटतं.

अगदी बरोबर. तू अगदी वर्मावर बोट ठेवलं आहेस. वर्मी घाव घातला आहेस.

न्याय ही कृती– क्रिया आहे, प्रतिक्रिया नव्हे. त्यामुळे शेवटी सगळं काही नीट करून टाकून तुझ्या मृत्योपरांत आयुष्यात मी काहीतरी दिव्य न्यायाचं रूप दाखवेन, अशी माझ्याकडून अपेक्षा ठेवू नकोस. मी तुला सांगतो की, मृत्यूनंतरचं आयुष्य असं काही नसतं, असतं ते फक्त आयुष्य. मृत्यू अस्तित्वातच नाही आणि ज्या पद्धतीनं तुम्ही अनुभव घेता आणि आयुष्य उभं करता– मग ते व्यक्ती म्हणून असो की समाज म्हणून, ते तुमच्या दृष्टीनं जे योग्य, न्याय्य असतं, त्याचं प्रात्यक्षिक असतं. ते तुम्ही प्रत्यक्षात उतरवता.

आणि या सगळ्यात मानव जात फारशी उन्नत झाल्याचं तुला वाटत नाही, हो ना? म्हणजे समजा उन्नत होण्याची ही सगळी प्रक्रिया एखाद्या फुटबॉलच्या मैदानावर मांडली, तर त्यात आम्ही कुठे असू?

१२ यार्ड रेषेवर.

तू चेष्टा करतो आहेस.

नाही.

म्हणजे आम्ही उन्नतीच्या १२ यार्डच्या रेषेवर आहोत?

अरे, तुम्ही ६ ते १२- हे अहंकार एकट्या गेल्या शतकात कापलं आहेत.

याहून आणखी स्कोअर करण्याची काही संधी आहे?

अर्थातच. जर तुम्ही चेंडू फार इकडे-तिकडे टोलवला नाहीत, तर.

परत?

मी म्हटलं तसं, तुमची नागर संस्कृती या टोकाला असण्याची ही काही पहिलीच वेळ नाही. मला हे परत सांगावंसं वाटतंय कारण, हे ऐकणं तुमच्यासाठी गरजेचं आहे.

याआधी एकदा तुम्ही तंत्रज्ञानात खूप प्रगती केली होतीत, पण ते प्रगत तंत्रज्ञान जबाबदारीनं वापरण्याची तुमची क्षमता नव्हती. मानवी इतिहासात याच गोष्टीची पुनरावृत्ती होण्याच्या दिशेनं तुम्ही चालला आहात.

तुम्हाला हे लक्षात घेणं खूप गरजेचं आहे. तुमचं आत्ताचं तंत्रज्ञान तुमच्या वापरक्षमतेच्या, तुमच्या आवाक्याच्या धोकादायकरीत्या बाहेर आहे. तुमचं तंत्रज्ञान समाजातून उत्पन्न होण्याऐवजी त्या तंत्रज्ञानाचं उत्पादन होण्याच्या सीमेवर तुमचा समाज उभा आहे.

जेव्हा एखादा समाज स्वतःच्याच तंत्रज्ञानाचं उत्पादन होतो, तेव्हा तो स्वतःचाच विनाश करतो

असं का होतं? स्पष्ट करून सांगू शकशील?

हो. विश्वाचं चक्र, जीवनाचं चक्र आणि तंत्रज्ञान यांचा समतोल साधणं, हाच तर कळीचा मुद्दा आहे.

'जीवनचक्र' - म्हणजे तुला काय म्हणायचं आहे?

सोप्या सरळ भाषेत सांगायचं तर त्याचा अर्थ गोष्टी काम करण्याची पद्धत. पद्धत– ती प्रक्रिया. 'माझ्या वेडेपणाची पद्धत आहे', तुला माहीत आहे.

ती होती अशी आशा आहे.

आणि विचित्र गोष्ट ही आहे की एकदा तुम्हाला ती पद्धत लक्षात आली, हे विश्व कसं चालतं हे जसंजसं तुम्हाला समजायला लागतं, तसं तुम्ही त्यात अडथळा आणण्याचा धोका पत्करायला लागता. अशा प्रकारे दुर्लक्ष ही एक इष्टापत्ती ठरू शकते.

विश्वचक्र हे स्वतःच एक तंत्रज्ञान आहे. ते फारच मोठं, सर्वांत मोठं तंत्रज्ञान आहे. ते अगदी बिनचूक काम करतं. स्वतःचं स्वतः. पण एकदा तुम्ही त्यात शिरलात आणि विश्वाच्या तत्त्वात आणि नियमात ढवळाढवळ करायला लागलात, की ते नियमभंग करायचा धोका पत्करायला धजावू लागतं आणि ती ४० यार्ड पेनल्टी आहे.

मूळ संघाचं मोठंच नुकसान!

होय.

मग आम्ही या साखळीतून बाहेर आहोत?

तुम्ही त्या मार्गावरच आहात. 'या साखळीतून बाहेर पडायचं' असं तुम्हीच ठरवू शकता. तुमच्या कृतीमधून तुम्ही ते पक्कं करू शकता. उदाहरण द्यायचं तर आता तुम्हाला अणुशक्तीबद्दल, अणुऊर्जेबद्दल पुरेशी माहिती आहे, 'तुमची सत्ता आणण्यासाठी तुम्ही तिचा स्फोट करू शकता.

होय. पण आम्ही तसं करत नाही आहोत. आम्ही त्याहून हुषार आहोत. आम्ही आम्हाला थोपवू.

खरंच? सामूहिक विनाशासाठी आपली शस्त्रं परजण्याचं काम तुम्ही करत असता. आजपर्यंत करत आला आहात– आणि लवकरच ती अशा कोणाच्या तरी हातात जातील जो अवघ्या जगाला वेठीस धरेल किंवा जगाचा नाश करू पाहील. काडेपेटीचा उपयोग कसा करायचा, हे अजून तुमचं तुम्हालाच नीट समजलेलं नाही आणि तरीही तुम्ही लहान मुलांच्या हातात काडेपेटी देताय आणि तो आग लावणार नाही, अशी अपेक्षा ठेवताय. तशातला हा प्रकार आहे.

या सगळ्यांवरचा उपाय उघड आहे– लहान मुलांच्या हातातून काडेपेटी काढून घ्या. नंतर तुमच्याही हातातल्या काडेपेट्या फेकून द्या.

पण आदि समाज आपली शस्त्रं खाली ठेवेल, ही आशा जरा जास्तच वाटते आणि म्हणून अण्वस्त्रबंदी हा आमचा एकमेव राहिलेला उपाय, हा त्या प्रश्नातून आलेला वाटतो.

अणुचाचण्यांनंतर निर्बंध घालणं किंवा त्यांना काही काळ थांबवणं हेसुद्धा आम्ही मान्य करू शकत नाही. एकट्यानंच स्वनियंत्रण मिळवण्यात आमची मानवजात अक्षम आहे.

आणि हे 'अणुवेड' तुम्ही संपवलं नाहीत, तर तुम्ही पर्यावरणाचा आत्मघात करून स्वतःच्या विश्वाच्याही विनाशाला कारणीभूत ठराल. तुम्ही तुमच्या निवासी ग्रहाची अर्थव्यवस्था खिळखिळी करताय आणि तरीही 'आम्ही काहीच करत नाही' असं म्हणताय.

तेवढंही पुरेसं नाही की काय, म्हणून आता तुम्ही जीवशास्त्राशीही खेळ करताय. तुमच्या जीवाशीच खेळताय. क्लोनिंग आणि जीव अभियांत्रिकी आणि तेही पुरेशी काळजी न घेता करणं, हे तर तुमच्या जातीला वरदानच आहे, पण ती कायमची विनाशकारी घंटा आहे. तुम्ही जर काळजी घेतली नाहीत, तर अण्वस्त्रं आणि पर्यावरणनाशाची भीती लहान मुलांच्या खेळासारखी वाटेल.

तुमच्या शरीरानं जे करणं अपेक्षित होतं, ते करण्यासाठी तुम्ही औषधांचा विकास केलात. पण त्याच वेळी एकीकडे इतके विषाणूही निर्माण केलेत की, ते तुमच्या सगळ्या मानव जातीचा नाश करू शकतील.

तू मला थोडं घाबरवतो आहेस. म्हणजे सगळं काही संपलंय म्हणायचं? खेळ खतम?

नाही. ४०-१० टक्के म्हण. नाही, अजूनही संधी आहे. फुटबॉलमधल्या हेल मेरीसारखं कुणीतरी बॉल फेकेल आणि आपण क्वार्टरबॅकसारखे बघ्याच्या भूमिकेत असू. (मूळ पुस्तक- पान ३०३)

हे तुला समजतय का? मी क्वार्टरबॅक आहे. मागच्या वेळी तू आणि मी एकाच रंगाची जर्सी घातली होती. आपण अजूनही त्याच टीममध्ये आहोत का?

मला वाटतं, ती एकच टीम होती. दुसऱ्या टीममध्ये कोण आहे?

आपल्या एकरूपत्वाकडे काणाडोळा करणारा प्रत्येक विचार, आपल्याला वेगळं – अलग करणारी प्रत्येक कल्पना आणि आपण एकत्र नाही हे दाखवणारी प्रत्येक कृती. ही 'दुसरी टीम' खरी नाही, पण तरीही ती तुमच्या सत्याचा एक भाग आहे. कारण तुम्ही तिला तसं केलं आहे.

तुम्ही जर सावध राहिला नाहीत तर तुम्हाला उपयोगी पडावं म्हणून जे तंत्रज्ञान तुम्ही निर्माण केलंत, तेच तुम्हाला नष्ट करेल.

'पण त्यासाठी एखादा माणूस, एखादी व्यक्ती काय करणार?' असं काही जण म्हणतायत. मला ते ऐकू येतंय.

'एक माणूस काय करणार?' हा विचारच त्यांनी काढून टाकयला हवा.

या विषयावर शेकडो पुस्तकं आहेत, असं मी तुला याआधीच सांगितलं आहे. त्यांच्याकडे दुर्लक्ष करू नका. ती वाचा. त्यांच्यावर काम करा. इतरांनाही जागं करून प्रवृत्त करा. चळवळ उभी करा. ती उन्नतीची चळवळ होऊ द्या.

बऱ्याच काळापासून हेच होत आलं आहे, नाही का?

होही आणि नाहीही. अर्थात उन्नयनाची ही प्रक्रिया कायमच सुरू आहे, पण आता ती एक नवं वळण घेत आहे. इथे एक नवीन वळण आहे. तुम्ही आता उन्नत होताय, याची तुम्हाला जाणीव होत आहे. इतकंच नव्हे, तर तुम्ही उन्नत होताय, पण कसे? उन्नयन कसं होतं ही प्रक्रिया आता तुम्हाला ठाऊक झाली आहे. आणि त्यातून तुमचं सत्य निर्माण होत आहे.

तुमचा मानव वंश कसा उन्नत होतोय, याचे आधी तुम्ही फक्त निरीक्षक

होतात. आता तुम्ही त्याचे जागृत सहभागी आहात.

मनाची शक्ती, तुमचं सर्व गोष्टींशी असलेलं आंतरिक नातं, अंतःसंबंध आणि आध्यात्मिक जीव म्हणून तुमची खरी ओळख याबाबत अनेक जण आधी नव्हते इतके आता जागृत झाले आहेत.

बरेच जण आधीपेक्षा अधिक जागरुक जगायला लागले आहेत, विशिष्ट फळ देणारी, विशिष्ट परिणाम साधणारी तत्त्वं आचरणात आणायला लागले आहेत आणि अपेक्षित अनुभव घेऊ लागले आहेत. ही उन्नयनाची खरी चळवळ आहे. कारण आता तुमच्यातले बहुसंख्य लोक आपल्या अनुभवाची गुणवत्ता जाणीवपूर्वक निर्माण करतायत, तुम्ही खरंच कोण आहात याची थेट अभिव्यक्ती आणि तुम्ही कोण होण्याची निवड करताय याचं प्रकटीकरण करू लागले आहेत.

यामुळेच हा काळ थोडा गुंतागुंतीचा झाला आहे. यामुळेच हा क्षण थोडा गुंतागुंतीचा झाला आहे. कारण, तुमच्या नोंदणीकृत इतिहासात प्रथमच (मानवी अनुभवात प्रथमच नसलं तरी) तुमच्यापाशी तंत्रज्ञानही आहे आणि ते कसं वापरायचं याची समजही आहे. तुमच्या संपूर्ण जगाचा नाश करण्यासाठी तुम्ही ते वापरू शकता. तुमचं सुप्त, लुप्त अस्तित्व पुन्हा अस्तित्वात आणू शकता.

बार्बरा मार्क्स हबर्ड यांनी लिहिलेल्या– 'Conscious Evolution' या पुस्तकात हेच सगळे मुद्दे आले आहेत.

हो. आहेत.

या लिखाणापासून आधीच्या नागर संस्कृतीचे भयंकर परिणाम धुऊन निघतील आणि पृथ्वीवर खऱ्या अर्थानं स्वर्ग अवतरेल. बहुधा तू ती प्रेरणा दिलीस.

'माझा त्यात हात आहे,' असं बार्बरा म्हणेल असं मला वाटलं.

तू शेकडो लेखकांना, प्रेषितांना प्रेरणा दिली आहेस, असं तू आधी म्हणालास. आम्ही जी वाचायलाच हवीत अशी आणखी काही पुस्तकं आहेत का?

यादी करायची तर खूप मोठी होईल. तुमची तुम्हीच का नाही शोधत? त्यातली जी पुस्तकं तुम्हाला विशेष करून भावतील, त्यांची यादी करा आणि ती इतरांनाही सांगा.

मी काळाच्या आरंभापासूनच लेखक, कवी आणि नाटककार यांच्या माध्यमातून बोलत आलो आहे. गीतांच्या शब्दांमधून, चित्रांच्या चेहऱ्यांमधून, शिल्पाकृतींच्या रेखीव आकारातून आणि माणसाच्या हृदयाच्या प्रत्येक ठोक्यातून आणि हे मी येणाऱ्या कित्येक युगांमध्येही करत राहीन.

प्रत्येक जण त्याला सवयीच्या असणाऱ्या आणि नीट समजणाऱ्या मार्गानं ज्ञानाच्या दिशेनं येत असतो. देवाचा प्रत्येक प्रेषित अतिशय साध्या क्षणातून सत्य शोधत असतो आणि ते तितक्याच साधेपणानं सगळ्यांना उलगडून सांगत असतो.

तू असाच एक संदेशवाहक प्रेषित आहेस. आता जा आणि तुझ्या माणसांना त्यांच्या सर्वोच्च सत्याबरोबर जगायला सांग. त्यांच्यासमवेत ज्ञान वाट. परस्परांना ज्ञान द्या. त्यांच्या प्रेमाचा एकत्र अनुभव घ्या. म्हणजे ते शांती आणि सामंजस्यानं राहू शकतील.

म्हणजे मग तुमचाही समाज उन्नत होईल, ज्याची आपण चर्चा करत होतो, तसा उन्नत समाज निर्माण होईल.

म्हणजे द्वैताची, वेगळेपणाची आमची कल्पना हाच, आमचा समाज आणि विश्वातल्या इतर प्रगत- उन्नत नागर संस्कृती यांमधला फरक आहे.

होय. एकता, एकत्व हेच प्रगत नागर संस्कृतीचं पहिलं मार्गदर्शक तत्त्व आहे. एकत्वाची जाणीवपूर्वक स्वीकृती आणि संपूर्ण जीवनाचं पावित्र्य आणि त्यामुळे प्रगत, उच्चभ्रू समाजात आपल्याला असं आढळून येतं की, कुठल्याही परिस्थितीत ते दुसऱ्याचं आयुष्य स्वेच्छेनं हिरावून घेत नाहीत, जे इतर समाजात त्यांच्या इच्छेविरुद्ध हिरावून घेतलं जातं.

कुठल्याच परिस्थितीत नाही?

कुठल्याही नाही.

जरी आक्रमणाची स्थिती आली तरी?

त्या समाजात किंवा वंश-प्रजातीत अशी परिस्थिती उद्‌भवू शकत नाही.

प्रजातीमध्ये कदाचित नसेल, पण तसं नसेल तर काय?

जर उन्नत वंशावर हल्ला– आक्रमण झालंच, तर ते आक्रमणकर्ते नक्कीच कमी उन्नत असणार. अर्थात आक्रमण करणारे नक्कीच अप्रगत जीव असतात. कारण, कुठलाही उन्नत जीव दुसऱ्यावर आक्रमण करणार नाही.

अच्छा.

आक्रमक जीवाला 'तो खरंच कोण आहे' याचा विसर पडणं हे आक्रमणाचं एकमेव कारण म्हणता येईल.

जर त्या पहिल्या जीवानं शारीरिक रूप म्हणजे शिक्षा आहे, असा विचार केला असेल, तर त्याच्यावर आक्रमण करणाऱ्याला त्यानं जीवे मारलं असतं; कारण ती

स्वतःच्या आयुष्याचा शेवट होण्याची भीती होती.

पण हेच दुसरीकडे जर त्या पहिल्या जीवानं हे आपलं शरीर नाही आणि ते दुसऱ्याचं शारीरिक अस्तित्व कधी संपवू शकत नाही, हे पूर्णपणे समजून घेतलं असतं, तर त्याला तसं करण्याचं काही कारण नव्हतं. त्यानं मग सरळ आपलं शरीर खाली ठेवलं असतं आणि अशरिरी अस्तित्वाच्या अनुभवाच्या दिशेनं गेला असता.

ओबी-वॉन-केनोबीसारखं!

अगदी बरोबर. तुम्ही ज्याला 'वैज्ञानिक काल्पनिक कथा' म्हणता, त्या लिहिणारे लेखक तुम्हाला नेहमी आणखी मोठ्या सत्याकडे घेऊन जात असतात.

मला इथे थांबवायला पाहिजे. पहिल्या पुस्तकात तू जे म्हटलं होतंस, त्याच्या अगदी वेगळं बोलातोयस तू.

काय म्हटलं होतं?

पहिल्या पुस्तकात असं म्हटलं होतं की, जर तुम्हाला कोणी शिव्या देत असेल, तर त्याला त्या तशाच देऊ देणं चांगलं नाही. पहिल्या पुस्तकात म्हटलं होतं की, जेव्हा प्रेमानं कृती करायची असेल, तेव्हा तुमच्या आवडत्या माणसात तुमचा स्वतःचाही समावेश करा. आणि तुमच्या वरचं आक्रमण थोपवण्यासाठी तुम्हाला जे शक्य ते करा, असंही त्या पुस्तकात म्हटलं होतं. इतकंच नव्हे तर, आक्रमणाच्या प्रतिकारासाठी युद्ध करावं लागलं तर तेही योग्य आहे, असं म्हटलं होतं, त्यातलाच मजकूर उद्धृत करतो : "जुलूम, हुकूमशाहीला खतपाणी घालता कामा नये, उलट दडपशाही, जुलूमशाही रोखायलाच हवी."

त्यात असंही म्हटलंय, "देवासारखं होण्याची निवड करणं, याचा अर्थ तुम्ही हुतात्मा होण्याची निवड करणं नव्हे. आणि तुम्ही 'बळी' व्हावं, असाही याचा अर्थ नक्कीच नव्हे."

आणि आत्ता तू म्हणतोस की, अति उन्नत जीवांनी इतरांचं शारीरिक अस्तित्व कधी संपवू नये. ही दोन्ही विधानं एकाच वेळी कशी करता येतील?

पहिल्या पुस्तकातला मजकूर पुन्हा एकदा वाच. नीट बारकाईनं वाच.

तुझ्या प्रश्नाच्या संदर्भातल्या माझ्या सगळ्या प्रतिक्रिया त्यात दिल्या होत्या. त्या सगळ्यांचा विचार करायला हवा. पहिल्या पुस्तकाच्या १२७ व्या पानाच्या शेवटी असलेलं तुझं विधान वाच. प्रभुत्व मिळवण्याच्या पातळीवरून तू आत्ता कसा काम करू शकत नाहीस, हे तू म्हटलं आहेस. इतर माणसांचे शब्द आणि कृती काही वेळा तुला दुखावून जातात, असं म्हटलं आहेस. अशा वेळी जो दुखावण्याचा

अनुभव येतो, त्याला चांगल्या रीतीनं कसा प्रतिसाद द्यावा, असा मुद्दा तू मांडलास.

माझे सगळे प्रतिसाद, त्याच संदर्भात घ्यायला हवेत. मी सगळ्यात आधी हे सांगितलं की, असा एक दिवस येईल जेव्हा इतरांच्या शब्द आणि कृतींनी तुम्ही दुखावले जाणार नाही. ओबी-वॅन-केनोबीसारखा तुम्हालाही अनुभव येईल. एखादा तुमचा अगदी जीव घ्यायला लागला, तरी तुम्हाला काहीच होणार नाही.

मी आत्ता ज्या समाजाचं वर्णन करतोय, त्यातल्या लोकांनी हे प्रभुत्व मिळवलं आहे. त्यांना 'ते कोण आहेत आणि ते कोण नाहीत,' हे स्पष्ट माहीत आहे. त्यांच्या किमान भौतिक शरीराला दुखापत करणं किंवा इजा, हानी करणं, यातून त्यांना दुखावणं हे फारच अवघड आहे. ते तत्क्षणी शरीर सोडतील आणि तुमच्यासाठी ठेवून जातील. तुम्हाला त्यांच्या शरीराची हानी करण्याची फारच निकड भासली, तर ते त्वरित शरीरापासून वेगळे होतील आणि शरीर तिथेच सोडून जातील.

पहिल्या पुस्तकात पुन्हा दिलेल्या प्रतिसादातला माझा पुढचा मुद्दा असा होता की, तुम्ही इतरांच्या शब्दांवर आणि कृतींवर प्रतिक्रिया देता, कारण तुम्ही कोण आहात याचा तुम्हाला विसर पडलेला असतो. पण ते सगळं बरोबर आहे, मी तेव्हा म्हटलं आहे, ही गोष्ट विकासाच्या प्रक्रियेचा एक भाग आहे. उत्क्रांतीच्या अवस्थेचा तो एक टप्पा आहे.

नंतर मी एक अत्यंत महत्त्वाचं विधान केलंय : 'तुमच्या प्रगतीच्या, विकासाच्या संपूर्ण प्रक्रियेमध्ये तुम्ही तुमच्या पातळीवर काम करायला हवं. तुमची समजुतीची पातळी, स्वेच्छेची पातळी, स्मरणाची पातळी.

मी तिथे नमूद केलेल्या प्रत्येक गोष्टीचा त्या संदर्भात विचार करायला हवा. प्रत्येक गोष्ट त्याच संदर्भानं घ्यायला हवी.

१२९ व्या पानावर मी म्हटलंय, "तुम्ही अजूनही तुम्ही कोण आहात हे समजून घ्यायचा (ते प्रत्यक्षात उतरवायचा) प्रत्यय करताय, करावा हाच माझ्या दृष्टीनं या चर्चेचा हेतू आहे."

ज्या समाजातल्या माणसांना ते खरंच कोण आहेत, याचं स्मरण नाही, अशा समाजाच्या बाबतीतले प्रतिसाद मी पहिल्या पुस्तकात दिले आहेत– पण तू मला इथे ते प्रश्न विचारले नाहीस. विश्वातल्या अति उच्च उन्नत समाजाचं वर्णन करायला सांगितलंस.

आत्ताच्या आपल्या चर्चेतल्याच विषयांबद्दल नव्हे, तर इथे चर्चा केल्या गेलेल्या सगळ्याच विषयांसंदर्भात इतर संस्कृतींची जी वर्णनं येतायत, त्यांच्याकडे 'तुझ्या संस्कृतीवरची टीका' म्हणून तू बघू नकोस. त्यात तुझाच फायदा आहे. इथे कुठलेही निर्णय, ठाम मतप्रदर्शन नाहीये. तू जास्त उन्नत जीवांपेक्षा जरी वेगळ्या पद्धतीनं काही गोष्टी केल्यास, वेगळ्या पद्धतीनं प्रतिक्रिया दिल्यास, म्हणून तुझा

निषेध होणार नाही.

आणि म्हणूनच विश्वातले उन्नत जीव रागावले तरी रागाच्या भरात दुसऱ्याची हत्या करणार नाहीत, असं मी इथे म्हटलं. त्यांना कधी रागच येणार नाही, ही पहिली गोष्ट. आणि दुसरी गोष्ट म्हणजे, त्या दुसऱ्या जीवाच्या सहमतीशिवाय हे उन्नत जीव त्या जीवाच्या भौतिक अस्तित्वास धक्का लावणार नाहीत, ते संपवणार नाहीत. तिसरी गोष्ट म्हणजे, तुझ्या विशिष्ट प्रश्नाचंच उत्तर द्यायचं झालं तर, त्या जीवांना आपल्यावर 'आक्रमण' झालंय- होतंय असं काही वाटणारच नाही. अगदी बाहेरच्या समाजाकडून किंवा अन्य प्रगतींकडूनसुद्धा! कारण, 'आक्रमणात' तुमच्यापासून कोणीतरी काहीतरी 'हिरावून' घेतोय, हिसकावून काढून घेतोय, असा भाव असतो. काहीतरी म्हणजे तुमचं आयुष्य, तुमची प्रेमाची माणसं, आप्तजन, तुमचं स्वातंत्र्य, तुमची मालमत्ता किंवा तुमच्या मालकीच्या गोष्टी, काहीतरी! आणि उच्च उन्नत माणसाला हा अनुभव कधीच येणार नाही. कारण तुम्हाला ज्याची नितांत गरज वाटते, निकड भासते, जी गोष्ट तुम्ही भले बळजोरी करावी लागली तरी ती मिळवायचीच, असं ठरवता. अगदी त्या बदल्यात उच्च उन्नत जीवांचा जीवही घ्यायला मागेपुढे बघणार नसता, अशी गोष्ट ते उन्नत सहजी देऊन टाकतात, बहाल करतात. कारण, या सगळ्या गोष्टी आपण पुन्हा निर्माण करू शकतो, हे त्यांना ठाऊक असतं. हे ज्यांना कळत नाही त्या सामान्य, निम्न स्तरावरच्या जीवांना त्या गोष्टी हे उन्नत जीव अगदी सहजपणे देतात.

म्हणूनच उन्नत जीव 'हुतात्मे'ही होत नाहीत की, कोणाच्या जुलमाचे, दडपशाहीचे 'बळी'ही ठरत नाहीत.

ते त्याच्याही पलीकडे जातात. अतिशय उन्नत जीवाला आपण हे सगळं पुन्हा निर्माण करू शकतो, याची जशी स्पष्ट कल्पना असते, तसंच त्याला 'आपल्याला हे करायची गरज नाही,' याचीही स्पष्ट जाणीव असते. आपल्याला आनंदी राहण्यासाठी किंवा जिवंत राहण्यासाठी, जगण्यासाठी यातल्या कुठल्याच गोष्टीची गरज नाही, हेही त्याला पक्कं ठाऊक असतं. स्वतःखेरीज बाहेरची कुठलीच गोष्ट आपल्यासाठी गरजेची नाही आणि या 'स्वतः'साठी जो 'तो' आहे, त्याच्यासाठी कुठल्याच भौतिक गोष्टीची आवश्यकता नाही.

कमी उन्नत जीव किंवा प्रजातींना याची स्पष्ट जाणीव नसते.

सरतेशेवटी उन्नत जीवाला 'आपण आणि आपले हल्लेखोर एक आहोत,' हे लक्षात येतं. हल्लेखोर हे आपलाच जखमी, दुखावलेला अंश आहेत, हे त्याला कळतं. अशा परिस्थितीत त्या सगळ्या जखमांवर हळुवार फुंकर घालणं, वेदना दूर करणं हे त्याचं काम असतं, जेणेकरून एकात्मतेच्या भावनेची सत्यता त्याला कळावी.

त्या जीवाला सगळं काही देणं म्हणजे स्वतःचंच 'वेदनाशमन' करणं आहे.

वा! काय संकल्पना आहे! काय सामंजस्य आहे! पण तू आधी काहीतरी म्हणालास, त्याच्याकडे मला वळायचं आहे. तू म्हणालास, 'अति उन्नत जीव'.

आपण त्याचं लघुरूप करू. Highly evolved beings- 'HEBs'. हे फारच लांबलचक आहे. आपण आता यापुढे हे लघुरूपच वापरू.

छान. तर, तू असं म्हणाला होतास की, HEBs हे दुसऱ्या जीवाच्या संमतीशिवाय, सहमतीशिवाय त्या जीवाचं शारीरिक, भौतिक अस्तित्व संपवत नाहीत.

बरोबर.

पण एखाद्या माणसानं दुसऱ्या माणसाला आपलं स्वतःचं शारीरिक अस्तित्व संपवण्याची परवानगी का द्यावी? तशी परवानगी तो का देईल?

त्यासाठी कितीही कारणं असू शकतील. उदाहरणार्थ, तो स्वतःला दुसऱ्याचं 'अन्न' म्हणून देऊ शकेल किंवा काहीतरी गरज पूर्ण करण्यासाठी तसं करेल. उदा.- युद्ध थांबवण्यासाठी.

तसं काय, आमच्यासाठी स्वतःच्या संस्कृतीत काही जण असे आहेत, जे अन्नासाठी एखाद्या प्राण्याची शिकार करणार नाहीत किंवा कोणी शिकार करत असेल तर त्या प्राण्याला विचारत न बसता त्याला लपवतील, त्याचं रक्षण करतील.

होय. ही तुम्हा नेटिव अमेरिकनांची पद्धत आहे. तुम्ही तर असं संप्रेषण केल्याशिवाय, बोलल्याशिवाय एखादं फूल खुडत नाही की झुडूप किंवा एखादं रोपटंसुद्धा उपटत नाही. तुमच्यासारखीच उदार, सभ्य संस्कृती असणारे असेच आहेत. गंमत म्हणजे तुमच्यातल्या आदिवासी जमाती आणि संस्कृतीला तुम्ही 'आदिम' म्हणता.

ए बाबा, म्हणजे एखाद्या गाजराला विचारूनच मी त्याला तोडावं, असं तू मला सांगतोयस की काय?

तुम्हाला जे हवं ते तुम्ही करू शकता. तू मला HEBs काय करतात असं विचारलंस, म्हणून मी तुला सांगितलं.

म्हणजे नेटिव्ह अमेरिकन्स अतिशय उन्नत आहेत?

सगळ्या जाती आणि वंशात असे काही जण आहेत आणि काही जण नाहीत. ती वैयक्तिक बाब आहे. तरी संस्कृती म्हणून ते अत्यंत वरच्या पातळीवर आहेत. संस्कृतीतल्या दंतकथा, त्यांचे अनुभव अति उच्च असल्याचं सांगतात. पण तुम्ही त्यांच्या दंतकथा तुमच्या दंतकथांमध्ये बळेच घुसडल्या आहेत.

एक मिनिट थांब! तू काय बोलतो आहेस? रेड मॅन रानटी, क्रूर होते. म्हणून तर आम्हाला त्यांना हजारोंच्या संख्येनं मारून टाकावं लागलं! इतकंच नाही, तर आम्ही त्यांचा वावर नसलेल्या जमिनी घेऊन त्यावर गोल्फचं मैदान बनवतो. आम्हाला तसं करावं लागतं. नाहीतर ते त्या जमिनीवर त्यांच्या सांस्कृतिक कथांच्या स्मृती जाग्या करतील, त्यावर त्यांच्या चालीरीती, धार्मिक कृत्यं सुरू करतील आणि आम्हाला ते परवडणार नाही.

आलं लक्षात.

नाही. खरंच. जर आम्ही त्यांच्यावर विजय मिळवला नसता आणि त्यांची संस्कृती पुसून टाकायचा प्रयत्न केला नसता, तर त्यांनी आमच्यावर त्यांची छाप टाकली असती! मग आमचं काय झालं असतं?

आम्ही जर त्यांच्या जमिनीचा मान राखत बसलो असता; हवा, नद्या यांचं प्रदूषण होऊ दिलं नसतं,तर आमचे कारखाने कुठे उभे राहिले असते?

मग अजूनही सगळी माणसं न लाजता विवस्त्र अवस्थेतच फिरत बसली असती. नदीवर अंघोळी करत असती आणि टोलेजंग इमारती, घरं, बंगले, वसाहती न उभारता अजूनही जंगलातच कामाला गेली असती.

इतकंच काय, T.V. बघण्याऐवजी आम्हीही शेकोटीच्या भोवती जमून जुन्या चतुराईच्या गोष्टीच ऐकत बसलो असतो! आम्ही काहीच प्रगती केली नसती.

हो. पण सुदैवानं तुमच्यासाठी काय योग्य, हिताचं आहे, हे तुम्हाला कळतंय.

१८

उच्च उन्नत, प्रगत नागर संस्कृती आणि उच्च उन्नत जीवांबद्दल मला आणखी काही सांग. ही माणसं कुठल्याही कारणावरून एकमेकांचा जीव घेत नाहीत, याशिवाय ते आमच्याहून आणखी कोणत्या कारणानं वेगळे ठरतात?

ते एकमेकांशी बोलतात, सगळ्या गोष्टी सांगतात, वाटून घेतात.

ए, आम्ही पण बोलतो.

नाही. ते प्रत्येक गोष्ट शेअर करतात. प्रत्येकाशी. कोणीच व्यक्ती त्याशिवाय राहत नाही. त्यांच्या जगातले, वातावरणातले सगळे नैसर्गिक स्रोत सगळ्यांमध्ये एकसारखे वाटले जातात, प्रत्येकाला त्यांचा समान वाटा दिला जातो.

एखादा देश किंवा एखादा समूह किंवा एखादी संस्कृती म्हणजे नैसर्गिक स्रोतांचा 'एकाधिकार' मिळवण्याचा, मालकी मिळवण्याचा विचार नव्हे. कारण, असं करणं म्हणजे जिथे तो स्रोत सापडतो, त्या भौगोलिक जागेवर कब्जा करणं आहे.

एखादा ग्रह (किंवा अनेक ग्रह) म्हणजे काही प्रजातींच्या समूहाचं निवास स्थान असतं आणि त्याच्यावर प्रत्येकाचा हक्क आहे, असं मानलं जातं. त्या जीवनचक्रातल्या प्रत्येक प्रजातीचा त्या ग्रहावर अधिकार, हक्क आहे, असं मानतात. अर्थात् तो ग्रह किंवा ग्रहांचा समूह हीच एक जीवनपद्धती आहे, असं म्हटलं जातं. त्याचा छोट्या छोट्या घटकांच्या अंशरूपात विचार न करता समग्र विचार केला जातो. या अंश समूहातला कोणताही समूह त्या व्यवस्थेतून आपसूकच वगळला जाऊ शकतो, नष्ट केला जाऊ शकतो किंवा पूर्णतः काढून टाकला जाऊ शकतो. त्या व्यवस्थेला धक्का न पोहोचता हे घडू शकतं.

आम्ही त्याला परिस्थितीकी शास्त्र म्हणतो

हो, पण हे त्याच्यापेक्षाही विस्तृत आहे. हे केवळ परिस्थितीकी शास्त्र नाही, तर हा ग्रहावरील नैसर्गिक स्रोत आणि ग्रहावरील आदिवासी यांच्यातला नातेसंबंध

आहे. हे आदिवासींचं स्वतःशी, एकमेकांशी आणि पर्यावरणाशी असलेलंही नातं आहे.

सर्व सजीव प्राणिमात्रांचा हा नात्याचा परस्पर अंतःसंबंध आहे.

वंशव्यवस्था?

हो. मला हा शब्द आवडला. चांगला आहे हा शब्द! कारण, आपण ज्याबद्दल बोलतोय, ते परिस्थितीकी शास्त्रापेक्षा विस्तृत आहे. ही अगदी खरी वंशव्यवस्था आहे किंवा यालाच तुमचे बकमिनिस्टर फूलर noosphere म्हणतात.

मला वंशव्यवस्था शब्द आवडला. तो समजायला सोपा आहे.

ते कसं चालेल? ते कसं शक्य होईल? आमच्या ग्रहावर काही प्रजातींच्या इच्छा आणि गरजा इतर काही प्रजातींच्या इच्छा आणि गरजांपेक्षा दुय्यम ठरतात. अन्यथा आम्ही आमच्या कल्पनेप्रमाणे आयुष्याचा अनुभव घेऊ शकत नाही.

तुमच्या मते, जे आयुष्य आहे, त्याचा अनुभव घेणं शक्य होणार नाही. या धोकादायक वेळेच्या तुम्ही आता जवळ चालला आहात. कारण, तुम्ही एकाच प्रजातीच्या इच्छा आणि गरजांपुढे इतरांच्या इच्छा आणि गरजा दुय्यम ठरतील याबाबत आग्रही होत असतात.

मानवजात.

होय आणि त्यातलेच सगळेच जण नाहीत, पण फार थोडे जण. तशी त्यांची संख्या फार नाही (त्यासाठी) काही कारण, तर्क असावा). अगदीच नगण्य.

धनाढ्य आणि सत्ताधीश.

अगदी बरोबर!

आता इथे आपण श्रीमंत आणि यशस्वी माणसांची यथेच्छ निंदा करणार.

सोडून दे. पोरांनी भरलेल्या गोंगाटाच्या खोलीइतकीही तुमची नागर संस्कृती निंदालायक नाहीये.

आपण हितकारक गोष्टी करत नाही आहोत, याची समज येत नाही, तोपर्यंत माणसं जे काही करत आहेत, ते तसंच करत राहतील. त्यांची कितीही निंदा केली, कितीही नावं ठेवली, तरी त्यात बदल होणार नाही.

जर निंदा करण्यानं, दोष दाखवून देण्यानं गोष्टी बदलत असत्या, तर तुमचा धर्म कितीतरी काळापूर्वी बदलला असता, जास्त परिणामकारक झाला असता.

ओहो. आज तू सगळ्यांनाच धारेवर धरतोयस. नाही का?

मी तसं काहीच करत नाहीये. ही अगदी साधीसाधी निरीक्षणं तुला वेदना देतायत? बोचतायत? मग, पाहा तसं का आहे? एवढं तर आपल्या दोघांना माहीत आहे. सत्य नेहमी कटू असतं. तरीही हे पुस्तक सत्य मांडण्यासाठीच पुढे आलं आहे; जशी मी इतरांना प्रेरणा दिली. सिनेमांना आणि दूरदर्शनच्या कार्यक्रमांना.

दूरदर्शनचे कार्यक्रम बघायला लोकांना प्रोत्साहन द्यावं, असं मला वाटत नाही.

चांगलं असो की वाईट, दूरदर्शन तुमच्या करमणुकीचं साधन आहे. तुम्हाला नको वाटणाऱ्या दिशेनं तुम्हाला घेऊनच जाईल, असं ते माध्यम नाही. त्याच्यावर कोणते संदेश टाकायचे, ते तुम्हीच ठरवता. तेव्हा त्या माध्यमाची बदनामी करू नका. एक दिवस तुमचे तुम्हीच त्याचा उपयोग वेगळे संदेश देण्यासाठी कराल...

मी पुन्हा जरा आधीच्या विषयाकडे येऊ का... मी इथे पुन्हा माझा मूळ प्रश्न विचारू शकतो का? एखादी प्रजाती व्यवस्था आपल्यातल्या सगळ्यांच्या गरजा एकसारख्या प्रमाणात कशी भागवू शकते, हे जाणून घेण्याची अजूनही माझी इच्छा आहे.

गरजा समान पद्धतीनं भागवल्या गेल्या, तरी गरजा स्वतः एकसमान नसतात. प्रमाण आणि समतोलाचा हा प्रश्न आहे.

उन्नत जीवांना हे ठाऊक असतं की, ज्याला आत्ता इथे आपण प्रजाती व्यवस्था म्हणतोय, त्यातल्या सगळ्या सजीवांना त्यांची शरीरं निर्माण आणि टिकवून ठेवण्यासाठी जगण्याची, जिवंत राहाण्याची गरज आहे. शिवाय त्यांच्या सर्व गरजा एकसारख्या किंवा समान, त्याच असतील असं नाही, याची त्यांना कल्पना असते.

तुझ्याच प्रजाती व्यवस्थेचं आपण उदाहरण देऊ.

ठीक आहे.

ज्याला तू 'झाडं' आणि 'माणसं' म्हणतोस, अशा दोन सजीव प्रजातींचा विचार करू.

चालेल.

माणसांइतकी रोजच्या देखभालीची झाडांना गरज नसते, हे तर उघड आहे. त्यामुळे या दोघांच्या गरजा समान नाहीत. पण तरीही त्यांचा अंतःसंबंध आहे. एक प्रजाती दुसऱ्या प्रजातीवर अवलंबून आहे. माणसांच्या गरजांकडे तुम्ही जसं लक्ष देता, तसंच लक्ष झाडांच्याही गरजांकडे पुरवणं अत्यावश्यक आहे, पण त्यांच्या गरजा तशा फार मोठ्या नसतात. जर तुम्ही दुसऱ्या सजीव प्रजातीकडे तिच्या

गरजांकडे दुर्लक्ष करत असाल, तर त्यात तुम्ही स्वतःचा जीव धोक्यात घालत असता.

याआधी मी 'The Last Hours Dt Ancient Sunlight' या पुस्तकाचा उल्लेख केला होता. त्यात या सगळ्या गोष्टी खूप सुंदर पद्धतीनं मांडल्या आहेत. त्यात असं म्हटलंय की, तुमच्या वातावरणातून झाडं कार्बन डाय ऑक्साईड घेतात, त्यापासून ते कार्बोहायड्रेट्स तयार करतात; म्हणजे त्यातून त्यांची वाढ होते.

(झाडाचा बहुधा प्रत्येक घटक म्हणजे मुळं, खोड, पानं, अगदी कठीण कवचाची फळं आणि साधी फळंसुद्धा कार्बोहायड्रेट्स आहेत.)

दरम्यान झाडं कार्बन डाय ऑक्साईड वायू आत घेतात आणि प्राणवायू बाहेर टाकतात. तो झाडाचा 'टाकाऊ पदार्थ' असतो.

याउलट माणसांना जिवंत राहण्यासाठी प्राणवायूची गरज असते. तुमच्या वातावरणात भरपूर प्रमाणात असलेल्या कार्बन डाय ऑक्साईडचं रूपांतर प्राणवायूत करणं झाडांशिवाय शक्य नाही. एक प्रजाती म्हणून जगू शकणार नाही.

तुम्ही माणसं झाडाच्या उलट श्वसनक्रियेत उच्छ्वासामधून कार्बन डाय ऑक्साईड बाहेर टाकता, जो झाडांना जगण्यासाठी गरजेचा असतो.

हा समतोल तुझ्या लक्षात येतोय?

हो तर! हे फारच कल्पक आहे.

धन्यवाद. आता कृपया तो समतोल नष्ट करू नका.

ए, सोड. आम्ही एक झाड तोडलं, तर त्याच्या बदल्यात दोन झाडं लावतो बरं!

हो, पण ती पूर्ण वाढ होऊन मोठी व्हायला तीनशे वर्षं लागतील. जुन्या पूर्ण वाढीच्या झाडांइतका प्राणवायू निर्माण करायला त्यांना तेवढी वर्षं लागतील, पण तोवर तुम्ही कितीतरी जुनी झाडं तोडताय- वृक्षतोड करताय.

प्राणवायू तयार करणाऱ्या झाडांचं ॲमेझॉन वर्षावन तुमच्या वातावरणात आवश्यक प्राणवायू बाहेर टाकण्यासाठी दोन ते तीन हजार वर्षं वाट पाहावी लागेल. काळजी करू नका. तुम्ही दर वर्षी हजारो एकर जमीन सपाटच करताय, पण चिंता करू नका.

का? आम्ही तसं का करतोय?

तुम्ही जमिनी उजाड करताय, कारण तुम्हाला तिथं गुरं आणून कत्तलखाने उभारायचे आहेत. सदाहरित जंगलांच्या प्रदेशात पशुपालन हा जास्त पैसा कमावायचा कल्पक लोकांचा उद्योग आहे. म्हणून ही जमीन सुपीक करणार असल्याचं जाहीर केलं जातंय.

एखाद्या प्रजातीचा अतिवापर हा अति उन्नत नागर संस्कृतीत उत्पादक नव्हे तर विघातक मानला जातो. म्हणून HSBs नं प्रजातींच्या एकूणच गरजांचा समतोल राखायचा उपाय शोधून काढला आहे. ते असं करतात. त्यातून एकूण व्यवस्थेच्या एका लहान भागाच्या इच्छा, गरजा पूर्ण करतात. कारण जर व्यवस्था स्वतःच नष्ट झाली, तर कुठलीच प्रजाती जिवंत राहू शकणार नाही, हे ते ओळखतात.

हे तर उघडच आहे आणि ते फार क्लेशकारकही आहे.

तुमच्यासारख्या वरचढ प्रजाती वेळीच जाग्या झाल्या नाहीत, तर हे उघडपणाचं दुःख येत्या काही वर्षांत पृथ्वीसाठी आणखीनच वेदनादायी ठरू शकेल.

आलं माझ्या लक्षात! अगदी स्पष्ट कळलंय आणि मला त्यासाठी काहीतरी करावंसं वाटतंय. पण माझ्या हातात काहीच नाही. मी हतबल आहे, असं मला काही वेळा वाटतं. बदल घडवून आणण्यासाठी मी काय करू शकतो?

तुला करण्यासारखं काहीच नाहीये, पण तू करू शकशील असं बरंच काही आहे.

मग मला ते सांग.

काहीतरी करण्याच्या, कृतीच्या मार्गानं प्रश्न सोडवण्याचा प्रयत्न माणसं आजवर करत आली आहेत. पण त्यात त्यांना म्हणावं तितकं यश मिळालेलं नाही. कारण, खरा बदल हा 'करण्या'च्या पातळीचा नसून, 'असण्या'च्या पातळीवरचा असतो.

अरे हो! तुम्ही कितीतरी विशिष्ट शोध लावले आहेत आणि तुमचं तंत्रज्ञान विकसित केलं आहेत. आणि त्यामुळे एका अर्थी तुम्ही तुमचं आयुष्य आणखी 'सोपं' केलं आहेत, पण अधिक 'चांगलं' केलेलं आहे की नाही हे स्पष्ट होत नाही. आणि तत्त्वांच्या दृष्टीनं पाहिलं, तर तुमच्या प्रगतीची गती खूपच मंद आहे. तुमच्या ग्रहावर शतकानुशतकं तुम्ही ज्या तत्त्वांचा सामना करत आलात, तेच प्रश्न, तीच तत्त्वं आजही तुमच्यासमोर तशीच आहेत.

वर्चस्व गाजवणाऱ्या तुमच्या प्रजातींकडून शोषण करण्यासाठी जणू पृथ्वीचं अस्तित्व आहे, अशी तुमची कल्पना आहे.

तुमचं 'असणं' बदलल्याशिवाय तुमचं 'करणं' नक्कीच बदलणार नाही.

तुम्ही कुठलीही वेगळी कृती करण्याआधी तुमचं वातावरण आणि त्यातल्या प्रत्येक गोष्टीशी तुमचं काय नातं आहे या बाबतीतल्या तुमच्या कल्पना बदलायला हव्यात.

ही जाणीव जागृतीची गोष्ट आहे. तेव्हा तुमची जाणीव बदलण्यापूर्वी तुम्ही जागं व्हायला हवं.

आम्हाला हे कसं करता येईल?

या सगळ्याबद्दल शांत बसणं, निष्क्रिय राहणं थांबवा. त्याच्याबद्दल बोला. जनसामान्यांचा उठाव करा. हे मुद्दे जाहीरपणे मांडा. तुम्हाला एकत्रित जागृती मोहीमही आखता येईल.

आपण एका विषयाचं उदाहरण घेऊ– ताग, अंबाडी यांसारख्या तंतुमय वनस्पतींचं पीक घेऊन त्यांचा कागद तयार करण्यासाठी उपयोग का करू नये? तुमच्या जगात रोजचं नुसतं वर्तमानपत्रं पुरवण्यासाठी किती वृक्षतोड केली जाते, याची तुम्हाला कल्पना आहे का? अगदी काहीनाही तरी कागदाचे कप, वस्तू आणण्या-नेण्याची खोकी, पेपर नॅपकिन्स?

ताग-अंबाडीसारख्या वनस्पतींचं पीक कमी खर्चिक आहे. ते सहज घेता येईल आणि कागद तयार करण्यासाठी त्याचा उपयोग करता येईल. फक्त कागदासाठीच नाही, तर त्यांच्यापासून दणकट दोरखंड, अतिशय टिकाऊ कापड तयार करता येईल. तसंच अनेक प्रभावी औषधांमध्ये त्यांचा उपयोग करता येंईल. खरंतर भांगेच्या वनस्पतीचं पीकही कमी खर्चिक आहे, त्याचीही सहज लागवड करता येईल. त्याचेही खूप धमाल उपयोग आहेत, पण त्याच्या लागवडीला विरोध करणारा एक मोठा गट आहे.

कुठेही सहज वाढू शकणारं हे पीक न घेण्यानं बऱ्याच गोष्टी हातून जात आहेत.

माणसाची हाव त्याच्या कॉमन सेन्सवर कशी कुरघोडी करते, याचं हे एक साधं उदाहरण आहे. तेव्हा तुमच्या माहितीतल्या प्रत्येकाला हे पुस्तक द्या. फक्त हेच कळावं म्हणून नव्हे, तर या पुस्तकाला जे जे काही सांगायचं आहे, ते ते कळावं म्हणून! ...आणखीही बरंच काही आहे.

फक्त पान उलटा...

पण, दुसरं पुस्तक वाचून बरेच जण एकदम हताश, उदास झाले होते, तसंच आत्ता मला वाटायला लागलं आहे. आम्ही अनेकानेक गोष्टी कशा नष्ट करतोय, हेच पुढे पुढे तू सांगणार आहेस का? पण आपण यासाठी इथे आलोत असं मला वाटत नाही...

प्रेरित होण्यासाठी तू तयार आहेस? तुला उत्साह वाटायला हवाय का? कारण, इतर पुढारलेल्या नागर संस्कृती काय करतायत हे नव्यानं जाणून घेणं हे तुम्हाला प्रेरणा आणि उत्साह दोन्ही देईल!

शक्यतांचा विचार करा! येणाऱ्या संधींचा विचार करा! नजीकच्या सोनेरी भविष्याचा- 'उद्याचा विचार करा!'

आम्ही जागे झालो तर

तुम्ही जागे व्हाल. तुम्ही जागे होताय. तुमची भाषा बदलतेय. जग बदलतंय. हे आत्ता तुमच्या डोळ्यांसमोर घडतंय.

हे पुस्तक त्याचा एक भाग आहे. तुम्ही त्याचा एक भाग आहात. तुम्ही आत्ता या खोलीला वेदनामुक्त करणार आहात. तुम्ही अवकाशाला वेदनारहित करण्यासाठी अवकाशात आहात. याखेरीज तुम्ही इथे असण्याचं दुसरं कारण नाही. हार मानू नका! माघार घेऊ नका! नवीन युगाची आत्ता कुठे सुरुवात होतेय.

ठीक आहे. आता मी उन्नत जीवाच्या उदाहरणावरून आणि शहाणपणावरून प्रेरणा घ्यायचं ठरवलंय- त्यांच्यामुळे खचून जाण्याऐवजी मी त्यांच्याकडून आता प्रेरणा घेईन.

छान. मानव जातीच्या कल्याणाच्या दृष्टीनं ही योग्य निवड आहे. त्यांच्या नुसत्या निरीक्षणातून लक्षात ठेवण्याजोग्या खूप गोष्टी आहेत.

HEBs एकजुटीनं आणि परस्पर अंतःसंबंधांच्या जाणिवेनं राहतात. त्यांनी ज्या विचारांचा पुरस्कार केला आहे, त्याच विचारांनुसार त्यांचं वागणं असतं. त्या विचारांना तुम्ही त्यांच्या समाजाची आधारभूत मार्गदर्शक तत्त्वं म्हणू शकता. तुम्हीसुद्धा तुमच्या समाजमान्यताप्राप्त विचारांनुसार वागता. त्यांना तुम्ही तुमच्या समाजाची आधारभूत मार्गदर्शक तत्त्वं म्हणू शकता.

HEBs ची आधारभूत मार्गदर्शक तत्त्वं कोणती?

त्यांचं पहिलं मार्गदर्शक तत्त्व आहे : आम्ही सर्व एक आहोत. ज्याला तुम्ही नीतिमत्ता, सभ्यता वगैरे म्हणता, त्याबाबतचा त्यांचा प्रत्येक निर्णय, प्रत्येक निवड ही या तत्त्वावर आधारित असते.

दुसरं मार्गदर्शक तत्त्व आहे : या 'एक'पणातल्या प्रत्येक गोष्टीचा परस्परांशी अंतःसंबंध असतो.

या तत्त्वानुसार या प्रजातीतला कुणीही एखादी गोष्ट 'मला आधी मिळाली' म्हणून किंवा 'माझ्या मालकीची आहे' म्हणून किंवा 'त्या गोष्टीची टंचाई आहे' म्हणून दुसऱ्याला न देता एकटाच स्वतःजवळ ठेवत नाही. ही सगळ्यांची नैतिक जबाबदारी मानून तिचा मान राखला जातो. गरजांच्या संदर्भात म्हणाल तर प्रत्येक सजीवाच्या गरजांचा एकूण व्यवस्थेत नेहमी समतोल राखला जातो. कारण, हा विचार कायमच त्यांनी मनात ठेवलेला असतो.

तू हे दुसरं मार्गदर्शक तत्त्व सांगितलंस, त्यावरून 'वैयक्तिक मालकी' असं

काही त्यांच्यात नसतंच?

तुम्ही समजता तसं नाही.

HEBs च्या दृष्टी 'वैयक्तिक मालकी' म्हणजे त्याच्या अखत्यारीतल्या प्रत्येक चांगल्या गोष्टीची 'वैयक्तिक जबाबदारी : तुमच्या भाषेत तुम्ही त्याला HEBs सेवाकार्यातला बहुमान पुरस्कार असं म्हणू शकता. HEBs च्या मनात हाच भाव असतो. HEBs हा सेवक आहे, मालक नाही.

'मालकी' हा शब्द आणि त्याच्यामागची तुमची भावना ही HEBs च्या संस्कृतीत बसत नाही. 'मालकी हक्क' किंवा 'वैयक्तिक मालकीचं' अशा अर्थानं कुठलीच वस्तू त्यांच्याकडे नसते. याचा अर्थ, ते गोष्टी बाळगतात, स्वीकार करतात, प्रेम करतात आणि काळजीही घेतात; पण ते त्यांचे मालक नसतात. त्या गोष्टींची 'मालकी' त्यांच्याकडे नसते. माणसं मालकी ठेवतात, HEBs काळजी घेतात.

'आपल्या हातात पडणाऱ्या प्रत्येक गोष्टीवर आपली वैयक्तिक मालकी आहे,' अशी तुमची भावना झाल्याचं अलीकडचा मानवी इतिहास सांगतो. या प्रत्येक 'गोष्टीत'- बायका, मुलं, जमीनजुमला येतो. 'तुझं ते माझं आणि माझं ते माझ्या बापाचं' अशी तुमची वृत्ती झाली आहे. हेच मानवी समाजाचं आत्ताचं सत्य आहे.

'मालकी'च्या संकल्पनेनं माणसं भारावली आहेत. HEBs हा सगळा खेळ दुरून बघतात आणि त्याला तुमचं 'मालकीचं वेड' म्हणतात.

आता, तुम्ही जसे उन्नत व्हाल, तसं तुमच्या लक्षात येईल की इथे आपल्याला 'मालकीचं' असं काहीच नाही. खरंच आपली इथे कशावरच मालकी नाही. अगदी तुमच्या बायका-मुलांवरसुद्धा. तरीही तुमच्यातले बरेच जण 'जमीन, जमिनीवरची, खालची, वरच्या हवेतली प्रत्येक गोष्ट माझ्या मालकीची असू शकते,' या विचाराला अजूनही चिकटून असतात. (होय, तुम्ही 'हवेच्या अधिकारां'बद्दलसुद्धा बोलू शकता.)

याउलट विश्वातल्या HEBs ना एका गोष्टीची खोलवर जाणीव असते. ती म्हणजे त्यांच्या पायाखालचा भौतिक ग्रह म्हणजे कोणा एकाच्या मालकीची गोष्ट असू शकत नाही. जरी एखाद्या ती किंवा त्या HEBs च्या समाजतंत्राप्रमाणे तिच्या किंवा त्याच्याकडे जमिनीचा तुकडा असला तरी तो त्याचा 'काळजीवाहक' आहे, याचं त्याला भान असतं. जर त्या व्यक्तीनं जमिनीची उत्तम देखभाल केली, तर ती जमीन आपल्या वारसांना देता येईल का, असं विचारण्याची त्या व्यक्तीला मुभा असते. आणि ते तसं करतात. पण जर ती वारसदार व्यक्ती जमिनीची देखभाल चांगल्या पद्धतीनं करत नसेल, तर मात्र ती जमीन त्या वारसदाराकडे ठेवली जात नाही.

वा! हे मार्गदर्शक तत्त्व जर इथे लागू केलं तर जगातल्या निम्या-अधिक

उद्योगधंद्यांना त्यांच्या जमिनी सोडून द्याव्या लागतील!

आणि जगातली पर्यावरण व्यवस्था एका रात्रीत नाट्यमयरीत्या सुधारून जाईल.

ज्याला तुम्ही 'सहकार' म्हणता, अशा उन्नत संस्कृतीत केवळ फायद्यासाठी जमिनींची लूट मान्य नाही. कारण, त्यामुळे त्या जमिनीवर काम करणारे किंवा जमिनीचे मालक असणारे, त्यांच्या आयुष्याच्या गुणवत्तेचं, त्यांचं भरून न येणारं नुकसान होऊ शकतं. मग त्यात काय फायदा?

हो. पण नुकसान झाल्याचं खूप वर्षं जाणवणार नाही; पण फायदा झालेला मात्र लगेच, इथेच, तत्क्षणी कळतो. तेव्हा तो अल्पकालीन फायदा/दीर्घकालीन तोटा म्हणता येईल. पण जर तो दीर्घकालीन तोटा-नुकसान अनुभवायला तुम्ही नसणारच असाल, तर त्याची फिकीर कोण करेल?

अधिक उन्नत माणसं फिकीर करतात. पण त्यामुळे ते दीर्घ काळ जगतात.

'दीर्घ काळ' म्हणजे किती काळ?

कितीतरी पटींनी जास्त. काही HEBs समाजांमध्ये तर जीव चिरंजीव असतात किंवा त्यांच्या इच्छेनुसार त्यांना जेवढा काळ शारीरिक-भौतिक रूपात जिवंत राहायचं असेल तितका काळ. त्यामुळे HEBs समाजांमध्ये व्यक्तिगतरीत्या ते जीव त्यांच्या कृतींचे दीर्घकालीन परिणाम अनुभवण्यासाठी नेहमीच जिवंत असतात.

इतका दीर्घ काळ ते कसं काय जगू शकतात?

ते जिवंत नाहीत, असं कधी नसतं. तुमच्याहून जास्त. पण तुला काय म्हणायचंय मला माहीत आहे. 'शरीरात' असं तुला म्हणायचंय– 'शरीर रूपात' असा तुझा रोख आहे.

होय. इतका काळ ते शरीरात कसे राहू शकतात? त्यांना ते का शक्य होतं?

कारण, पहिली गोष्ट म्हणजे ते त्यांचं वातावरण, त्यांची हवा, त्याचं पाणी आणि त्यांची जमीन प्रदूषित करत नाहीत. ते त्यांच्या जमिनीत रासायनिक खतं टाकत नाहीत. अन्यथा तीच खतं पिकं आणि प्राणी ग्रहण करतात आणि त्यांचा उपयोग करणाऱ्यांच्याही शरीरात प्रवेश करतात.

खरंतर HEBs कधीच मांसाहार करत नाही. प्राणी खातील तीच झाडंझुडपं माफक प्रमाणात लावतो. रसायनांचा वापर केला, तर प्राण्यांच्याही शरीरात तेच जातं. हे भोजन आत्मघातकी आहे. हे HEBs ला पक्कं समजतं.

त्यामुळे HEBs त्यांचं वातावरण, त्यांचं पर्यावरण आणि त्यांच्या स्वतःच्या शरीराचं प्रदूषण होऊ देत नाहीत, जे इतर माणसं करतात. तुम्ही अनंतकाळ जिवंत राहू शकता, अशी तुमच्या शरीराची रचना आहे.

HEBs ची मानसिक अवस्था, त्यांचं मनोवर्तनही वेगळं दिसतं, तेही त्यांच्या प्रदीर्घ आयुष्याचं कारण आहे.

उदाहरणार्थ?

HEBs कधीच चिंता करत नाही आणि 'चिंता' किंवा 'ताण' या मानवी संकल्पना त्याला कधी कळणारसुद्धा नाहीत. HEBs कधी कुणाचा तिरस्कार करणार नाही, की कोणावर रागावणार नाही. त्याला कोणाचा हेवा वाटणार नाही किंवा त्याचा कधी भावातिरेक होत नाही. राग, हेवा, घृणा, भावनांचा अतिरेक हे त्याच्यापाशी नाहीतच. त्यामुळे त्याच्या किंवा तिच्या शरीरात शरीर पोखरणाऱ्या किंवा शरीराला घातक अशा जीवरासायनिक प्रतिक्रिया निर्माण होत नाहीत; त्यामुळे HEBs स्वतःच्या आणि दुसऱ्याच्याही शरीराला घातक ठरत नाही.

HEBs हे सगळं कसं करू शकतो? असं भावनांवर नियंत्रण ठेवणं माणसांना जमेल? ते असं नियंत्रण ठेवू शकतील?

पहिलं म्हणजे, HEBs ला सर्व जण बिनचूक आहेत, परिपूर्ण आहेत हे माहीत असतं. हे विश्व चालू राहण्याची त्याची स्वतःची पद्धत आहे आणि आपण त्यात ढवळाढवळ करणं अपेक्षित नाही, असं ते समजतात. त्यामुळे HEBs कधीच चिंता करत नाही. कारण, त्याला या प्रक्रियेची कल्पना असते.

आणि आता तुझ्या दुसऱ्या प्रश्नाचं उत्तर : होय, माणसं हे नियंत्रण ठेवू शकतात. फक्त काहींना आपण हे करू शकतो, याची कल्पना नसते आणि वातावरणीय घातक पदार्थांनी त्यांचा नाश केलेला नाही आणि त्यांनी स्वतःसुद्धा स्वेच्छेनं विघातक गोष्टी केलेल्या नाहीत, असं गृहीत धरलं आहे.

एक मिनिट! 'आम्ही स्वेच्छेनं स्वतःचा विषाघात करतो?''

तुमच्यापैकी काही जण नक्कीच करता.

कसं?

मी म्हटलं तसं– तुम्ही विषारी पदार्थ खाता. तुमच्यापैकी काही विषारी पेयं पितात. तुमच्यापैकी काही जण विषारी धूरही सोडता.

उच्च उन्नत जीव अशा वागण्याला न भरून येणारं नुकसान म्हणतात. 'तुमच्या कृतीनं शरीराचा फायदा तर होणार नाहीच, उलट तुम्ही जाणूनबुजून

विषप्राशन कसं करता' याची कल्पनाही HEB करू शकत नाही.

आम्हाला काही विशिष्ट गोष्टी खाणं-पिणं-धूम्रपान करणं यात मजा वाटते.

HEBsना शरीर जिवंत राहण्यात मजा वाटते आणि भविष्यात ती मजा घालवणारी किंवा वेदनादायी ठरणारी कुठली गोष्ट करण्याची तो/ती कल्पनाही करू शकत नाही.

भरपेट लाल मांस खाणं, दारू पिणं किंवा सिगारेट ओढणं यानं आयुष्य मर्यादित होईल किंवा त्रासदायक होईल, असं आमच्यापैकी काही जणांना वाटत नाही.

याचा अर्थ तुमची निरीक्षणक्षमता कमकुवत आहे. तिला जरा धार करायला हवी. तुम्ही तुमच्या आसपास नुसतं बघा, असं HEBs सुचवेल.

हो. ठीक आहे. विश्वातल्या उच्च उन्नत समाजातलं आयुष्य कसं असतं, याबद्दल तू मला आणखी काय सांगशील?

त्यांच्या समाजात शरम नाही.

शरम नाही?

हो आणि अपराधीपणाची भावनाही नाही.

पण एखादा जर 'सेवक' म्हणून योग्य कामगिरी करू शकला नाही, तरी हे कसं शक्य आहे? त्याच्याकडून जमीन काढून घेतली जाते, असं तू आताच म्हणालास! म्हणजे त्याचा न्यायनिवाडा केला जातो आणि अपराधी ठरवला जातो, असा अर्थ नाही का? नाही.

त्याचं निरीक्षण केलं गेलं आणि तो सक्षम नाही, असं आढळून आलं, एवढाच त्याचा अर्थ. जी कामं करून दाखवता येणार नाहीत, ती कामं उच्च उन्नत संस्कृतीत करायलाच सांगितलं जात नाही.

तरीही जर त्यांना ते करायचंच असेल तर?

त्यांना तसं वाटू नये.

का नाही?

त्यांच्या अक्षमतेच्या प्रदर्शनानं त्यांच्या इच्छा गळून पडतील. त्यांना लक्षात येतं की, त्यांच्या अक्षमतेमुळे दुसऱ्याचं नुकसान होऊ शकतं, त्यामुळे ती त्यांची नैसर्गिक प्रतिक्रिया ठरते आणि ते दुसऱ्याचं नुकसान होऊ देणार नाहीत. कारण,

असं करणं म्हणजे स्वतःचं नुकसान करणं आहे, याची त्यांना जाणीव आहे.

म्हणजे हे 'स्व-संरक्षण'- स्वतःला वाचवणं झालं! अगदी पृथ्वीसारखं!

नक्कीच! फक्त 'स्वतः'च्या संकल्पनेत फरक आहे. माणसाचा 'स्व'-'स्वतः' फार संकुचित असतो. तुम्ही तुमच्या स्वतःबद्दल, तुमच्या कुटुंबाबद्दल, तुमच्या विशिष्ट समाजाबद्दल बोलता. HEBs ची 'स्वतःची' व्याख्या थोडी वेगळी आहे. ती 'स्व'बद्दल कुटुंबाबद्दल, समाजाबद्दल बोलते.

जणू काही ते एकच होते.

ते एकच आहेत. तोच तर सगळा मुद्दा आहे.

मी समजू शकतो.

आणि म्हणून उच्च उन्नत संस्कृतीत, जर आपला वारसदार एखादी गोष्ट करण्यासाठी अक्षम असल्याचं सिद्ध झालं, तर HEBs कधीच त्याला पाठबळ देणार नाही.

म्हणूनच तिथं मुलंच मुलांना वाढवत नाहीत. ती संस्कृती वरिष्ठांना, ज्येष्ठांना, मुलांना संस्कारित करण्यासाठी सोपवते. अर्थात नव्या पिढीला अनोळखी जुन्या पिढीच्या अंगाखांद्यावर दिलं जातं, असा त्याचा अर्थ नाही. तसं ते नाही.

या संस्कृतींमध्ये ज्येष्ठ तरुण पिढीच्या जवळच राहतात. त्यांना 'त्यांचे ते जगतील' असं म्हणून दुसरीकडे कुठे राहायला पाठवलं जात नाही. त्यांच्याकडे दुर्लक्ष केलं जात नाही आणि त्यांच्या भविष्याचे निर्णय त्यांच्यावर ढकलले जात नाहीत. आपल्या समाजाचा अतिशय स्नेहमय, काळजी घेणारा भाग म्हणून ज्येष्ठांचा आदर ठेवला जातो. त्यांना सन्मानानं वागवलं जातं आणि आपल्या जवळच ठेवलं जातं.

जेव्हा नवीन बाळ जन्माला येतं तेव्हा मोठी माणसं तिथेच त्याच्या जवळच असतात. समाजाला आणि त्या कुटुंबालाही अशा वेळी त्यांचा मनापासून आधार वाटतो. आणि तुमच्या समाजात पालक जे पालनपोषणाचं काम करतात, तेच काम ही ज्येष्ठ मंडळी या समाजात करतात.

फरक हा आहे की, जे बाळांचे 'पालक' म्हणूनच नेहमी ओळखले जातात, त्यांना त्यांच्या भाषेत 'जीवनदाते' म्हणतात. आणि जे 'पालक' अजूनही आयुष्यातला श्रीगणेशा गिरवत असतात, ते नवीन बाळांना आयुष्यातल्या मूळ तत्त्वांचे काय धडे देणार? म्हणून ते काम जुन्या पिढीकडेच दिलं जातं.

HEBs समाजांमध्ये ज्येष्ठ मंडळीच मुलांच्या शिक्षणाच्या पद्धतीचं नियोजन आणि त्यावर देखरेख ठेवतात. घराची व्यवस्था, मुलांचं खाणं-पिणं आणि त्यांची

काळजी घेणं, ही कामंसुद्धा तेच करतात. त्यामुळे नव्या बाळांचं संगोपन अतिशय प्रेमाच्या, शहाणपणाच्या वातावरणात, अतिशय संयमानं आणि खूप समजूतदारपणे होत असतं.

तरुण मंडळी आपल्या रंगीबेरंगी दिवसांचा, तारुण्याचा आनंद घेत आयुष्यातली आव्हानं पेलत कुठेतरी दूर गावी राहत असतात. त्यांना जेव्हा पाहिजे तेव्हा ते घरी येऊन आपल्या छोट्यांच्या 'बाललीलां'चा आनंद अनुभवू शकतात. अशा वेळी त्यांना आधीची पिढी आणि पुढची पिढी- दोन्ही पिढ्यांबरोबर राहण्याचा आनंद घेता येतो.

हा फार अद्वितीय आंतरिक अनुभव असतो. पण हे केवळ ज्येष्ठांमुळे घडतं. कारण ते मुलांची जबाबदारी घेतात. संपूर्ण नव्या पिढीला घडवण्याची जबाबदारी ज्येष्ठांवर सोपवणं, हा खरंच त्यांचा सन्मानच आहे. तरुण पिढीपेक्षा मोठ्यांचीच ही जबाबदारी असल्याचं HEB समाजांमध्ये मानलं जातं.

तुमच्या ग्रहावर तुम्ही मुलांना कसं वाढवता याबद्दल बोलताना मी या विषयाला स्पर्श केला होता आणि तुम्ही तुमचं वागणं कसं बदलायला हवं, त्याबद्दलही बोललो होतो.

होय. आणि हे सगळं कसं करायचं हे सविस्तर सांगितल्याबद्दल धन्यवाद. आपण पुन्हा मूळ विषयाकडे वळू. HEB नं काहीही केलं तरी त्याला शरण किंवा अपराधी वाटत नाही?

नाही. कारण, शरम किंवा अपराधीपणाची भावना या दोन्ही गोष्टी जीवावर बाहेरून लादल्या जातात. मग त्या आत जातात, यात काही शंका नाही; पण सुरुवातीला मात्र त्या बाहेरून लादल्या जातात. नेहमीच. जोवर बाहेरची एखादी व्यक्ती आपल्या कृतीवर 'लज्जास्पद' किंवा 'अपराधीपणाची' असे शिक्के मारत नाही, तोवर कुठल्याही दिव्य जीवाला (आणि सगळेच जीव दिव्य असतात.) स्वतःला तो असं काही करतोय, याची कल्पना नसते.

तुमच्या संस्कृतीत लहान बाळाला त्याच्या शी-शूच्या सवयींची लाज वाटते का? अर्थातच नाही. जोवर तुम्ही त्याला लाजायला सांगत नाही तोवर तर नक्कीच नाही. आपल्या जननेंद्रियाशी खेळून छान वाटताना त्या त्या मुलाला कधी 'अपराधी' वाटतं का? नक्कीच नाही. जोवर तुम्ही त्याला तसं वाटायला सांगत नाही, तोवर नक्कीच नाही. संस्कृती एखाद्या कृतीवर किंवा जीवावर 'अपराधी' किंवा 'लज्जास्पद' असं शिक्कामोर्तब करते, ते कुठल्या प्रमाणात कशावर, यावरून त्या संस्कृतीच्या उन्नतीचं प्रमाण दिसून येतं.

म्हणजे कुठल्याच कृती लज्जास्पद म्हणता येणार नाहीत? माणसानं काहीही केलं तरी त्याला अपराधी म्हणता येणार नाही?

बरोबर. चूक असं काही नसतं, हे मी तुला आधीही सांगितलंय.

पण काही जणांना हे कळतच नाही.

या संवादात जे सांगितलं गेलं आहे, ते समजून घेण्यासाठी त्याचं समग्र वाचन व्हायला हवं. संदर्भाशिवाय कुठल्याही विधानाचा विचार केला, तर ते कळणारच नाही. या ज्ञानाबद्दल, शहाणपणाबद्दल पहिल्या आणि दुसऱ्या पुस्तकात सविस्तर स्पष्टीकरण दिलं गेलं आहे. विश्वातल्या अति उन्नत संस्कृतीचं वर्णन करायला इथे तू मला सांगतोयस. त्यांच्यापाशी हे शहाणपण आधीच आहे.

ठीक. या संस्कृती आमच्यापेक्षा वेगळ्या कशा आहेत?

बऱ्याच गोष्टींत. त्यांच्याकडे स्पर्धा नाही. ते स्पर्धा करत नाहीत.

एखाद्याचं नुकसान होतं, तेव्हा ते प्रत्येकाचं नुकसान असतं, याची त्यांना जाण असते. त्यामुळे त्यांनी क्रीडा प्रकार आणि खेळ हे मनोरंजनाचे प्रकार निर्माणच केले नाहीत. कारण, त्यात एकाची सरशी, जय हा दुसऱ्याचा पराजय असतो. मुलांना हरणं-जिंकणं हे प्रकार खेळ शिकवतात, म्हणून ते खेळांची निर्मितीच करत नाहीत. एकाचं हरणं, ते दुसऱ्याचं जिंकणं हा मनोरंजनाचा विषय होतो.

ती माणसं प्रत्येक गोष्ट वाटून घेतात, असंही मी म्हटलं. समज, एखाद्याला एखाद्या गोष्टीची गरज आहे आणि दुसऱ्याकडे ती गोष्ट आहे. पण त्या गोष्टीची टंचाई आहे, म्हणून दुसरा ती गोष्ट स्वतःकडे साठवून ठेवत नाही, उलट म्हणूनच तर तो ती गोष्ट गरजवंत माणसाला देतो.

पण तुमच्या समाजात असं नसतं. दुर्मिळ गोष्टींच्या किमती अवाच्या सवा वाढवल्या जातात. पण जर तुम्ही स्वतःपुरतं 'अशा दुर्मिळ गोष्टी माझ्याकडे असतील, तर त्या मी दुसऱ्यांनाही देईन,' असं ठरवलंत, तर निदान त्यामुळे तुम्ही स्वतः तरी समृद्ध व्हाल.

अति उन्नत जीव अत्यंत दुर्मिळ वस्तूही वाटून घेण्यानं 'समृद्ध' आहेत. फक्त HEBs आणि माणसं यांच्या 'समृद्ध' असण्याच्या व्याख्येत फरक आहे. आपल्या 'फायद्या'चा विचार न करता मोकळेपणानं प्रत्येक गोष्ट वाटून घेणं, सहभागी करून घेणं म्हणजे 'समृद्ध' असणं असं HEB ना वाटतं. अर्थात् ही भावनाच खूप काही देऊन जाते.

तुमच्या संस्कृतीची बरीच मार्गदर्शक तत्त्वं असतात, त्यातून तुमचं वर्तन घडत असतं. 'बळी तो कानपिळी' हे त्यातलंच एक अगदी मूलभूत तत्त्व आहे, असं मी आधी म्हटलं आहे.

हे तुमचं दुसरं मार्गदर्शक तत्त्व म्हणता येईल. तुमच्या समाजातल्या प्रत्येक

गोष्टीत तेच अधोरेखित होताना दिसतं– भले ते अर्थशास्त्र असो की राजकारण, धर्म असो की शिक्षण, समाजरचना.

पण अति उच्च उन्नत जीवाचं तत्त्वज्ञान हे स्वतःशीच विरोधाभासी असतं. ते स्वतःलाच छेद देतं. HEBs चं पहिलं मार्गदर्शक तत्त्व आहे. 'आपण सगळे एक आहोत.' जोवर सर्व 'सबळ असत नाहीत, तोवर 'एक' ही सबळ, शक्तिमान असू शकत नाही. त्यामुळे शक्तिमानाचं अस्तित्व एकतर शक्य आहे, नाही तर अशक्य. (म्हणून विरोधाभास) कारण, जोवर सगळे सबळ असत नाहीत, तोवर कोणीच सबळ असू शकत नाही.

मी काय म्हणतोय ते तुझ्या लक्षात येतंय?

हो. आम्ही त्याला साम्यवाद म्हणतो.

'आयजीच्या जीवावर बायजी उदार' होण्याची कुठलीच पद्धत तुमच्या ग्रहावर मंजूर केली जात नाही.

जर सरकारी यंत्रणा किंवा अर्थशास्त्राला सर्वांना फायद्याचं समान वाटप करायची गरज असेल, जे स्रोत आहेत, ते सर्वांसाठी समान उपलब्ध करून द्यायची गरज असेल, तर ते निसर्गनियमांच्या विरुद्ध होतं, असं तुम्ही म्हणता. पण उच्च उन्नत संस्कृतींमध्ये समान वाटप हाच निसर्गनियम आहे.

एखादी व्यक्ती किंवा एखादा गट त्यासाठी लायक नसेल तरीही? सर्वांच्या भल्यासाठी त्यांचं काहीच योगदान नसलं तरीही?

आयुष्य हे सर्वांसाठी चांगली गोष्ट आहे, तुमचं जिवंत असणं हे सर्वांच्या हितामधलं योगदान आहे. एखाद्या आत्म्याला शरीर रूपात असणं फार अवघड आहे. त्याला रूप घ्यायला सहमती देणं, हेच एका अर्थानं मोठा त्याग आहे. जरी ते रूप गरजेचं असलं, आनंददायी असलं तरी त्याला नव्या दृष्टीनं नव्या रूपात पुन्हा यायचं असतं आणि तो कोण आहे याबाबत नव्या दृष्टीनं विचार करायचा असतो.

आपण इथे का आलो, हे समजून घेणं महत्त्वाचं आहे.

आपण?

एकत्र येणारे आत्मे.

तू मला वगळतो आहेस.

मी आधी म्हटलं तसं– आत्मा एकच आहे. एकच अस्तित्व स्वतःला विश्वातल्या प्रत्येकात विभागतं. दुसऱ्या शब्दात सांगायचं तर तेच सर्व काही आहे.

यात सर्व सजीवांचा किंवा ज्यांना तुम्ही आत्मे म्हणता त्यांचा समावेश होतो.

म्हणजे 'देव' अस्तित्वात असलेल्या प्रत्येकात आहे?

प्रत्येक आत्मा जो आत्ता आहे, आधीही होता आणि नंतरही असणारच आहे.

हं. म्हणजे देव 'संयुक्त' आहे?

'Collective'- हा शब्द मी निवडला. कारण, नेमकं कसं आहे, हे तुमच्या भाषेत सांगायला मला तो सर्वांत जवळचा वाटला.

कुणीच एक जण नाही, पण सर्व जण संयुक्त?

एक किंवा दुसरा असं काही नाही. चौकटीबाहेर जाऊन विचार कर.

देव दोन्ही आहे? एकच जो सगळ्या एकेकांचा समूह-संग्रह-संयुक्त-एकीकरण आहे?

छान! फारच छान!

आणि हे संयुक्त, अद्वैत पृथ्वीवर कशाला आलं?

शरीर रूपात, भौतिक रूपात स्वतःला व्यक्त करण्यासाठी. स्वानुभवातून स्वतःला जाणून घेण्यासाठी. देव होण्यासाठी. हे सगळं मी पहिल्या पुस्तकात सविस्तर स्पष्ट केलं आहे.

तू आम्हाला 'तू' व्हावं म्हणून निर्माण केलंस?

अर्थातच. म्हणून. तुम्हाला अगदी याच कारणासाठी निर्माण केलं गेलं.

आणि माणसं संयुक्ताकडून, सर्वंकषाकडून निर्माण झाली?

तुमच्या स्वतःच्या बायबलमध्येच म्हटलं आहे : 'आपण आपलीच प्रतिमा निर्माण करू या आणि नंतर आपली साम्य'- भाषांतर बदलण्याआधी असं म्हटलं होतं.

आयुष्य ही एक अशी प्रक्रिया आहे, ज्यातून देव स्वतःचीच निर्मिती करतो आणि नंतर त्या निर्मितीचा अनुभव घेतो. निर्मितीची ही प्रक्रिया निरंतर आणि दिव्य, अनंत आहे. ती सदा सर्व'काळ' घडत असते. सापेक्षता आणि भौतिकता या दोन साधनांनी देव काम करत असतो. निखळ, शुद्ध ऊर्जा (ज्याला तुम्ही आत्मा म्हणता) म्हणजेच परमेश्वर. हे कसदार रूप म्हणजे खरा दिव्य पवित्र आत्मा.

ऊर्जेचं पदार्थात रूपांतर होण्याच्या प्रक्रियेतून आत्मा शरीर धारण करतो. यात ऊर्जा अक्षरशः खाली उतरते. यात तिची स्पंदनं बदलतात.

हे तो 'सर्व' सगळ्या अंशांमध्ये करतो. तो 'सर्व' विविध अंशांमध्ये विभागला

जातो, त्यालाच तुम्ही आत्मा असं म्हणता.

खरंतर आत्मा एकच, एकमेव आहे, तोच स्वतःला पुन्हा पुन्हा आकार देतो आणि पुन्हा पुन्हा रूप देतो. यालाच 'पुनर्रचना' म्हणता येईल. तुम्ही सगळे 'देवा'च्या रचनेत देवाच्या आकारात आहात. (देवाची माहिती)

हे तुमचं योगदान आहे आणि ते तेवढ्यासाठी पुरेसं आहे.

सोप्या शब्दांत सांगायचं तर, शरीर धारण करून तुम्ही आधीच पुरेसं काम केलं आहेत. मला हवंय, माझी गरज याखेरीज आणखी काही नाही. तुम्ही जे केलं आहेत ते तसं सगळ्यांसाठी चांगलं आहे. तुम्ही एक सर्वसामान्य गोष्ट केली आहेत. चांगल्याचा अनुभव घेणं. देवानंच स्वर्ग आणि पृथ्वी निर्माण केली, जमिनीवर चालणारे प्राणी निर्माण केले, हवेत उडणारे पक्षी आणि समुद्रातले मासे निर्माण केले, असं तुम्ही लिहून ठेवलंत आणि ते फार चांगलं होतं.

'चांगलं' हे त्याच्या विरुद्ध काही असल्याशिवाय अनुभवता येत नाही. म्हणून तुम्ही 'वाईट' ही निर्माण केलंत. 'वाईट' म्हणजे चांगल्याच्या विरुद्ध दिशा किंवा नाण्याची दुसरी, पाठीकडची बाजू. 'वाईट' हे 'जन्मा'च्या विरुद्ध आणि म्हणून तुम्ही म्हणता तो 'मृत्यू-मरण'ही तुम्ही निर्माण केलंत.

अर्थात मृत्यू अंतिम सत्य नाही– ती केवळ कल्पना आहे, एक शोध आहे, काल्पनिक अनुभव आहे. ज्यामुळे तुम्हाला आयुष्याचं मोल, महत्त्व कळतं.

अशा तऱ्हेनं 'evil' हे 'live' च्या बरोब्बर उलट आहे. तुम्ही शब्दांचे खेळ करण्यात किती हुशार आहात? तुम्ही त्या शब्दात ज्ञान, चातुर्य अनुस्यूत ठेवता. काही वेळा तुमच्या स्वतःच्याही ते लक्षात येत नसावं.

संपूर्ण विश्वाची रचना जेव्हा तुमच्या लक्षात येते, तेव्हा तुम्ही महान सत्य लघुरूपात मांडता. ते सत्य कळल्यावर तुम्ही दुसऱ्याकडून कसलीच अपेक्षा ठेवत नाही की शारीरिक गरजा पूर्ण करण्याची मागणी करत नाही.

हे कितीही सुंदर असलं, तरीही काही माणसं त्याला साम्यवाद म्हणतील.

त्यांना तसं करायचं तर करू दे. पण मी तुला सांगतो : जोवर जीवांचा तुमचा समूह समूहात जगणं अनुभवत नाही, तोवर तुम्हाला पवित्र, दिव्य समूह म्हणजे काय याचा अनुभव येणार नाही आणि मी कोण आहे, हेही कळणार नाही.

मी इथे जे स्पष्ट करून सांगतोय, ते विश्वातील आणि उन्नत संस्कृतींना खोलवर कळतंय, समजतंय. त्या संस्कृतीत शेअरिंग होणार नाही, असं कधी शक्यच नाही. आणि टंचाई निर्माण झालेल्या गरजेच्या वस्तूंची किंमत आकाशाला भिडेल इतकी कधीच वाढणार नाही. फक्त अति अप्रगत समाजातच असं घडू शकतं. टंचाई असणाऱ्या वस्तूपासून स्वतःचा फायदा करून संधी साधून घेण्याचा

संकुचित विचार असे अप्रगत समाजच करू शकतो. 'मागणी आणि पुरवठा', हे तत्त्व HEBs पद्धतीत उपयोगी ठरत नाही.

आयुष्याची गुणवत्ता आणि सामान्य हित साधण्याच्या कामी आपण योगदान दिल्याचा दावा करणाऱ्यांच्या समाज व्यवस्थेचा तो एक भाग आहे. तुमच्या समाजात सामान्य हिताचा किंवा कल्याणाचा अनुभव सामान्यजनांना घेऊ दिला जात नाही.

अति उच्च प्रगत संस्कृतींचं आणखी एक अद्भुत आकर्षक आणि ठळक वैशिष्ट्य म्हणजे त्यांच्यात 'तुमचं' आणि 'माझं' अशा अर्थाच्या संकल्पना नाहीत. त्यांच्या भाषेत अशा अर्थाचे शब्द, ध्वनीच नाहीत. त्यांचं हे वैशिष्ट्य त्यांना इतर संस्कृतींपासून स्पष्टपणे वेगळं करतं. त्यांच्या भाषेत 'वैयक्तिक मालकी' हा भागच नाही आणि त्यातून जर एखाद्याला तसं बोलायची गरजच भासली, तर तो अलंकारिक भाषेचा वापर करतो. म्हणजे समजा त्याला 'माझी गाडी' असं व्यक्त करायचं असेल, तर तो 'आत्ता मी ज्या गाडीबरोबर,' असं म्हणेल. 'माझा जोडीदार' किंवा 'माझी मुलं' असं सांगायचं असेल, तर 'हा जोडीदार', किंवा 'आत्ता मी ज्या मुलांबरोबर आहे,' असा शब्दप्रयोग तो करेल.

'आत्ता ज्यांच्याबरोबर,' किंवा 'यांच्या उपस्थितीत' हे शब्दप्रयोग तुमच्या भाषेत ज्याला 'मालकी हक्क' किंवा 'आधिपत्य- ताबा' म्हणतात. त्याच्या जवळपास जाणारे आहेत.

'...च्या उपस्थितीत' असं म्हणणं म्हणजे भेटवस्तू, असा अर्थ होईल. आयुष्यातल्या याच खऱ्या 'भेटवस्तू.' अशा तऱ्हेनं अति उच्च उन्नत संस्कृतींमध्ये माणूस 'माझं आयुष्य' असाही शब्द प्रयोग करू शकत नाही. त्याला 'आत्ता मी ज्या आयुष्यात आहे,' अशाच भाषेत बोलावं लागतं.

'देवाच्या उपस्थितीत', असंच म्हटल्यासारखं हे आहे. यातून देवाशी असलेलं रक्ताचं नातंच दिसतं. जेव्हा तुम्ही देवासमक्ष असता (जेव्हा तुम्ही एकमेकांसमोर असता, तेव्हा देवासमोरच असता) तेव्हा जे देवाचंच आहे, ते त्याच्यापासून घेऊन आपल्याकडे ठेवून घेण्याचं तुम्ही मनातही आणू शकत नाही. कारण, तुम्ही त्याचाच अंश असता. त्यामुळे जे देवाचं आहे, ते त्याच्याच इतर अंशांबरोबर समप्रमाणात वाटून घेणं नैसर्गिकरीत्याच घडतं.

ही आध्यात्मिक जाणीव म्हणजे अती उच्च प्रगत संस्कृतींमध्ये संपूर्ण सामाजिक, राजकीय, आर्थिक आणि धार्मिक संरचनेच्या आतला हा एक प्रवाह आहे.

हे आयुष्याचं वैश्विक तत्त्व आहे. ते नुसतं बघून चालणार नाही, तर ते जाणून घ्यायला हवं आणि त्याच्यात राहूनच जगायला हवं. पृथ्वीवरच्या तुमच्या अनुभवांशी ते जुळवून घेणारं नसेल, त्याच्यापासून वेगळं असेल.

१९

इतर ग्रहांवरचे सजीव शरीरानं कसे असतात?

तुमचंच उदाहरण घ्या. तुमच्या ग्रहावर जसा वेगवेगळ्या प्राण्यांच्या वेगवेगळ्या प्रजाती असतात, तसंच.

खरंतर, आणखीही.

त्यांच्यात आमच्यासारखे दिसणारे काही असतात?

हो तर. काही जण तर किरकोळ बदल सोडले तर हुबेहूब तुमच्यासारखेच दिसतात-

ते कसे जगतात, ते काय खातात, त्यांचा पोशाख कसा असतो, ते एकमेकांशी संपर्क कसा साधतात, कसे बोलतात, मला E.T.s बद्दल सगळं काही जाणून घ्यायचं आहे. मला सगळं सांग. पट्कन सांग-

तुझी उत्सुकता मला कळतेय. पण ही पुस्तकं तुला तुझी उत्सुकता शमवण्यासाठी दिलेली नाहीत. तुझ्या जगाला काही संदेश देणं, हा आपल्या संवादाचा उद्देश आहे.

अगदी मोजके काही प्रश्न आणि ते फक्त उत्सुकतेपोटी नाहीत. आम्हाला त्यातून काही तरी शिकायला मिळेल किंवा आणखी योग्य शब्दांत सांगायचं तर आम्हाला पुन्हा काही गोष्टी आठवता येतील.

हे जास्त बरोबर आहे. कारण, तुम्हाला शिकायचं असं काही नाहीये, फक्त 'तुम्ही कोण आहात', या गोष्टीचं स्मरण करायचं आहे.

ते तर तू पहिल्या पुस्तकात फार सुंदर पद्धतीनं सांगितलं आहेस. त्या ग्रहांवरच्या सजीवांना 'ते कोण आहेत?' हे आठवतं काय?

तुला अपेक्षित असावं त्याप्रमाणे इतर ठिकाणचे सजीव उन्नतीच्या वेगवेगळ्या अवस्थांमध्ये आहेत. पण इथे ज्यांच्या 'उच्च उन्नत संस्कृती' असा उल्लेख तू करतोयस, त्यांच्या बाबतीत- होय, त्यांना स्मरण आहे.

ते कसे जगतात? कसे काम करतात? प्रवास कसा करतात? संपर्क कसा साधतात?

तुमच्या संस्कृतीत ज्याला 'प्रवास' म्हणता, तसा प्रवास उच्च उन्नत समाजात नसतो. त्यांचं तंत्रज्ञान खूप पुढे गेलं आहे. खनिज इंधन वापरण्याचा त्यांचा जमाना मागे पडला आहे. त्या इंधनावर चालणारी मोठी यंत्रं वापरून माणसांना इकडून तिकडे नेण्याचं तंत्र आता जुनं झालंय.

आता भौतिक तंत्रज्ञानात नवीन भर पडतेय. शिवाय शरीर- मानसशास्त्रही विकसित झालंय.

या दोन्ही गोष्टींच्या एकत्रीकरणामुळे आणि त्यातल्या प्रगतीमुळे HEBs ना आता त्यांच्या इच्छेनुसार शरीराची जुळणी करता येते किंवा विभागणी करता येते- त्यामुळे बहुतेक जीव त्यांना हवं तेव्हा आणि हवं तिथे 'असू' शकतात.

विश्वभरातली प्रकाशवर्षं धरून?

होय. बऱ्याच उदाहरणात, होय. आकाशगंगा पार करण्यासारखा लांबच्या पल्ल्याचा प्रवास ही एखादा दगड पाण्यावरून फेकला जावा, इतक्या कमी वेळात होतो. विश्व म्हणजे मायेच्या राज्यातून प्रवास करण्याचा प्रयत्न केला जात नाही, तर उलट ते टाळून जायचा प्रयत्न केला जातो. त्याच्याभोवती फिरून जायचा प्रयत्न केला जातो. त्यातलं भौतिक शास्त्र सांगण्यासाठी तुमच्या भाषेतली हीच कल्पना चपखल वाटतेय.

तुमच्या समाजात ज्याला तुम्ही 'काम' म्हणता, तशी कल्पना बहुतांश HEB संस्कृतीमध्ये अस्तित्वात नाही. ठरवून गोष्टी केल्या जातात आणि उपक्रम हाती घेतले जातात, ते सगळे एखाद्याला मनापासून काय करायला आवडतं त्याच्यावरच अवलंबून- आधारलेले असतात आणि महत्त्वाचं म्हणजे त्यातून ती व्यक्ती स्वतःला पूर्णपणे अभिव्यक्त करू शकते आहे ना, हे पाहिलं जातं.

असं जर कोणी करू शकत असेल तर फारच उत्तम; पण मग गडी माणसांची, हलकी कामं कशी करून घेतली जातात?

हलकी कामं, गडी माणसांची कामं अशी संकल्पनाच नाहीये. तुमच्या समाजात ज्याला 'हलकी' कामं म्हटलं जातं, त्यांना उच्च उन्नत जीवांच्या जगात सर्वांत मान दिला जातो. HEBs काही दैनिक कामं 'अत्यावश्यक' समजून करतात- ती समाजाच्या अस्तित्वासाठी आणि कार्य करण्यासाठी गरजेची असतात- त्यांना सर्वांत जास्त पुरस्कार दिले जातात आणि सर्वांसाठी उपयुक्त सेवा करणाऱ्या कार्यकर्त्यांना सर्वांत जास्त मान-सन्मान दिला जातो. मी इथे 'कार्यकर्ता'- Worker

हा शब्द मुद्दाम वापरतो आहे. कारण, HEB साठी ते 'काम' नसतं तर स्वतःच्या समाधानाचं ते सर्वांत मोठं व्यक्त रूप असतं.

आत्माभिव्यक्तीच्या भोवती तुम्ही माणसांनी ज्या कल्पना आणि अनुभव निर्माण केले आहेत- ज्याला तुम्ही 'काम' म्हणता- ते HEB संस्कृतीचा केवळ एक भाग आहे. 'शरीरमेहनतीचं- कष्टांचं काम,' 'ओव्हर टाइम', 'ताण, दडपण' असे जे अनुभव तुम्ही स्वतःच निर्माण करता, ते HEB मधे नसतात- कारण, त्यांच्यात 'पुढे जाणं', 'सर्वोच्च पद मिळवणं, ' किंवा 'यशस्वी होणं,' असले प्रयत्नच नसतात.

तुम्ही ज्याला 'यश' म्हणता, किंवा 'यशाची तुमची जी व्याख्या आहे, ती HEB साठी अनोळखी, परकी आहे. आणि म्हणूनच यशाच्या बरोबर विरुद्ध असं 'अपयश' त्यांच्याकडे अस्तित्वातच नाही.

मग एखादी गोष्ट सिद्धीस नेणं किंवा काही तरी चांगली गोष्ट मिळवणं, याचा त्यांना कसा अनुभव घेता येणार?

बऱ्याच मानवी समाजात आणि उपक्रमांमध्ये- अगदी (आणि विशेषतः) तुमच्या शाळांमध्येसुद्धा 'स्पर्धा', 'जिंकणं' ,'हरणं' याच्याभोवतीच तुमची मूल्य पद्धत विणली गेली आहे. पण समाजात खऱ्या नीतिमूल्यांची किंमत काय याची सखोल जाण आणि त्यांचा खरा आदर होतच नाही.

'काही नीतिमूल्यं देणारी गोष्ट करणं' म्हणजे काहीतरी ध्येय गाठणं असं म्हणायला हवं- ज्या गोष्टीनं फक्त कीर्ती आणि भविष्य- दैव मिळवून दिलं जाईल, ती करणं- भले त्यातून मूल्य मिळोत अथवा न मिळोत, - ती करणं म्हणजे ध्येय गाठणं नव्हे.

म्हणजे HEBs ना नीतिमूल्यं व्यवस्था 'नक्कीच आहे!

अरे, अर्थातच. होय. पण ती सर्वसामान्य माणसांसारखी नाही. त्यांची मूल्य व्यवस्था सगळ्यांसाठीच फायदेशीर आहे. सगळ्यांच हित करणारी आहे.

आमचीही तशीच आहे!

हो. पण 'फायद्यांच्या तुमच्या व्याख्या किती वेगवेगळ्या आहेत. युवा पिढीला जीवनाच्या उदात्त सत्यांची आठवण करून देणं किंवा समाजाला आध्यात्मिक वारसा देणं यापेक्षा तुम्हाला एखाद्या माणसाकडे चेंडू फेकणं, रजत पडद्यावर एकमेकांची वस्त्रं खेचणं यात फायदा दिसतो! म्हणून तर तुम्ही शिक्षक आणि मंत्रिगण यांच्यापेक्षा खेळाडू आणि सिनेनटांना जास्त मान देता. हे सगळं तुम्हाला मागे घेऊन

जातं. तुम्हाला तुमचा समाज जिथे असावा असं वाटतं , याच्यापेक्षा तुम्ही बरेच मागे जाता.

निरीक्षणाच्या सूक्ष्म शक्तींचा तुम्ही विकास केलेला नाहीत. HEBs नेहमी 'हे काय आहे' हे पाहतात आणि जे उपयोगी आहे, कामांचं आहे, तेच करतात- माणसं बहुतेक वेळा असं करत नाहीत. केवळ 'नैतिक दृष्ट्या' योग्य आहे, म्हणून HEBs शिक्षक किंवा मंत्रिगणांना मान देत नाहीत, तर त्यांना त्यांचा समाज ज्या उंचीवर असणं अपेक्षित असतं, तिथे समाजाला नेण्यासाठी ही मंडळी कार्य करतात, म्हणून त्यांना मान दिला जातो.

तरीही, जिथे नीतिमूल्य व्यवस्था- मूल्य रचना आहे, तिथे 'आहे रे- श्रीमंत आणि 'नाही रे -गरीब' असं असणारच. त्यामुळे HEB समाजांमध्ये शिक्षकच श्रीमंत आणि प्रसिद्ध असतात आणि खेळाडू गरीब.

HEB समाजात 'नाही रे- गरीब' नसतातच. तुम्ही अनेकांना ज्या खालच्या वर्गात-खालच्या पातळीत ढकलता, HEB मध्ये अशा खालच्या पातळीत कोणीही नसतं आणि त्यांच्यात उपासमारीनं कोणीही मरत नाही. खायला नाही, म्हणून त्यांच्यात कोणाचंही मरण ओढवत नाही. तुमच्या ग्रहावर मात्र दर तासाला चारशे बालकं आणि दररोज ३० हजार माणसं उपासमारीनं दगावतात. त्यांच्यातली संस्कृती जिवंत असते, त्यामुळे निःशब्द- मूक निराशेनं कोणाचंच आयुष्य दुःखी झालेलं नसतं.

नाही. HEB समाजात 'वंचित' आणि 'गरीब' असं काही नसतं.

त्यांनी ते कसं टाळलं आहे? कसं?

दोन मूलभूत तत्त्व प्रत्यक्षात आणून-
आपण सगळे एक आहोत.
सगळं पुरेसं आहे.

पुरेसं असण्याची जाण आणि ती निर्माण करणारी जागृती HEBs मध्ये असते. सर्वच गोष्टींमधल्या परस्पर अंतःसंबंधाच्या जाणिवेमुळे HEBs च्या निवासी ग्रहावर नैसर्गिक स्रोतांमधलं काहीच वाया घालवलं जात नाही किंवा तिची नासधूस केली जात नाही. त्यामुळे प्रत्येकाच्या वाट्याला भरपूर येतं- पुरेसं असतं.'

माणसाला काहीतरी अपुरं आहे- आपल्यासाठी पुरेसं नाही, असं वाटणं हेच तुमच्या ग्रहावरच्या सगळ्या काळज्या, चिंता, ताण-तणाव, सगळ्या स्पर्धा, सगळे हेवेदावे, ईर्ष्या, सगळे राग-लोभ, सगळे संघर्ष आणि परिणामतः घडणाऱ्या सगळ्या हत्या याचं मूळ कारण आहे.

शिवाय माणसाचा एकतेपेक्षा विभाजनावर भरवसा असल्यानं त्यात आणखीनच भर पडते. त्यामुळेच तुमच्या आयुष्यातली ९० टक्के दुःखं निर्माण होतात, तुमचा इतिहास-भूतकाळ दुःखदायी होतो आणि प्रत्येकाचं भलं करण्याचे तुमचे आधीपासूनचे सगळे प्रयत्न निष्फळ ठरतात.

तुमच्या जाणीव जागृतीतल्या या दोन गोष्टी बदलल्यात, तर प्रत्येक गोष्टीत बदल घडेल.

कसा? मला तसं करायचं आहे, पण कसं करावं हे मला कळत नाहीये.तू फक्त विधानं करू नकोस, मला उपाय सांग.

वा. चांगलं आहे. तुला उपाय सांगतो.

'तशी कृती कर.'

तुम्ही सगळे एक असल्यासारखं वागायला लागा. उद्यापासून नुसतं तसं करून बघायला सुरुवात करा. प्रत्येकाकडे 'स्वतः' असल्यासारखं पहा. अवघड आहे. प्रत्येकाला 'स्वतः' म्हणून पहा- फक्त एक आणखी संधी देण्यासाठी. प्रत्येकात 'स्वतः' ला पहा- फक्त एक वेगळा अनुभव घेण्यासाठी.

प्रयत्न करा. उद्या दिवसभर तसा प्रयत्न करून पहा. प्रत्येकाकडे नव्या दृष्टीनं पहा.

मग सगळं काही 'पुरेसं' आहे, असं समजून तसं वागायला लागा. जर तुम्हाला 'पुरेसा' पैसा, 'पुरेसं' प्रेम, 'पुरेसा वेळ' मिळाला, तर तुम्ही वेगळेपणानं काय कराल? तुम्ही आणखी मोकळेपणानं, स्वतंत्रपणानं, समान वाटणी कराल?

हे छान आहे. कारण, आम्ही आमच्या नैसर्गिक ऊर्जास्रोतांच्या बाबतीत नेमकं हेच करतोय. आणि त्यासाठी पर्यावरणवाद्यांच्या टीकेलाही सामोरं जातोय, म्हणजे, आम्ही 'सगळं काही पुरेसं आहे,' असा दिखावा करतोय, असं मला म्हणायचं आहे.

तुम्हाला तुमच्या फायद्याच्या गोष्टींचा तुटवडा असणं तुमच्या फायद्याचं असल्याचं वाटतं ही मोठी गंमत आहे. त्यामुळे तुम्ही अशा गोष्टींच्या पुरवठ्यावर बारकाईनं लक्ष ठेवता आणि त्यांचा साठा करून ठेवता. मात्र यात तुम्ही घाईगडबड करता आणि तुमच्या नैसर्गिक ऊर्जास्रोतांचा, पर्यावरणाचा आणि वातावरणाचा खेळखंडोबा करून टाकता. त्यामुळे तुम्ही तुमच्या हितकारी पर्यावरणाचा, नैसर्गिक ऊर्जास्रोतांचा आणि वातावरणाचा विचारच करत नाही, असं वाटायला लागतं.

किंवा पुरेसं असल्यासारखं ' आम्ही दाखवतो.

पण तुम्ही तसे नाहीत. तसे असतात, तर तुम्ही त्या स्रोतांचं आणखी समान

वाटप केलं असतं. तरीही आता जगाच्या लोकसंख्येच्या १/५ लोक ४/५ स्रोतांचा वापर करतायत. आणि तुम्ही हे प्रमाण बदलायचं काहीच लक्षण दाखवत नाही आहात.

काहींच्याच फायद्याचं ठरेल अशी अविचारी उधळपट्टी तुम्ही थांबवलीत, तर प्रत्येकाला पुरेसं मिळेल. जर तुम्ही सगळ्यांनी स्रोतांचा वापर शहाणपणानं केलात, तर त्यांचा अविचारानं वापर करणाऱ्यांपेक्षा तुम्ही त्यांच्या वापराचं प्रमाण कमी ठेवू शकाल.

स्रोतांचा वापर करा, पण त्यांचा गैरवापर करू नका. सगळे पर्यावरणवादी हेच सांगतायत.

छे- मला पुन्हा निरुत्साही वाटायला लागलंय. तू सतत माझा उत्साह कमी करून मला निरुत्साही, निराश करत राहतोस.

तू कसा आहेस, तुला माहीत आहे? तू ना निर्जन रस्त्यावर गाडी चालवतो आहेस, आपल्या विचारात हरवून गेला आहेस आणि तुला कुठं जायचं म्हणत होतास, तेच विसरून गेला आहेस. कोणीतरी येतं आणि तुला दिशा दाखवतं. युरेका! तू अतिशय आनंदित होतोस. बरोबर? नाही. तू हताश, निराश होतोस.

नवल आहे.

मी हताश होतो. कारण, मला त्या दिशा आम्ही घ्याव्यात असं वाटत नाही. मला त्याची इच्छाही नसते. मला आम्ही थेट भिंतीच्या दिशेनं जाताना दिसतो आणि हो, त्यामुळे माझा उत्साह एकदम मावळून जातो.

तुम्ही तुमच्या निरीक्षणशक्तीचा वापर करत नाही. शेकडो हजारो माणसं हे वाचून उत्साहित होताना मी पाहतोय. इथे मांडलेली साधी सोपी सत्यं लक्षावधींच्या लक्षात येताना मला दिसतंय. आणि तुमच्या पृथ्वीवर खोलवर बदलाची लाट येताना मी बघतोय. आधीच्या सगळ्या विचार पद्धती रद्दबातल होतायत. स्वनियंत्रणाचे तुमचे मार्ग मागे पडतायत. आर्थिक धोरणांची पुनर्रचना होतेय, त्यात सुधारणा होतेय. आध्यात्मिक सत्यांची पुनर्परीक्षा होतेय, पुनरवलोकन केलं जातंय.

तुमची प्रजाती जागृत होतेय.

या पानांमधल्या सूचना आणि निरीक्षणांनी तुम्ही निरुत्साही होण्याची गरज नाही. त्यांना तुम्ही सत्य म्हणून जाणलंत तर ती तुम्हाला प्रचंड उत्साह, प्रेरणा देतील. तुमच्या बदलाच्या गाडीला वेग देणाऱ्या इंजिनाचं ते इंधन ठरतील.

तू परिवर्तनदूत आहेस. माणसांनी आपल्या आयुष्याची निर्मिती आणि अनुभव कसा घ्यावा, यातला फरक ओळखणाऱ्यातला तू एक असशील.

कसं? मी ते कसं करू?

तू तो फरक हो. तो बदल हो. 'आम्ही सगळे एक आहोत,' आणि 'सर्वांना पुरेसं सगळं आहे,' याचं तू मूर्तिमंत उदाहरण हो.

स्वतःला बदल, जगाला बदल. तू बदल. जग या पुस्तकात तू तुझं स्वत्व दिलं आहेस आणि त्या परमेश्वराशी संवादाच्या मजकुरात ते दिसतंय, जेणेकरून अति उन्नत जीव कसे जगतात, याचंच तुला पुन्हा स्मरण व्हावं.

आम्ही आधी एकदा असेच जगलो होतो, हो ना? आम्ही आधी एकदा अशाच पद्धतीनं जगलो होतो, असं तूच तर म्हटलं होतंस.

होय. ज्याला तुम्ही प्राचीन काळ आणि प्राचीन नागर संस्कृती म्हणता- त्या वेळी मी इथे जे वर्णन केलं आहे, ते तुमच्या प्रजातीनं या आधी अनुभवलेलं आहे.

आता माझ्या अंशाला आणखी जास्त निरुत्साही व्हायचं आहे! म्हणजे तिथे आम्ही मिळवलं आणि इथे सगळं गमावलं, असं तुला म्हणायचं आहे का? हे असं नुसतं गोल गोल चक्रात फिरत राहण्यानं काय होणार? काय साधणार?

उन्नती! उन्नती म्हणजे सरळ रेषा नव्हे.

आधीचे वाईट अनुभव टाळून तुमचे आधीचे सर्वोत्तम अनुभव पुन्हा निर्माण करण्याची आता तुम्हाला संधी आहे. आता या वेळी तुमचे वैयक्तिक अहंकार आणि प्रगत तंत्रज्ञान यांना तुमच्या समाजाचा विनाश करायची संधी देऊ नका. तुम्ही ते वेगळ्या पद्धतीनं करू शकता. तुम्ही- तू- बदल, फरक घडवू शकतो.

तसं तू घडू दिलंस, तर तुझ्यासाठी ते खूपच उत्साहवर्धक ठरेल.

ठीक. आलं लक्षात. आणि मी जेव्हा स्वतः त्या दिशेनं विचार करायला लागतो, तेव्हा माझ्यात उत्साह संचारतो! होय, मी नक्कीच सुधारणा घडवेन! मला आणखी सांग! आमच्या प्रगत प्राचीन नागर संस्कृतींमध्ये आमच्याकडे ते कसं होतं, याबद्दल मला जितकं आठवता येईल तितकं आठवायचं आहे आणि आज सगळ्या उच्च उन्नत जीवांमध्ये ते आता कसं आहे, तेही मला सांग. ते कसे जगतात?

ते गटागटात राहतात- किंवा तुमच्या जगात तुम्ही त्याला वसाहती-समूह म्हणता. पण सर्वांत महत्त्वाची गोष्ट म्हणजे तुम्ही ज्याला 'शहरं' किंवा 'राष्ट्रं' म्हणता, तसंच काहीही त्यांच्याकडे नसतं- या गोष्टींवर त्यांचा जणू बहिष्कार आहे.

का बरं?

कारण, शहरं इतकी जास्त विस्तारली की त्यातली गटाची, समूहाची कल्पना

उरली नाही, त्या कल्पनेला पाठिंबा सोडाच पण उलट विरोधच व्हायला लागला. समूहजीवनाऐवजी त्यांनी 'समूहातलं वैयक्तिक जीवन' जगायला सुरुवात केली- जणू 'गर्दीतही एकटं' असल्यासारखं.

या ग्रहावरही तेच आहे. आमच्या इथे मोठ्या शहरांपेक्षा छोट्या शहरामध्ये आणि खेडेगावांमध्ये- आमच्या इथल्या पसरलेल्या ग्रामीण भागामध्ये 'समूह' जास्त दिसतात- त्याचं महत्त्व जास्त दिसतं.

होय. पण त्यात एकच फरक आहे. तुमचं जग आणि इतर ग्रहांवरच्या जगाबद्दल आपण चर्चा करतोय, त्या अनुषंगानं एकच फरक जाणवतो.

तो कोणता?

त्या इतर ग्रहांवरच्या रहिवाशांनी हे समजून घेतलं आहे. कशाचा उपयोग होतो, काय उपयोगी पडतं, हे त्यांनी जास्त जवळून अभ्यासलं आहे.

आम्ही एकीकडे मोठी मोठी शहरं वसवत चाललो आहोत. भले त्यामुळे आपल्या आयुष्याचं वाटोळं होतंय, हे आम्हाला दिसतंय, तरी आम्ही मोठमोठी शहरं निर्माण करत चाललो आहोत.

होय.

त्यातही आपल्या शहराचा वरचा क्रमांक असेल, तर आम्हाला त्याचं भूषण वाटतं. आमच्या सर्वांत मोठ्या शहरांच्या-महानगरांची संख्या १० ते १२ आहे आणि आम्हाला हे फार कौतुकास्पद वाटतं! चेंबर ऑफ कॉमर्स खरंतर त्याची जाहिरातच करतात.

अधोगतीला प्रगती मानणं हे आदिम समाजाचं लक्षण आहे.

तू आधीही तसं म्हटलं आहेस. तू पुन्हा मला उदास करतो आहेस!

तुम्ही असं फार काळ करू शकणार नाही आणि जितकं तुम्ही असं करणार नाही, तितकी तुम्ही जाणीवपूर्वक छोट्या छोट्या समूहांची निर्मिती कराल.

म्हणजे आम्ही आमची महानगरं मोडीत काढावीत आणि आमच्या गावात-खेड्यात परत यावं, असं तुला म्हणायचंय?

मी या किंवा त्या दिशेनं तुम्हाला प्राधान्यक्रम देऊ शकत नाही. मी फक्त माझं निरीक्षण नोंदवलं आहे.

नेहमीप्रमाणे. मोठ्या मोठ्या महानगरांमध्ये- शहरांमध्ये स्थलांतरित होणं चांगलं

नाही, हे डोळ्याला दिसत असूनही आम्ही तसंच करत राहतो, याबद्दल तुझं निरीक्षण काय सांगतं? आम्ही असं का करत राहतो?

कारण, ते तुमच्यासाठी चांगलं नाही, हेच काहींना दिसत नाही. मोठ्या शहरांमध्ये आपापला समूह करूनच राहिलं म्हणजे अडचणी सुटतात, असा तुम्हाला भरवसा वाटतो. पण यातून खरंतर अडचणी, प्रश्न निर्माण होत असतात. मोठ्या शहरामध्ये सेवा-सुविधा असतात, रोजगार असतात, मनोरंजनाची साधनं असतात आणि हे सगळं छोट्या शहरात, गावात, खेडेगावात मिळू शकत नाही, ही गोष्ट खरी आहे. पण या गोष्टी तुम्हाला मौल्यवान वाटतात, ही तुमची चूक आहे. वास्तविक पाहता, या गोष्टी हानिकारक आहेत.

अरे वा! तुझा याबाबत स्वतंत्र दृष्टिकोन आहे रे! तू यातून तुझी सुटका करून घेतलीस की! तू म्हणालास आम्ही 'चूक' केली.

तुम्ही जर सॅन होजेकडे जात असाल, -

आम्ही पुन्हा जातो.

ठीक. निरीक्षणांना 'मत तयार करणं' आणि सत्य विधानं मांडणं याला 'प्राधान्यक्रम' असं म्हणण्याचा तुमचा आग्रह आहे. तुमचं संप्रेषण- परस्पर संपर्क संवाद आणि तुमच्या संकल्पना जास्तीत जास्त बिनचूक व्हाव्यात यासाठी तुम्ही धडपडता, हे मला माहीत आहे. म्हणून मी तुम्हाला त्या त्या वेळी सांगतोय.

तेव्हा तुम्ही जात आहात सॅन होजेच्या दिशेनं आणि तोंडानं सारखं 'सिटल' ला जायचं होतं असं म्हणत असाल, आणि वाटेत उभ्या असलेल्याला दिशा विचारत असाल, तर त्यानं 'तुम्ही चुकला आहात,' असं म्हणणं चूक आहे का? तो माणूस काय त्याचा प्राधान्यक्रम सांगतोय का?

मला नाही वाटत.

वाटत नाही?

ठीक आहे. तो नाहीये करत तसं.

मग तो काय करतोय?

तो फक्त 'असं आहे,' एवढंच सांगतोय. आम्हाला जिकडे जायचंय ते असं आहे- हे सांगतोय.

वा! फार छान! तुझ्या लक्षात आलंय.

पण हे तू आधीही म्हटलं होतंस. परत तेच. तू प्राधान्यक्रम आणि मतप्रदर्शन याबाबत तुझ्या कल्पना परत परत का सांगतो आहेस?

कारण, तुमच्या पुराणकथांतूनच निर्माण झालेली देवाची संकल्पना तशीच आहे. आणि तुम्ही मला कधीही पुन्हा त्याच संकल्पनांमध्ये फेकून द्याल. शिवाय, माझ्याजवळील पर्यायांनी क्रमानं तुमच्यासाठी सगळ्या गोष्टी सोप्या होतील आणि मग तुम्हाला मार्ग शोधायचा त्रासच घ्यावा लागणार नाही. तुम्हाला मी म्हणेन तसं फक्त करावं लागेल.

अर्थात मी काय म्हणतोय ते तुम्हाला कळण्याचा काही मार्ग नाही. कारण, हजारो वर्षांपासून मी काही म्हटलंय यावर तुमचा विश्वासच नाही. त्यामुळे मी ज्या काळात खरोखरच संवाद साधत होतो, त्या काळात मी जे बोललो, तीच शिकवण देण्याचा जी माणसं दावा करतात, त्यांच्यावर तुम्हाला विसंबून राहावं लागतं. पण हीसुद्धा एक अडचण आहे. कारण तुमच्या डोक्यावर जितके केस असतात, तितक्या संख्येनं हे 'शिक्षक' आहेत आणि तितक्याच संख्येनं शिकवणुकी! त्यामुळे तुम्ही पुन्हा तिथून सुरुवातीच्याच ठिकाणी येऊन थांबता- तुमच्या स्वतःच्याच निष्कर्षापाशी!

या चक्रव्यूहातून बाहेर पडण्याचा काही मार्ग आहे? माणसासाठीच्या दुःखाच्या चक्रातून सुटका होण्याचा काही मार्ग आहे? आम्हाला काही योग्य रस्ता सापडेल का?

मार्ग आहे आणि तुम्हाला तो या गोंधळाच्या स्थितीतून बाहेर काढेल. तुम्हाला फक्त निरीक्षणकौशल्य वाढवावं लागेल. तुम्हाला काय उपयोगाचं आहे, ते बघायला हवं. यालाच उन्नत होणं म्हणतात. खरं तर तुमच्यासाठी ते योग्य आहे. तुम्ही काही गमावणार नाही. फक्त 'कधी' एवढाच प्रश्न आहे. 'होईल का' हा मुद्दाच नाही.

पण आम्ही या ग्रहाच्या काळाच्या परिघाच्या बाहेर जात नाही आहोत का?

अरे, ते तुमचे मापदंड आहेत. जर तुम्हाला या ग्रहावर- म्हणजे या विशिष्ट ग्रहावर पाठबळ मिळतंय, त्यावर योग्य दिशा हवी असेल, तर तुम्हाला त्या संदर्भात थोडी घाई करायला हवी.

आम्ही आमचा वेग कसा वाढवू? आम्हाला मदत कर.

मी तुम्हाला मदत करतोच आहे. हा संवाद म्हणजे तुला दुसरं काय वाटतंय?

वा! मग आम्हाला आणखी थोडी मदत कर. काही काळापूर्वी इतर ग्रहांवरच्या उन्नत नागरी संस्कृतींनी देशांची संकल्पना ठेवली नव्हती, नाकारली होती, असं तू

म्हणालास, पण त्यांनी तसं का केलं?

कारण, ज्याला तुम्ही देशभक्ती, राष्ट्रीयता म्हणता, ती संकल्पना त्यांच्या 'आपण सगळे एक आहोत,' या पहिल्या मूळ मार्गदर्शक तत्त्वाला अगदीच छेद देणारा आहे, हे त्यांनी पाहिलं.

दुसरीकडे राष्ट्रीयतावाद आमच्या दुसऱ्या मार्गदर्शक तत्त्वाला- 'बळी तो कानपिळी'- 'जो बलशाली, तोच टिकतो' पुष्टी देतो.

अगदी तेच. टिकाव आणि सुरक्षिततेच्या नावाखाली तुम्ही विविध देशांमध्ये तुमची विभागणी केलीत आणि ज्यासाठी हे केलंत, त्याच्या बरोबर विरुद्ध परिस्थिती निर्माण केलीत.

अति उन्नत जीवांनी 'देशांमध्ये' राहणं नाकारलं त्यांचा 'एक' देश असण्यावर विश्वास होता. त्यांनी 'देवाचा एक देश' निर्माण केला, असंही तुम्ही म्हणू शकता.

वा! हुशार! पण त्यांच्याकडे 'सर्वांसाठी स्वातंत्र्य, मोकळीक आणि न्याय' होता का?

तुमच्याकडे आहे?

अं.

मुद्दा हा आहे की सगळ्या जाती-प्रजाती प्रगत-उन्नत होतायत आणि उन्नयन म्हणजे तुमच्या हिताचं काय आहे, हे लक्षपूर्वक पाहणं, आणि वर्तन बदल स्वीकारणं, यामुळे तुम्ही एका दिशेनं पुढे जात राहता आणि दुसऱ्यापासून दूर जाता. त्यातून तुम्ही एकतेच्या दिशेनं जाता आणि विभाजनापासून दूर जाता.

हे आश्चर्य वाटण्याजोगं नाही, कारण एकात्मता हे अंतिम सत्य आहे आणि 'उ़न्नयन' हा 'सत्याच्या दिशेनं वाटचाल', यासाठीचा पर्यायी शब्द आहे.

'तुमच्या हिताचं काय ते लक्षपूर्वक पाहा आणि वर्तन पद्धतीतले बदल स्वीकारा' यातून आमच्या पहिल्या मार्गदर्शक तत्त्वाचा 'बळी तो कानपिळी' याचाच वास येतोय, असा मला संशय आहे.

येतोय, नाही का?

तेव्हा आता 'बळी तो कान पिळी' याचंच निरीक्षण करण्याची वेळी आली आहे, की हे साध्य झालेलं नाही. पण सगळ्याच प्रजाती निस्तेज झाल्या आहेत- खरंतर त्यांनी आत्मनाश करून घेतला आहे- प्रक्रियेला तत्त्व मानून त्यांनी स्वतःचा नाश ओढवून घेतला आहे.

ओहो - तू मला बुचकळ्यात टाकलंस.

'उन्नयन' असं त्या प्रक्रियेला म्हटलं आहे. आणि त्या प्रक्रियेकडे जाण्याचा मार्ग दाखवणारं ते तुमच्या उन्नतीचं उन्नयनाचं 'तत्त्व' आहे.

तुझं बरोबर आहे. उन्नती, उत्क्रांती म्हणजे 'जो शक्तिमान, तो टिकतो.' ती प्रक्रिया आहे. पण 'प्रक्रिया' आणि 'तत्त्व' यांत गल्लत करू नका.

जर उत्क्रांती म्हणजे 'शक्तिमान असतो, तो टिकतो.' असं असेल- उत्क्रांती आणि 'शक्तिमान असतो तो टिकतो.' हे दोन समानार्थी शब्दप्रयोग असतील, आणि 'शक्तिमान असतो तो टिकतो.' हे तुम्ही पहिलं मार्गदर्शक तत्त्व मानत असाल तर, 'उन्नती-उत्क्रांतीचं मार्गदर्शक तत्त्व उत्क्रांती आहे', असा याचा अर्थ होतो. अर्थात आपल्या स्वतःच्या उत्क्रांतीच्या वेगावर आपण नियंत्रण ठेवू शकतो, हे ठाऊक नसलेली मानव प्रजातीचं असं विधान करते. ज्यांना आपली स्वतःच्या उत्क्रांतीच्या निरीक्षक पदावर ठेवल्यासारखं वाटतं, त्या प्रजातीचं हे विधान आहे. कारण, उत्क्रांती-उन्नयन ही प्रक्रिया चिरंतन चालू राहणारी आहे, ती विशिष्ट तत्त्वांनुसार दिशा देता येण्याजोगी नाही, ''असं बऱ्याच जणांना वाटतं.

आणि म्हणून 'आम्ही... तत्त्वानुसार उत्क्रांत झालो.' असं प्रजाती जाहीर करून टाकतात. पण ते तत्त्व त्या सांगत नाहीत. कारण, प्रक्रिया आणि तत्त्व या दोहोंत त्यांचा गोंधळ, गल्लत असते. आणि दुसरीकडे उत्क्रांती ही प्रक्रिया आहे, हे ज्यांना स्पष्टपणे कळलेलं असतं, आणि त्या प्रक्रियेवर त्यांचे नियंत्रणही असतं, हे लक्षात आलेलं असतं, त्या प्रजातींच्या 'प्रक्रिया' आणि 'तत्त्व' यात गोंधळ उडत नाही. उलट त्या प्रजाती प्रक्रियेला दिशा देणारं तत्त्व निवडतात.

याला जागृत उन्नयन म्हणतात आणि तुमची प्रजाती नुकतीच तिथवर येऊन पोहोचली आहे..

वा! ही अतुलनीय अंतर्दृष्टी आहे. म्हणूनच तर तू बार्बरा मार्क्स इबर्डला ते पुस्तक दिलंस. मी म्हटलं तसं तिनं खरंच त्याला जागृत उन्नयन म्हटलं आहे.

हो. तिनं तसं केलंय. मी तिला सांगितलं.

वा! मला ते खूप आवडतं. आपल्या 'E.Ts च्या मुद्द्यावर परत यावसं मला वाटतंय. जर या अति उच्च उन्नत जीवांमध्ये 'राष्ट्र' ही संकल्पना नाही, तर मग ते स्व-व्यवस्थापन कसं करतात? ते त्यांच्या स्वतःवर नियमन कसं ठेवतात?

'उन्नती' ही ते उन्नतीचं पहिलं मार्गदर्शक तत्त्व म्हणून वापरत नाहीत. पण उलटपक्षी त्यांनी निष्फळ निरीक्षणावर आधारित एक तत्त्व निर्माण केलं आहे.. 'आपण सगळे एक आहोत' हे तत्त्व त्यांना साध्या निरीक्षणावरून कळलंय. आणि हे साधन त्यांनी राजकीय, सामाजिक आणि आध्यात्मिक क्षेत्रात वापरलंय. ते

पहिल्या तत्त्वाला धक्का देण्यापेक्षा पाठबळ देतं.

'म्हणजे? सरकारमध्ये - उदाहरणार्थ?

जर तुम्हीच एकमेव असाल, तुमचे तुम्हीच असाल, तर तुम्ही स्वतःचं नियमन कसं करणार?

परत सांग.

जर फक्त तुम्हीच एकटे असाल, तर मग तुम्ही तुमच्या वागण्याचं नियमन कसं करणार? तुमच्या वागण्यावर नियंत्रण कोण ठेवणार? कोण? तुमच्या बाहेरचा कोण?

कोणीच नाही. जर मीच एकटा, एकमेव – माझा मीच असेन, मी जर एखाद्या निर्जन बेटावर पोचलो असेन. उदाहरणार्थ, आणि तिथे माझ्याशिवाय दुसरं कोणीच माझ्या वागण्यावर बंधन घालायला किंवा नियंत्रण ठेवायला नाही. मला जसं पाहिजे तसं मी खाईन, कपडे घालेन. पाहिजे तसं, पाहिजे ते करेन. कदाचित मी अंगावर एकही कपडा घालणारसुद्धा नाही. जेव्हा जेव्हा मला भूक लागेल तेव्हा तेव्हा आणि जे मला चांगलं वाटेल आणि सकस वाटेल ते खाईन. मला जे चांगलं वाटतं ते मी करेन आणि त्यातलं काही मला जगण्यासाठी, अस्तित्व टिकवण्यासाठी गरजेचं वाटत असेल.

बघ. नेहमीप्रमाणे तुझ्यात तुझा सगळा शहाणपणा, चातुर्य भरलेलं आहे. तुम्हाला काहीच 'शिकायचं नाहीये, फक्त आठवायचं आहे,' असं मी तुला आधीच सांगितलं आहे.

असंच आधुनिक, प्रगत नागर संस्कृतीत असतं? ती माणसं नग्न राहून बेरी तोडतील आणि गुहा खोदतील? हे तर बार्बियन्स सारखं वाटतंय.

जास्त सुखी आणि देवाच्या जवळ कोण आहे असं तुला वाटतं?

आपण हे आधी बघितलंय.

होय. बार्बियन म्हणजे साधेपणा आणि आदिम संस्कृतीचं लक्षण आणि गुंतागुंत, क्लिष्टपणा म्हणजे उच्च प्रगत संस्कृतीची खूण.

गंमत म्हणजे जे अतिप्रगत आहेत, त्यांना हे अगदी वेगळं, दुसरंच जग वाटतं.

तरीही सर्वच संस्कृतींमध्ये, उत्क्रांतीची, उन्नतीची प्रक्रिया म्हणजे क्लिष्टतेची, गुंतागुंतीची वरची-वरची पातळी आहे.

एका अर्थानं, होय. पण हेच सर्वांत मोठं दैवी द्वैत आहे.

सर्वांत जास्त क्लिष्टता ही सर्वांत जास्त साधेपणा आहे. एखादी व्यवस्था जितकी जास्त क्लिष्ट, तितकी तिची रचना साधी सरळ सोपी असते. खरंच साधेपणातच खरा रुबाब, खरं सौंदर्य आहे.

गुरूला हे समजतं. म्हणूनच अति उन्नत जीव अत्यंत साधेपणानं राहतात. त्यांची राहणी अत्यंत साधी असते. अति उच्च नियामक व्यवस्था, अति उच्च प्रगत शिक्षण, अर्थकारणाच्या किंवा धर्माच्या अति उन्नत व्यवस्था, सगळ्या नेहमीच अतिशय साध्या सहज सुलभ असतात.

उच्च उन्नत नियामक व्यवस्था- त्यात खरंतर कुठलंच नियमन नसतं. असतं ते आत्मनियमन, स्व-नियमन.

जणू काही त्यात एकच जण सहभागी आहे. जणू काही त्यानं एकाच वर परिणाम होणार आहे.

सगळीकडे तसंच आहे.

हे उच्च उन्नत संस्कृती जाणतात.

अगदी बरोबर.

आता मी हे सगळं एकत्र करून मांडतो.

उत्तम. आपल्याकडे फार वेळ उरलेला नाही.

म्हणजे? तुला जायचं आहे?

हे पुस्तक फार लांबत चाललं आहे.

२०

ए, थांब! तू आत्ता असा सोडून जाऊ शकत नाहीस! E.T.s बद्दल माझ्या मनात अजून काही प्रश्न आहेत. आम्हाला 'वाचवण्यासाठी' ते कधी तरी पृथ्वीवर अवतीर्ण होणार आहेत का? आमच्या ग्रहावरचं प्रदूषणनियंत्रण, वातावरणशुद्धी, सौरऊर्जा बचत, हवामान नियमन, व्याधीमुक्ती आणि जीवनाची आणि निर्वाणाची गुणवत्ता सुधारणं यासाठी ते काही नवीन तंत्रज्ञान आणून आमच्या वेडगळपणापासून आम्हाला मुक्त करणार आहेत का?

'असं व्हावं' असं तुम्हाला वाटणार नाही. HEB ना त्याची कल्पना आहे. अशा हस्तक्षेपानं बाकी काही नाही, पण तुम्ही त्यांच्यापुढे नमाल, त्यांना तुमचे देव बनवाल आणि ज्यांच्यापुढे आज तुम्ही मान तुकवत आहात, त्यांच्याऐवजी त्यांना देवपण बहाल कराल, या सर्व गोष्टींची त्यांना जाणीव आहे.

सत्य हेच आहे की, तुम्ही कोणापुढेच झुकत नाही आणि उन्नत प्रगत 'संस्कृती'बद्दल तुम्ही हे जाणून घ्यायला हवं. म्हणून जर त्यांनी तुम्हाला काही तंत्रज्ञान देऊ केलं तर ते तुम्हाला तुमच्या स्वतःच्याच शक्ती आणि क्षमता ओळखण्यासाठी दिलेला एक उपाय असेल, इतरांच्या नव्हे.

त्याचप्रमाणे जर HEBs नं तुमच्यापर्यंत काही शिकवण पोहोचवण्याचा प्रयत्न केला, तर तोसुद्धा तुम्हाला आणखी महान सत्य आणि तुमच्यातीलच शक्ती आणि क्षमतांची ओळख करून देण्यासाठी असेल- तुमच्या गुरूंचे 'देव' बनवण्यासाठी नाही.

फार उशीर झाला. आम्ही हे आधीच करून बसलोय.

हो. ते आलं आहे माझ्या लक्षात.

आमचा सर्वांत मोठा गुरू आहे. त्याचं नाव– जीझस. येशू. ज्यांनी त्याला देव मानलं नाही, त्यांनीसुद्धा त्याच्या शिकवणुकीचा मोठेपणा, महत्त्व ओळखलं आहे.

त्याची शिकवण, जिचा विपर्यास केला गेला, मोठ्या प्रमाणावर अर्थाचा अनर्थ केला गेला.

येशू या HEBs पैकी एक होता का? अति उन्नत जीव?

तो अति उन्नत जीव होता, असं तुला वाटतंय?

हो. जसे बुद्ध,भगवान कृष्ण, प्रेषित महंमद, बाबाजी, साईबाबा आणि परमहंस योगानंद होते तसा.

नक्कीच. आणखीही कितीतरी– ज्यांची नावं तू घेतली नाहीयेस असे आणखी बरेच जण.

बरं, दुसऱ्या पुस्तकात तू एक गोष्ट सूचित केली होतीस. येशू आणि असे इतर गुरुजन 'दुसऱ्या अंतराळातून' इथे केवळ अभ्यागत म्हणून येऊन भेट देऊन गेले, HEBs ची शिकवण आणि ज्ञान देऊन गेले, असं तू म्हटलं होतंस.
येशू अंतराळवीर होता का? परग्रहवासी?

तुम्ही सगळेच तसे आहात.

म्हणजे काय?

ज्या ग्रहाला तुम्ही तुमचं घर समजताय, तुम्ही तिथले रहिवासी नाही आहात.

आम्ही रहिवासी नाही?

नाही. तुमचा 'जनुकीय' - साठा जाणूनबुजून तुमच्या ग्रहावर ठेवण्यात आला होता. तो तिथे असाच अनमान धपक्या- अचानक आला नव्हता. तुमचं आयुष्य निर्माण करणारे घटक एकत्र जुळून येणं, ही जीवशास्त्रीय योगायोगाच्या प्रक्रियेतून घडलेली गोष्ट नाही. ती ठरवून केलेली गोष्ट होती. इथे आणखी काहीतरी भव्य घडत असतं. एक दशलक्ष एक जैवरासायनिक प्रतिक्रियांमुळे तुम्ही या ग्रहावर अवतीर्ण झालात, ती अशीच नियोजनाविना घडलेली गोष्ट असेल, असं तुम्हाला वाटतं? आनंददायी घटनांची ही मालिका निव्वळ दैवी योगायोग आहे, अशी तुमची कल्पना आहे?

नाही. नक्कीच नाही. या मागे नक्कीच निश्चित अशी योजना आहे, हे मला मान्य आहे. देवाची योजना.

छान. कारण, तुझं बरोबर आहे. ही सगळी माझी कल्पना होती. आणि ही सगळी माझी योजना आणि माझी प्रक्रिया होती.

ते ठीक आहे, म्हणजे तू परग्रहवासी- अंतराळवीर आहेस, असं तुला म्हणायचं आहे?

जेव्हा तू माझ्याशी बोलतोयस अशी कल्पना करायचास, तेव्हा तुमच्या परंपरेप्रमाणे तू कुठे बघायचास?

वर. मी वर बघत असे.

खाली का नाही?

मला माहीत नाही. प्रत्येक जण नेहमी वरच बघतो- स्वर्गाच्या दिशेनं.

जिथून मी येतो?

मला वाटतं, होय.

त्यामुळे मी परग्रहवासी होतो का?

मला माहीत नाही, होतोस का?

आणि जर मी अंतराळवीर परग्रहवासी असेन, तर त्यानं मी देवापेक्षा कमी ठरतो का?

मला वाटतं नाही.

आणि जर मी देव आहे, तर त्यानं मी एखाद्या अंतराळवीरापेक्षा कमी ठरेन का?

हे आमच्या व्याख्येवर अवलंबून आहे, असं मला वाटतं.

आणि जर मी मुळीच 'माणूस' नसेन, उलट एक शक्ती, विश्वातली ऊर्जा असेन आणि 'तीच' विश्व असेल, आणि तेच सर्वांत 'असेल' तर? मी सर्वंकष-सर्वात्म असेन तर?

तू हेच आहेस हे खरंतर तू सांगितलं आहेस. या संवादात तू हे म्हटलं आहेस.

हो खरंच मी म्हटलंय. आणि तुझा त्याच्यावर विश्वास आहे?

हो. मला वाटतं आहे. जे आहे, ते सर्व देव आहे, देव सर्वात्मक आहे, निदान या गोष्टीवर तर नक्की विश्वास आहे.

छान. आता सांग, ज्याला तुम्ही 'अंतराळवीर' म्हणता, तशी माणसं खरंच अस्तित्वात असतात का?

म्हणजे तुला दुसऱ्या अंतरिक्षातली, असं म्हणायचं आहे?

होय.

हो. मला नेहमीच तसं वाटत होतं आणि आता इथं तू तसं असल्याचं सांगितलंस, त्यामुळे माझा नक्कीच विश्वास आहे.

आणि ही 'बाहेरच्या अंतरिक्षातली मंडळी' सर्वात्मकाचा अंश आहेत का?

हो, अर्थातच

आणि मी जर तो 'सर्वात्मक' असेल, तर मग मी पण 'अंतरिक्ष जीव' ठरत नाही का?

हो... पण त्या व्याख्येनुसार, तू म्हणजे मी पण आहे.

वा वा!

पण तू माझ्या प्रश्नाला बगल दिलीस. येशू हा अंतरिक्ष जीव होता का, असं मी तुला विचारलं. आणि मला वाटतं, मला काय म्हणायचंय हे तुला कळलंय. तो दुसऱ्या ग्रहावरून दुसऱ्या अंतरिक्षातून आला होता का इथे- पृथ्वीवर जन्माला आला होता?

'हे का ते' या प्रकारचा प्रश्न तू पुन्हा विचारला आहेस. चौकटीबाहेर जाऊन विचार कर. 'हे/ते' सोडून दे आणि 'दोन्ही/आणि' याचा विचार कर.

येशू पृथ्वीवर जन्माला आला, पण त्याच्यात 'अंतराळ जिवाचं रक्त होतं' असं म्हणायचंय तुला?

येशूचा पिता कोण होता?

जोसेफ.

पण मुळात ती गर्भधारणा कुणापासून झाली?

ती एक अमानवी-शुद्ध, निष्कलंक गर्भधारणा होती, अशी काही जणांची धारणा आहे. कोणी मुख्य देवदूत वर्जिन कुमारिका मेरीला भेटला आणि त्यांच्या भेटीतून दैवी शक्तीकडून वर्जिन कुमारिका मेरीला गर्भ राहिला, असं ते म्हणतात.

या गोष्टीवर तुझा विश्वास आहे?

यात कशावर विश्वास ठेवावा, मला कळत नाहीये.

हे बघ, जर मेरीची मुख्य देवदूताशी भेटी झाली असेल, तर हा देवदूत कुठून आला असेल अशी तुझी कल्पना आहे?

स्वर्गातून.

'त्या' स्वर्गातून असं म्हणालास?

'स्वर्गातून' असं मी म्हटलं. दुसऱ्या परिक्षेत्रातून. देवाकडून.

अच्छा. म्हणजे आपण देव हा अंतरिक्ष पुरुष आहे, असं मान्य केलं नाही?

अगदी तसंच नाही. देव म्हणजे प्रत्येक गोष्ट आहे, हे आम्हाला मान्य आहे, आणि अंतरिक्ष पुरुष हा त्या 'प्रत्येक गोष्टीत' समाविष्ट असल्यामुळे, त्याच न्यायानं देव म्हणजे आपण, हेही मंजूर आहे. देव म्हणजे प्रत्येक गोष्ट. देव म्हणजे सगळं काही, सर्वंकष.

छान. तेव्हा मेरीला भेटणारा हा मुख्य देवदूत दुसऱ्या परिक्षेत्रातून- स्वर्गीय क्षेत्रातून आला.

हो.

परिक्षेत्र तुमच्या आतच असतं. कारण, स्वर्ग तुमच्या आतच आहे.

मी नाही असं म्हटलं.

ठीक आहे मग. विश्वाच्या अंतरंगातील अंतराळाचं परिक्षेत्र.

नाही. मी तसंही म्हणणार नाही. कारण, ते काय आहे हे मला ठाऊक नाही.

मग कुठून? अंतराळाबाहेरच्या परिक्षेत्रातून?

(दीर्घ शांतता)

तू आता शब्दांचे खेळ करायला लागला आहेस.

माझ्या परीनं सर्वोत्तम करायचा मी प्रयत्न करतोय. शब्दांना असलेल्या भयंकर मर्यादा माहीत असूनही मी शब्दांचा उपयोग करतोय, ज्या गोष्टी खरंतर तुमच्या भाषेच्या मर्यादित शब्दसंग्रहातून शब्द घेऊन सांगता येणार नाहीत, समजणार नाहीत, निदान त्यांच्या त्या कल्पना, संकल्पनांच्या जवळपास जावं म्हणून मी शब्दांत सांगू बघतोय. पण तुमच्या आताच्या ग्रहणशक्तीच्या मर्यादेनं तुम्हाला कळणं अवघड आहे.

तुमच्याच भाषेचा नव्या पद्धतीनं वापर करून तुम्हाला नवीन दृष्टिकोन द्यायचा मी प्रयत्न करतोय.

ठीक आहे. म्हणजे, दुसऱ्या कुठल्या परिक्षेत्रातला अति उच्च उन्नत जीव

येशूचा पिता होता. आणि तो मानव होता, पण त्याचबरोबर HEB होता, असं तू म्हणतो आहेस?

तुमच्या ग्रहावर असे अनेक अति उन्नत जीव विहार करत आहेत. आजही अनेक आहेत.

म्हणजे आमच्यात 'एलियन्स' आहेत, असं म्हणतोयस?

तुमचं वर्तमानपत्रातलं कार्य, आकाशवाणीवरचे भाषणाचे संवादाचे कार्यक्रम आणि दूरदर्शन यांचा तुम्हाला खूपच उपयोग झालाय, असं मला दिसतंय.

कसा काय?

कुठल्याही प्रक्षोभक, संवेदनशील गोष्टीतून मार्ग कसा काढायचा हे तुम्हाला कळतं. अति उन्नत जीवांना मी 'एलियन्स' म्हटलं नाही की येशूलाही मी 'एलियन' म्हटलेलं नाही.

देवाच्या बाबत 'एलियन' असं काही नाही. पृथ्वीवर कोणीच 'एलियन' नाही.

आपण सर्व एक आहोत. जर आपण सगळे जण एक आहोत, तर आपल्यातला कोणी 'एलियन' असू शकत नाही.

आपल्यातल्या काही व्यक्तींना इतरांपेक्षा जास्त आठवतं. आठवण्याची, स्मरणाची प्रक्रिया (देवाशी पुनर्मीलन किंवा सगळ्यांशी सर्वंकषरीत्या एकरूप होणं) म्हणजेच जिला तुम्ही उत्क्रांती-उन्नती म्हणता. तुम्ही सर्व उन्नत होणारे जीव आहात. तुमच्यातले काही अति उन्नत आहेत. म्हणजेच, त्यांना जास्त स्मरण आहे. तुम्ही खरंच कोण आहात याची तुम्हाला जाणीव असते. येशूला हे माहीत होतं आणि ते त्यानं जाहीर केलं.

ठीक, म्हणजे 'येशू' या गोष्टीवर आपण शब्दांचा खेळ करणार आहोत, हे माझ्या लक्षात आलं.

अजिबात नाही. मी तुला सरळ शब्दांत सांगतो. तुम्ही ज्या माणसाला येशू म्हणता, तो आत्मा या पृथ्वीवरचा नव्हता. त्या आत्म्यानं शरीर धारण केलं, लहान बालकाच्या रूपात स्वतःला शिकू दिलं, तरुण झाला आणि आत्मज्ञान आलं. असं करणारा तो एकमेव नव्हता. सगळेच आत्मे 'या पृथ्वीवरचे' नसतात. सगळे आत्मे दुसऱ्या परिक्षेत्रातून येतात आणि नंतर शरीरात प्रवेश करतात. पण सगळेच आत्म्यांना एकाच विशिष्ट कालावधीच्या आयुष्यात आत्मभान, आत्मज्ञान येतंच असं नाही. येशूनं ते केलं. तो अति उन्नत जीव होता. (तुमच्यापैकी काही जण यालाच देव म्हणतात.) आणि तो एका विशिष्ट उद्देशानं, विशिष्ट कार्य करण्यासाठी

तुमच्याकडे आला.

आमचे आत्मे वाचवण्यासाठी.

एका अर्थी, होय. पण कायमच्या अधोगतीपासून, नाशापासून नाही. तुम्ही जो ग्रह करून घेतला आहेत, तसं काहीही नसतं. तुम्ही खरंच कोण आहात हे न कळण्यापासून आणि तसा कधीही अनुभव न घेण्यापासून तुम्हाला वाचवणं हेच त्याचं कार्य होतं. आहे. तुम्ही काय होऊ शकता हे तुम्हाला दाखवून देऊन त्याची जाणीव करून देणं, हे त्याचं उद्दिष्ट होतं. खरं तर जे तुम्ही आहात- जर तुम्ही ते फक्त स्वीकारलंत तर.

येशूनं हे सोदाहरण दाखवून दिलं. म्हणूनच तर तो म्हणाला- 'मीच मार्ग आहे आणि जीवनही. माझ्या मागे या. माझं अनुसरण करा.' तुम्ही सगळ्यांनी त्याचं अनुसरण करून तुम्ही त्याचे फक्त 'अनुकरणकर्ता' शिष्य व्हावं, अशा अर्थानं तो हे म्हटला नव्हता, तर तुम्ही त्याचं उदाहरण घेऊन त्याच्यासारखंच देवाशी एकरूप व्हावंत, असं त्याला म्हणायचं होतं. 'मी आणि तो पिता एक आहोत आणि तुम्ही सगळे माझे बांधव आहात,' असं तो म्हणत असे. याहून अधिक सरळपणानं तो कसं सांगणार होता?

म्हणजे येशू देवाकडून आला नाही. तो बाहेरच्या अंतरिक्षातून आला.

त्या दोघांमध्ये फरक करणं, त्या दोघांना वेगवेगळं करणं, ही तुमची चूक आहे. तुम्ही दोघांना वेगळं करून चूक करता. तुम्ही त्यांच्यात विभाजन करण्यावर सतत भर देताय. जसं तुम्ही माणूस आणि देवाला परस्परांपासून वेगळं ठेवत राहता, तसंच करताय आणि त्यांच्यात कुठलाही भेद नाही, असं मी सांगेन.

हं. ठीक आहे. आपण समापन करण्याआधी तू मला इतर जगांमधल्या जीवांबद्दल काही अंतिम गोष्टी सांगशील का? त्यांचा पोशाख कसा असतो? ते एकमेकांशी संवाद, संपर्क कसा साधतात? आणि हे मी निव्वळ कुतूहलापोटी विचारतोय, असं कृपया म्हणू नकोस. यातून आम्ही काही धडे घेऊ शकू, शिकू शकू असं मी उदाहरणानं दाखवून दिलंय, असं मला वाटतं.

बरं थोडक्यात सांगतो.

अति उत्क्रांत संस्कृतींमध्ये त्या माणसांना एरवी कपडे घालायची गरज वाटत नाही. मात्र ज्यांच्यावर त्यांचं नियंत्रण नाही अशा परिस्थिती आणि घटकांपासून रक्षण करण्यासाठी गरज असते. तेव्हा किंवा विशिष्ट दर्जा किंवा आदर, मान सूचित करायच्या वेळी जेव्हा दागदागिने घालतात तेव्हा, फक्त ते कपडे घालतात.

संपूर्ण शरीर झाकण्याची गरज नसताना तुम्ही लोक कपडे का घालता, हे HEB ला कळत नाही. शरम, लज्जा आणि नम्रता या संकल्पना त्यांच्या लक्षातच येत नाहीत. आणि 'स्वतःला आणखी सुंदर दिसण्यासाठी, स्वतःचं सौंदर्य खुलवण्यासाठी कपडे याचा ते संबंधच जोडू शकत नाहीत. विवस्त्र शरीराइतकं सुंदर दुसरं काही असू शकत नाही, असं त्यांना वाटतं. त्यामुळे ते शरीर इतरांना प्रसन्न किंवा आकर्षक वाटावं म्हणून कशानं तरी झाकावं, हे त्यांच्या कल्पनेपलीकडचं आहे.

सतत चौकटीबद्ध आयुष्य जगण्याची कल्पनाही ते करू शकत नाहीत. ज्याला तुम्ही 'इमारती किंवा घरं म्हणता, त्यात बांधून घेऊन जगणं हेसुद्धा त्यांच्या कल्पनेत बसणारं नाही. ते नैसर्गिक वातावरणात मुक्तपणे जगतात. त्या नागर संस्कृती त्यांचं पर्यावरण निर्माण करतात, त्यावर नियंत्रण ठेवतात आणि त्याची काळजी घेतात, निगराणी करतात.

त्यांना आपण वातावरणाशी, पर्यावरणाशी एकरूप आहोत, हे कळतं. आपण निसर्गाशी परस्पर सामंजस्याचं नातं ठेवायला हवं, हेही भान असतं. जी गोष्ट आपल्याला साहाय्य करते, पाठबळ देते, तिचा तुम्ही ऱ्हास का करता, विनाश का करता, हे त्यांना कळत नाही. त्यामुळे हे पर्यावरण तुम्हाला पाठबळ देतंय आणि तुम्ही अत्यंत मर्यादित निरीक्षणक्षमतेचे जीव आहात, हीच तुम्हाला जाणीव नाही, या निष्कर्षापर्यंत ते पोहोचतात.

परस्पर संवाद, संपर्क साधायचा तर त्याची पहिली पातळी म्हणून तो जे स्वीकारतो, त्याला तुम्ही भावना म्हणता. HEBs ना त्यांच्या भावना तसंच इतरांच्याही भावनांची जाणीव असते. आणि आपल्या भावना लपवणं आणि मग आपल्या भावना कोणीच जाणून घेत नाही, अशी तक्रार करणं हे HEBs ना स्वतःचा पराभव झाल्यासारखं आणि म्हणून अनाकलनीय वाटतं.

भावना म्हणजे आत्म्याची भाषा आणि उच्च उन्नत जीवांना हे समजतं. परस्परांना खरंखुरं समजून घेणं, हाच त्यांचा परस्पर संपर्काचा उद्देश असतो. त्यामुळे तुम्हा माणसांची 'खोटं' बोलण्याची संकल्पना HEB ला कधीच समजू शकत नाही-समजू शकली नाही.

खोटं बोलून संपर्क साधून जर कोणी यश मिळवलं, तर HEB त्याला कधीच यश, विजय मानणार नाही. उलट तो त्याच्या लेखी डगमगता पराभव, अपयश असेल. HEBs सत्य 'सांगत' नाहीत, HEBs हेच सत्य असतात. त्यांचं सगळं अस्तित्व 'हे असं काय आहे' आणि 'काय उपयुक्त आहे' यातूनच सुरू होतं. आपल्या स्मरणातही नसेल अशा काही केवळ कंठातून निघणाऱ्या ध्वनींतूनच संपर्क साधला जायचा, त्या काळापासून HEBs हेच शिकले की 'असत्य' कधीच उपयोगी पडत नाही. ते कामाचं नाही. तुम्ही मात्र अद्याप हा धडा घेतलेला नाहीत.

तुमच्या ग्रहावर बराच समाज 'गुप्तते' वर उभा आहे. एकमेकांपासून सगळं लपवणं, सगळ्या गोष्टी बोलून न दाखवणं हेच आयुष्यात उपयोगी, फायद्याचं असतं, असं तुमच्यापैकी बऱ्याच जणांना वाटतं. 'गुप्तता' हा जणू तुमच्या सामाजिक परवलीचा मूलमंत्र झाला आहे. तुमच्या नैतिकतेचा मूलमंत्र झाला आहे. तो खरंच तुमचा 'गुप्त' सांकेतिक मंत्र आहे.

हे तुम्हा सगळ्यांच्याच बाबतीत खरं आहे, असं नाही. उदाहरणार्थ तुमच्या प्राचीन संस्कृती आणि मूळ निवासी यांचा असल्या सांकेतिक शब्दांवर विश्वास नाही. आणि तुमच्या आताच्या समाजातल्या बऱ्याच व्यक्तींनी असा वर्तनाचा स्वीकार करायला नकार दिला आहे; बऱ्याच जणांना असं खोटेपणानं वागणं मान्य नाही.

पण तुमचं सरकार याच तत्त्वानं चालतं, तुमचे व्यवहार-व्यवसाय हेच तत्त्व स्वीकारून होतात, आणि तुमच्या बऱ्याच नातेसंबंधात याच तत्त्वाचे पडसाद, प्रतिबिंब उमटलेलं दिसतं. खोटेपणा- लहान बाबीत असो की मोठ्या गोष्टीत. तो अनेकांच्या इतका अंगवळणी पडला आहे की, ते त्या खोटेपणातही खोटं बोलतात. अशा तऱ्हेनं तुम्ही लपवून ठेवण्याचा- गुप्ततेचा मूलमंत्र गुप्तपणे विकसित केला आहे. जसं, राजा कपडे घालत नाही, ही वस्तुस्थिती आहे. प्रत्येकाला ते ठाऊक आहे, पण कोणीही त्याबद्दल बोलत नाही. उलट तसं नाही हे दाखवण्यासाठी तुम्ही प्रयत्न करता आणि हे म्हणजे स्वतःशीच खोटं बोलणं आहे.

हा मुद्दा तू आधीही मांडला होतास.

तुला खरंच बदल करण्याची इच्छा आहे, असं तू म्हणतो आहेस, त्यामुळे माझे महत्त्वाचे मुद्दे, आवश्यक मुद्दे तुझ्या लक्षात यावेत म्हणून आपल्या संवादात मी ते पुन्हा पुन्हा मांडतो आहे.

आणि म्हणून मी हे पुन्हा सांगतो : मानव संस्कृती आणि अति उन्नत संस्कृती म्हणजे अति उन्नत, उत्क्रांत जीव यांच्यातला फरक म्हणजे–

१) हे जीव पूर्ण निरीक्षण करतात.

२) सच्चेपणानं संवाद साधतात.

'काय उपयोगाचं आहे' हे ते पाहतात आणि 'हे असं आहे', असं म्हणतात. हा अगदी छोटा पण ठळक बदल आहे आणि तो तुमच्या ग्रहावरच्या जीवनात फार मोठी सुधारणा घडवून आणू शकतो.

आणि हा नीतिमत्तेचा प्रश्न नाही. HEB समाजात सक्तीची, पाळलीच पाहिजेत अशी नीतिमूल्य नाहीत. खोटारडेपणातइतकीच ही गोष्ट पण बुचकळ्यात टाकणारी आहे. 'काय प्रत्यक्षात आणता येईल. आणि काय हितकारक, फायदेशीर आहे'

एवढाच साधा विचार आहे.

HEBs ना नीतिमूल्येच नाहीत?

तुम्ही समजता तशी नाहीत. एखाद्या गटानं काही मूल्यं निश्चित केली आणि ती सगळ्यांना पाळायला सांगितली, तर त्यांच्या विश्वात गोंधळ होईल. कारण, प्रत्येकाची 'हितकारी'ची कल्पना वेगळी असेल आणि इतरांसारखं ते योग्यच असेल, असं मुख्य पंच म्हणणार नाही.

HEB समाजासाठी 'काय करणं शक्य आहे' आणि सगळ्यांचं 'हित कशात आहे,' याबद्दल त्यांच्यात सतत चर्चा होत असते- माणसं ज्याला 'बरोबर, योग्य' आणि 'चूक,अयोग्य' म्हणतात, त्यांचं त्यांना महत्त्व नसतं.

पण या दोन्ही गोष्टी एकसारख्या नाही वाटत? ज्या गोष्टी उपयुक्त असतात, त्यांना आम्ही 'योग्य' म्हणतो, आणि ज्या उपयुक्त नसतात, त्यांना आम्ही 'अयोग्य' म्हणतो, इतकंच.

तुम्ही त्याच्याशी अपराधीपणा आणि शरम या दोन गोष्टी जोडल्या आहेत. HEBs साठी या संकल्पना अगदी अपरिचित आहेत. तुमची 'अयोग्य' गोष्टींची गणती आश्चर्यजनक आहे. त्या फक्त 'उपयोगी नाहीत' याच एका कारणानं अयोग्य ठरवल्या जातात असं नाही, तर त्या 'अयोग्य' आहेत अशी तुम्ही कल्पना करता म्हणून काही वेळा तुमच्या दृष्टीनंतर नव्हे, तर 'देवाच्या' दृष्टीनं! अशा तऱ्हेनं काय उपयुक्त आहे आणि काय नाही, याच्या तुम्ही कृत्रिम व्याख्या करून ठेवल्या आहेत. त्यांच्या त्या खरंच तशा असण्याशी काही संबंध नाही.

असं पाहा, एखाद्यानं प्रामाणिकपणे, सच्च्या दिलानं आपल्या भावना व्यक्त करणं हे बहुधा मानव समाजात 'चुकीचं' समजलं जातं. HEB समाजात असा निष्कर्ष कधीच काढला जाणार नाही. कारण, कुठल्याही समूहात किंवा गटात भावनांच्या नेमकेपणाबद्दलची जागृती आयुष्याला रंगत आणणारी असते. तेव्हा,मी म्हटलं तसं, HEB व्यक्ती कधीच आपल्या भावना लपवणार नाही किंवा 'सामाजिक दृष्ट्या योग्य' ठरण्यासाठी तसं कधीच करणार नाही.

कुठल्याच परिस्थितीत ते शक्य नसेल. कारण, HEB ला दुसऱ्या जिवाकडून थेट स्पंदन लहरी येतात. त्यामुळे त्यांना सहजपणे भावना कळू शकतात. तुम्हाला जसं कधी एखाद्या खोलीत प्रवेश केल्यावर तिथली हवा जाणवते, तसं HEB ला दुसऱ्या जिवाचे विचार आणि अनुभवणं जाणवतं.

प्रत्यक्ष उच्चार– ज्याला तुम्ही 'शब्द' म्हणता– ते फार दुर्मिळ असतात. अगदी क्वचित प्रसंगी वापरले गेलेच तर! असं 'बिनतारी संभाषण'-Telepathic communication सगळ्या अति उच्च उन्नत जीवांमध्ये होत असतं. अर्थात त्यांचे परस्पर संबंध, नातं यांतल्या जवळिकीच्या प्रमाणावर किती शब्दांचा वापर करून भावना, इच्छा किंवा माहिती दुसऱ्यापर्यंत पोहोचवायची, हे अवलंबून असतं.

आणि तुम्ही प्रश्न विचारण्याआधी, होय, माणसाला ही कला विकसित करता येऊ शकते आणि काहींनी ही क्षमता विकसित केलीही आहे. हजारो वर्षांपूर्वी खरं तर ही अगदी साधी– सामान्य गोष्ट होती. तुम्ही संप्रेषणासाठी संवाद साधण्यासाठी खरं तर अगदी प्राथमिक ध्वनींचा उपयोग करेनासे झालात, त्याला महत्त्व देईनासे झालात. पण संवाद साधण्यासाठी तुमच्यापैकी बरेच जण आता आणखी अचूक आणि उत्तम प्रकाराकडे परत वळत आहेत. विशेषतः प्रेमी जीवांबाबत हे जास्त दिसतं. त्यातून एक मोठं सत्य अधोरेखित होतंय– परस्परांची काळजी घेण्यातून संवाद साधता येतो.

जिथे अगदी मनापासून खूप प्रेम असतं, तिथे शब्दांची गरजच नसते. याच्या उलट गोष्ट ही खरी आहे– तुम्ही एकमेकांशी संवाद साधायला जितके जास्त शब्द वापराल, तितकी तुम्ही फार कमी वेळा एकमेकांची काळजी घेत असाल. कारण, काळजी हाच संवाद असतो.

शेवटी काय, सगळा खरा संवाद, संपर्क हा सत्याबद्दल असतो. आणि एकमेव अंतिम सत्य आहे– प्रेम. म्हणूनच जिथे प्रेम आहे, तिथे संवाद आहे. आणि जेव्हा संवाद अवघड असतो, तिथे प्रेम पूर्णपणे अस्तित्वात आहे असं नाही, असं समजावं. संवाद अवघड होणं, हे प्रेमाचं पूर्ण अस्तित्व नसल्याचं लक्षण आहे.

खूप छान सांगितलंस! छान, सुंदर रीतीनं संवाद साधलास असं म्हणायला हवं!

धन्यवाद! तर मग आता समारोप करू या. अतिउच्च-उन्नत समाजातला जीवनाचा आदर्श.

सगळे जण गट करून किंवा सदस्य समूह म्हणून राहतात. हे समूह नंतर शहरं, राज्यं किंवा राष्ट्र म्हणून संघटित होत नाहीत, तर त्यातला प्रत्येक जण दुसऱ्याशी समभावानं संपर्क ठेवतो, संबंध ठेवतो.

तुम्हाला वाटतं तसं सरकार किंवा कायदा नसतो. त्यांच्याकडे परिषदा किंवा बैठका असतात. बहुधा ज्येष्ठांच्या आणि तुमच्या भाषेत सांगायचं तर तिथे परस्पर सामंजस्याने गोष्टी ठरवल्या जाता. थोडक्यात सांगायचं तर जागृती, प्रामाणिकपणा आणि जबाबदारी असा हा त्रिकोण आहे.

बऱ्याच काळापूर्वीच HEBs नं 'आपण असं जगायचं' हे ठरवून टाकलं आहे. आपण अशा पद्धतीनं एकत्र राहायचं आहे, हे त्यांनी पूर्वीपासूनच ठरवलं आहे. दुसऱ्या कोणी सांगितलेली एखादी नैतिक चौकट किंवा आध्यात्मिक तत्त्वांनुसार त्यांनी हे ठरवलेलं नाही, तर 'हे काय आहे आणि काय उपयुक्त आहे,' याच्या

साध्या निरीक्षणावर त्यांचं आयुष्य उभं आहे- हाच त्यांच्या आयुष्याचा पाया आहे.

त्यांच्यात खरंच युद्ध किंवा संघर्ष नसतो?

नाही, याचं मुख्य कारण असं की HEB त्याच्याकडे असणारी प्रत्येक गोष्ट शेअर करतो आणि तुम्हाला जी जबरदस्तीनं घ्यावीशी वाटते, अशी गोष्ट तो तुम्हाला देऊन टाकतो. कारण, प्रत्येक गोष्टीवर प्रत्येकाचा हक्क असतो, याची त्याला जाणीव असते. शिवाय एखादी गोष्ट दिली, तरी त्याला खरंच ती हवी असेल, तर आणखी जास्त प्रमाणात ती ते निर्माण करू शकतो, हेही त्याला माहीत असतं.

HEBs च्या समाजात 'मालकी' किंवा 'गमावणं', नुकसान' अशा काही संकल्पनाच नाहीत. कारण, आपण म्हणजे केवळ भौतिक-शारीरिक अस्तित्व नव्हे, तर आपण शरीरात आलो आहोत, हे भान त्यांना असतं. सगळ्यांचा निर्मितिस्रोत एकच आहे आणि त्यामुळे आपण सर्व एकच आहोत, हेही त्यांना ठाऊक असतं.

मला माहीत आहे. हे तू आधी सांगितलं होतंस... पण तरीही समज जर एखादी व्यक्ती कोणीतरी एखाद्या HEB ला जिवाची भीती घालत असेल, तरीसुद्धा त्यांच्यात संघर्ष होणार नाही?

तिथे काही वादविवादच होणार नाही. HEB सरळ त्याचं शरीर आडवं करेल. अक्षरशः तुमच्यासाठी तो ते शरीर तिथे सोडून देईल. मग त्याला वाटलं तर तो दुसरं शरीर निर्माण करेल, पूर्ण वाढीच्या शरीर रूपात तो येईल किंवा दुसऱ्या प्रेमळ जोडप्याचं होणारं बाळ म्हणून गर्भ रूप होईल.

शरीररूपात पुन्हा प्रवेश करण्याची ही पद्धत जास्त अवलंबली जाते. कारण HEB समाजात नवीन निर्माण झालेलं बाळ आणि त्याच्या वाढीच्या संधी इतकं मानाचं दुसरं काहीच मानलं जात नाही.

तुमच्या संस्कृतीत ज्याला 'मृत्यू' म्हणता, त्या तशा मृत्यूचं भय HEBs ना मुळीच नसतं. कारण आपण अमर आहोत, चिरंजीव आहोत, हे त्यांना माहीत असतं. आणि ते कुठल्या स्वरूपात यायची निवड करतायत एवढाच प्रश्न आहे. शरीररूपात HEB साधारणपणे अनंतकाळ जगू शकतो. कारण तो स्वतःच्या शरीराची, आणि पर्यावरणाची काळजी कशी घ्यायची, हे शिकलेला असतो. जर काही भौतिक नियमांमुळे HEB चं शरीर जास्त काळ कार्यरत राहू शकणार नसेल, तर HEB सरळ सहजपणे ते शरीर सोडून देतो- पुनर्निर्मितीसाठी तो सगळ्यात ते शरीर आनंदानं परत करतो. (तुम्ही मातीत माती मिसळून गेली असं म्हणता ना?)

मला थोडं मागं जाऊ दे. 'कायदे-नियम' असं काही त्यांच्यात नसल्याचं तू मागे म्हटलं होतंस. पण जर एखादा 'त्रिकोण मंत्रा' नुसार वागला नाही, तर? मग

काय? का बूऽऽम?

नाही. 'का-बूऽऽम' नाही. तिथे कुठलीच शिक्षा किंवा धाकदपटशा नाही. फक्त 'हे असं आहे' आणि 'उपयोगाचं काय' याचंच फक्त साधं निरीक्षण असतं.

'हे काय'. त्या जिवानं काय केलं आहे. या मुद्द्याचं मी अगदी काळजीपूर्वक स्पष्टीकरण केलं आहे. आता तो मुद्दा 'काय उपयुक्त' यात मिसळला आहे आणि जेव्हा एखादी गोष्ट समूहासाठी उपयुक्त ठरत नाही, तेव्हा ती पर्यायानं वैयक्तिक दृष्टीनंही उपयुक्त ठरत नाही. कारण, व्यक्ती म्हणजेच समूह आणि समूह म्हणजेच व्यक्ती. सगळ्या HEB ना ही समज फार लवकर येते. तुमच्या भाषेत युवावस्थेच्याही आधी आणि त्यामुळे एखाद्या प्रौढ HEB नं उपयुक्त नसलेली गोष्ट करणं ही फारच दुर्मिळ गोष्ट आहे. अगदी अपवादात्मक.

पण एखाद्यानं केलीच तर?

त्याला चूक सुधारण्याची सहजपणे मोकळीक दिली जाते. 'त्रिकोण मंत्र' वापरून त्याला त्यानं केलेल्या विचारामुळे किंवा कृतीमुळे होणाऱ्या परिणामांबद्दल जागृत केलं जातं. मग या परिणामांना तो कसा सामोरा जाईल आणि त्याची भूमिका काय असेल, हे त्याला सांगू दिलं जातं. शेवटी त्याच्यावर परिणामांची जबाबदारी टाकताना त्याच्यासमोर त्या परिणामांमध्ये सुधारणा करणारे, त्यांच्यावर उपाय सुचवणारे किंवा परिणाम सुसह्य करणारे मार्ग सुचवले जातात.

जर त्यानं तसं करायला नकार दिला, तर?

अति उन्नत जीव हे करायला कधीच नकार देणार नाही. हे अविश्वसनीय आहे. असं केलं तर तो HEB म्हणता येणार नाही. आणि तू आत्ता ज्ञानेंद्रियांचा उपयोग करणाऱ्या जिवाच्या वेगवेगळ्या स्तरांबद्दल बोलतो आहेस.

या सगळ्या गोष्टी HEB कुठे शिकतो? शाळेत?

HEB समाजात 'शाळा पद्धत' नाही. त्यांच्याकडे मुलांना 'हे काय' आणि 'काय उपयुक्त' याची फक्त आठवण करून देण्याची शिक्षण प्रक्रिया आहे. वयस्कर – मोठी माणसंच लहान मुलांना वाढवतात. मुलांच्या जन्मदात्यांवर हे काम नसतं. अर्थात या प्रक्रियेत दरम्यान मुलांना मुद्दाम जाणीवपूर्वक त्यांच्या पालकांपासून दूर ठेवलं जातं, असंही नाही. त्यांना हवं तेव्हा ते त्यांच्याबरोबर असू शकतात आणि त्यांना शक्य तेवढा वेळ त्यांच्याबरोबर घालवू शकतात.

तुम्ही ज्याला 'शाळा' म्हणता (खरं तर त्याला शिकण्याची वेळ असं म्हणणं सर्वांत योग्य) त्या शाळेत ही लहान मुलं स्वतःचा अभ्यासक्रम स्वतःच तयार

करतात. आपल्याला कोणती कौशल्यं शिकून आत्मसात करायला आवडतील, हे त्यांचं तेच ठरवतात. त्यांना काय शिकवलं जाणार आहे हे दुसऱ्यांनी सांगण्याऐवजी त्याचे तेच ठरवतात. प्रेरणेला सर्वांत जास्त महत्त्व दिलं जातं आणि जीवनकौशल्यं आत्मसात केली जातात- तीही सहज, अल्प वेळात आणि आनंदानं!

'त्रिकोण मंत्र' (खरं तर हे नियम नियम नाहीत, पण तुमच्या भाषेत हेच शब्द वापरतात.) म्हणजे त्यांना बुचकळून काढण्याचं डबकं नव्हे, तर 'बालक' ते 'प्रौढ' या स्थित्यंतरात त्यांच्या समोर असलेला तो वागणुकीचा आदर्श आहे.

तुमच्या समाजात मुलांनी जसं वागू नये असं मोठ्या माणसांना वाटत असतं, नेमकं तसंच मोठी माणसे स्वतःच वागत असतात. पण HEB संस्कृतीत असं नसतं. इतरांचं पाहूनच मुलं वागतात, हे भान त्यांच्यातल्या मोठ्या माणसांना असतं.

ज्या गोष्टी आपल्या मुलांनी करू नयेत, टाळाव्यात असं वाटत असतं, त्याच गोष्टींचं प्रदर्शन करणारी चित्रं, चित्रपट दाखवणाऱ्या उपकरणांसमोर लहान मुलं तासन्‌तास बसवली आहेत, असं दृश्य कधीच दिसणार नाही. पालक मंडळी असं करताना दिसतील यावर कुणीच विश्वास ठेवणार नाही.

'सत्यपूर्ण निरीक्षण' हा मानव समाज आणि HEB समाज यांच्यातला फार मोठा फरक आहे, असं मी पुन्हा सांगतो. ही खरंतर अतिशय साधी बाब आहे; पण फार महत्त्वाची आहे.

HEB समाजातला प्रत्येक जण जे जे पाहतो, ते ते लक्षात घेतो. लक्षपूर्वक पाहतो. मानव समाजात अनेक जण आपण पाहिलेल्या गोष्टी नाकारतात, पाहिल्याचं मान्य करत नाहीत.

दूरदर्शनमुळे आपल्या मुलांचं नुकसान होताना ते पाहतात, पण ते त्याच्याकडे दुर्लक्ष करतात. ते हिंसाचार बघतात; पण 'मनोरंजना'च्या नावाखाली सैल सोडतात आणि विरोधाभास अमान्य करतात. तंबाखू शरीराला हानिकारक आहे, हे निरीक्षणाअंती त्यांच्या लक्षात येतं, पण तसं काही नाही असं भासवतात, बतावणी करतात. कुटुंबातले वडील दारूडे आणि शिवीगीळ करणारे आहेत, हे दिसतंय; पण सगळं कुटुंब ते अमान्य करतं. कोणीही त्याबद्दल तोंडातून 'ब्र' ही काढत नाही.

हजारो वर्षांपासून आपले धर्म समाजाच्या वर्तनात बदल घडवून आणू शकलेले नाहीत आणि हे ते मान्यही करत नाहीत, हे त्यांच्या लक्षात आलेलं आहे. आपल्या सरकारी यंत्रणा मदत करण्याऐवजी दबाव टाकतात, शोषण करतात आणि त्याकडे ते दुर्लक्ष करतात, असंही त्यांचं निरीक्षण आहे.

आरोग्य सुरक्षा योजना खरं तर व्याधी सुरक्षा योजना झाल्या आहेत, असं त्यांना दिसतं. या योजनेच्या स्रोतांपैकी एक दशांश भाग रोगप्रतिबंधासाठी आणि नऊ दशांश भाग त्याच्या व्यवस्थापनासाठी खर्च केला जातो. लोकांना कसं वागावं, काय

खावं आणि आरोग्यपूर्ण जीवन कसं जगावं, यासाठी शिक्षण देण्यात खरी प्रगती केलेली नाही. फायद्यासाठी सगळं केलं जातं, पण हे त्या यंत्रणा नाकारतात.

मांसाहार करताना प्राण्यांना मुद्दाम रासायनिक द्रव्यांनी भरलेलं खाणं देऊन पुष्ट केलं जातं. ते कुठल्याच प्रकारे 'हेल्दी फूड' सकस अन्न असत नाही, हे डोळ्यांना दिसूनही ते ती गोष्ट नाकारतात.

ते त्याहूनही आणखी काही करतात. या विषयांची चर्चाही करण्याचं 'धाडस' करणाऱ्या 'टॉक-शो' च्या संचालकांवर ते खटला भरू बघतात. तुला माहितेय, या सगळ्या आहार विषयावर अतिशय सुंदर पुस्तक आहे, 'डाएट फॉर अ न्यू अमेरिका,' लेखक : जॉन रॉबिन्स.

लोक हे पुस्तक वाचतील आणि त्यात काही तथ्य आहे, याचा त्रिवार नकार दर्शवतील आणि हाच मुद्दा आहे. तुमच्या प्रजाती बहुतेक काळ नकारातच जगतात. एखाद्याच्या त्रासदायक उघड गोष्टीच नाकारतात असं नाही, तर स्वतःच्या डोळ्यांनी दिसलेल्या गोष्टीही नाकारतात. ते आपल्या वैयक्तिक भावना आणि पर्यायानं त्यांची स्वतःची सत्यं नाकारतात. .

अति उच्च जीव – आता तुमच्यातले काही जण – त्या दिशेनं जात आहेत ते मात्र कुठलीच गोष्ट नाकारत नाहीत. 'हे असं काय' हे ते लक्षपूर्वक पाहतात. 'काय उपयुक्त' हे स्पष्ट पाहतात. या दोन साध्या गोष्टी अंगीकारल्या, की आयुष्य साधं सोपं होऊन जातं. त्या 'प्रक्रिये'चा सन्मान केला जातो.

हो, पण ही 'प्रक्रिया' कशी काम करते?

याचं उत्तर देण्यासाठी आपल्या संवादात आधी येऊन गेलेल्या एका मुद्द्याचा मला पुन्हा उल्लेख करायला हवा. 'तुम्हाला तुम्ही स्वतः कोण आहात असं वाटतं आणि तुम्ही काय करू बघताय' यावर प्रत्येक गोष्ट अवलंबून असते.

जर आपलं आयुष्य शांती आणि आनंदानं, प्रेमानं भरलेलं असावं असं तुम्हाला वाटत असेल, तर मग हिंसा तुमच्या उपयोगाची नाही. हे आधीच सिद्ध झालेलं आहे.

जर आपल्या मुलांना हिंसा आणि राग यांच्यापासून लांब ठेवणं, असं तुमचं उद्दिष्ट असेल, तर त्यांच्या थेट समोर कितीही हिंसेची आणि रागाची भडक चित्रं रंगवलीत तरी त्याचा काही परिणाम होणार नाही. हे आधीच सिद्ध झालं आहे.

पृथ्वीची काळजी घ्यावी, निगा राखावी असं तुमचं ध्येय असेल, तिचे स्रोत काळजीपूर्वक वापरायचे तुम्ही ठरवलंत तर ते स्रोत अमर्याद असल्यासारखं वागणं योग्य ठरणार नाही, हे आधीच दाखवून दिलं गेलं आहे.

जर माणसाच्या आयुष्यात धर्मामुळे फरक पडावा यासाठी तुम्ही प्रेमळ देवाशी छानसं नातं निर्माण करून वाढवू बघत असाल, तर 'देव शिक्षा करतो, भयंकर अद्दल घडवतो,' असं शिकवून चालणार नाही. हेसुद्धा पुराव्यानिशी सिद्ध झालेलं आहे.

प्रेरित करणं महत्त्वाचं. ध्येयं आगामी फळं निश्चित करतात. तुमच्या उद्देशातून त्यानुसार आयुष्य पुढे जात असतं. तुमच्या कृतींमधून तुमचे खरे हेतू दिसून येतात. आणि तुमच्या कृती तुमच्या खऱ्या हेतूनुसार ठरत असतात. आयुष्यातली प्रत्येक गोष्ट (आणि आयुष्य स्वतःसुद्धा) म्हणजे एक वर्तुळ आहे.

HEBs ना हे सर्कल – वर्तुळ दिसतं. माणसांना नाही. *HEB* 'हे असं काय' याला प्रतिसाद देतात; माणसं दुर्लक्ष करतात. *HEBs* सत्य सांगतात नेहमीच. माणसं नेहमीच खोटं बोलतात, त्यांच्या स्वतःशी आणि इतरांशीही. काहीतरी चुकतंय, हे तुम्हाला आतून कळत असतं. तुम्हाला जायचंय सिॲटलला, पण आहात मात्र सॅन होजेत, हे तुम्हाला समजत असतं.

आपल्या वागण्यातला विरोधाभास तुम्हाला दिसत असतो आणि तो थांबवायला आता खरंच तयार असता. 'हे असं काय' आणि 'काय उपयोगी' हे दोन्ही तुम्हाला स्पष्टपणे कळतं आणि या दोहोंत फारकत करणाऱ्या कुठल्याच गोष्टीला बळी पडण्याची तुमची इच्छा नसते.

तुमची प्रजाती जागृत होते आहे. आता परिपूर्तीची घडी हाताशी आलीय.

इथे तुम्ही जे ऐकलंत, त्यामुळे खचून जायची गरज नाही. कारण, नवीन अनुभव, आणखी मोठं वास्तव, सत्य यासाठी पाया घालण्याचं काम झालं आहे. ही त्यासाठीची तयारी होती. आता तुम्ही चौकटीच्या बाहेर- उंबरा ओलांडून पाऊल पुढे टाकायला सिद्ध झाला आहात.

विशेषतः हा संवाद हा दरवाजा उघडण्यासाठीच तर होता. पहिली गोष्ट, तो दरवाजा दाखवण्यासाठी बघितलात? तो पाहा तिथे! सत्याचा प्रकाश तुम्हाला नेहमीच मार्ग दाखवत राहील. आणि इथे तुम्हाला जे दिलं गेलं, ते म्हणजेच सत्याचा प्रकाश.

आता हे सत्य स्वीकारा आणि ते जगा. आता हे सत्य धरून ठेवा आणि इतरांनाही सांगा. सहभागी करून घ्या. या सत्याला घट्ट आलिंगन द्या आणि मौल्यवान ठेवा असल्यासारखं कायम जतन करून ठेवा.

कारण, 'कॉन्व्हर्सेशन्स विथ गॉड' – 'संवाद परमेश्वराशी' या त्रिधारा पुस्तकात मी 'हे असं काय,' हेच तर पुन्हा सांगितलंय.

अजून पुढे जायची गरज नाही. आता आणखी काही प्रश्न विचारायची किंवा आणखी उत्तर ऐकायची किंवा आणखी शंका-उत्सुकता शमवण्याची, किंवा आणखी

काही उदाहरणं द्यायची किंवा आणखी काही निदर्शनाला आणून द्यायची गरज नाही. या तीन पुस्तकांत आतापर्यंत जे दिलं गेलंय, तुम्हाला त्यातून जे गवसलंय- हाती लागलंय, त्यातून तुम्हाला जसं हवं आहे तसं आयुष्य उभं करण्याची गरज आहे. त्याहून जास्त काही करायची गरज नाही.

होय, तुला अजून काही प्रश्न पडले आहेत. होय, तुला अजून पण-परंतु, जर-तर' म्हणायचं आहे. पण इथे आपण ज्या गोष्टींचा आनंद घेतला, त्या तुम्हाला अजून करून बघायच्या आहेत. कारण, तुम्ही अजूनही नवीन गोष्टी करून बघितलेल्या नाहीत.

तेव्हा हे पुस्तक असंच पुढे कायम सुरू राहील, राहू शकतं आणि ते राहणार नाही- म्हणजे तुमचा देवाशी संवाद असाच पुढे सुरू राहील, पण हे पुस्तक नाही. तुमच्या कुठल्याही प्रश्नाचं उत्तर या संपूर्ण त्रिधारेत मिळेल. आपण याच ज्ञानाची पुन्हा पुन्हा उजळणी करू शकतो. वाढवू शकतो, सतत ही त्रिधारा त्यातलाच एक उपक्रम होता. इथे नव्यानं काही सांगितलेलं नाही, फक्त जुनंच ज्ञान पुन्हा मांडलं आहे.

ज्ञानाच्या पुनर्भेटीचा आनंद घेणं चांगलं. त्याच्याशी पुन्हा एकदा जुळवून घेणंही चांगलंच मी आजवर जे जे सांगत आलोय, ते पुन्हा एकदा आठवण्याची, त्याचं पुन्हा स्मरण करण्याची ही प्रक्रिया आहे. तुम्हाला नव्यानं काही शिकायचं नाहीये. फक्त पुन्हा आठवायचं आहे.

तेव्हा ही त्रिधारा पुन्हा पुन्हा हाती घ्या. तिची पानं वेळोवेळी चाळत राहा.

एखाद्या प्रश्नाचं उत्तर मिळत नाहीये, असं वाटलं, तर पुन्हा पुन्हा पानांवर नजर टाकत राहा. तुम्हाला तुमच्या प्रश्नाचं उत्तर त्यात सापडेलच. जर ते त्याचं उत्तर नाही, असं तुम्हाला वाटलं तर स्वतः त्याचं उत्तर शोधा. स्वतःशी स्वतःचा संवाद साधा. तुमची स्वतःची सत्यं निर्माण करा.

तुम्ही खरंच जे आहात, त्याचाच हा अनुभव असेल.

२१

तू जाऊ नयेस असं मला वाटतं.

मी कुठेही जात नाहीये. मी नेहमी तुझ्याबरोबरच आहे. नेहमीच.

ऐक ना, आपण थांबण्याआधी आणखी काही प्रश्न. अगदी शेवटचे. समारोपाचे.

आता कधीही, कुठल्याही क्षणी तू तुझ्या अंतरंगात जाऊ शकतोस आणि आत्मज्ञानाच्या बैठकीवर बसून तुझ्या प्रश्नाची तिथेच उत्तरं शोधू शकतोस, मिळवू शकतोस हे तुला ठाऊक आहे, आहे ना?

हो. मला माहीत आहे. मी अगदी मनापासून तुझा ऋणी आहे. हे माझ्यासाठी फारच हिताचं आहे. हा संवाद म्हणजे माझ्यासाठीचा स्रोत आहे आणि माझं आयुष्य अशा पद्धतीनं निर्माण झालंय, यासाठी तुला मनःपूर्वक धन्यवाद. ही माझ्यासाठी अनुपम भेट आहे. मी तुला अजून काही प्रश्न विचारू शकतो का?

हो. नक्कीच.

आमचं जग खरंच धोक्यात आलं आहे का? आम्ही मानववंशीय आत्मघाताचा खेळ खेळतोय का? प्रत्यक्ष आत्माघातानंच?

होय. आणि जोवर तुम्ही स्वतःला त्यासाठी खरे जबाबदार मानत नाही, तोवर तुम्ही ते टाळू शकत नाही. कारण, जे तुम्ही थोपवता, त्याचाच दबाव वाढतो. फक्त तुम्ही जे स्वीकारता, धरून ठेवता, तेच नाहीसं होऊ शकतं.

आणखी एक गोष्ट लक्षात ठेवा. काळ, वेळ आणि घटना याबद्दल मी जे सांगितलं, ते ध्यानात ठेवा. ज्यांची तुम्ही कल्पना करू शकता, खरंतर केलेलीच असते. अशा सगळ्या घटना अगदी त्याच क्षणी सूक्ष्म जगात घडत असतात. हा अत्यंत पवित्र क्षण असतो. याच क्षणी तुमची जागृतावस्था, जागृती वाढू लागते. जागृतीच्या आधीचा हा क्षण असतो. तो प्रकाश तुमच्यापर्यंत पोहोचण्याआधी हे घडत असतं. हा एक पूर्व-प्रेमित क्षण असतो, जो तुमच्याकडे पाठवला जातो.

तुम्हीच तो निर्माण केलेला असतो. तुम्हाला ते कळण्याआधीच तो तुमच्यापर्यंत येऊन पोहोचतो. तुम्ही त्याला 'भेट'- present मानता आणि तो खरंच भेट आहे. ही देवानं तुम्हाला दिलेली खूप सुंदर, मोठीच भेट आहे, देणगी आहे.

तुम्ही ज्या अनुभवांची कल्पना केलेली असते, त्यातले कुठले अनुभव तुम्हाला आत्ता अनुभवावेसे वाटतात, याची निवड करण्याची क्षमता तुमच्यात आहे.

अगदी बरोबर बोललास आणि माझ्या मर्यादित कुवतीच्या चौकटीत का होईना, मी ते आता समजून घ्यायला लागलो आहे. यातलं खरं काहीच 'खरं' नाही, नाही ना?

नाही. तुम्ही आभासात जगताय. हा फार मोठा जादूचा खेळ आहे. आणि तुम्ही स्वतःच त्यातले जादूगार असूनही आपल्याला या क्लृप्त्या माहीतच नाहीत, असं तुम्ही ढोंग करताय.

हे लक्षात ठेवणं महत्त्वाचं आहे, नाहीतर तुम्ही त्यातली प्रत्येकच गोष्ट अगदी खरी कराल, खरी म्हणाल.

पण जे मी पाहतो, जे मला जाणवतं, ज्याचा मला वास घेता येतो, स्पर्श करता येतो, ते अगदी खरंच वाटतं. जर ते 'सत्य' नसेल, तर मग ते काय आहे?

ज्याच्याकडे तुम्ही बघत आहात, ते खरं तुम्ही पाहत नाही आहात, हे पक्कं ध्यानात ठेवा.

तुमचा मेंदू हा तुमच्या बुद्धिमत्तेचा स्रोत नाही. तो माहितीवर फक्त प्रक्रिया करणारा आहे. तुम्ही ज्याला ज्ञानेंद्रियं म्हणता, त्या संवेदना ग्रहण करणाऱ्यांकडून तो माहिती ग्रहण करतो. त्या संदर्भातल्या आधीच्या माहितीच्या आधारे तो त्याचं ऊर्जेत रूपांतर करतो. तो तुम्हाला आधी काय झालं 'होतं' हे सांगतो, पण खरं काय 'आहे', हे सांगत नाही. त्यामुळे पूर्वग्रहावर आधारित माहितीवरून आपल्याला या गोष्टीबद्दल सत्य कळलंय,' असं तुम्हाला वाटतं. पण खरं पाहता ते अर्धसत्य असतं. वस्तुतः तुम्हाला माहीत असलेलं सत्य तुम्ही निर्माण करता, तुम्ही ते सत्य निर्माण करता, जे तुम्हाला माहीत असतं.

तुझ्याबरोबरचा हा संवादही त्यातलाच.

अगदी बरोबर.

'हा काही देवाशी वगैरे बोलत नाही. नुसत्या थापा मारतोय,' असं म्हणणाऱ्यांसाठी तर हे आगीत तेल ओतण्यासारखं आहे.

'चौकटीबाहेर पडून विचार करा,' असं त्यांना नीट समजुतीनं सांग. ते हे किंवा

ते असा विचार करत आहेत, ते कदाचित 'दोन्ही/'आणि' असाही विचार करतील.

तुम्ही तुमच्या आतल्या संकल्पना, समजुती, धारणा आणि सद्य मूल्य यांच्यावरून देवाला संकुचित करू शकत नाही. तुम्ही देवाला संकुचित करू इच्छित असाल, तर या संदर्भात आणखीही जाणून घ्यायला हवं, हे मान्य करण्याऐवजी आपल्याकडे आत्ता मर्यादित माहिती आहे, हेच तुम्ही मान्य करू इच्छिता, असं दिसतं.

वॉर्नर एर्हडच्या विधानाकडे मी तुमचं लक्ष वेधतो. तो असं म्हणतो की, खरी स्पष्टता तेव्हाच येऊ शकते, जेव्हा माणूस या गोष्टी लक्षात घेऊ इच्छितो.

काहीतरी असं आहे, जे मला ठाऊक नाही, ते ठाऊक करून घेण्यानं, जाणून घेण्याची प्रत्येक गोष्ट बदलू शकते.

'तू देवाशी बोलतो आहेस,' आणि 'तू थापा मारतो आहेस,' अशा दोन्ही गोष्टी सहज शक्य आहेत.

सर्वांत मोठं सत्य आहे- तुम्ही प्रत्येक गोष्ट खोटीच उभी करता. आयुष्य म्हणजे अशी प्रक्रिया आहे, ज्यातून प्रत्येक गोष्ट निर्माण केली जाते. परमेश्वर म्हणजे ऊर्जा – शुद्ध, मूलभूत ऊर्जा – ज्याला तुम्ही जीवन म्हणता. या जाणिवेतून आपण एका नव्या सत्याकडे जातो – ते म्हणजे – परमेश्वर ही एक प्रक्रिया आहे.

परमेश्वर– देव म्हणजे सर्वंकष आहे, तो सर्वात्मक आहे, असं तू म्हणाल्याचं मला वाटतं.

हो. मी म्हटलं आणि देव तसा आहे. देव प्रक्रियासुद्धा आहे, ज्यातून सगळं निर्माण झालं आणि त्यातून त्यानं स्वानुभव घेतला. स्वतःलाच अनुभवलं.

हो. हो. मी 'रि-क्रिएटिंग युवरसेल्फ – स्वतःची पुनर्निर्मिती' ही पुस्तिका लिहीत होतो, तेव्हा तू मला हे ज्ञान दिलं होतंस.

खरं आहे. आणि आता बऱ्याच मोठ्या श्रोतृवर्गासाठी मी हे सांगतो आहे.

परमेश्वर ही एक प्रक्रिया आहे.

परमेश्वर म्हणजे एखादी व्यक्ती, ठिकाण किंवा वस्तू नाही. परमेश्वर म्हणजे तुम्ही ज्याचा नेहमी विचार करता, पण जाणत नाही.

परत सांग.

परमेश्वर म्हणजे अतिउच्च अस्तित्व आहे, असा तुम्ही नेहमीच विचार करता.

हो.

विचार म्हणून ते बरोबर आहे. मी नेमकं तेच आहे. एक अस्तित्व – एक असणं – A Being. लक्षात घ्या, अस्तित्व म्हणजे वस्तू नाही (Being is not a thing), ती एक प्रक्रिया आहे.

मी सर्वोच्च प्रक्रिया आहे. म्हणजे, सर्वोच्च (the Supreme) अस्तित्व - being.

मी प्रक्रियेचा परिणाम, फळ नाही; मी स्वतःच प्रक्रिया आहे. मीच निर्माता आहे आणि मीच ती प्रक्रिया आहे, ज्यातून मी निर्माण झालोय.

स्वर्गात आणि पृथ्वीवर तुम्हाला दिसणारी प्रत्येक गोष्ट 'मी' आहे– मी निर्माण केलेली आहे. निर्मितीची प्रक्रिया कधीच संपत नाही. ती कधीच पूर्ण होत नाही. मी कधीच 'संपत' नाही, थांबत नाही. I am never 'done'. प्रत्येक गोष्ट सतत बदलत असते, हे सांगण्याचा हा दुसरा मार्ग आहे. कुठलीच गोष्ट, काहीच स्थिर, स्थित नसतं. काहीही, काहीच गतीशिवाय नसतं. प्रत्येक गोष्ट म्हणजे ऊर्जा, शक्ती, गतिमानता. तुमच्या पृथ्वीवरच्या संक्षिप्त भाषेत तुम्ही त्याला "E-motion" म्हणता!

जेव्हा तुम्ही एखाद्या गोष्टींकडे बघत असता, तेव्हा स्थिर, स्थित आणि काळ आणि अवकाशातल्या एकाच जागी असलेल्या गोष्टीकडे बघत नसता. नाही! तुम्ही एका घटनेचे साक्षीदार असता. कारण, प्रत्येक गोष्ट चल, गतिमान, बदलणारी, फिरत राहणारी असते. प्रत्येक गोष्ट.

बुक मिनिस्टर फुलरनं म्हटलं होतं, 'मी 'क्रियापद' आहे'. त्याचं म्हणणं योग्य होतं.

परमेश्वर ही एक घटना आहे. तुम्ही त्या घटनेला 'आयुष्य' म्हणता. आयुष्य ही एक प्रक्रिया आहे. ही प्रक्रिया निरीक्षण करण्याजोगी, अंदाज बांधण्याजोगी आहे. तुम्ही जितकं जास्त निरीक्षण कराल, तितकं जास्त तुम्ही जाणून घ्याल आणि तितके जास्त तुम्ही अंदाज बांधू शकाल, भविष्य वर्तवू शकाल.

माझ्यासाठी हे फार अवघड आहे. 'परमेश्वर बदलत नाही' असंच मला नेहमी वाटायचं. स्थिर-अचल-कायम. अचल चालक. माझ्या मापदंडातलं परमेश्वराबद्दलचं हे अंतिम सत्य होतं. ते मला सुरक्षित वाटत होतं.

पण हेच तर ते सत्य आहे! परमेश्वर सतत बदलत असतो, हेच त्याच्याबद्दलचं न बदलणारं सत्य आहे. हेच सत्य आहे आणि ते बदलण्यासाठी तुम्ही काहीही करू शकत नाही. न बदलणारी एकच एक गोष्ट आहे, ती म्हणजे– प्रत्येक गोष्ट सतत बदलत असते.

आयुष्य म्हणजे बदल. परमेश्वर म्हणजे आयुष्य. म्हणून परमेश्वर म्हणजे बदल, परिवर्तन.

पण अशा गोष्टीवर माझा विश्वास आहे, जी कधीच बदलत नाही. ती म्हणजे,

परमेश्वराचं आमच्यावरचं प्रेम.

तुमच्यावरचं माझं प्रेम सतत बदलत असतं. कारण, तुम्ही सतत बदलत असता आणि तुम्ही जसे आहात, त्यावर माझं प्रेम असतं. तुमच्या आहे त्या रूपावर मी फक्त प्रेम करतो. 'तुम्ही कोण आहात', याबद्दलची तुमची कल्पना कशी बदलेल, तसं तुम्ही 'प्रेमाप्रत' होणं बदलेल.

म्हणजे 'मी कोण आहे? तर, मी खुनी आहे,' असं मी ठरवलं, तरीही तुला मी तुझ्या प्रेमाला पात्र वाटेन, असं तुला म्हणायचंय?

आपण याबद्दल आधीच बोललो आहोत.

मला माहीत आहे, पण मला नीटसं कळत नाहीये!

जगाच्या आदर्शासारखं कोणीही कधीही चुकीचं वागत नाही. मी तुमच्यावर नेहमी प्रेम करतो, हर प्रकारे. त्यामुळे मी तुमच्यावर प्रेम करत नाही, असं तुम्ही कधीही म्हणू शकत नाही.

पण तू आम्हाला शिक्षा करशील, बरोबर? तू आम्हाला प्रेमानं शिक्षा करशील. तू आम्हाला कायद्याच्या यातनाघरात, नरकात पाठवशील, तुझ्या मनात आमच्याबद्दल प्रेम असेल आणि असं करावं लागल्याबद्दल दुःखही.

नाही. मला कधीच दुःख नसतं. कारण मला 'करावं लागलं' अशी एकही गोष्ट नसते. मला कोण 'करायला लावणार?' मला 'करायला लावणारा' कोण आहे?

मी तुम्हाला कधीच शिक्षा करणार नाही. जरी या किंवा दुसऱ्या आयुष्यात स्वतःला शिक्षा करून घ्यावी, असं तुम्हाला वाटलं, तरी मी तसं करणार नाही. मी तुम्हाला शिक्षा करणार नाही, कारण तुम्ही किंवा मी, कुणीच माझ्या कुठल्याही अंशाला इजा पोहोचवू शकत नाही किंवा एखादा अंश नष्ट करू शकत नाही आणि तुम्ही सगळे माझेच अंश आहात.

तुमच्यापैकी एखाद्याला इजा करून घ्यावी किंवा नाश करून घेतलाय, असं वाटावं, अशी इच्छा असेल; पण जेव्हा तो सूक्ष्म जगात प्रवेश करेल तेव्हा असं काहीही झालेलं नाही, असं त्याच्या लक्षात येईल. त्या क्षणी, ज्यांनी तुम्हाला त्रास दिलाय, तुमचं नुकसान केलं आहे अशी तुमची कल्पना असते, त्या सगळ्यांना तुम्ही क्षमा करून टाकता. कारण, तुम्हाला विशाल योजनेची जाणीव झालेली असते.

ही विशाल योजना म्हणजे काय?

'दि लिटिल सेल अँड दि सन', ही एक छोटी बोधकथा मी तुला पहिल्या पुस्तकात सांगितली होती. ती आठवते?

हो.

त्या छोट्या बोधकथेचा पुढचा अर्धा भाग – उत्तरार्थ आता इथे सांगतो :

'देवाचा कुठलाही अंश होण्याची तू इच्छा करू शकतोस,' असं मी त्या छोट्या आत्म्याला– लिटिल सोलला म्हटलं. 'तुम्ही परिपूर्ण पावित्र्य, दिव्यता आहात, स्वतःच त्याचा अनुभव घेताय. तुला त्या पावित्र्याचा कोणता पैलू तुझा 'तू' म्हणून अनुभवायचा आहे?''

''म्हणजे? मला ती निवड करता येईल?'' छोट्या आत्म्यानं विचारलं. ''होय. तू दिव्यतेच्या, पावित्र्याच्या कोणत्याही अंशाची निवड करून तुझ्यात, तू म्हणून, तुझ्या माध्यमातून त्याचा अनुभव घेऊ शकतोस,'' मी उत्तर दिलं.

''ठीक आहे,'' छोटा आत्मा म्हणाला, ''मग मी क्षमेची निवड करतो. देवाच्या संपूर्ण क्षमेच्या पैलूचा अनुभव घ्यायची मी निवड करेन.''

पण यातून एक छोटं आव्हान समोर आलं, तू त्याची कल्पना करू शकतोस. क्षमा करायला कोणीच नव्हतं. माझी प्रत्येक निर्मिती परिपूर्ण, बिनचूक आणि प्रेममय होती.

'क्षमा करायला कुणीच नाही?' छोट्या आत्म्यानं काहीशा अविश्वासानं विचारलं.

''कुणीही नाही,'' मी पुन्हा सांगितलं. ''तुझ्या सभोवती पाहा. कुणी आत्मा तुझ्यापेक्षा कमी बिनचूक, कमी दिव्य दिसतोय का?''

त्यावर छोट्या आत्म्यानं गिरकी घेऊन सभोवती बघितलं तर काय, स्वर्गात त्याला त्याच्या भोवतीच्या सगळ्या आत्म्यांमध्ये तो स्वतःच दिसला. छोटा आत्मा चकित झाला. ते सगळे राज्याच्या वेगवेगळ्या भागांतून आणि दूरवरून आले होते. कारण छोटा आत्मा देवाशी विशेष संवाद साधणार आहे, असं त्यांनी ऐकलं होतं.

'माझ्याहून कमी बिनचूक मला कुणीच दिसत नाहीये!' छोटा आत्मा उद्गारला. 'मग आता मी कुणाला क्षमा करणार?' तो म्हणाला.

एवढ्यात सभोवतालच्या समुदायातून एक आत्मा पुढे आला.

'तू मला क्षमा करू शकतोस,' तो मैत्रीपूर्ण आत्मा म्हणाला.

'कशाबद्दल?' छोट्या आत्म्यानं विचारलं.

'मी तुझ्या पुढच्या शरीराच्या जन्मात येईन आणि तू क्षमा करू शकशील असं काहीतरी तुझ्यासाठी करेन,' तो मित्र, आत्मा म्हणाला.

'पण काय? इतक्या दिव्य प्रकाशाचा जीव असताना तू मी तुला क्षमा करावी, असं काय करशील?' छोट्या आत्म्यानं उत्सुकतेनं विचारलं.

'ओ! आपण याबद्दल नक्कीच विचार करू शकतो,' रिंगत करत मित्र, आत्मा म्हणाला.

'पण तुला हे असं का करावंसं वाटावं?'- छोट्या आत्म्यानं विचारलं. एवढ्या दिव्य आत्म्याला खालच्या थरातल्या स्पंदनात जाऊन त्याच्यासाठी खरंच काहीतरी इतकं 'वाईट' करावं, असं का वाटावं, हे त्या छोट्या आत्म्याला कळेना. 'साधी गोष्ट आहे,' असं म्हणत मित्र आत्म्यानं सांगितलं– 'मी असं करेन, कारण मला तू प्रिय आहेस. तुला तुझा स्वतःचा म्हणून क्षमेचा अनुभव घ्यावासा वाटतोय ना? शिवाय तू माझ्यासाठीही तेच केलं आहेस.'

'मी केलंय?' छोट्या आत्म्यानं विचारलं.

'अर्थात. तुला आठवत नाही? आपण सगळे त्या सर्वात्मकाचे होतो– तू आणि मी. आपण त्याच्या खाली आणि वर, डावीकडे आणि उजवीकडे होतो. आपण त्याच्या इकडे आणि तिकडे, आधी आणि नंतर होतो, आपण लहान आणि मोठे होतो, स्त्री आणि पुरुष होतो, चांगले आणि वाईट होतो. आपण सगळे त्याच्यात सर्वकाही देतो.''

''आणि आपण सगळं ठरल्या कराराप्रमाणे केलंय, जेणेकरून परमेश्वराचा अतिशय सुंदर, सर्वोत्तम अंश म्हणून आपण आपला अनुभव घेऊ शकू...''

''जे तू नाहीस, त्याच्या गैरहजरीत, जे तू आहेस. ते नाही.''

''थंड'च्या गैरहजेरीत तुम्ही 'उबदार'असू शकत नाही. दुःख असल्याशिवाय तुम्ही 'आनंदी' होऊ शकत नाही. 'वाईट' असल्याशिवाय तुम्ही 'चांगल्या'चा अनुभव घेऊ शकत नाही.

तुम्हाला जे काही असायचं असेल, ते शक्य करून दाखवण्यासाठी त्याच्याविरुद्ध गोष्ट तुमच्या जगात दाखवून द्यायला हवी.''

नंतर मित्र आत्म्यानं स्पष्ट करून हे सांगितलं की, माणसं परमेश्वराचे विशेष दूत होते आणि ही परिस्थिती परमेश्वराची देणगी होती.

''आता मी तुला परतफेडीत एकच प्रश्न विचारतो,'' मित्र आत्म्यानं जाहीर केलं.

'अरे, विचार! काहीही विचार!'- छोटा आत्मा ओरडून म्हणाला. परमेश्वराच्या प्रत्येक दिव्य पैलूचा अनुभव घ्यायला मिळेल, हे लक्षात घेऊन तो अति उत्साहित झाला होता. आता सगळ्या योजनेची त्याला जाणीव झाली.

मित्र आत्मा म्हणाला, ''ज्या क्षणी मी तुला ठोसा लगावतो आणि पूर्ण पराभूत करतो, त्या क्षणी मी कल्पनाही करू शकणार नाही इतकं तुझ्याशी वाईट वागतो. त्या क्षणी तेच तुझ्याही बाबतीत... आठव, मी खरंच कोण आहे.''

''अरे, मी कधीच विसरणार नाही,'' छोट्या आत्म्यानं हमी दिली. ''मी नेहमीच

तुला आत्तासारखाच आदर्श मानेन आणि तू कोण आहेस हे लक्षात ठेवेन, नेहमीच.''

वा... फारच वेगळी गोष्ट... अशी बोधकथा मी आधी कधी ऐकली नव्हती... अतुलनीय!

आणि लहान – छोट्या आत्म्यानं दिलेलं वचनच मी तुला देतो. तेच तर बदलणारं असतं. माझ्या छोट्या आत्म्या, तू हे वचन इतरांना दिलं आहेस?

नाही रे! मी दिलं नाहीये, हे सांगताना मला वाईट वाटतंय.

वाईट वाटून घेऊ नकोस. आनंदानं नवीन सत्याकडे पाहा, ते लक्षात घे आणि त्या नव्या सत्यासह जगण्याच्या निर्णयाचा आनंद घे.

कारण, देव ही एक निरंतर प्रक्रिया आहे आणि तूही. शिवाय हेही नेहमी लक्षात ठेव.

देव तुझ्याकडे जसं बघतो, तसं तू जर स्वतःकडे बघशील, तर तुला आनंद वाटेल. तुझ्या चेहऱ्यावर स्मित पसरेल. तेव्हा, आता नीघ आणि तू खरंच कोण आहेस, तसं एकमेकांकडे बघायला लाग.

निरीक्षण, निरीक्षण करा, फक्त निरीक्षण करा–

तुम्ही आणि अति उन्नत मानवांमधला मोठा फरक मी तुम्हाला सांगितला आहे– ते तुमच्यापेक्षा जास्त निरीक्षण करतात.

जर तुम्हाला तुमच्या उत्क्रांतीचा, उन्नतीचा वेग वाढवायचा असेल, तर आणखी जास्त निरीक्षण करायला लागा.

हेच एक मोठं निरीक्षण आहे.

आणि आता, तुम्हीसुद्धा एक घटना आहात, या दृष्टीनं तुम्ही निरीक्षण करायला हवं, असं मी म्हणेन. तुम्ही माणूस, स्वल्पविराम, जीव आहात. तुम्ही एक प्रक्रिया आहात आणि समोर येणाऱ्या कुठल्याही क्षणी तुम्ही तुमच्या प्रक्रियेतून बाहेर येणारं उत्पादन आहात.

तुम्ही निर्माता आहात आणि निर्मिती. आपण बरोबर असण्याच्या शेवटच्या काही क्षणात मी तुम्हाला हे पुन्हा पुन्हा सांगतो आहे. तुम्ही ते ऐकावं आणि समजून घ्यावं यासाठीच मी वारंवार ते मांडतो आहे.

आता, तुम्ही आणि मी अनंत, चिरंतन आहोत, ही प्रक्रिया आहे. ती आधीही होती, आत्ता आहे आणि पुढेही चालू राहणार आहे. ती होण्यासाठी तिला तुमच्या मदतीची गरज नसते. ती 'आपोआप' घडते. आणि जेव्हा एकटे उरता, तेव्हा ती योग्य तऱ्हेनं होते.

तुमच्या संस्कृतीत आणखी एक विधान केलं गेलं आहे. वॉर्नर एहार्डनं केलेलं

विधान असं आहे : आयुष्य हे स्वतःच स्वतःच्या प्रक्रियेत स्वतःभोवती फिरत असतं.

'तुम्ही बाहेर, दूर गेलात की देवही दूर, बाहेर जाईल' असं एका आध्यात्मिक चळवळीनं जाणवून दिलं आहे. ही एक चांगली जाणीव आहे.

जर तुम्ही स्वतःपासून स्वतःला असंच दूर जाऊ दिलंत, तर तुम्ही तुमच्या मार्गापासून ढळता. हा मार्ग म्हणजे ती प्रक्रिया आहे– जी स्वतःच आयुष्य म्हणवली जाते. म्हणून तर सगळ्या गुरूंनी म्हटलं आहे : 'मी म्हणजे आयुष्य आणि त्याचा मार्ग आहे.' मी इथे जे म्हटलं आहे, ते त्यांच्या अगदी बरोबर लक्षात आलं आहे. ते आयुष्य आहे आणि ते तो मार्ग आहेत– प्रगतीचा घटक, घटना आणि प्रक्रिया.

प्रक्रियेवर श्रद्धा ठेवा, विश्वास ठेवा असं सगळे विचारवंत तुम्हाला सांगत असतात. म्हणजेच, देवावर विश्वास ठेवा किंवा तुम्हाला हवं तर स्वतःवर विश्वास ठेवा. कारण, तुम्हीच देव आहात.

लक्षात ठेवा, आपण सर्व एक आहोत.

ही प्रक्रिया, आयुष्य मला न आवडणाऱ्या गोष्टी माझ्यापुढे घेऊन येतं, मग मी 'या प्रक्रियेवर' कसा बरं विश्वास ठेवावा?

आयुष्य तुझ्या पुढ्यात ज्या गोष्टी घेऊन येतं, त्या गोष्टी आवडून घे! तुम्हीच स्वतः त्या गोष्टी तुमच्याकडे घेऊन येत असता, हे जाणून आणि समजून घ्या.

परिपूर्णतेकडे पाहा.

तुम्ही ज्यांना परिपूर्ण म्हणता, फक्त त्यांच्यातच नव्हे, तर प्रत्येकात ती पाहा. आयुष्यात गोष्टी का आणि कशा तऱ्हेनं तुमच्यासमोर येतात, हे मी या त्रिधारा पुस्तकात खूप काळजीपूर्वक स्पष्ट करून सांगितलं आहे. तू ती माहिती इथे पुन्हा वाचायची गरज नाही. अर्थात् माझं म्हणणं पूर्णपणे समजून घेण्यासाठी त्याच्यावर पुन्हा नजर टाकण्यानं तुमचाच फायदा होईल.

कृपया या एकाच मुद्द्यावर आणखी प्रकाश टाक. मला एखादी गोष्ट परिपूर्ण, बिनचूक नाही असा अनुभव येतो, मग मी त्यात परिपूर्णता कशी बघणार? सांग बरं.

कुठल्याच गोष्टीचा तुझा अनुभव दुसरा कोणीच निर्माण करू शकत नाही. बाकीची माणसं तुमच्याबरोबर जगताना तुमच्या आयुष्यात बाह्य परिस्थिती आणि घटना निर्माण करू शकतात आणि करतात. एका अर्थी ते 'सहनिर्माते' असतात. पण ज्या गोष्टीचा अनुभव घ्यायची तुमची इच्छा नसते, तो तुम्हाला घ्यायला लावण्यासाठी मात्र ते काहीही करू शकत नाहीत.

या बाबतीत तुम्ही सर्वोत्तम, सर्वोच्च असता आणि कोणी, कोणीही, कोणीच

'कसं असावं' हे तुम्हाला सांगू शकत नाहीत.

जग तुमच्यासमोर परिस्थिती निर्माण करू शकतं, पण त्या परिस्थितींचा अर्थ तुमचा तुम्हीच लावू शकता.

खूप पूर्वी मी तुम्हाला दिलेलं सत्य लक्षात ठेवा. काहीच अस्तित्वात नाही. काहीच नसतं.

हो. पण मला ते नीट कळलंय की, नाही याबद्दल मी साशंक आहे. १९८० मध्ये शरीराच्या बाहेर जायचा मला अनुभव आला, तेव्हा मला सांगितलं होतं. मला ते स्पष्ट आठवतंय.

काय आठवतंय बरं?

म्हणजे मी पहिल्यांदा गोंधळलो होतो. 'काहीच नाही.' असं कसं शक्य असेल? जर 'काहीच नाही' असं म्हटलं, तर मग हे जग कुठे आहे? मी कुठे असेन?'

तुझ्या या छान प्रश्नाला तुला काय उत्तर सापडलं?

मला असं उत्तर मिळालं की, निसर्गतः काहीच अस्तित्वात नसतं. ना आत ना बाहेर. पण मी त्या घटनांचा अर्थ जोडत जात होतो. त्यामुळे त्या गोष्टी अस्तित्वात येत होत्या. तसं हे अगदी तात्त्विक दृष्ट्या मला कळलं, पण त्याचबरोबर निर्मितीच्या स्वतःच्या प्रक्रियेबद्दल मला अंतर्दृष्टी देऊन गेली.

आणि ती अंतर्दृष्टी?

'ऊर्जा' हेच सगळं काही आहे, हे मला समजलं. ती ऊर्जाच पदार्थात रूपांतरित होते; म्हणजे भौतिक पदार्थात आणि साकार रूपात जसा मी त्यांच्याजवळ विचार केला, त्यानुसार ते रूप होतं. मग मला कळवलं की, 'काहीच नसतं' याचा अर्थ आपण निवडल्याशिवाय काहीच पदार्थ रूपात येत नाही. नंतर मी हे विसरूनच गेलो होतो. मग आपल्या संवादात सुरुवातीला तू हे पुन्हा सांगितलंस तेव्हा आठवलं.

या संवादात मी तुझ्यापर्यंत आणलेली प्रत्येक गोष्ट तुला आधीच माहीत होती. माझ्या प्रेषितांकडून किंवा त्यांच्या शिकवणुकीतून मी तुला हे सगळं आधीच दिलेलं होतं. इथे नवं असं काहीच नाही आणि तुला इथे काही शिकायचंही नाहीये. तुला फक्त पुन्हा आठवायचं आहे.

'काहीच नाही, नसतं' याबद्दलची तुझी समज, ज्ञान खूपच समृद्ध आणि सखोल आहे. त्याचा तुला खूप चांगला उपयोग होतो आहे.

क्षमा कर. एक स्पष्ट विरोधाभासाकडे निर्देश केल्याशिवाय मी हा संवाद थांबवू शकत नाही.

तो कोणता?

'चांगल्या'चा अनुभव घेण्यासाठी आम्ही ज्याला 'वाईट' म्हणतो, ते अस्तित्वात असतं, तू आम्हाला नेहमीच शिकवत आला आहेस. 'मी काय नाही' असं असल्याशिवाय 'मी काय आहे' याचा मी अनुभव घेऊ शकणार नाही, असं तू म्हटलं आहेस. दुसऱ्या शब्दात सांगायचं तर 'गरम हे 'गार'शिवाय नाही, 'वर' हे 'खाली' शिवाय नाही आणि असं बरंच काही.

बरोबर आहे.

मी प्रत्येक 'समस्या' ही वरदान, संधी आहे असं त्याकडे पाहावं आणि दुष्कृत्य करणाऱ्या सैतानालाही देवदूत म्हणून पाहावं, असंही सांगण्यासाठी तू आपल्या या संवादाचा उपयोग केला आहेस.

हेही बरोबर.

हो ना? मग, अति उत्पन्न जीवांच्या आयुष्याबद्दल बोलताना, त्यांच्यात 'दुष्ट', 'वाईट' नसतं असं कसं म्हणालास? त्यांचं सगळं वर्णन अगदी 'स्वर्गीय'च होतं.

अरे वा, फारच छान! तू या सगळ्याबद्दल खरंच विचार करतोयस ही उत्तम गोष्ट आहे.

खरं म्हणजे नॅन्सीनं हे निदर्शनाला आणलं. मी तिला काही मजकूर मोठ्यानं वाचून दाखवत होतो. तो ऐकताना तिच्या ते लक्षात आलं. ती म्हणाली, 'हा संवाद थांबवण्यासाठी तू हे विचारून घ्यायला हवंस की, "HEBs त्यांच्या आयुष्यातून सगळ्या नकारात्मक गोष्टी हद्दपार करून टाकतात, तर मग ते खरंच कोण आहेत, याचा ते स्वतः अनुभव कसा घेतात?" हा एक चांगला प्रश्न आहे असं मला वाटलं. खरंतर त्यानं मी बधिर झालो. आता आणखी काही प्रश्नांची आपल्याला गरज नाही, असं तू म्हणाला होतास, हे खरं आहे, पण या एकाबद्दल तू आम्हाला सांगावंस, असं मला वाटतं.

ठीक आहे. मग नॅन्सीसाठी एक. काही झालं, तरी या पुस्तकाल्या सर्वोत्तम प्रश्नांपैकी हा एक आहे.

हं...

असो... पण एक आहे. आपण जेव्हा HEBs बद्दल बोलत होतो, तेव्हा तुझ्या

हे लक्षात आलं नाही, याचं मला आश्चर्य वाटतंय. तू या गोष्टीचा विचार केला नाहीस, मला नवल वाटतंय.

मी केला.

तू केलास?

आपण सगळे एक आहोत. आहोत ना? मग, माझा अंश असलेल्या नॅन्सीनं तो विचार केला!

वा! फारच छान. आणि अर्थातच खरं!

मग, तुझं उत्तर?

मी पुन्हा माझ्या मूळ मुद्द्याकडे वळतो.

तुम्ही जे नाही, ते नसेल तर तुम्ही जे आहात, ते नसेल. म्हणजे 'थंडी' अस्तित्वात नसेल, तर तुम्ही उबेचा अनुभव घेऊ शकणार नाही. 'वर'च्या अनुपस्थितीत 'खाली' ही कल्पना फोल, निरर्थक ठरते.

हे वैश्विक सत्य आहे. हे विश्व त्याच्या 'गारठा' आणि 'ऊब', त्याच्या 'वर' आणि 'खाली' आणि हो, त्याच्या 'चांगल्या' आणि 'वाइटा'सह तसं का आहे, हेही ते उलगडून सांगतं. पण हे लक्षात घे, तुम्हीच हे सगळं निर्माण करताय. थंड-गार म्हणजे काय आणि गरम म्हणजे काय, 'वर' कशाला म्हणायचं आणि 'खाली' कशाला म्हणायचं, हे सगळं तुम्हीच ठरवताय. (अंतराळात जाऊन बघा, तुमच्या व्याख्या विरून जातील!) काय 'चांगलं' आहे आणि काय 'वाईट' आहे, हे तुम्ही ठरवताय. आणि गेल्या काही वर्षांत तुमच्या या गोष्टींबद्दलच्या कल्पना बदलल्या आहेत– ऋतूनुसार. उन्हाळ्याच्या दिवसात तुम्ही ४२° फॅ. ला 'थंड' म्हणाल, हिवाळ्याच्या मध्यावर, त्यालाच तुम्ही 'बापरे! किती ऊबदार दिवस आहे!' असं म्हणाल.

हे विश्व तुमच्यासमोर अनुभवांचं क्षेत्र नुसतं उभं करतं– त्याला तुम्ही सापेक्ष कल्पनांची यादी म्हणू शकता. त्याला काय नाव द्यायचं, हे तुम्ही ठरवा.

संपूर्ण विश्व म्हणजे अशा भौतिक संकल्पनांची संपूर्ण व्यवस्था आहे. आणि विश्व प्रचंड आहे. खूप मोठं पसरलेलं. विशाल कल्पना करता येणार नाही इतकं विस्तृत. अनंत; खरं तर.

आता एक मोठं रहस्य सांगतो : तुम्हाला ज्या सत्याचा अनुभव घ्यावासा वाटतो, त्याच्या उलट, विरुद्ध परिस्थिती लगेच तिथेच, आमनेसामने असायलाच हवी, असं नाही.

दोन विरुद्ध गोष्टींमधल्या अंतराचा काही संबंध नसतो. संपूर्ण विश्वात संबंधित क्षेत्रात सगळे परस्परविरुद्ध घटक अस्तित्वात असतातच आणि अशा तऱ्हेनं सगळे

अनुभव घेणं शक्य होतं. हाच तर विश्वाचा उद्देश आहे, हेच त्याचं कार्य आहे.

पण जर व्यक्ती म्हणून मी 'थंड'चा कधीच अनुभव घेतला नसेल, पण लांब–दुसरीकडे कुठेतरी मी नुसतं 'हे थंड' असं बघितलं असेल, ते माझ्यापासून खूप दूर असेल, तर 'थंड' म्हणजे काय, हे मला कसं कळणार?

तुम्ही 'थंडाव्याचा अनुभव घेतलेला आहे. तुम्ही सगळ्यांनी तो अनुभवलाय. या जन्मात नसेल, तर मागच्या जन्मात किंवा त्याच्या मागच्या जन्मात किंवा त्याच्या आधीच्या अनेक जन्मांपैकी एकात. तुम्ही थंडाव्याचा, गारठ्याचा अनुभव घेतला आहे. आणि 'मोठं' आणि 'लहान', 'वर' , 'खाली', आणि 'इथे' आणि 'तिथे' आणि तिथे असलेल्या प्रत्येक परस्पर विरोधी घटकाचा अनुभव घेतलाय. आणि ते तुमच्या स्मृतीत ठसलेले आहेत.

तुम्हाला नको वाटत असेल, तर तुम्हाला त्यांचा पुन्हा अनुभव घ्यायची गरज नाही. तुम्हाला फक्त आठवायचं आहे. विश्वाच्या सापेक्षतेचा सिद्धान्त समजून घेण्यासाठी फक्त ते जाणून घ्यायचं आहे.

तुम्ही सगळे. तुम्ही सगळ्यांनी प्रत्येक गोष्ट अनुभवली आहे आणि हे फक्त माणसांबाबतच नाही, तर विश्वातल्या सगळ्याच प्राणिमात्रांबद्दल आहे.

तुम्ही सर्वांनी प्रत्येक गोष्टीचा फक्त अनुभवच घेतलाय असं नव्हे, तर तुम्ही प्रत्येक गोष्ट आहात. तुम्ही सगळे ते आहात.

तुम्ही जो अनुभव घेताय, ते तुम्ही आहात. अर्थात तुम्ही अनुभवाचे कारण आहात.

मला हे सगळं कळलंय, असं मला वाटत नाही.

मी तुला ते तांत्रिक भाषेत स्पष्ट करून सांगणारच आहे. तुम्ही आत्ता जे करताय ते तुमचं स्वतःला आठवणं आहे आणि या क्षणी, या जन्मात, या ग्रहावर, या शरीर रूपात तुम्ही त्यातल्या कोणत्या अनुभवाला, त्यातल्या कोणत्या भागाला प्राधान्य द्यायचं हे ठरवताय, हे तुम्ही लक्षात घ्या, हेच मला तुम्हाला आत्ता सांगायचं आहे.

वा, देवा! तू हे किती सोपं करून दाखवलंस!

अरे, ते सोपंच आहे. तुम्ही देवाच्या देहापासून स्वतःला वेगळं केलं आहेत, सर्वात्म्यापासून, सर्वंकषापासून आणि तुम्ही पुन्हा त्या देहाचा एक भाग व्हायला लागला आहात. याच प्रक्रियेला रि-मेंबरिंग, पुनर्सहभागाची प्रक्रिया म्हणतात.

एकदा तुम्ही पुनर्सभासद झालात की, तुम्ही तुमचा 'स्व', 'तुम्ही कोण आहात' या अनुभवांना देता. ही चक्राकार गती आहे. तुम्ही हे सगळं पुन्हा पुन्हा करत राहता आणि त्यालाच उत्क्रांती-उन्नती म्हणता. खरंतर तुम्ही E-volve नव्हे, RE-

volve होता! पृथ्वी जशी सूर्याभोवती फेरी घालते, प्रदक्षिणा घालते; तसंच, आकाशगंगा जशी विश्वाच्या केंद्राभोवती फिरते, तसंच.

प्रत्येक गोष्ट गोल फिरत असते.

संपूर्ण आयुष्याची हीच मूलभूत गती आहे. जीवन-ऊर्जा गतिमान आहे. हेच ती करते. तुम्ही खरोखरच उत्क्रांती गतीत असता.

तू हे कसं करतोस? इतकं छान स्पष्ट करून सांगायला शब्द कसे शोधतोस रे?

हे स्पष्ट करणारे तुम्हीच आहात. तुमची ग्रहणशीलता वाढवून तुम्ही हे केलं आहे. तुम्ही 'स्थिती'तून बाहेर आला आहात. जाणून घेण्याच्या नव्या इच्छेच्या प्रांगणात तुम्ही प्रवेश केला आहेत. ही नवीन इच्छा तुमच्यासाठी आणि तुमच्या प्रजातींसाठी प्रत्येक गोष्टीत बदल आणेल. कारण, या नव्या इच्छाशक्तीनं तुम्ही खरे क्रांतिकारी झाला आहात आणि तुमच्या ग्रहावरची सर्वांत मोठी आध्यात्मिक चळवळ आत्ताच सुरू होतेय.

थोडी घाई करायला हवी. आता आम्हाला नवी आध्यात्मिकता हवीय. आम्ही आमच्या सभोवती अतोनात दुःख निर्माण करतोय.

कारण, सगळे जीव सगळ्या विरोधाभासी अनुभवातून गेलेले असतात, तरीही काही जणांना ते कळत नाही. ते विसरून गेले आहेत आणि अजून पूर्ण स्मरणाच्या दिशेनं गेलेले नाहीत.

उच्च उत्क्रांत जीवांच्या बाबतीत असं नाही. त्यांची नागर संस्कृती किती 'सकारात्मक' आहे, हे कळण्यासाठी त्यांच्या स्वतःच्या जगात, स्वतःसमोर 'नकारात्मकता' असायलाच हवी, अशी आवश्यकता नाही. 'ते कोण आहेत' या विषयी ते सकारात्मकरीत्या जागृत आहेत, त्यासाठी नकारात्मकता निर्माण केल्याशिवाय! कुठल्याही संदर्भक्षेत्राचं निरीक्षण न करताच त्यांना ते कोण आहेत ते सहज लक्षात येतं.

खरं पाहता, अतिउच्च उन्नत जीवांना जर परस्परविरोधी क्षेत्रं पाहायची असतील, तर ते तुमच्या ग्रहाकडे पाहतात.

ते असं करतात तेव्हा तुम्ही आत्ता जे अनुभवताय, ते ते कसं अनुभवत होते, याची त्यांना आठवण होते. आणि अशा तऱ्हेनं ते संदर्भांची अखंड चौकट उभी करतात आणि त्यातून त्यांना आत्ता ते काय अनुभवतायत हे कळतं आणि त्याची जाण येते.

तेव्हा HEBs ना त्यांच्या स्वतःच्या समाजात 'वाईट' किंवा 'नकारात्मकते'ची

का गरज नसते, हे तुझ्या आता लक्षात आलं?

हो. पण आम्हाला त्याची गरज का भासते?

तुम्हाला गरज नाहीये. हेच तर मी तुला या संपूर्ण संवादातून सांगत आलोय. तुम्ही जे नाही आहात, अशा अस्तित्वात असलेल्या संदर्भ क्षेत्रात तुम्हाला राहावं लागतं; जेणेकरून तुम्ही जे आहात, त्याचा तुम्हाला अनुभव यावा. हा विश्वाचा नियम आहे आणि तुम्ही तो टाळू शकत नाही. तुम्ही आत्तासुद्धा अशाच क्षेत्रात जगत आहात. तुम्हाला ते मुद्दाम निर्माण करायची गरज नाही. ज्या संदर्भ क्षेत्रात तुम्ही जगत आहात, त्यालाच विश्व म्हणतात.

तुम्हाला तुमच्या परसदारी छोटं संदर्भ क्षेत्र निर्माण करायची गरज नाही.

याचा अर्थ तुमच्या ग्रहावरचं जीवन तुम्ही आत्ता या क्षणी बदलू शकता आणि तुम्ही जे नाही आहात, ते वगळून टाकू शकता. तेही तुम्ही जे आहात ते जाणून घ्यायची आणि अनुभवण्याची क्षमता कुठल्याही प्रकारे धोक्यात न घालता!

हा तर या पुस्तकातला मोठाच शोध आहे. काय सुंदर समारोप आहे! तेव्हा 'मी कोण आहे' याच्या सर्वांत सुंदर पुढच्या आवृत्तीचा अनुभव घेण्यासाठी मला त्याच्या विरुद्ध आवृत्तीला यापुढे आवाहन करायला नको!

अगदी बरोबर. हेच तर मी तुला अगदी सुरुवातीपासून सांगत होतो.

हो. पण तू त्याचं असं स्पष्टीकरण दिलं नव्हतंस!

तुला ते आत्तापर्यंत कळलंही नसतं. तुम्ही कोण आहात आणि ते अनुभवण्यासाठी तुम्ही कशाची निवड करताय, यासाठी त्याच्याविरुद्ध गोष्ट निर्माण करायला नको. ते आधीच कुठेतरी निर्माण झालेलं आहे, याचं तुम्ही फक्त निरीक्षण करायची गरज आहे. ते अस्तित्वात आहे, हे तुम्ही फक्त लक्षात ठेवायला हवं. हेच तर चांगलं आणि वाईटाच्या ज्ञानवृक्षाचं फळ आहे. मी जे तुम्हाला आधीच स्पष्ट करून सांगितलंय ते शाप, आद्य पाप नव्हतं, उलट मॅथ्यू फॉक्सनं त्याला आद्य कृपा म्हटलं.

त्याचं अस्तित्व आहे हे लक्षात ठेवण्यासाठी, हे सगळं तुम्ही आधीच अनुभवलं आहेत, हे लक्षात ठेवण्यासाठी– प्रत्येक गोष्ट जी आहे, शरीररूपात... तुम्हाला ऊर्ध्वदिशेवर नजर ठेवणं, एवढंच करायचं आहे.

म्हणजे त्या मध्ये, त्याच्या अंतरंगात. असं म्हणतोस?

नाही. मी जे म्हटलंय, तेच मला म्हणायचं आहे. वरच्या दिशेनं पाहा. ताऱ्यांकडे पाहा. स्वर्गाच्या दिशेनं, स्वर्गाकडे पाहा. संदर्भ क्षेत्राचं निरीक्षण करा.

अति उन्नत जीव होण्यासाठी तुम्हाला तुमची निरीक्षण कौशल्यं वाढवायला हवीत, असं मी तुम्हाला आधीच सांगितलं आहे. 'हे असं आहे' हे पाहा आणि मग 'उपयुक्त काय' ते करा.

तेव्हा विश्वात इतरत्र पाहून तिथे गोष्टी कशा घडतायत हे मी बघू शकेन आणि त्या विरोधाभासी घटकांचा उपयोग करून मी आत्ता कोण आहे, ही जाणीव निर्माण करू शकेन.

होय. यालाच 'स्मरण' म्हणतात.

अगदी तसंच काही नाही. त्याला 'निरीक्षण करणं' म्हणतात.

तू कशाचं निरीक्षण करतोयस असं तुला वाटतंय?

इतर ग्रहांवरच्या जीवनाचं, इतर सौरमाला, इतर आकाशगंगांवरचं जीवन. आम्ही जर पुरेसं तंत्रज्ञान गोळा करू शकलो, तर आम्ही हे निरीक्षण करू शकू असं मला वाटतं. हेच तर आपल्या प्रगत तंत्रज्ञानाच्या बळावर HBBs ना आत्ताची निरीक्षणक्षमता मिळालीय असं मी गृहीत धरतो. आमचं इथे पृथ्वीवर ते निरीक्षण करत आहेत, असं तू म्हणालास. आम्हीपण हेच निरीक्षण करू.

पण तुम्ही नेमकं कशाचं निरीक्षण करणार?

मला तुझा प्रश्न कळला नाही.

मग मी तुला उत्तर देतो. तुम्ही तुमच्याच भूतकाळाचं निरीक्षण करताय.

काऽऽय?

तुम्ही जेव्हा वर बघता, तेव्हा तुम्हाला तारे दिसतात. शेकडो, हजारो, लाखो प्रकाशवर्षांपूर्वीचे. तुम्ही जे बघताय, ते खरे आत्ता प्रत्यक्षात तिथे नाहीत. तिथे जे होते, ते आत्ता तुम्ही बघताय. तुम्ही भूतकाळ पाहताय आणि असा भूतकाळ, ज्यात तुम्ही सहभागी होतात.

परत सांग?

तुम्ही त्या गोष्टींचा अनुभव घेत, त्या गोष्टी करत तिथेच होतात.

मी होतो?

तुझे अनेक जन्म झाले आहेत, असं मी तुला सांगितलं नाहीये का?

हो, पण... मला तर अनेक प्रकाश वर्षांपूर्वीच्या यातल्या एका ठिकाणी प्रवास

करायचा असेल तर? जर जिथे प्रत्यक्ष पोहोचण्याची क्षमता माझ्यात असती तर? मी तिथे आत्ता या क्षणी पोहोचणं म्हणजे शेकडो प्रकाशवर्षांपूर्वीच्या यातल्या एका ठिकाणी प्रवास करायचा असेल तर? जर तिथे प्रत्यक्ष पोहोचण्याची क्षमता माझ्यात असती तर? मी जिथे आत्ता या क्षणी पोहोचणं म्हणजे शेकडो प्रत्यक्ष वर्षांपूर्वीची पृथ्वी 'पाहण्याची' माझ्यात क्षमता नाही, असा अर्थ होतो? मग मी काय पाहावं? दोन 'मी?' म्हणजे मी स्वतःला एकाच वेळी दोन ठिकाणी अस्तित्वात असलेला पाहीन, असं तुला म्हणायचंय?

अर्थातच! आणि 'काळ' अस्तित्वात नाही आणि तुम्ही 'भूतकाळ' कधीच बघत नाही, असं मी तुला म्हटलं होतं, त्याचा तू शोध घ्यावास, संशोधन करावंस. ते सगळं 'आत्ता' घडतंय.

तुम्ही पण 'आत्ता या क्षणी' पृथ्वीवरच्या काळानुसार जगताय. तो तुमचा भविष्यकाळही असेल. 'तुम्ही' आणि तुमची अनेक 'अस्तित्वं' यातल्या अंतरामुळे तुम्हाला धिटाईचं अस्तित्व आणि काळातले क्षण अनुभवायची मुभा मिळते.

अशा तऱ्हेनं तुम्ही आठवता तो 'भूतकाळ' आणि 'भविष्यकाळ', जो तुम्ही बघाल याच्यामध्ये 'आत्ता' आहे, जो फक्त 'आहे'.

वा! हे फारच वेगळं आहे.

होय आणि दुसऱ्या स्तरावरून ते खरंसुद्धा आहे. मी तुला आधी सांगितलं तसं, आपल्याला कोणीतरी एकच आहे. म्हणून तुम्ही जेव्हा 'वर' बघता, ताऱ्यांकडे बघता, तेव्हा तुम्ही 'आपल्या' भूतकाळाकडे बघता.

मला काही हे झेपत नाहीये.

जरा थांब. अजून एक गोष्ट मला सांगायची आहे. तुमच्या आत्ता समोर काय आहे हे बघत असतानासुद्धा ज्याला तुम्ही 'भूतकाळ' म्हणता, तोच तुम्ही बघत असता.

मी?

वर्तमान पाहणं अशक्य आहे. 'वर्तमान' घडतो, मग तो प्रकाशात स्फोट पावतो, ऊर्जेत दृश्य होतो आणि तो प्रकाश तुमच्या 'डोळ्यां'पर्यंत, ग्रहणेंद्रियांपर्यंत पोहोचतो आणि हे सगळं घडण्यासाठी वेळ जातो.

जोवर तो प्रकाश तुमच्यापर्यंत पोहोचतो, तोवर आयुष्य पुढे गेलेलं असतं, सतत पुढे सरकत असतं. आधीच्या घटनेचा प्रकाश तुमच्यापर्यंत येऊन पोहोचतो, तोवर पुढची घटना घडायला लागलेली असते.

ऊर्जेचा विस्फोट तुमच्या डोळ्यांपर्यंत पोहोचतो, तुमचं ज्ञानेंद्रिय, तुमच्या

मेंदूला संदेश देतं, मेंदू त्या माहितीचा अर्थ लावतो आणि 'तुम्ही बघताय, तुम्हाला दिसतंय,' असं तुम्हाला सांगतो. पण ते म्हणजे आत्ता तुम्हाला जे समोर दिसतं, ते नसतं. तुम्ही जो विचार करतो, ते तुम्ही पाहता. म्हणजे, तुम्ही जे बघितलेलं असतं, त्याबद्दल तुम्ही विचार करता, ते काय आहे हे स्वतःला सांगता आणि त्याला काय म्हणायचं हे ठरवता. दरम्यान 'आत्ता' जे घडत असतं ते तुमची प्रक्रिया पुढे नेतं आणि त्यासाठी वाट पाहतं.

सोप्या शब्दांत सांगायचं तर मी नेहमीच एक पाऊल तुमच्यापुढे असतो.

वा देवा, हे अविश्वसनीय आहे.

आता नीट ऐक. तुझा 'स्व'- तू 'स्वतः' आणि एखाद्या घटनेचं भौतिक ठिकाण यांच्यात जितकं जास्त अंतर ठेवशील, तितकी ती घटना भूतकाळात मागे जाईल. स्वतःला काही प्रकाशवर्षं मागे ठेवा आणि तुम्ही ज्याच्याकडे बघताय, ते खूप खूप काळापूर्वी घडलेलं दिसेल.

तसं ते फार पूर्वी घडलेलं नाही. केवळ 'काळ' नावाचा आभास निर्माण करणारं हे भौतिक अंतर आहे आणि त्यामुळे तुम्हाला स्वतःला इथे आणि आत्ता असा दोन्हीचा अनुभव घेता येतोय. तुम्ही सदा सर्वकाळ 'तिथे आता तेव्हा' असता!

तुम्ही ज्याला काळ, वेळ आणि अवकाश म्हणता त्या दोन्ही गोष्टी एकच आहेत, हे एक दिवस तुम्हाला कळेल.

मग तुम्हाला प्रत्येक गोष्ट आता इथे आणि याच क्षणी घडताना दिसेल.

हे... हे... हे फार भयंकर आहे. या सगळ्याचं काय करावं मला काही कळत नाहीये.

मी काय सांगितलं, हे तुला समजलं म्हणजे मग तू जे बघतोयस ते काहीच खरं नाही, हे तुझ्या लक्षात येईल. जी आधीच एकदा घडून गेलेली घटना आहे, त्या घटनेची प्रतिमा तुम्ही आत्ता बघत असता. ती प्रतिमा म्हणजेसुद्धा त्या वेळच्या ऊर्जा विस्फोटाचा तुम्ही लावलेला अर्थ असतो. त्या प्रतिमेचा तुम्ही व्यक्तीशः लावलेला अर्थ म्हणजेच तुमचीच कल्पना.

आणि तुमच्या कल्पनेचा उपयोग करून तुम्ही काहीही निर्माण करू शकता. कारण, इथे एक मोठं गुपित तुमच्या सगळ्यांच्या बाबतीत आहे. ते सांगतो– तुमची कल्पना (image-ination) दोन्ही बाजूंनी, दुहेरी काम करते.

म्हणजे?

तुम्ही ऊर्जेचा नुसता अर्थच लावता असं नाही, तर तुम्ही ती निर्माण करता. कल्पना करणं हे तुमच्या मनाचं एक कार्य आहे. ते तुमच्या अस्तित्वाच्या तीन

भागांपैकी एक भाग, एक तृतीयांश हिस्सा आहे. तुमच्या मनात तुम्ही काहीतरी कल्पना करता आणि ती हळूहळू भौतिक, प्रत्यक्ष रूप धारण करायला लागते. तुम्ही जितका जास्त वेळ कल्पना कराल. (तुमच्यातले बरेच तसंच करतात.) तितकं ती जास्त प्रत्यक्ष रूप धारण करते. तुम्ही त्याला दिलेली वाढीव ऊर्जा प्रकाशात विस्फोटित होऊन ज्याला तुम्ही 'सत्य' म्हणता, ते रूप धारण करते. मग तुम्ही ती प्रतिमा 'बघता' आणि ती काय आहे हे पुन्हा एकदा निश्चित करता. अशा तऱ्हेनं हे चक्र सुरू राहतं. यालाच मी ती 'प्रक्रिया' म्हणतो.

हेच तर तुम्ही आहात. तुम्ही ही प्रक्रिया आहात.

हाच तर परमेश्वर आहे. परमेश्वर म्हणजे ही प्रक्रिया आहे. तुम्हीच निर्माता आणि निर्मिती आहात, असं मी म्हटलं ते याच अर्थानं.

हे सगळं एकत्रितपणे मी तुमच्यासाठी आता घेऊन आलोय. आपण संवादाचा समारोप करतोय आणि मी तुम्हाला विश्वाचं तंत्र आणि संपूर्ण आयुष्याचं रहस्य उलगडून सांगितलं आहे.

मला... मला भरून आलंय... मी अगदी थक्क झालो आहे. आता मला या सगळ्या गोष्टी माझ्या रोजच्या जीवनात प्रत्यक्षात उतरवायचा मार्ग शोधायचा आहे.

तू ते रोजच्या जीवनात उतरवतो आहेस. तुला तसं करण्याशिवाय गत्यंतर नाही. हेच तर घडतंय. प्रश्न एवढाच आहे की, तुम्ही ते जाणतेपणी उतरवताय की, अजाणतेपणी, त्या प्रक्रियेचा तुम्ही परिणाम होताय की कारण. प्रत्येक गोष्टीत 'कारण' व्हा.

लहान मुलांना हे बरोब्बर कळतं. 'तू असं का केलंस?'- असं मुलाला विचारा, तो म्हणेल, 'काही नाही. उगाच.'

काहीही करण्याचं हेच एकमेव कारण आहे.

हे फार नवलाचं आहे. मती गुंग करणाऱ्या या आश्चर्यकारक संवादाचा हा मती गुंग करणारा समारोप आहे.

तुमच्या अनुभवाचा परिणाम नव्हे कारण व्हा. हाच तुमच्या नव्या ज्ञानाचा प्रत्यक्ष उपयोग करण्याचा सर्वांत ठळक मार्ग आहे. तुमच्या वैयक्तिक जीवनात किंवा वैयक्तिक अनुभवात तुम्ही जे आहात, त्याच्याविरुद्ध, त्याच्या उलट निर्माण करण्याची गरज नाही. तुम्ही खरंच कोण आहात आणि तुम्हाला काय व्हायचं आहे, हे जाणण्यासाठी आणि त्याचा अनुभव घेण्यासाठी असं काही निर्माण करण्याची गरज नाही.

या ज्ञानाच्या बळावर तुम्ही तुमचं आयुष्य आणि तुमचं जग बदलू शकता.

आणि हेच सत्य तुम्हाला सगळ्यांपर्यंत पोहोचवण्यासाठी मी आलो आहे.

वा! वा! कळलं! आलं माझ्या लक्षात!

छान. आता आपल्या संपूर्ण संवादातल्या तीन मूलभूत शहाणपणाच्या गोष्टी लक्षात घे. त्या अशा आहेत–

१) आपण सर्व एक आहोत.

२) सगळं पुरेसं आहे.

३) आपल्याला 'करायचं आहे' असं काहीच नाही.

'आपण सगळे एक आहोत', ही एकदा खूणगाठ बांधलीत की, तुम्ही एकमेकांना घाबरवणं, धमकावणं थांबवाल.

'सगळं काही पुरेसं उपलब्ध आहे,' असं एकदा मनाशी ठरवलंत की प्रत्येक गोष्ट प्रत्येकाशी वाटून घ्याल.

'आपण करायलाच हवं' असं काहीच नाही, हे एकदा पक्कं ध्यानात ठेवलंत की, तुमचे प्रश्न सोडवण्यासाठी 'काहीतरी करायचं सोडून द्याल. प्रश्न सोडवण्यापेक्षा ते पूर्णपणे बाजूला सारणं आणि ते नाहीसे होण्याच्या मानसिक स्थितीत पोहोचणं याचा तुम्ही अनुभव घ्याल.

तुमच्या बाबतीतलं हे सर्वांत मोठं सत्य उत्क्रांतीच्या या टप्प्यावर तुम्हाला समजणं फार महत्त्वाचं आहे. आपल्या संवादाचा समारोप या मुद्द्यावर होणं मोठं उचित आहे. हे नेहमी लक्षात ठेवा आणि 'मंत्रा'सारखा त्याचा उपयोग करा.

मला 'हवी' अशी एकही गोष्ट नाही; मी करायची आहे अशी एकही गोष्ट नाही आणि मला 'व्हायचं' आहे, असं काहीही नाही. अपवाद फक्त आता मी जे आहे, त्याचा.

पण म्हणजे काही मिळवणं, असणं आणि काही करणं हे तुमच्या आयुष्यातून वगळलंच जाईल, असा याचा अर्थ नाही. काही मिळवण्यातून किंवा करण्यातून तुम्हाला तुमच्या स्वतःला अनुभवता यावं. त्यांच्याकडे तुम्ही जावं म्हणून नव्हे.

जेव्हा तुम्ही 'आनंदातून' येता, तेव्हा तुम्ही काही विशिष्ट गोष्टी करता. कारण, तुम्ही आनंदी असता. तुमच्या आधीच्या धारणेच्या हे उलट आहे. जुन्या धारणेनुसार तुम्ही अशा गोष्टी करता, ज्या तुम्हाला आनंदित करतील, अशी तुमची आशा आहे.

जेव्हा तुम्ही 'ज्ञाना'पासून येता, तुम्ही काही विशिष्ट गोष्टी करता. कारण तुम्ही शहाणे असता, ज्ञानी असता.

तुम्हाला ज्ञान मिळवायचं आहे म्हणून तुम्ही त्या गोष्टी करत नाही, तर तुमच्यापाशी ज्ञान असतं, म्हणून करता.

जेव्हा तुम्ही 'प्रेमा'तून येता, तेव्हा तुम्हाला प्रेम मिळवायचं आहे म्हणून

नव्हे, तर तुम्ही प्रेम असता म्हणून तुम्ही काही गोष्टी करता.

अस्तित्व शोधण्यापेक्षा जेव्हा तुम्ही अस्तित्वातून येता, तेव्हा प्रत्येक गोष्ट बदलते, तीनशे साठ अंशात पूर्णपणे बदलते. अस्तित्वासाठी, असण्यासाठी तुम्ही तुमचा मार्ग तयार करू शकत नाही. भले तुम्ही आनंदी 'असण्या' साठी, शहाणं-ज्ञानी 'असण्या' साठी, प्रेमास पात्र असण्यासाठी किंवा देव 'असण्यासाठी-होण्यासाठी' धडपड करत असाल, तर तुम्ही काही तरी 'करून' ते मिळवू शकत नाही. आणि एकदा का तुम्ही तिथवर पोहोचलात, की अतिशय सुंदर गोष्टी कराल, हेही तितकंच खरं आहे.

इथे दैवी द्वैत आहे. 'तिथे पोहोचण्याचा मार्ग' म्हणजे तिथे असणं. जिथे तुम्हाला जायचं आहे, जे तुम्हाला मिळवायचं आहे, थेट तिथे पोहोचा, तिथे असा. हे इतकं सोपं आहे. तुम्हाला 'करायचं' असं काहीच नाही. तुम्हाला आनंदी व्हायचंय? आनंदी व्हा. तुम्हाला ज्ञानी, शहाणं व्हायचंय? ज्ञानी व्हा. तुम्हाला प्रेमस्वरूप असायचंय? प्रेम स्वरूप व्हा.

हे तुम्ही कुठल्याही प्रसंगी असता.

तुम्ही माझे प्रियजन आहात. लाडके आहात.

छे! माझा श्वासच मंद झालाय! तू हे सगळं किती बहारदार पद्धतीनं मांडलंस!

यातलं सत्य अत्यंत परिणामकारी, प्रभावी आहे. सत्यामध्ये स्वतःच्याच पुनर्जागरणाची आकर्षक नजाकत असते.

हेच तर या 'कॉन्व्हर्सेशन्स विथ गॉड' नं केलं आहे. हा संवाद मानव वंशाच्या हृदयाला जाऊन भिडला आणि त्यांनी त्यांना पुन्हा जागं केलं.

आता ते तुम्हाला क्लिष्ट प्रश्नाकडे घेऊन चालले आहेत. खरं तर सगळ्या मानवतेनंच हा प्रश्न स्वतःला विचारला पाहिजे. नवीन सांस्कृतिक कथा तुम्ही निर्माण करू शकाल? कराल? इतर पुराण-दंतकथांना पायाभूत ठरेल अशी नवी पहिली सांस्कृतिक दंतकथा तुम्ही उपयोगात आणू शकाल? आणाल?

मानवजात अनुषंगानं चांगली आहे की वाईट, या परस्परांना छेदणाऱ्या 'चौका'त तुम्हाला यावं लागणार आहे. तुम्ही त्यातला कुठला मार्ग निवडता, कुठल्या मार्गानं जाता, यावर मानव जातीचं भविष्य अवलंबून आहे.

तुमचा आणि तुमच्या समाजाचा आपण आनुवंशिकरीत्या चांगले आहोत, यावर विश्वास असेल, तर तुम्ही जे निर्णय घ्याल, कायदे कराल ते आयुष्याला सकारात्मक करणारे आणि उभारी देणारे असतील. जर आपण आनुवंशिक रीत्या वाईट आहोत, अशी तुमची आणि तुमच्या समाजाची ठाम समजूत असेल, तर तुमचे निर्णय आणि कायदे ही नकारात्मक आणि उद्ध्वस्त करणारे, विनाशक,

हानिकारक असतील. आयुष्याला सकारात्मकता देणारे कायदे तुम्हाला तुमच्या इच्छेप्रमाणे तुम्हाला जे व्हायचे आहे, तसं करण्याची मुभा देतात. उलट आयुष्याला नाकारणारे कायदे तुम्हाला काहीही करण्यापासून, तुम्ही काही होण्यापासून आणि तुम्हाला जे हवं आहे ते मिळण्यापासून थोपवतात. मानवी नियम (यातले अगणित) बहुधा तसंच करणारे असतात.

ज्यांचा मूळ शक्तीच्या कृपेवर विश्वास असतो, आणि माणसाचा नैसर्गिक स्वभाव चांगलाच असतो, असा ज्यांचा भरवसा असतो, त्यांच्या विचारसरणीतही तोच उतरतो. देवानं निसर्गनियम निर्माण केले आहेत, आणि ते तुमच्या इच्छेनुसार तुम्हाला काहीही करू देतात, ही त्याची धारणा असते आणि मानवनिर्मित नियम ही असेच असावेत यासाठी ते पाठबळ देतात.

मानवजातीकडे तू कोणत्या दृष्टिकोनातून पाहतोस? तुझा स्वतःकडे पाहण्याचा दृष्टिकोन काय आहे? तुझ्या सगळ्या उपयोगाच्या गोष्टी बाजूला ठेव, मला सांग तू स्वतःला विश्वासार्ह समजतोस? तुझ्यावर विश्वास ठेवावा, असा तू आहेस का? प्रत्येक गोष्टीत तुला स्वतःला काय वाटतं? इतरांबद्दल काय? कसं? तू त्यांच्याकडे कसा पाहतोस? ते जोवर तुझ्यासमोर स्वतःबद्दल उघडपणे बोलत नाहीत-किंवा तू त्यांच्यासमोर बोलत नाहीस, तोवर तुझं प्राथमिक मत काय असतं? तू काय गृहीत धरतोस? आता याचं उत्तर दे. तू गृहीत धरल्याप्रमाणे समाज वागतो की ती गृहीतं मोडीत निघतात?

मला स्वतःला मी विश्वासार्ह वाटतो. मी आधी तसा नव्हतो, पण आता मी विश्वासार्ह झालो आहे. कारण, व्यक्ती म्हणून माझ्या स्वतःबद्दलच्या कल्पना आता मी बदलल्या आहेत. देवाला काय हवंय आणि काय नको आहे, याबाबत आता माझ्यासाठी चित्र स्पष्ट झालं आहे. तुझ्याबद्दल आता मला स्पष्ट कल्पना आलीय.

हा बदल शक्य करण्याच्या दृष्टीनं या परमेश्वराशी झालेल्या संवादांनी 'कॉन्व्हर्सेशन्स विथ गॉड'नं खूप मोठी भूमिका बजावली आहे. आता जे मी माझ्यात पाहतो, तेच समाजात पाहतो. म्हणजे खाली खेचणारंच नाही, तर वर काढणारंही. मानवी संस्कृती अखेर जागृत होते आहे, तिला तिच्या दिव्य परंपरेची जाणीव होत आहे. तिच्या दिव्य उद्देशाचं तिला स्मरण होत आहे आणि तिच्या दिव्यत्वाची, दिव्य अस्तित्वाची तिची जाणीव वाढत चालली आहे, असं मला दिसतंय.

तू जर हे बघत असशील, तर ते तू निर्माण करशील. एकदा तू हरवला होतास, पण तू सापडला आहेस. तू अंध होतास, पण आता डोळस झाला आहेस. आधी तुला दिसत नव्हतं, पण आता तुला दिसतंय. आणि हे सगळं आश्चर्यकारक आहे. भव्य आहे.

तुझ्या मनातून काही वेळा तू माझ्यापासून दूर गेला होतास, पण आता आपण पुन्हा एक झालो आहोत, आणि तसेच कायम राहणार आहोत. तू आता जे जोडलं आहेस, ते तूच खंडित करू शकतोस. लक्षात ठेव, तू नेहमीच माझा अंश आहेस, कारण तू कधी दूर गेलाच नाहीस. तू नेहमीच देवाचा अंश आहेस, कारण तू देवापासून कधीच वेगळा नव्हतास.

हेच तुझ्या अस्तित्वाचं सत्य आहे. आपण 'संपूर्ण' आहोत. तेव्हा आता तुला संपूर्ण सत्य समजलंय.

हे सत्य म्हणजे भुकेल्या आत्म्याचं अन्न आहे. घे आणि खा. जगाला या आनंदाची आस लागली आहे. उचल हा आनंदाचा पेला आणि प्राशन कर. हे सगळं माझी आठवण ठेवून कर. माझ्या स्मृतीप्रीत्यर्थ!

हे बघ, सत्य हे शरीर आहे आणि आनंद म्हणजे त्यात वाहणारं रक्त. देवाचं. जो प्रेम आहे.

सत्य.

आनंद.

प्रेम.

हे तीन परस्परांत बदलता येणारे, अदलाबदल करता येण्याजोगे शब्द आहेत. एका च्या मागोमाग दुसरा येतो. ते कोणत्या क्रमानं येतात, हे फारसं महत्त्वाचं नाही. सगळे माझ्याकडे येतात. ते सगळे 'मी' च आहेत.

आणि म्हणून हा संवाद जसा सुरू झाला, तसाच मी त्याचा शेवट करतो. आयुष्य हे पूर्ण चक्राकार आहे. इथे तुम्हाला सत्य दिलं गेलं आहे. इथे तुम्हाला आनंद दिला गेला आहे. तुम्हाला प्रेम दिलं गेलं आहे. आयुष्याच्या सर्वांत मोठ्या रहस्यांची उकल इथे केली गेली आहे. आता फक्त एकच प्रश्न उरला आहे. आपण ज्या प्रश्नानं सुरुवात केली, तो प्रश्न! मी कुणाशी बोलतो आहे, हा प्रश्न नाहीये, तर कोण ऐकतंय, हा प्रश्न आहे.

धन्यवाद! आम्हा सगळ्यांशी संवाद साधल्याबद्दल धन्यवाद. आम्ही तुझं म्हणणं ऐकलं आणि आम्ही ते 'ऐकू'; मला तू आवडतोस. आणि या संवादाचा समारोप करताना मी आनंद, सत्य आणि प्रेमानं ओथंबून आलो आहे. मी तुझ्यामुळे भारावून गेलोय. मला परमेश्वराशी असलेली एकरूपता जाणवतेय.

या एकरूपतेचं स्थान आहे स्वर्ग.

तू आत्ता तिथेच आहेस.

तू आजवर तिथे नव्हतास. कारण, तू आजवर कधीच माझ्याशी एकरूप झाला नव्हतास.

तू हे जाणावंस असं मला वाटत होतं. या संवादातून मला तुला तिथवर घेऊन जायचं होतं.

आणि आता सगळ्या जगाला मला हा संदेश द्यायचा आहे.

माझ्या बाळांनो, तुम्ही स्वर्गात आहात. तुमचं जीवन पवित्र झालं. सार्थ झालं. स्वर्गासारखंच आता तुमचं राज्य होईल, तुमच्या इच्छा पूर्ण होतील.

तुमचं रोजचं जीवन सुखाचं होवो. तुमच्या सगळ्या चुका, अपराधांना, क्षमा केली आहे- जशी तुम्ही तुमच्याशी चुकीचं वागणाऱ्यांना क्षमा केली आहेत!

मोहाच्या मागे धावू नका. उलट निर्माण केलेल्या वाईट गोष्टीपासून स्वतःला दूर ठेवा. हे राज्य सूक्ष्म आहे आणि इथली शक्ती, वैभव चिरंतन.

आता जा आणि तुझं जग बदलून टाक. जा आणि तुझा 'स्व' खूप उंचव, सर्वोच्च 'स्व' हो. तू जे जाणून घ्यायची गरज होती; ते सगळं आता तुला समजलंय. तुला जे कळायला हवं होतं, ते सगळं तुला आता कळलंय. तू जे असायला हवं होतंस, ते सगळं आता तू आहेस.

तू कधीही कुठल्याही गोष्टीपेक्षा कमी नव्हतास. पण तुला हे मुळी ठाऊकच नव्हतं. तुला स्मरणच नव्हतं. तुला त्याची आठवणच नव्हती.

आता तुला आठवतंय. हेच स्मरण सदैव ठेव. तुझ्या आयुष्यात जे जे येतील, त्या सगळ्यांना याची आठवण करून दे. तू कधी कल्पनाही केली नसशील, असं अतिशय सुंदर उज्ज्वल भविष्य तुझी वाट पाहतंय.

तू या ठिकाणी वेदना शमवण्यासाठी आला आहेस. तू या विश्वाच्या, अंतराळाच्या वेदना शमवण्यासाठी आला आहेस.

तुझ्या येण्याचं दुसरं कुठलंच कारण नाहीये.

दुसऱ्या कुठल्याच कारणासाठी तू इथे आला नाहीयेस.

समारोप

तुम्ही आत्ता वाचून संपवलेल्या पुस्तकातला सगळ्यात महत्त्वाचा सार्वकालिक भाग म्हणजे पंधराव्या प्रकरणातला दुसरा परिच्छेद आहे, हे मला माहीत आहे. ते केवळ २३ शब्द 'कॉन्व्हर्सेशन्स विथ गॉड' या पुस्तकांच्या मालिकेचं सार सांगणारे आहेत.

मी ते शब्द जेव्हा पहिल्यांदा माझ्या मनात ऐकले आणि ते या संहितेत घातले तेव्हाच ही एक 'लघू' आध्यात्मिक चळवळ आहे हे माझ्या लक्षात आलं. मी आधी हे म्हटलंय, मला माहीत आहे. पण CWG मधून तुम्हाला नेमके कोणते अनुभव खुणावत आहेत, याची नीट कल्पना यावी, म्हणून मी पुन्हा सांगतो आहे.

आयुष्याबद्दलची नवी जाणीव आणि 'तुम्ही कोण आहात' याच्या जागृतीच्या नव्या पातळीकडे तुम्हाला हे पुस्तक घेऊन जाणार आहे. नवीन जग निर्माण करण्याच्या सेवाभावाबद्दलची नवी जाणीव निर्माण करून संवादाच्या वेगळ्या पातळीवर हे पुस्तक तुम्हाला साद घालतंय. उत्क्रांतीच्या दिव्य प्रक्रियेत सहभागी होण्यासाठी आधी कधी नसाल इतके वैयक्तिक पातळीवर तुम्ही प्रेरित होणार आहात. त्यामुळे अनंताच्या वेळापत्रकापेक्षा मानवता जास्त वेगानं प्रगत होणार आहे.

तुम्हाला हे पुस्तक मिळणं हा अपघात नाही, हे तुम्हालाही नक्की माहीत आहे. हे पुस्तक तुम्ही आत्ता वाचून संपवताय, हासुद्धा योगायोग नाही. आत्ता हे वाचलंत ते प्रत्यक्षात अमलात न आणता त्याच्याकडे दुर्लक्ष करण्याची निवड तुम्ही करू शकता. तुमच्यासाठी उघडलेल्या दरवाजाकडून तुम्ही निसटता कटाक्ष टाकून जाऊ शकता आणि तुमच्यावर पडलेला प्रभाव कमी करू शकता किंवा तुम्हाला आत्ता मिळालेल्या संदेशानुसार त्या दरवाजातून एक नव्या 'उद्या'मध्ये पाऊल टाकू शकता आणि तुमचं स्वतःचं सत्य निर्माण करण्यासाठी आणि जग बदलण्यासाठी तुम्हाला इथे दिलेल्या शक्तीचा अत्यंत प्रभावी वापर करू शकता.

तुम्ही म्हटलंत तर तुमच्या स्वतःच्या अंतरंगात आध्यात्मिक चालना निर्माण झाल्याचं दिसेल आणि मग बदललेला जीवनानुभवाचाच नव्हे, तर बाहेरच्या तुमच्या सत्यात झालेल्या बदलाचा अनुभव घेईपर्यंत तुम्हाला शांतता मिळणार नाही.

मग जर तुम्ही स्वतः पुस्तकं लिहू लागलात, स्वतःचे वर्ग घेऊ लागलात किंवा

स्वतः व्याख्यानं-प्रवचनं देऊ लागलात, कार्यशाळा, शिबिरं भरवू लागलात, तर त्यात काही आश्चर्य वाटून घेऊ नका. तुम्हाला 'नव्या आध्यात्म्याचा आवाज' म्हणवून घेण्यात धन्यता वाटू लागेल.

दुसरीकडे प्रत्येक जण स्वतःची चौकट सांभाळत, आपल्या पायापुरतं बघत फारसं उच्च सेवाकार्य करताना दिसत नाही. अनेक आध्यात्मिक प्रेषित (खरं तर, बहुतेक जण) शांतपणे आपापल्या मळ्यातच काम करत राहतात. जगासमोर फारसं ठळक उदाहरण म्हणून येत नाहीत आणि अगदी साधेपणानं जगात वावरतात. पण ते ज्यांच्या आयुष्यात येतात, त्यांच्यावर विशेषत्वाने सकारात्मक प्रभाव टाकतात.

अर्थात आयुष्याला स्पर्श करण्याचे अनेक मार्ग आहेत. हे पुस्तक वाचून त्याचा परिणाम म्हणून समजा, तुम्ही म्हणजेच पर्यायानं स्वतः जगाला मदत करायला लागलात, आपण ज्या गुंत्यात अडकलो आहोत तशाच गुंत्यात अडकलेल्या एखाद्या कुटुंबाला त्यातून बाहेर येण्यासाठी मदत केलीत, माणूसपणाचा वेगळ्या मार्गानं अनुभव घ्यायला इतरांना आवाहन केलंत आणि या ग्रहावर सहजीवनाचा एक वेगळा मार्ग दाखवलात, तर मला जबाबदार धरून दोष देऊ नका.

'कॉन्व्हर्सेशन्स विथ गॉड' मानवतेच्या वैयक्तिक आणि सामूहिक अनुभवात बदल घडवून आणेल, असा मला विश्वास वाटतो. पण हे होण्यासाठी मानवतेनंसुद्धा CWG संदेशांची दखल घ्यायला हवी.

बऱ्याच जणांना त्याची जाणीव आहे. आता या संदेशांची दखल घेणाऱ्यांची संख्याही नगण्य नाही. आत्तापर्यंत ७.५ लाख लोकांनी एक किंवा अधिक CWG ची पुस्तकं वाचली आहेत. प्रस्तावनेत म्हटल्याप्रमाणे सदतीस भाषांमध्ये त्यांची भाषांतरं झाली आहेत. अर्थात जगाच्या ६-६ दशलक्षाहून अधिक लोकसंख्येच्या मानानं हा आकडा फारच कमी आहे. ज्यांना जाणीव जागृती झाली आहे आणि ज्यांच्याकडे ही आध्यात्मिक प्रगती साधणारी संहिता उपलब्ध आहे, ते ही संख्या वाढवण्यात भूमिका बजावू शकतात.

जर 'कॉन्व्हर्सेशन्स विथ गॉड' नं तुमच्या आयुष्याला अर्थपूर्ण वळण दिलं असेल आणि त्यानं तुम्हाला जे दिलं त्याची थोडीशी परतफेड करावी असं तुम्हाला वाटत असेल, तर तुम्ही लगेच कम्प्युटर सुरू करा आणि www.cwgworld.com ला भेट द्या, असं मी आवाहन करेन. त्या संकेतस्थळावर तुम्हाला या संहितेशी संबंधित संस्था, संघटना, कार्यक्रम आणि उपक्रम यांची माहिती मिळेल.

त्यात दि प्रोव्हायडर्स नेटवर्क दिसेल, ते रिक्रिएशन फाउंडेशन या ना नफा तत्त्वावरच्या संघटनेनं निर्माण केलं आहे. CWG च्या पहिल्या प्रकाशनाच्या वेळी या संघटनेची स्थापना झाली. CWG च्या मजकुरातून आपल्याला कही मिळालं आहे, असं वाटणारी मंडळी त्याबद्दल या नेटवर्कवरून जगाशी संपर्क साधू

शकतील.

'CWGच्या संदेशाचा आमच्या जीवनावर खोल प्रभाव पडला आहे, असं सांगणारेही अनेक जण आहेत. ते ही माहिती इतरांना उपलब्ध करून देण्यासाठी तयार आहेत; तेही पूर्णपणे निःशुल्क!

काहींच्या बाबतीत, नेटवर्क सदस्यांना इतरांनी आव्हानात्मक जीवनानुभवांचा सामना कसा केला, याचे विशिष्ट अनुभव माहीत असतात आणि आता तशा अनुभवातून जाणाऱ्या इतरांना, CWG च्या संदेशांच्या मदतीनं सद्यःस्थितीतून बाहेर कसं पडावं, यासाठी ते आनंदानं मदत करीत आहेत.

तुम्ही कदाचित Humanity team (CWG ची दुसरी ना नफा संघटना) च्या कामाशी संबंधितही असाल. ही टीम जगभरातली गावं, शहरं आणि खेडेगावातही साप्ताहिक स्नेहसंमेलनं घेते. त्यात नृत्याच्या माध्यमातून वैयक्तिक गोष्टी एकमेकांना सांगितल्या जातात, उत्साहाच्या वातावरणात प्रत्यक्ष गटचर्चा होतात. मोकळीक देणं, ज्ञानाची आत्माभिव्यक्ती आणि CWG साहित्याचा आनंद यावर चर्चा केल्या जातात.

सेलिब्रेशन ऑफ लाइफ (COL) जीवनोत्सव हाच या टीमचा एकमेव उपक्रम नाही. त्याहूनही बरेच काही उपक्रम आहेत. HT समूह निर्मितीसाठी काम करते. तसंच माणसांना CWG ऊर्जेशी संलग्न राहण्यासाठी, प्रत्येकाचा शोध घेऊन आधार देण्यासाठी आणि CWG च्या वाढत्या संपर्कात सहभागी होण्यासाठी ही टीम काम करते. इथे तुम्हाला तुमच्या समूहात COL चं नेतृत्व करण्यासाठी संधी मिळते, त्यातून इतरांनाही प्रेरणेचा सक्रिय स्रोत प्राप्त होऊ शकतो.

काही जणांना लहान मुलांमध्ये काम करायला आवडतं. तुम्हाला ती आवड असेल, तर तुम्ही home schooling आणि Community leval classes उपक्रम सुरू करायला मदत करू शकता. CWG ची तत्त्वं आणि The school of the New spirituality (CWG तून आलेली तिसरी ना-नफा संघटना) च्या मदतीनं हे काम करू शकता. ही स्कूल लहान मुलं, तरुण आणि प्रौढांसाठी शिक्षणाच्या संधी आणि कार्यक्रम देते. त्यांना 'माणूस' होण्याच्या नव्या वाटा शोधण्यासाठी आणि आपल्या सांस्कृतिक कथा एकत्र येऊन नव्यानं लिहिण्यासाठी ही स्कूल मदत करते.

हे सगळं या त्रिधारेचा भाग आहे :

१) ग्लोबल व्हर्च्युॲलिटी नेटवर्किंग

२) समूहाची पायाभूत उभारणी आणि

३) शैक्षणिक संधी.

याशिवाय माझ्या स्वतःच्या लेखकाच्या संकेतस्थळावर तुम्हाला आणखी

विविध प्रकारची माहिती मिळेल. त्यात 'मेसेंजर्स सर्कल' मध्ये जवळ जवळ रोज माझ्या वैयक्तिकरीत्या संवाद साधण्याची, सुंदर ऑनलाइन कोर्सेस घेण्याची, लाइफ सपोर्ट सेंटरच्या माध्यमातून गरजूंना मदत करण्याची, टेली-क्लासेस मध्ये सहभागी होण्याची, CWG च्या वाचकांचा मागोवा घेण्याची, ऑडिओ ऑन डिमांड सेवेच्या माध्यमातून रेडिओ CWG वर व्याख्यानं आणि मुलाखती ऐकण्याची, 'आस्कनील पेज' वर मला CWG साहित्याबद्दल तुम्हाला हवा तो प्रश्न विचारण्याची संधी मिळेल.

शेवटी, तुम्हाला शांत ध्यानाचे आणि जीवनाच्या अर्थाचे आणि ध्येयप्राप्तीचे काही क्षण सहज मिळतील. तुमची आयुष्यातली भूमिका-प्रेरणा आणि वेदनाशमनाचा काळ, आशा आणि अंतर्दृष्टीची प्राप्ती होऊन तुम्ही ताज्या, शुद्ध आध्यात्मिक वातावरणात श्वास घेऊ शकाल. ते तुम्हाला आवडले, तर CWG chapel ला भेट देणं ही केवळ भौतिक औपचारिकता ठरेल.

हे सगळं तुम्हाला www.cwgworld.com या अम्ब्रेला वेबसाइटवर आणि इंटरनेट पोर्टलवर बघता येईल. तुम्हाला जागतिक 'सिव्हिल राइट्स मुव्हमेंट फॉर द सोल' च्या कामात आधीच सहभागी असलेल्यांबरोबर सहभागी होण्याची संधी देण्यासाठी 'कॉन्व्हर्सेशन्स विथ गॉड' च्या निमित्तानं हे तयार केलं आहे.

या सगळ्याबद्दल आणि या कामात कुठल्या ना कुठल्या रूपानं तुमच्या बरोबर काम करायला मी खूप उत्सुक आहे. ही तिसऱ्या पुस्तकाची विशेष आवृत्ती मिळवून ती वाचल्याबद्दल धन्यवाद. आणि आपल्या अत्यंत आनंदाच्या 'उद्या'साठीच्या पुनर्निमितीत आपली भूमिका निवडल्याबद्दल खूप खूप आभार.

आपण एक सुंदर विचारानं निरोप घेऊ या?

प्रिय देवा, या अलौकिक पुस्तकातल्या संवादातून आम्हाला जी सुंदर अंतदृष्टी प्राप्त झाली, त्याबद्दल आम्ही कृतज्ञ आहोत. 'आम्ही खरंच कोण आहोत' ती सुंदर जाणीव आणि ती जाणीव आमच्या संपर्कातल्या प्रत्येकापर्यंत पोहोचवण्याची संधी आम्ही आनंदानं साजरी करत आहोत.

देवा, तुझ्याबद्दल विशेष कृतज्ञता- माणसांना पुन्हा त्यांच्यापाशी आणल्याबद्दल, जगाला स्वतःला मदत केल्याबद्दल आणि आमची मुलं, आणि त्यांची मुलं यांच्यासाठी भविष्य उभं केल्याबद्दल! त्यातूनच संपूर्ण मानवतेलाच आयुष्य नावाच्या देणगीची नवी आणि सुंदर अनुभवाची पातळी गाठता येईल, यासाठीही धन्यवाद!

प्रिय देवा, तुझे पुन्हा पुन्हा आभार. देवा, या पृथ्वीवर तुझ्या- आमच्या एकात्मतेच्या संदेशाचं प्रतिबिंब आम्ही आमच्या आयुष्यात उतरवू आणि आयुष्यभर त्या एकतत्त्वाचं पालन करू, असं आज आम्ही तुला वचन देतो.

आमेन आणि आमेन! शुभं भवतु! शुभं भवतु! ■

जो वादळाला गर्जायला लावतो;
तो फुलपाखराचा निःश्वासही ऐकतो.

द फकीर

रुझबेह एन. भरूचा

अनुवाद
सुनीति काणे

आत्महत्येकडे कल असलेला एक हिप्पी आणि अजब विनोदबुद्धी असलेला एक फकीर, असा प्रवास जो तुमचं आयुष्य कायमचं बदलू शकेल....

जिथं देव आणि गुरू वास करतात, त्या तुमच्या अंतर्मनाला अर्पण केलेला, 'फकीर' हा श्वास रोखायला लावणारा, आत्म्याच्या साहसी मुशाफिरीचं रेखाटन करणारा 'अक्षर' नजराणा आहे. जिवंत असण्याचा आनंद अनुभवा, सोपं पण आयुष्य बदलून टाकणारं, सर्वांबद्दल दयाभाव राखण्याचं तत्त्वज्ञान शिका आणि बदलाकडचं पहिलं पाऊल उचलून स्वत:ला बरं करा.

ही आहे एक चित्तवेधक कहाणी. कर्म, दैवी कृती, मृत्यूनंतरचं आयुष्य, आत्म्याचा आत्म्याशी संपर्क, प्रार्थनेतली शक्ती, श्रद्धा आणि क्षमा, ऊर्जा आणि बरं करणं, चांगुलपणात देवाचा शोध घेणं आणि सर्वांत महत्त्वाचं म्हणजे सतत गुरूशी सुसंवाद साधून राहाणं, यासारखे गहन प्रश्न, ती सोप्या, समजेल, उमजेल अशा पद्धतीनं हाताळते.

'द फकीर' फक्त तुम्हाला कसं जगायचं एवढंच शिकवत नाही... पण मरण कसं स्वीकारायचं तेही शिकवतं.